ഗ്രീൻ ബുക്സ്

അധിനിവേശം

എസ്. മഹാദേവൻ തമ്പി

പത്രപ്രവർത്തകൻ, കഥാകൃത്ത്, നോവലിസ്റ്റ്
എന്നീ നിലകളിൽ ശ്രദ്ധേയൻ.
ആലപ്പുഴ ജില്ലയിലെ മുതുകുളത്ത് ജനനം.
നാട്ടിലെ പ്രാഥമിക വിദ്യാഭ്യാസത്തിനു ശേഷം
ഡൽഹി യൂണിവേഴ്സിറ്റിയിൽ ധനതത്ത്വശാസ്ത്രവും
ജേണലിസവും പഠിച്ചു. പത്രപ്രവർത്തകനായി തുടക്കം.
പിന്നീട് സർക്കാർ സർവീസിൽ ചേർന്നു.
കേരള സർക്കാരിന്റെ ഇൻഫർമേഷൻ പബ്ലിക് റിലേഷൻസ്
വകുപ്പിൽ അഡീഷണൽ ഡയറക്ടറായിരുന്നു.
ഇപ്പോൾ മീഡിയ കൺസൾട്ടന്റ്. നോവലുകളും
കഥാസമാഹാരങ്ങളുമായി പതിനൊന്ന് കൃതികൾ.
തമിഴ്, കന്നഡ, ഹിന്ദി, സംസ്കൃതം, ഇംഗ്ലീഷ്
ഭാഷകളിലേക്ക് കൃതികൾ വിവർത്തനം ചെയ്യപ്പെട്ടിട്ടുണ്ട്.
സംസ്ഥാന സർക്കാരിന്റെ എസ്.ഐ.സി.എൽ അവാർഡ്,
പ്രശസ്തമായ ഉറൂബ് അവാർഡ് എന്നിങ്ങനെ നിരവധി
സാഹിത്യ പുരസ്കാരങ്ങൾ നേടിയിട്ടുണ്ട്.

ഗ്രീൻ ബുക്സ് പ്രസിദ്ധീകരിച്ച
ഗ്രന്ഥകർത്താവിന്റെ ഇതര കൃതികൾ

(നോവൽ)

അലകളില്ലാത്ത കടൽ

ആസാദി

ജലപർവ്വം

(കഥ)

അപരാഹ്നത്തിൽ
അവസാനിക്കുന്ന ഒരു ദിവസം

ആകാശങ്ങളുടെ അവകാശികൾ

അതിരുകൾ

കണ്ടൽക്കാട്

(Translations)

Purge (അലകളില്ലാത്ത കടൽ)
Azadi (ആസാദി)

കഥ

അധിനിവേശം

എസ്. മഹാദേവൻ തമ്പി

ഗ്രീൻ ബുക്സ്

green books private limited
gb building, civil lane road, ayyanthole,
thrissur- 680 003, kerala, ph: +91 487-2381066, 2381039
website: www.greenbooksindia.com
e-mail: info@greenbooksindia.com

branches:
thrissur 0487-2422515
thiruvananthapuram 0471-2335301
calicut 8589095307

malayalam
adhinivesam
story
by
s. mahadevan thampi

first published april 2008
reprintd november 2023

cover design : godfreydas

printed in india
repro india ltd

isbn : 978-81-8423-088-8

₹ 300.00
GBPL/234/2008

മുഖക്കുറി

മുൻകാല കഥാകൃത്തുക്കളേക്കാൾ ഊർജ്ജസ്വലമായ സർഗ്ഗാത്മക മനസ്സ് ഇപ്പോഴത്തെ എഴുത്തുകാരന് ആവശ്യമാണെന്ന് ഏവരും സമ്മതിക്കും. എസ്. മഹാദേവൻ തമ്പിയുടെ കഥകൾ ഇത്തരം ഊർജ്ജസ്വലതയുടെ മകുടോദാഹരണങ്ങളാണ്. വർത്തമാനകാലത്തിന്റെ ദുരന്ത ദൃശ്യങ്ങളിൽ നിന്നാണ് എസ്. മഹാദേവൻ തമ്പിയുടെ കഥകൾ രൂപപ്പെടുന്നത്. കാലത്തിന്റെ അന്തമില്ലാത്ത ഗതിവേഗത്തിൽ കടലെടുക്കുന്ന ജീവിതങ്ങളെ അവ നോക്കിക്കാണുന്നു. ദൂരക്കാഴ്ചകളും കാഴ്ചയുടെ മുഴക്കങ്ങളും അവ നമ്മെ അനുഭവിപ്പിക്കുന്നു. മുറിഞ്ഞ ഞരമ്പുകളിൽ നിന്നു സംഗീതവും രക്തവും ഒരുപോലെ കിനിഞ്ഞിറങ്ങുന്ന നവഭാവുകത്വത്തിന്റെ അടയാളങ്ങളാണവ.

കൃഷ്ണദാസ്
മാനേജിങ് എഡിറ്റർ

കഥകൾ

അധിനിവേശം

അമ്പലപ്പറമ്പിൽ അരയാലിനുമുന്നിലെ നാഗവിഗ്രഹങ്ങൾക്കിടയിൽ മറ്റൊരു ശിലാവിഗ്രഹമായി ഒരാൾ! പൂജാമാല്യം പോലെ ഒരു കറുത്ത കയർ അയാളുടെ കഴുത്തിൽ തൂങ്ങുന്നുണ്ടായിരുന്നു. വല്ലാത്ത കൗതുകം ജനിപ്പിക്കുന്ന കാഴ്ച!

ചുറ്റുപ്രദക്ഷിണത്തിനിടയിൽ യാദൃശ്ചികമായാണ് ഞാനത് ശ്രദ്ധിച്ചത് - കയർമാലയുടെ തുമ്പിൽ എന്തോ ആലേഖനം ചെയ്ത ഒരു ലോഹത്തുണ്ട്! ഒന്നുനിന്നാൽ ലോഹത്തുണ്ടിൽ രേഖപ്പെടുത്തിയിരിക്കുന്നതു വായിക്കാം. ജിജ്ഞാസ അടക്കാനായില്ല. അടുത്ത പ്രദക്ഷിണത്തിന് ഞാൻ അയാളുടെ മുന്നിൽ നില്ക്കുകയും ശ്രദ്ധാപൂർവ്വം ലോഹത്തുണ്ടിലെ ലിഖിതം വായിക്കുകയും ചെയ്തു - രുദ്രഭൂമി!

എന്റെ തലച്ചോറിൽ ഒരു മിന്നൽ! ഞാനിത് എവിടെയോ കേട്ടുമറന്ന വാക്കാണ്.

അധികം ചിന്തിക്കേണ്ടി വന്നില്ല. പെട്ടെന്ന് കാര്യം മനസ്സിലായി. ഇനിയും യാഥാർത്ഥ്യമാകാത്ത ഒരു ശ്മശാനത്തിന്റെ പേര്! എന്റെ പ്രിയ സ്നേഹിതൻ ശേഷാദ്രിയുടെ സങ്കല്പത്തിലുള്ള ശ്മശാനത്തിന്റെ നിഗൂഢനാമം. ഒരു ദിവസം സമൂഹമഠത്തിൽനിന്ന്, മരണാനന്തരജീവിതത്തെപ്പറ്റിയുള്ള പ്രഭാഷണം കേട്ടിറങ്ങുമ്പോൾ ശേഷാദ്രി എന്നോട് പെട്ടെന്ന് പറയുകയുണ്ടായിരുന്നു - എനിക്കൊരു സ്വപ്നമുണ്ട്, രുദ്രഭൂമി എന്ന പേരിൽ ഒരു ശ്മശാനം നിർമ്മിക്കണം. അത് കുടുംബപരമായ ആവശ്യമാണ്. പെരിയപ്പാ രാമനാഥ ശാസ്ത്രികൾ അത് ശേഷാദ്രിയുടെ അപ്പായെ ഏല്പിച്ചതാണ്. അദ്ദേഹത്തിന് അത് സാധിക്കാത്തതിനാൽ, തലമുറകളുടെ ബാദ്ധ്യത എന്ന വ്യാഖ്യാനത്തോടെ, ശേഷാദ്രിയോട് ആവശ്യപ്പെടുകയായിരുന്നു. അവനാകട്ടെ അതൊരു സ്വപ്നമായി തലയിലേറ്റിയിരിക്കുന്നു. ശേഷാദ്രിയുടെ വിചിത്രമായ ആഗ്രഹം കേട്ടു ചിരിച്ച എന്നോട് അവൻ അന്നു പറഞ്ഞതാണ്, ഇതൊരു രഹസ്യമായിരിക്കട്ടെ. ആയിക്കോട്ടെ എന്ന ഞാനും സമ്മതിച്ചു. ഏറ്റവും അടുത്ത സുഹൃത്തായ എനിക്കല്ലാതെ മറ്റൊരാൾക്കും ഇതറിയില്ല. എന്നിട്ടിപ്പോൾ ഇതാ ഈ ഇരിക്കുന്ന മനുഷ്യന്റെ കഴുത്തിൽ ആ പേരെഴുതിയ ലോഹത്തുണ്ട് തൂങ്ങുന്നു.

പ്രദക്ഷിണവഴിയിൽനിന്ന് ഞാനയാളെ ശ്രദ്ധിക്കുന്നതു കണ്ടാവാം കഴക ക്കാരൻ വാസുക്കുട്ടൻ ഓടി അടുത്തു വന്നു:

"സാറ് എന്താ നോക്കുന്നത്?.... ആ ഇരിക്കുന്ന ആളെ മനസ്സിലായോ?.... നമ്മുടെ ശേഷാസാമി"

എനിക്ക് വിശ്വസിക്കാൻ കഴിഞ്ഞില്ല. കുണ്ടന്നൂർ ഒന്നാം പുത്തൻതെരു വിലെ വൈരുദ്ധ്യങ്ങളുടെ കലവറയായ- ഒരേസമയം കറകളഞ്ഞ കമ്മ്യൂ ണിസ്റ്റും അപാര വേദശാസ്ത്രപണ്ഡിതനുമായ- അനന്ത ശാസ്ത്രികളുടെ മകൻ, എന്റെ സഹപാഠി, സത്യസന്ധനും സമർത്ഥനുമായ ഹരിഹര അനന്ത ശേഷാദ്രി എന്ന എച്ച്.എ. ശേഷാദ്രിയാണോ ഭ്രാന്തനെപ്പോലെ ഈ ആൽ ത്തറമേൽ അലഞ്ഞിരിക്കുന്നത്? ഇവനിതെന്തുപറ്റി? മൂന്നുവർഷം കൊണ്ട്, തിരിച്ചറിയാനാവാത്ത വിധത്തിലുള്ള രൂപരിണാമം ഒരാളിൽ സംഭവിക്കുമോ?

ഏറ്റവും ഒടുവിൽ കാണുമ്പോൾ ശേഷാദ്രി സ്റ്റേറ്റ് ബാങ്കിന്റെ ബ്രോഡ്‌വേ ശാഖയുടെ സീനിയർ മാനേജരായിരുന്നു. ഒരിടപാടിന് ബാങ്കിൽ എത്തിയ ഞാൻ അവന്റെ കാര്യപ്രാപ്തി കണ്ട് അതിശയിച്ചുപോയി! ഇറങ്ങാൻ നേരത്ത് ശേഷാദ്രി എന്നോടു സ്വകാര്യമായി പറഞ്ഞു:

"അടുത്ത ഞായറാഴ്ച അലമേലുവിന്റെ വിവാഹമാണ്. നമ്മൾ തമ്മിൽ ഔപചാരികത വേണ്ടല്ലോ.... തിരക്കില്ലെങ്കിൽ മഠത്തിലേക്കൊന്നു വരണം. അപ്പാവേയും കാണാമല്ലോ...."

അലമേലുവിന്റെ വിവാഹം ഇത്രയും കാലം നീണ്ടതെന്തെന്ന് ഞാൻ ചോദിച്ചില്ല. ഞങ്ങൾ, ഞാനും ശേഷാദ്രിയും, ഒന്നിച്ച് സ്കൂളിൽ പഠിച്ചി രുന്നതാണ്. അതേ സ്കൂളിൽ താഴ്ന്ന ക്ലാസ്സിൽ ശേഷുവിന്റെ സഹോദരി അലമേലുവുമുണ്ടായിരുന്നു. ഒരു കൊച്ചുമിടുക്കി. പിന്നെ വെങ്കി എന്ന് വിളി ക്കുന്ന വെങ്കിടേശ്വരൻ. സദാ മൗനിയായിരിക്കുന്ന ബാലു എന്ന ബാല സുബ്രഹ്മണ്യം. ഞങ്ങൾ അഞ്ചുപേർ - അയ്‌വർസംഘം - എന്നും ഒന്നിച്ചാ യിരുന്നു.

അലമേലുവിന്റെ വിവാഹച്ചടങ്ങുകൾ ഒരു തുടർക്കഥ പോലെയായിരുന്നു. അതിന്റെ ഏതോ ഒരു ഘട്ടത്തിലാണ് ഞാൻ കയറിച്ചെന്നത്. അന്ന് ഏറെ നേരം അവിടെ ചെലവിട്ടു. തിരികെപോരാൻ നേരത്താണ് ശാസ്ത്രികളെ കണ്ടത്. അദ്ദേഹം വല്ലാതെ അവശനായിരുന്നു. എന്നെ കണ്ടതും യാതൊരു മുഖവുരയുമില്ലാതെ അദ്ദേഹം പറയുകയായി.

"അലമേലു കൂടി പോയാൽ പിന്നിവിടെ ഞാനും ശേഷുവും തനിച്ചാവും. എന്റെ സമയം അടുത്തിരിക്കുന്നു. ഒരു വിവാഹം കഴിക്കാൻ ശേഷുവിനെ നിങ്ങൾ നിർബന്ധിക്കണം."

അകാലത്തിൽ അമ്മ മരിച്ച രണ്ടു കുഞ്ഞുങ്ങൾക്കുവേണ്ടിയാണ് ശാസ്ത്രികൾ ജീവിച്ചത്. ശേഷുവിന്റെ കാര്യത്തിൽ അദ്ദേഹത്തിന്റെ ഉത്കണ്ഠ സ്വാഭാവികം. പക്ഷേ, വിവാഹക്കാര്യത്തിൽ അവന് അച്ഛനോടു യോജിക്കാൻ വയ്യായിരുന്നു. ഭാര്യയും കുട്ടികളും എന്നു പറഞ്ഞാൽ ബാധ്യതയും പ്രാരാബ്ധവുമാണത്രേ! ബാങ്കിൽ പിടിപ്പതു ജോലിയുണ്ട്.

രാവിലെ ഒൻപതു മുതൽ രാത്രി എട്ടുമണിവരെ ബാങ്കിലെ ജോലിയിൽ മുഴുകുമ്പോൾ മറ്റെല്ലാം മറക്കുന്നു. അവാച്യമായ ഒരാനന്ദമാണ് തിരക്കുള്ള ജോലി സമ്മാനിക്കുന്നത്. ശേഷു പറഞ്ഞത് ഇപ്പോഴും ഓർക്കുന്നു. ഒരു വർക്ക്ഹോളിക്കിന്റെ ലഹരി ശരിക്കും ഞാൻ ആസ്വദിക്കുന്നു. എന്നിട്ട് അവൻ ചിരിച്ചു: "ഒരുപക്ഷേ, നിങ്ങൾക്ക് മദ്യത്തിൽനിന്നോ നല്ല ഭക്ഷണത്തിൽ നിന്നോ പ്രിയതരമായ സംഭോഗത്തിൽ നിന്നോ ലഭിക്കുന്ന ലഹരിയാണ് ഞാനിപ്പോൾ ആസ്വദിക്കുന്നത്."

ഇനി പറഞ്ഞിട്ട് കാര്യമില്ല. ശേഷാദ്രിക്ക് വാക്ക് ഒന്നേയുള്ളൂ - തീരുമാനവും. അത് സ്കൂൾ കുട്ടിയായിരുന്ന കാലം മുതലുള്ള സ്വഭാവമാണ്. മുതിർന്നിട്ടും പലപ്പോഴും എനിക്കതു ബോദ്ധ്യമായിട്ടുണ്ട്.

എന്റെ സ്കൂൾ വിദ്യാഭ്യാസം കഴിഞ്ഞതോടെ രക്ഷിതാക്കൾ നഗരത്തിലേക്കു താമസം മാറിയിരുന്നു. അവരോടൊപ്പം പോന്ന ഞാൻ ഉന്നത വിദ്യാഭ്യാസത്തിനും തൊഴിലിനുമായി വിദേശത്തായി. അപൂർവ്വമായേ നാട്ടിൽ വരാറുള്ളു; വന്നാൽത്തന്നെ പഴയഗ്രാമത്തിലേക്കു വരുന്നത് ശേഷാദ്രിയെ കാണാനും ക്ഷേത്രദർശനത്തിനും മാത്രമാണ്. ദേവസ്വം ബോർഡ് ഇനിയും ഏറ്റെടുത്തിട്ടില്ലാത്ത ഊരാണ്മ ക്ഷേത്രത്തിൽ നിത്യനിവേദ്യങ്ങൾ പോലും ശരിക്കു നടക്കുന്നില്ലെന്നാണ് മറ്റു പല ജോലികൾക്കുമിടയിൽ കഴകപ്പണി കൂടി ചെയ്യുന്ന വാസുക്കുട്ടൻ ഇപ്പോൾ പറഞ്ഞത്.

വാസുക്കുട്ടൻ പറഞ്ഞുകൊണ്ടേയിരിക്കുകയായിരുന്നു. ശേഷാദ്രിയെ പ്പറ്റിയുള്ള ചിന്തയിലായതുകൊണ്ട് ഇടയ്ക്കുനിന്നേ എനിക്കു തുടർന്നു കേൾക്കാൻ കഴിഞ്ഞുള്ളൂ.

"......... ഭൂമിക്കിപ്പോൾ തീവിലയാ.... ഇവിടുള്ളവരൊക്കെ കൂടിയ വിലയ്ക്ക് ഭൂമി വിറ്റ് നാടുവിടുകയാ.... ശാസ്ത്രികൾ മരിച്ചശേഷം പുത്തൻതെരുവിലെ അഗ്രഹാരങ്ങൾ വൻവിലയ്ക്ക് വിറ്റ് ഗ്രാമക്കാർ കല്പാത്തിയിലേക്കും മൈലാപ്പൂരേക്കുമൊക്കെപ്പോയി. എല്ലാറ്റിനും മുന്നിൽനിന്നത് ശേഷുസ്വാമിയായിരുന്നു. രണ്ടുമൂന്നുകൊല്ലം മുൻപ്, ബാങ്കിലെ ജോലിവിട്ട് ഭൂമിയുമായി ബന്ധപ്പെട്ട മറ്റൊരു വലിയ ഉദ്യോഗത്തിലായിരുന്നു ശേഷുസ്വാമി. എന്തു പറ്റിയെന്നറിഞ്ഞുകൂടാ, ഒന്നൊന്നരമാസം മുൻപ്, ഒരു വെളുപ്പാൻകാലത്ത്, സ്വാമി ഒരു ഭ്രാന്തനെപ്പോലെ ഈ അമ്പലപ്പറമ്പിലേക്ക് ഓടിക്കയറിവന്നു. എന്നിട്ട് ആൽത്തറമേൽ നാഗശാലകൾക്കിടയിൽ ഈ ഇരുപ്പായി..... ആരു ചോദിച്ചിട്ടും ഒന്നും പറയുന്നില്ല. ഇത് തപസ്സാണെന്നോ ധ്യാനമാണെന്നോ ഒക്കെ ചിലർക്കൊരു വിചാരം. അതുകൊണ്ടാരും ശല്യപ്പെടുത്തുന്നില്ല. എന്നാൽ, ചിത്തഭ്രമമാണെന്നു പറയുന്നവരുമുണ്ട്. ഏതായാലും ശല്യമൊന്നുമില്ല. മാത്രമല്ല, സ്വാമിമഠത്തിന് അവകാശപ്പെട്ട ക്ഷേത്രമല്ലേ ഇത്......"

വാസുക്കുട്ടന്റെ വാക്കുകൾ കേൾക്കുന്നുണ്ടെങ്കിലും എന്റെ ശ്രദ്ധ മുഴുവൻ ശേഷാദ്രിയിലായിരുന്നു. ആൽത്തറമേലിരുന്ന് അവൻ ഇടയ്ക്കെപ്പോഴോ കണ്ണുതുറന്ന് എന്നെ ഒന്നു നോക്കിയോ എന്നു സംശയം.

എന്തായാലും ശേഷാദ്രിയെ ഇങ്ങനെ വിട്ടിട്ടുപോകാൻ എന്റെ മനസ്സ്

അനുവദിച്ചില്ല. ഞാൻ അവിടെത്തന്നെ നില്ക്കുന്നതുകണ്ട് വാസുക്കുട്ടൻ പറഞ്ഞു:

"സാറെ ഇവിടുള്ളതൊക്കെ വിറ്റ് ഞാനും ഇപ്പോൾ കൂത്താട്ടുകുളത്താ താമസം. ഉടനെ പോയാൽ എനിക്കൊരു വണ്ടികിട്ടും......"

എന്റെ മറുപടി കിട്ടാഞ്ഞാവാം അയാൾ ചോദിച്ചു:

"ഞാൻ പൊക്കോട്ടെ? .... വൈകിയാൽ വണ്ടിതെറ്റും......"

എന്റെ അനുവാദത്തിന് കാത്തുനില്ക്കാതെ വാസുക്കുട്ടൻ നടന്നു തുടങ്ങിയിരുന്നു.

ഇപ്പോൾ അമ്പലപ്പറമ്പിലെ ആൽത്തറയ്ക്കു മുന്നിൽ ഞാനും ശേഷാദ്രിയും മാത്രമായി.

"ശേഷു......"

ഞാൻ മെല്ലെ വിളിച്ചു.

അവൻ അതുകേട്ടഭാവം കാട്ടിയില്ല.

ഞാൻ കുറെക്കൂടി അടുത്തേക്കു ചെന്നു:

"ശേഷു, നിനക്കെന്നെ മനസ്സിലായില്ലേ?"

അപ്പോഴും അവൻ കണ്ണുതുറന്നില്ല.

ഒടുവിൽ ഞാൻ പറഞ്ഞു.

"ശേഷു നിന്നെ ഇങ്ങനെ വിട്ടിട്ടുപോകാൻ മനസ്സുവരുന്നില്ല.... അതുകൊണ്ടു നിന്നതാ.... ഈ അമ്പലപ്പറമ്പിൽ നാമല്ലാതെ മറ്റാരുമില്ല.... നീ ധ്യാനത്തിലാണെങ്കിൽ ഇങ്ങനെയിരുന്നോ. ഞാൻ ശല്യപ്പെടുത്തുന്നില്ല... അതല്ല രോഗാവസ്ഥ വല്ലതുമാണെങ്കിൽ ആശുപത്രിയിലാക്കാം...."

എന്നിട്ടും അവൻ അനങ്ങിയില്ല. ചോദ്യവും അഭ്യർത്ഥനയും വീണ്ടും ആവർത്തിച്ചിട്ടും അവനിൽ പ്രതികരണങ്ങളൊന്നുമില്ല. ഒടുവിൽ ക്ഷമ നശിച്ച ഞാൻ പറഞ്ഞു:

"ഞാൻ പോകുന്നു...."

അതുകേട്ടതോടെ, ശേഷു കണ്ണുതുറന്നു. പിന്നെ അവന്റെ ചുണ്ടുകൾ വിതുമ്പി:

"എനിക്ക് പേടിയാണ്."

ഞാൻ അടുത്തേക്കു നീങ്ങിനിന്ന് അവന്റെ തോളിൽ കൈവച്ചു. അവനാകെ വിറയ്ക്കുകയാണ്.

"ശേഷു നീ എന്തിനെയാണ് പേടിക്കുന്നത്? നിനക്കെന്തുപറ്റി? വല്ല രോഗാവസ്ഥയുമാണോ?..... എങ്കിൽ....."

എന്നെ മുഴുമിപ്പിക്കാനനുവദിക്കാതെ അവൻ പെട്ടെന്നു പറഞ്ഞു:

"എനിക്ക് യാതൊരു രോഗവുമില്ല.... പക്ഷേ, പേടിയാണ്...."

"അതു തന്നെ രോഗലക്ഷണമാണ്. നീ എഴുന്നേൽക്ക്. നമുക്കൊരു ഡോക്ടറെ കാണാം."

"വേണ്ടാ... ഇത് മനോജന്യമായ രോഗാവസ്ഥയല്ല... ശരിക്കുമുള്ള പേടി.."

"എങ്കിൽ അത് എന്തിനെക്കുറിച്ചുള്ള ഭയമാണെന്നു പറയൂ..."

ശേഷു ചുറ്റും നോക്കി, എന്നിട്ട് സ്വകാര്യമെന്നോണം പറഞ്ഞു:

"എല്ലാവരെക്കുറിച്ചുമുള്ള ഭയമാണ്.... ഭയത്തിന്റെ പാരമ്യത്തിൽ ഏറ്റവും സുരക്ഷിതസങ്കേതം ഭുവനേശ്വരിയുടെ ഈ ക്ഷേത്രമതിൽക്കകമാണെന്ന് എനിക്കു തോന്നി. അതാ ഞാനിവിടെ വന്നത്. ഇവിടേക്ക് അവർ വരില്ല...."

ശേഷുവിന് എന്തോ സാരമായ തകരാറുണ്ടെന്ന് എനിക്കുറപ്പായി. എങ്ങനെയെങ്കിലും അവനെ പുറത്തേക്കു കൊണ്ടുപോയി മനോരോഗ വിദഗ്ദ്ധനെ കാണിക്കണം. അങ്ങനെ തീരുമാനിച്ചുറച്ച് ഞാനവനെ നിർബന്ധിച്ചു:

"എന്തായാലും ഇപ്പോൾ ഞാൻ കൂടെയില്ലേ, നമുക്കൊന്നു പുറത്തേക്കു പോകാം. നിന്റെ ഭയത്തിന്റെ കാരണമെന്താണെന്ന് കണ്ടെത്തണമല്ലോ - അതുപോലെ ഈ വേഷം, ഈ രൂപം. അതൊക്കെ ഒന്ന് മാറ്റിയെടുത്ത് പഴയ ശേഷാദ്രിയാകണ്ടേ?"

അതുകേട്ടതോടെ അവൻ എന്നെ തുറിച്ചുപോക്കി. എന്നിട്ട് തികച്ചും സാധാരണപോലെ പറഞ്ഞു:

"ഞാനൊരു മനോരോഗിയാണെന്നോ ചിത്തഭ്രമത്തിന്റെ വക്കിലാണെന്നോ നീ ധരിച്ചിരിക്കുന്നു. അതു തെറ്റാണ്. ഞാൻ തികച്ചും നോൽമലാണ്. എന്റെ പ്രശ്നങ്ങളറിഞ്ഞാൽ നിന്റെ ധാരണ മാറും....."

"എന്നാൽ, നിന്റെ പ്രശ്നങ്ങൾ പറയൂ. ഞാൻ കേൾക്കട്ടെ..."

"അതറിഞ്ഞാൽ നീ എന്നെ ശപിക്കും.... വെറുക്കും... ഒരുപക്ഷേ, നിന്റെ സ്വസ്ഥതകൂടി തകരും...."

ഞാൻ പ്രോത്സാഹിപ്പിച്ചു.

"ശേഷു, ഏതവസ്ഥയിലാണെങ്കിലും നിന്നെ കൈയേൽക്കാൻ തയ്യാറായതല്ലേ ഞാൻ.... എന്താണെങ്കിലും പറയൂ..."

അവൻ ഒന്നാലോചിച്ചു; പിന്നെ ആരെയോ ഭയക്കുന്നതുപോലെ ആൽത്തറയിലെ ശിലാവിഗ്രഹങ്ങൾക്കു പിന്നിലേക്കു നീങ്ങിയിരുന്ന്, സ്ഥലമൊരുക്കി എന്നെ ക്ഷണിച്ചു.

ഞാൻ അടുത്തിരുന്നപ്പോൾ ഒരഭയം കണ്ടതുപോലെ അവൻ എന്റെ കൈകളിൽ മുറുകെപ്പിടിച്ചു. പിന്നെ വിറയാർന്ന ചുണ്ടുകളിൽ നിന്ന് ഇറുന്നു വീണത് പശ്ചാത്താപവിവശനായ ഒരു മനുഷ്യന്റെ ഏറ്റുപറച്ചിലായിരുന്നു. ഗദ്ഗദം പൂണ്ട ആ വാക്കുകളിലൂടെ കഴിഞ്ഞ മൂന്നുവർഷത്തെ ശേഷാദ്രിയെ ഞാൻ കണ്ടു.

സ്റ്റേറ്റ് ബാങ്കിന്റെ ഏറ്റവും മികച്ച മാനേജർമാരിൽ ഒരാളെന്ന നിലയിൽ ചില പ്രത്യേക ഉദ്ദേശ്യലക്ഷ്യങ്ങളോടെയാണ് ബോംബെയിൽനിന്ന്

ശേഷാദ്രിയെ ബ്രോഡ്‌വേ ശാഖയിലേക്കു മാറ്റി നിയമിച്ചത്. ഡിപ്പോസിറ്റിലും ലോണിലുമുൾപ്പടെ ബാങ്കിന്റെ പ്രവർത്തനങ്ങളിലൊന്നും ലക്ഷ്യം കാണാതിരുന്ന ബ്രോഡ്‌വെ ശാഖയ്ക്ക് നവജീവൻ പകരാൻ ശേഷാദ്രിയോളം പോന്ന മറ്റൊരാളില്ലെന്ന് മാനേജ്മെന്റ് കണ്ടെത്തിയിരുന്നു. ജനിച്ചുവളർന്ന നാടിനടുത്തുള്ള ഈ നിയമനം ശേഷാദ്രിയും ആഗ്രഹിച്ചതാണ്. ഒരു വർഷം കൊണ്ട് അദ്ഭുതങ്ങൾ സൃഷ്ടിക്കാൻ ശേഷാദ്രിക്കു കഴിഞ്ഞു. രണ്ടാം വർഷം അസിസ്റ്റന്റ് ജനറൽ മാനേജരായിട്ടും സ്ഥലം മാറ്റാതെ, ബ്രോഡ്‌വേ ശാഖയെ എ.ജി.എം ലവലിലേക്ക് ഉയർത്തി അവനെ അവിടെത്തന്നെ നിയമിക്കുകയായിരുന്നു. അതിനുശേഷം ഡിപ്പോസിറ്റിലും ലോണിലും മാത്രമല്ല എൻ.ആർ.ഐ. നിക്ഷേപത്തിൽപ്പോലും ത്രൈമാസ, അർദ്ധവർഷ, വാർഷിക ടാർജറ്റുകൾ കൃത്യമായി പാലിച്ച ശേഷാദ്രിയെ മറ്റ് മാനേജർമാർ മാതൃകയാക്കണമെന്ന് മാനേജ്മെന്റിൽ നിന്ന് അഭിപ്രായമുണ്ടായി. അങ്ങനെ തിളങ്ങിനിന്ന ശേഷാദ്രിയെ ആകെ തകർത്തത് ആ സംഭവമായിരുന്നു. ഒരു ഫോൺകോൾ!

ഹെഡ്ഡാഫീസിൽ ലീഗൽ സെല്ലിന്റെ ചുമതലയുള്ള ജനറൽ മാനേജർ സഹസ്രനാമം അദ്ഭുതത്തോടെയാണ് ഫോണിലൂടെ അത് ചോദിച്ചത്:

“ശേഷാദ്രി, നിനക്കിതെങ്ങനെ സംഭവിച്ചു; ചെറായി ബീച്ച് ഹൗസിന് നീ വായ്പ കൊടുത്തത് തീർത്തും ചട്ടവിരുദ്ധമായിട്ടാണ്. പ്രമാണങ്ങളുൾപ്പെടെ ബന്ധപ്പെട്ട രേഖകളെല്ലാം ശരിയാണെങ്കിൽ മാത്രം വായ്പ കൊടുത്തിട്ട് അനുവാദത്തിനപേക്ഷിക്കാനല്ലേ പറഞ്ഞിരുന്നത്. നീ അയച്ച രേഖകളെല്ലാം എന്റെ മുന്നിലുണ്ട്. അവർ പറയുന്ന എൺപത് ഏക്കറിനു മുഴുവൻ പട്ടയമില്ല. കടൽത്തീരമല്ലേ, കോസ്റ്റൽ സോൺ റഗുലേഷൻ ആക്ട് ലംഘിച്ചു കൊണ്ടുള്ളതാണ് അവിടത്തെ നിർമ്മിതികളെല്ലാം. ചുരുക്കിപ്പറഞ്ഞാൽ നീ കൊടുത്ത നാല്പത് കോടിയും വെള്ളത്തിലായി.....”

സഹസ്രനാമത്തിന്റെ വാക്കുകൾ കേട്ടപ്പോൾ ഞെട്ടിപ്പോയി. ഒരിക്കലും ഇങ്ങനെയൊരു പിഴവ് സംഭവിക്കുന്നതല്ല. വായ്പയുടെ ടാർജറ്റ് തികയ്ക്കാനുള്ള അത്യുത്സാഹത്തിൽ സംഭവിച്ച അബദ്ധമാകാം. കുറ്റം ചെയ്ത കുട്ടിയെപ്പോലെ പെട്ടെന്ന് സഹസ്രനാമത്തോട് ചോദിച്ചു:

“ഇനി എന്താണൊരു വഴി?”

മറുതലയ്ക്കൽ അല്പനേരം നിശ്ശബ്ദതയായിരുന്നു. പിന്നെ കരുതലോടെയാണ് സഹസ്രനാമം സംസാരിച്ചത്:

“ഈ വായ്പ ഹെഡ്ഡാഫീസിൽ നിന്ന് ഇതുവരെ സാങ്ഷനാകാത്ത സ്ഥിതിക്ക് ഇതിന്റെ പൂർണ്ണ ഉത്തരവാദിത്തം നിങ്ങൾക്ക് മാത്രമാണ്. അതുകൊണ്ട് കൊടുത്ത വായ്പ പലിശസഹിതം അതേപടി ഒറ്റത്തവണയായി തിരിച്ചടപ്പിക്കാൻ നോക്ക്......”

“അത് സാധിക്കുമോ?”

പെട്ടെന്നായിരുന്നു മറുപടി:

"സാധിക്കണം.... അല്ലെങ്കിൽ മാനേജരും വ്യാജ ഇടപാടുകാരും ചേർന്ന് ബാങ്കിന്റെ നാല്പതു കോടി രൂപാ തട്ടിയെടുത്തെന്നാവും കേസ്. ശേഷാദ്രിയെ പൊക്കിക്കൊണ്ടു നടന്നവർക്ക് അതേപോലെ തള്ളിത്താഴെയിടാനും കഴിയും.... ഈ ബാങ്കിലെ പണി ഒരു താങ്ക്‌ലസ് ജോബാ......"

തുടർന്നുള്ള അദ്ദേഹത്തിന്റെ വാക്കുകളും ആശങ്ക ജനിപ്പിക്കുന്നതായിരുന്നു.

ബ്രാഞ്ചിൽ വിവരമൊന്നും പറയാതെ പെട്ടെന്ന് പുറത്തേക്കിറങ്ങുകയായിരുന്നു. ബീച്ച് ഹൗസിലെത്തുന്നതുവരെ ഉള്ളുരുകി പ്രാർത്ഥിച്ചുകൊണ്ടിരുന്നു. പക്ഷേ, പ്രാർത്ഥന ഫലം കണ്ടില്ല.

ബീച്ച് ഹൗസ് അന്താരാഷ്ട്രനിലവാരമുള്ള വിനോദസഞ്ചാര കേന്ദ്രമാക്കുമെന്ന് ഉറപ്പുനല്കി പ്രോജക്ട് സമർപ്പിച്ച് വായ്പ വാങ്ങിയ സഹദേവൻ എന്ന സംരംഭകൻ, യഥാർത്ഥത്തിൽ ആ തുകയാണ് ബീച്ച് ഹൗസിനും ചുറ്റുമുള്ള ഭൂമിക്കും വിലയർത്ഥമായി നല്കിയത്. വായ്പതുക മുഴുവൻ വിലയർത്ഥമായി നല്കിക്കഴിഞ്ഞപ്പോൾ, പിന്നെ വികസനത്തിന് പണമില്ലാതായി. വരുമാനമില്ലാത്ത ബീച്ച് ഹൗസിൽനിന്ന് എന്തെടുത്ത് വായ്പ തിരിച്ചടയ്ക്കും. പ്രമാണങ്ങളൊന്നും ശരിയാകാത്തതുകൊണ്ട് വിറ്റ് കടം തീർക്കാനും നിർവാഹമില്ല.

ആകെ നിരാശനായ ശേഷാദ്രി അല്പം ഭീഷണിയുടെ സ്വരത്തിൽ അയാളോട് പറഞ്ഞു:

"പണം തിരിച്ചടച്ചില്ലെങ്കിൽ ബാങ്കിനെ കബളിപ്പിച്ചതിന് ഞാൻ മാത്രമല്ല, നിങ്ങളും അകത്താവും."

അന്നുരാത്രി ഉറങ്ങിയില്ല. ദൈവമേ ഒരു വഴി കാണിച്ചുതരണേ എന്നു മാത്രമായിരുന്നു പുലരുവോളമുള്ള പ്രാർത്ഥന.

രാവിലെ ബാങ്കിലെത്തിയപ്പോൾ, ശുഭ്രവസ്ത്രധാരിയായ ആ വെളുത്ത മനുഷ്യനെ കണ്ടപ്പോൾ അയാളുടെ നിർദ്ദേശം കേട്ടപ്പോൾ പ്രാർത്ഥന ഫലിച്ചെന്നു മനസ്സിലായി.

യാതൊരു മുഖവുരയുമില്ലാതെ അയാൾ പറയുകയായിരുന്നു.

"സ്വാമി, ഞാൻ യൂസഫ് ഖാൻ. റിയൽ എസ്റ്റേറ്റ് ബിസിനസ്സാണ്. നിങ്ങൾക്ക് വായ്പ കുടിശ്ശികയുള്ള ചെറായി ബീച്ച് ഹൗസും ഭൂമിയും ഞാനെടുക്കാൻ തയ്യാറാണ്......"

തുടർന്നുള്ള അദ്ദേഹത്തിന്റെ വാക്കുകൾ കാരുണ്യവാനായ ദൈവത്തിന്റേതായിരുന്നു:

"പ്രമാണത്തിലെ പ്രശ്നങ്ങളൊക്കെ എനിക്കറിയാം..... പട്ടയമില്ലാത്ത ഭൂമിയും അതിലുണ്ട്. സി.ആർ.ഇസഡ് നിയമം ലംഘിച്ചുകൊണ്ടുള്ള നിർമ്മിതിയായതുകൊണ്ട് ഏത് സമയത്തും അത് പൊളിച്ചുമാറ്റാൻ സർക്കാരിന് സാധിക്കുമെന്നും എനിക്കറിയാം.... എന്നാലും ബാങ്കിലെ വായ്പ

ത്തുകയും പലിശയും പൂർണ്ണമായി തരാനും അതിന്റെ ഉടമയ്ക്ക് ന്യായമായ ഒരു തുക കൊടുക്കാനും ഞാൻ തയ്യാറാണ്....."

സന്തോഷം കൊണ്ട് എന്തുപറയണമെന്നറിയാതെ നിന്നുപോയ ശേഷാദ്രിയെ ഉണർത്തിയത് അദ്ദേഹത്തിന്റെ അടുത്ത ചോദ്യങ്ങളായിരുന്നു:

"ബാങ്കിലേക്ക് പണം എങ്ങനെ തരണം? - ക്യാഷ്, ഡ്രാഫ്റ്റ്, ചെക്ക്; ഏത് വേണം?"

അതും കൂടി കേട്ടതോടെ ശേഷാദ്രിക്ക് പിന്നെ സംസാരിക്കാൻ കഴിഞ്ഞില്ല. ഗദ്ഗദത്തോടെയാണ് പറഞ്ഞത്:

"മിസ്റ്റർ യൂസഫ് ഖാൻ, വല്ലാത്തൊരു പ്രതിസന്ധിഘട്ടത്തിലാണ് ദൈവം താങ്കളെ ഇങ്ങോട്ടയച്ചത്. പ്രശ്നങ്ങളെല്ലാം മനസ്സിലാക്കി ആ ഭൂമി ഏറ്റെടുക്കാൻ താങ്കൾ തയ്യാറായ സ്ഥിതിക്ക് അതിന്റെ ഉടമയുമായി ഞാൻ സംസാരിക്കാം - അതിനുശേഷം പേമെന്റ് എങ്ങനെ വേണമെന്ന് തീരുമാനിക്കാം."

യൂസഫ് ഖാൻ ഒരു നിബന്ധനയേ മുന്നോട്ടുവച്ചുള്ളൂ:

"പണം കൊടുക്കാം. ബീച്ച് ഹൗസും അവരുടെ അധീനതയിലുള്ള മുഴുവൻ ഭൂമിയും - രേഖയുള്ളതും ഇല്ലാത്തതുമായ മുഴുവൻ ഭൂമിയും - വിട്ടുതരണം. അവിടെയാണ് സ്വാമിയുടെ കഴിവ് കാണേണ്ടത്."

കാര്യം നടന്നാൽ മതി. എന്തിനും തയ്യാറായിരുന്നു ശേഷാദ്രി. ബീച്ച് ഹൗസിന്റെ ഉടമയുമായി സംസാരിച്ചപ്പോൾ അയാൾ ഈ നിർദ്ദേശത്തോടു യോജിച്ചില്ല. നിയമപ്രകാരമുള്ള നടപടി ബാങ്ക് തുടരട്ടെ; നേരിടാം എന്നായിരുന്നു അയാളുടെ നിലപാട്. അതിനും പരിഹാരം കണ്ടത് യൂസഫ് ഖാനായിരുന്നു. സ്വാമി മാനേജരായി വണ്ടിയിലിരുന്നാൽ മതി ബാക്കി ഞാനേറ്റു എന്നു പറഞ്ഞായിരുന്നു യൂസഫ് ഖാന്റെ പുറപ്പാട്. രാത്രിയിൽ ബീച്ച് ഹൗസ് ഉടമയുടെ വിട്ടിലേക്കു തിരിക്കുമ്പോൾ നാല് ഔദ്യോഗിക വാഹനങ്ങൾ ഒപ്പമുണ്ടായിരുന്നു. ഒന്നും മനസ്സിലാകാതെ വണ്ടിയിലിരുന്നപ്പോൾ ഖാൻ പറഞ്ഞു;

"ആ വാഹനങ്ങളിൽ സി.ബി.ഐയുടെ സാമ്പത്തിക കുറ്റാന്വേഷണ വിഭാഗം ഉദ്യോഗസ്ഥരുണ്ട്, ബാങ്കുകളിലെ തിരിമറി അന്വേഷിക്കുന്ന റിസർവ് ബാങ്ക് സംഘമുണ്ട്, നിങ്ങളുടെ അധികൃതരുണ്ട്, സംസ്ഥാന റവന്യൂ വകുപ്പിലെ ഉന്നതരുണ്ട്. ഞാൻ പുറത്തിറങ്ങില്ല. സ്വാമി മിണ്ടാതെ അവരുടെ കൂടെ നിന്നാൽ മതി. കാര്യം നടന്നിരിക്കും."

ശേഷാദ്രി വല്ലാതെ ഭയന്നുപോയി. ആ തളർച്ച കണ്ടാവാം ഖാൻ ആശ്വസിപ്പിച്ചു:

"എല്ലാം എന്റെ ആൾക്കാരാണ് - കാര്യം നടക്കേണ്ടേ? ഇതേ വഴിയുള്ളൂ."

അപ്രതീക്ഷിതമായി ശേഷാദ്രിയേയും ഔദ്യോഗികവാഹനത്തിൽ വന്നിറങ്ങിയ സംഘത്തേയും കണ്ട് ബീച്ച് ഹൗസ് ഉടമ ഞെട്ടിപ്പോയി.

സംസ്ഥാനത്തെ ഏറ്റവും വലിയ ബാങ്ക് തട്ടിപ്പ് കണ്ടെത്തി എന്നു പറഞ്ഞായിരുന്നു അവരുടെ തുടക്കം. മാനേജരെ അറസ്റ്റു ചെയ്തു കഴിഞ്ഞു.

സ്വാമിയെ ചൂണ്ടി “ഇതാ ഒപ്പമുണ്ട്” എന്നു പറഞ്ഞു. അദ്ദേഹത്തെ കരുവാക്കി നാല്പതുകോടി തട്ടിയ നിങ്ങളെക്കൂടി അറസ്റ്റ് ചെയ്ത് ബോംബെയ്ക്ക് കൊണ്ടുപോകാനാണ് വന്നതെന്നായിരുന്നു അവരുടെ വിശദീകരണം.

വക്കീലിനെ വിളിക്കണം, പാർട്ണർമാരെ വിളിക്കണം എന്നൊക്കെ ആദ്യം പറഞ്ഞെങ്കിലും ഒടുവിൽ എങ്ങനെയും രക്ഷിക്കണം; വസ്തു വിറ്റിട്ടാണെങ്കിലും ബാങ്കിലെ പണം നല്കാമെന്നായി അയാൾ.

“ഞങ്ങൾ വരുന്നതിനു മുൻപ് നിങ്ങൾ പ്രശ്നം പരിഹരിച്ചിരുന്നെങ്കിൽ സഹായിക്കാമായിരുന്നു; അതുണ്ടായില്ല” വന്നവർ തീർത്തു പറഞ്ഞു. പിന്നെ പരസ്പരം കൂടിയാലോചിച്ച് ഒരു നിർദ്ദേശം അവർ വച്ചു: “എന്നാൽ തുക ഒന്നിച്ചടക്കാൻ ഇപ്പോൾ കഴിയുമോ? ബാങ്കിലെ പണമടച്ച് പ്രശ്നം തീർത്തതിനാൽ കേസ് നിലനില്ക്കില്ലെന്ന് പറഞ്ഞ് ഞങ്ങൾക്ക് ഡ്യൂട്ടി തീർത്തു പോകാമായിരുന്നു....”

“ഈ രാത്രിയിൽ ഞാനെന്തു ചെയ്യാനാ.....”

അയാൾ നിസ്സഹായത അറിയിച്ചു. വന്നവർ വിട്ടില്ല.

“നിങ്ങൾ വിചാരിച്ചാൽ നടക്കും. ഇവിടെങ്ങും ലാന്റ് ബാങ്കില്ലേ? നിങ്ങളുടെ സമ്മതപത്രവും പ്രമാണങ്ങളും നല്കിയാൽ ഏത് ലാന്റ് ബാങ്കും വില തരും.....” എന്നിട്ട് ശേഷാദ്രിയോടായി ചോദിച്ചു; “പണം കിട്ടിയാൽ ബാങ്കിലുള്ള പ്രമാണങ്ങൾ നല്കിക്കൂടേ?”

ശേഷാദ്രി തലകുലുക്കി.

“പക്ഷേ, ഇവിടെ ലാന്റ് ബാങ്കുള്ളതായി എനിക്കറിയില്ല.....”

ഉടമ പിന്നെയും നിസ്സഹായത കാട്ടി.

ഒരുദ്യോഗസ്ഥൻ സഹായസന്നദ്ധനായി. അരമണിക്കൂറിനകം ഹിന്ദുസ്ഥാൻ ലാന്റ് ബാങ്ക് പ്രതിനിധി എത്തി. അയാൾ മുദ്രപത്രങ്ങളും കരുതിയിരുന്നു. വില്പനയ്ക്കുള്ള കരാർ എഴുതി ബീച്ച് ഹൗസ് ഉടമ അതിൽ ഒപ്പിട്ടു. പലിശ സഹിതം നാല്പത്തിമൂന്നുകോടി രൂപയുടെ ചെക്ക് അവർ ശേഷാദ്രിക്ക് കൈമാറി. ആ ചെക്ക് സ്വന്തം ബാങ്കിലെ എൻ.ആർ.ഐ അക്കൗണ്ട് ഹോൾഡറായ തക്കിയുദ്ദീന്റേതാണെന്ന് ശേഷാദ്രിക്കു മനസ്സിലായി. അതിൽ പണമുണ്ടെന്നും.

അങ്ങനെയാണ് യൂസഫ് ഖാനുമായി ശേഷാദ്രി അടുക്കുന്നത്. ഇതുപോലെ ബാങ്കിന്റെ ബാധ്യത നിറവേറ്റാനാവാതെ തീരമേഖലകളിലെവിടെയെങ്കിലും പണയഭൂമിയുണ്ടെങ്കിൽ എടുത്തോളാമെന്ന് ഖാൻ പറഞ്ഞു. ആൾമാറാട്ടമോ തട്ടിപ്പോ നടത്തിയല്ല; ഉടമയ്ക്ക് നഷ്ടം വരാത്തരീതിയിലുള്ള വില നൽകിയാവും കച്ചവടം.

ദീർഘകാലമായി വായ്പ തിരിച്ചടയ്ക്കാതെ നോൺ പെർഫോമിങ്ങായ ഏഴ് അക്കൗണ്ടുകൾ ശേഷാദ്രിയുടെ ബാങ്കിലുണ്ടായിരുന്നു. അതിൽ അഞ്ചും തീരമേഖലകളിലാണ്. രണ്ടു ഐസ് പ്ലാന്റുകൾ, ഒരു കയർ യൂണിറ്റ്, രണ്ടു മത്സ്യസംസ്കരണശാലകൾ, അവ ന്യായ വിലയ്ക്ക് കച്ചവടം

ഉറപ്പിച്ച് ബാങ്കിലേക്കുള്ള കടം തീർത്ത് ഹിന്ദുസ്ഥാൻ ലാന്റ് ബാങ്ക് സ്വന്തമാക്കി.

ബാങ്കിനു കൈവിട്ടുപോയ നാല്പതു കോടിക്കു പുറമെ എഴുതിത്തള്ളാനിരുന്ന കിട്ടാക്കടങ്ങൾപോലും പിരിച്ചെടുത്ത ശേഷാദ്രിയെ മാനേജ്മെന്റ് പ്രശംസകൾ കൊണ്ടു പൊതിഞ്ഞു. പക്ഷേ, ആ പ്രശംസകളൊന്നും ഇത്തവണ ശേഷാദ്രിയെ സ്പർശിച്ചില്ല. അറിയാതെ ഒരബദ്ധം പിണഞ്ഞപ്പോൾ കൈവിട്ടവരാണ്, ഇപ്പോൾ കെട്ടിപ്പിടിക്കാൻ നോക്കുന്നത്. സഹസ്രനാമം പറഞ്ഞതുപോലെ, ബാങ്കിലെ പണി ഒരു താങ്ക്ലെസ് ജോബാണ്. ഏറ്റവും നല്ലൊരു സന്ദർഭത്തിൽ ഇതൊഴിയണമെന്ന് ശേഷാദ്രിക്കു തോന്നി.

അങ്ങനെയിരിക്കെയാണ് ഒരു ദിവസം യാദൃശ്ചികമായി യൂസഫ് ഖാൻ ബാങ്കിലെത്തിയത്. സംസാരിച്ചിരിക്കുന്നതിനിടയിൽ അയാൾ പെട്ടെന്ന് ചോദിച്ചു:

"സ്വാമിക്ക് എത്ര രൂപാ ശമ്പളം കിട്ടും?"

"അതെന്താ ഖാനെ അങ്ങനെയൊരു ചോദ്യം?"

ശേഷാദ്രി അദ്ഭുതം കൂറി.

"നിങ്ങളുടെ ജോലിയുടെ ഉത്തരവാദിത്തവും റിസ്ക്കും നിങ്ങൾ കാണിക്കുന്ന സാമർത്ഥ്യവും കണ്ടു ചോദിച്ചതാ."

"ഒരു നാല്പതിനായിരം.... പിന്നെ അലവൻസുകളും ആനുകൂല്യങ്ങളും എല്ലാം കൂടി ചേർത്താൽ അമ്പതിനായിരം രൂപവരും........"

ഖാൻ ഒന്നു ചിരിച്ചു. എന്നിട്ട് ഗൗരവത്തിൽ പറഞ്ഞു:

"നിങ്ങൾക്ക് ഞാൻ രണ്ടുലക്ഷം രൂപാ മാസശമ്പളം തരും.... അറുപതു കണക്കിൽപ്പെടുത്തിയും ഒന്ന് നാല്പത് കണക്കിൽപ്പെടുത്താതെയും. വാഹനവും വീടും ഫോണുമൊക്കെ വേറെ. എന്താ എന്റെ കൂടെ വരുന്നോ?"

അത് ഒട്ടും ഗൗരവത്തിലെടുക്കാതെ ശേഷാദ്രി ചോദിച്ചു:

"എന്താ ജോലി?"

"ലാന്റ് ബാങ്കിന്റെ റീജിയണൽ മാനേജർ"

"എനിക്കു മനസ്സിലായില്ല"

"ഞങ്ങൾക്ക് ലാന്റ് ബാങ്കുകളുടെ ഒരു ശൃംഖല തന്നെയുണ്ട്. പണത്തിനു പകരം ഭൂമിയാണ് അവിടെ കൈകാര്യം ചെയ്യുന്നത്. തൽക്കാലം സ്വാമിക്ക് ഒരു ഡ്യൂട്ടിയേ ഉള്ളൂ - ഇതുപോലെ മറ്റ് ബാങ്കുകളിൽ പണയം വച്ച് ബാദ്ധ്യതപ്പെട്ട ഭൂമി കാണില്ലേ? അതു വാങ്ങണം. അതുകഴിഞ്ഞാൽ കിട്ടാവുന്ന മറ്റ് ഭൂമികളും...."

എന്നിട്ടും ശേഷാദ്രിക്ക് ഒന്നും മനസ്സിലായില്ല. അതുകൊണ്ടാവാം യൂസഫ് ഖാൻ വീണ്ടും പറഞ്ഞുതുടങ്ങി:

"ഇവിടത്തെ ഭൂമിയെല്ലാം നമ്മുടെ നിയന്ത്രണത്തിൽ..... ഈ മണ്ണ് മുഴുവൻ നാം സ്വന്തമാക്കുന്നു... നമുക്കല്ലാതെ മറ്റാർക്കും ഈ മണ്ണിൽ

അവകാശമില്ലാത്ത ഒരു കാലം ഒന്നാലോചിച്ചു നോക്കൂ..... അപ്പോൾ ഭൂമി വേണ്ടവർ നമ്മെ സമീപിക്കുന്നു. താത്പര്യമുണ്ടെങ്കിൽ മാത്രം നാം ഭൂമി വിൽക്കുന്നു...."

പുതുമയും സാഹസികതയും ഇഷ്ടപ്പെടുന്നതുകൊണ്ടും നിലവിലുള്ള ജോലിയിലെ ചതിക്കുഴികളും അപകടത്തിൽപ്പെട്ടാൽ രക്ഷിക്കാൻ ആളില്ലെന്ന തോന്നലും കൊണ്ടാവാം യൂസഫ് ഖാന്റെ വാക്കുകൾ ശേഷാദ്രിയെ ശരിക്കും സ്വാധീനിക്കുന്നുണ്ടായിരുന്നു.

യൂസഫ് ഖാൻ പറഞ്ഞുകൊണ്ടിരുന്നു; ശേഷാദ്രി അതീവതാത്പര്യത്തോടെ ശ്രദ്ധിച്ചുകൊണ്ടും.

"ജീവിതത്തിൽ മാത്രമല്ല, ജോലിയിലും ഒരു ത്രില്ല് വേണ്ടേ.... സ്വാമി, വി.ആർ.എസ്. എടുക്ക്. ആ തുക എവിടെയെങ്കിലും സുരക്ഷിതമായി നിക്ഷേപിക്ക്.... എന്നിട്ട് എന്റെ കൂടെവാ... സ്വാമിയുടെ അഞ്ചുവർഷത്തെ ശമ്പളം ഞാൻ ഒന്നിച്ച് ബാങ്കിലിട്ട് മാസംതോറും എടുക്കാവുന്ന രീതിയിൽ ചെക്ക് തരും..... എന്താ അത്രയും പോരേ ഗ്യാരണ്ടി...."

ഒരു കൗതുകത്തിനുവേണ്ടി കേട്ടിരുന്നതാണ്; പക്ഷേ, അത് വല്ലാത്തൊരു താത്പര്യമായി ഉള്ളിൽ ഉറയ്ക്കാൻ തുടങ്ങിയപ്പോൾ ശേഷാദ്രി പറഞ്ഞു:

"ഞാനൊന്ന് ആലോചിക്കട്ടെ.."

അന്ന് വീട്ടിലേക്കു മടങ്ങുമ്പോൾ ശേഷാദ്രി ഒരുപാട് കാര്യങ്ങൾ ആലോചിച്ചു. അതിലൊന്ന് വെങ്കിടേശ്വരനെ കണ്ട് ഈ കാര്യങ്ങൾ ചർച്ച ചെയ്യണമെന്നുള്ളതായിരുന്നു. അയാൾ തിരുവനന്തപുരത്ത് സെൻസസ് ഓഫീസിലെ ക്ലർക്കാണ്. എല്ലാ ശനിയാഴ്ചയും രാത്രിയിലെത്തും. തിങ്കളാഴ്ച പുലർച്ചെ മടങ്ങിപ്പോകും. അതുകൊണ്ട് കൂടിക്കാഴ്ച ആഴ്ചയിലൊരു ദിവസമേയുള്ളൂ. സ്വയം നീറുന്ന പ്രശ്നങ്ങൾക്കു നടുവിലാണെങ്കിലും മറ്റുള്ളവർക്ക് നന്മ വരുന്ന കാര്യങ്ങൾ പറയാൻ സമർത്ഥനാണ്. അവന്റെ കാര്യമോർത്ത് പലപ്പോഴും അതിശയിച്ചുപോന്നിട്ടുണ്ട്. ഒന്നാം പുത്തൻതെരുവിലെ മൂന്നുമുറി വീടാണ് കുടുംബസ്വത്ത്. രണ്ട് അനിയത്തിമാരുടെ കല്യാണങ്ങൾക്കായി അത് കിച്ചാമണി എന്ന അച്ചാറുവ്യാപാരിക്ക് വിറ്റിട്ടും അവിടെത്തന്നെ വടകക്കാരനായി കഴിയുന്നു. ഗ്രാമത്തോടു ചേർന്ന് മൂന്നു സെന്റ് ഭൂമി വാങ്ങി അതിൽ ഒരു വീടുവച്ചു താമസിക്കണമെന്നാണ് മോഹം. അവന് അത്രയ്ക്ക് പ്രിയപ്പെട്ടതാണ് പുത്തൻതെരുവ്.

അവധിക്കുവരുന്ന ദിവസങ്ങളിൽ ഭാര്യയേയും രണ്ടു കുഞ്ഞുങ്ങളേയും അടുത്തുവിളിച്ചിരുത്തി വാങ്ങാൻ പോകുന്ന സ്ഥലത്തിന്റെയും വയ്ക്കാനുദ്ദേശിക്കുന്ന വീടിന്റെയും വിവരണം നല്കുന്ന വെങ്കി അടുത്തിരിക്കുന്ന എന്നോട് സ്വകാര്യമായി പറയുമായിരുന്നു:

"എന്റെ ജീവിതകാലത്ത് മൂന്നുസെന്റ് ഭൂമി വാങ്ങാനോ വീടുവയ്ക്കാനോ കഴിയുമെന്ന് എനിക്കു തോന്നുന്നില്ല. കിട്ടുന്ന ശമ്പളംകൊണ്ട് രണ്ടറ്റവും എങ്ങനെ കൂട്ടിമുട്ടിക്കുന്നു എന്ന് എനിക്കു മാത്രമേ അറിയൂ"എന്നിട്ട് പകുതി കാര്യമായും പകുതി തമാശയായും എന്നോടു പറയും: "എന്റെ

പ്രതീക്ഷയാകെ നിന്നിലാണ്. നിനക്കാണെങ്കിൽ കുടുംബമോ പ്രാരബ്ധ ങ്ങളോ ഇല്ല. നീ എനിക്കൊരു മൂന്നുസെന്റ് ഭൂമി വാങ്ങിത്തരണം. എന്റെ മക്കൾ പഠിച്ച് ഉദ്യോഗമൊക്കെ കിട്ടി ഒരു ഗതിയാകുമ്പോൾ അതിന്റെ പണം തിരിച്ചുതരും.

ഞാനതു ഗൗരവത്തിൽത്തന്നെ എടുത്തിരുന്നു:

"വെങ്കീ, നീ സ്ഥലം നോക്കിക്കോ. ഞാൻ വാങ്ങിത്തരും."

അതുകേൾക്കുമ്പോഴേക്കും അവൻ പറയും:

"ഇപ്പോഴൊന്നും വേണ്ട - നീ രുദ്രഭൂമിക്ക് സ്ഥലമെടുക്കില്ലേ, അപ്പോൾ അതിനോടു ചേർന്ന് വാങ്ങിത്തന്നാൽ മതി."

രുദ്രഭൂമി സംബന്ധിച്ച് എനിക്കു മാത്രമറിയാവുന്ന ആ രഹസ്യവിവരം എങ്ങനെ വെങ്കി അറിഞ്ഞു എന്ന് ചോദിക്കാനാഞ്ഞതാണ്. അപ്പോഴേക്കും ശേഷു ആ സംഭവവും വിവരിച്ചു.

അനന്തശാസ്ത്രികളുടെ അന്ത്യനിമിഷത്തിൽ ശേഷുവിനൊപ്പം വെങ്കിയു മുണ്ടായിരുന്നു. അദ്ദേഹം അവസാനമായി പറഞ്ഞത്രെ:

"ഞാൻ മരിച്ചാൽ എന്നെ കൊണ്ടു പോകുന്നത് വൈദ്യുതി ശ്മശാന ത്തിലേക്കായിരിക്കും. എനിക്കതു പേടിയാണ്. നമ്മുടെ തെരുവിലാർക്കും ഇനി ഈ ഗതി വരരുത്. ആരും സഹകരിക്കുന്നില്ലെങ്കിൽ സ്വന്തമായിട്ടെങ്കിലും നീ അതു ചെയ്യണം. നമുക്കുമാത്രമായി ഒരു ശ്മശാനം. നമ്മുടെ സ്വപ്ന ത്തിലെ രുദ്രഭൂമി."

അപ്പായുടെ ഈ അവസാനവാക്കുകൾ വെങ്കിയും കേട്ടു.

അത്രയും പറഞ്ഞപ്പോഴേക്കും ശേഷുവിന്റെ കണ്ണുകൾ നിറഞ്ഞു. അവൻ കുറേനേരം നിശ്ശബ്ദനായി അനന്തതയിലേക്ക് നോക്കിയിരുന്നു. പിന്നെ, പുറംകൈകൾ കൊണ്ട് കണ്ണുകൾ തുടച്ച് പറയുകയായി:

അന്നു ശനിയാഴ്ചയായിരുന്നതിനാൽ സമൂഹമഠത്തിലെ ഭജനപ്പുര യിലുണ്ടായിരുന്നു വെങ്കി. ചെറായി ബീച്ച് ഹൗസ് പ്രശ്നം മുതൽ യൂസഫ് ഖാനുമായുണ്ടായ ഏറ്റവും ഒടുവിലത്തെ സംഭാഷണം വരെ ഞാൻ അവനെ പറഞ്ഞുകേൾപ്പിച്ചു.

എല്ലാം കേട്ടശേഷം അവൻ ചില കാര്യങ്ങൾ ചോദിച്ചു:

"നിനക്ക് ബാങ്കിലെ പണിയുടെ പത്രാസ് വേണമെന്ന് നിർബന്ധമുണ്ടോ? ലാന്റ് ബാങ്കിൽ ഈ ശമ്പളത്തിന് അഞ്ചുവർഷത്തെ ജോലി നിനക്ക് കിട്ടു മെന്ന് ഉറപ്പുണ്ടോ?"

അതിന് മറുപടി പറയാൻ പ്രായാസമുണ്ടായില്ല:

"ചെറായി സംഭവത്തോടെ ബാങ്കിലെ പണി എനിക്കു മടുത്തു എന്നു പറയുന്നതാവും ശരി. ലാന്റ് ബാങ്ക് അഞ്ചു വർഷത്തെ ശമ്പളം എന്റെ പേരിൽ ബാങ്കിലിട്ട് എനിക്ക് ചെക്കു തരും."

ദീർഘവീക്ഷണത്തോടെയാണ് വെങ്കി പിന്നീട് സംസാരിച്ചത്:

"നിനക്കു ജീവിക്കണ്ടേ - വി.ആർ.എസ്സിലൂടെ കിട്ടുന്നതിന്റെ പലിശ അതിനെടുക്ക്. ലാന്റ് ബാങ്കിലെ മൂന്നുവർഷത്തെ ശമ്പളം കൊണ്ട് നമുക്ക് രുദ്രഭൂമിയുണ്ടാക്കാം."

ഇടയ്ക്ക് ഞാൻ തമാശയായി ചോദിച്ചു:

"നിന്റെ മൂന്നുസെന്റ് ഭൂമിയും വാങ്ങണ്ടേ?"

വെങ്കി ഗൗരവത്തിൽത്തന്നെയായിരുന്നു:

"എല്ലാം ഒന്നുകൂടി ആലോചിച്ച് തീരുമാനിക്കണം....."

ആലോചിക്കാൻ അധികമൊന്നുമില്ലായിരുന്നു. ബാങ്കിൽനിന്ന് വി.ആർ. എസ്. വാങ്ങി, യൂസഫ് ഖാന്റെ കൂടെ ചേരുന്നതിനു മുൻപു തന്നെ അയാൾ വാക്കുപാലിച്ചു. അഞ്ചുവർഷത്തേക്കുള്ള ശമ്പളം എന്റെ പേരിൽ അഡ്വാൻസായി നിക്ഷേപിച്ച് പ്രതിമാസ ചെക്കുകൾ ഒന്നിച്ചു കൈമാറുമ്പോൾ ഖാൻ പറഞ്ഞു:

"സ്വാമിക്ക് ഇഷ്ടമുള്ള സ്ഥലത്ത് ഓഫീസെടുക്കാം. ഇഷ്ടമുള്ള കാറെടുക്കാം- ഫോൺ ഉൾപ്പെടെ അനാമത്ത് ചെലവുകൾ എന്തുവേണമെങ്കിലുമാവാം; ചുരുക്കിപ്പറഞ്ഞാൽ പണമൊരു പ്രശ്നമല്ലെന്നു സാരം."

മറൈൻഡ്രൈവിലാണ് ഓഫീസെടുത്തത്. ആവശ്യപ്പെട്ട കാർ വാങ്ങിത്തന്നു. പരിധിയില്ലാതെ ചെലവഴിക്കാമെന്ന് നിർദ്ദേശിച്ചുകൊണ്ട് വൻതുകയാണ് ഖാൻ കറൻസിയായി ഓഫീസിൽ വച്ചത്.

നഗരത്തിലെ പതിനേഴ് ബാങ്കുകളിൽ സെക്യൂരിറ്റൈസേഷനു വച്ചിരുന്ന ഇരുപത്തിയൊൻപത് സ്ഥലങ്ങൾ ഒരു മാസം കൊണ്ട് ഹിന്ദുസ്ഥാൻ ലാന്റ് ബാങ്കിനുവേണ്ടി ഞാൻ ഏറ്റെടുത്തു. ലേലനടപടികളിലേക്കു പോകും മുൻപ് ഉടമകളുമായി ധാരണയുണ്ടാക്കി അവർക്ക് തുക കൊടുത്ത് ബാങ്കിലെ പണം അടപ്പിച്ചശേഷം ഭൂമി എഴുതി വാങ്ങുകയായിരുന്നു നടപടിക്രമം. ഏറ്റെടുത്ത ഭൂമിക്ക് വില നിശ്ചയിക്കുന്നതിലോ ഉടമകൾക്ക് വിലയർത്ഥത്തിന്റെ ബാക്കിയായി എന്തു നല്കണമെന്നതിലോ ഖാൻ ഇടപ്പെട്ടിരുന്നില്ല. ഓരോ ഇടപാടും വിശദീകരിച്ച് അനുമതി ചോദിക്കുമ്പോൾ "എല്ലാം സ്വാമിയുടെ വകയാണെന്നു കരുതി ചെയ്തോ" എന്നായിരുന്നു ഖാന്റെ മറുപടി.

പക്ഷേ, പണത്തിന്റെ ക്രയവിക്രയത്തിൽ കർശനമായ ഒരു നിബന്ധന മാത്രം അയാൾക്കുണ്ടായിരുന്നു. എഴുതി വാങ്ങുന്ന ആധാരങ്ങളിൽ കാണിക്കുന്ന തുകയ്ക്ക് ചെക്കു നല്കണം; അതിനായി തക്കിയുദ്ദീൻ, മൊഹിയുദ്ദീൻ, ബദറുദ്ദീൻ എന്നീ മൂന്ന് എൻ.ആർ.ഐക്കാരുടെ അക്കൗണ്ടുകളിലെ വിദേശനിക്ഷേപത്തിന്റെ ഒപ്പിട്ട ചെക്കുകളാണ് നല്കിയിരുന്നത്. അവർ ഹിന്ദുസ്ഥാൻ ലാന്റ് ബാങ്കിന്റെ ഡയറക്ടർമാരാണത്രെ! രേഖയ്ക്കു പുറത്തുള്ള തുക, പണമായി നല്കും. അത് എത്രയെന്ന് ആവശ്യപ്പെട്ടാൽ മതി, പരമാവധി മൂന്നു മണിക്കൂറിനുള്ളിൽ പറയുന്ന സ്ഥലത്ത് എത്തിക്കുക. അതിൽ ആയിരത്തിന്റേയോ അഞ്ഞൂറിന്റേയോ പുതിയ നോട്ടുകൾ!

ഒരിക്കൽ വല്ലാർപാടത്തെ ഒരു ഇടപാടിന് ചെക്കു കഴിച്ച് ഏഴരക്കോടി രൂപ ഭൂവുടമയ്ക്ക് കണക്കിൽപ്പെടാത്ത പണമായി നല്കേണ്ടിയിരുന്നു. പണം

മുൻകൂറായി കിട്ടിയാൽ മാത്രമേ അവർ രജിസ്ട്രേഷനായി വീട്ടിൽ നിന്നിറങ്ങൂ എന്ന് വാശിപിടിച്ചപ്പോൾ ഖാനോട് കാര്യങ്ങൾ ഫോണിൽ വിളിച്ചുപറഞ്ഞു. “സ്വാമി അവിടെത്തന്നെ നിന്നോ. പണം സ്പോട്ടിൽ വരു”മെന്നായിരുന്നു ഖാന്റെ മറുപടി. ഒരു മണിക്കൂറിനുള്ളിൽ ഓടിവള്ളം തുഴഞ്ഞു വന്ന, തുണിക്കച്ചവടക്കാരനെപ്പോലെ തോന്നിച്ച ഒരു മെലിഞ്ഞ മനുഷ്യൻ വള്ളത്തിൽനിന്ന് ഒരു തുണിക്കെട്ടെടുത്ത് മുന്നിൽ കൊണ്ടുവച്ചിട്ട് മിണ്ടാതെ തിരിഞ്ഞുപോയി. അഴിച്ചുനോക്കിയപ്പോൾ ഏഴരക്കോടി രൂപ!

കണക്കിൽപ്പെടാത്ത വൻതുകകൾ ഇങ്ങനെ കൈകാര്യം ചെയ്യേണ്ടി വരുന്ന കാര്യം ഒരിക്കൽ വെങ്കിയോട് സൂചിപ്പിച്ചപ്പോൾ അവൻ മുന്നറിയിപ്പു തന്നു – കള്ളനോട്ടാണോ എന്ന് സൂക്ഷിക്കണമെന്ന്. മുപ്പതു വർഷം കറൻസി കൈകാര്യം ചെയ്ത കൈകളാണ്. കണ്ണടച്ചു തൊട്ടുനോക്കിയാൽപ്പോലും കറൻസിയുടെ സ്ഥിതി തിട്ടപ്പെടുത്താൻ കഴിയും. എന്നാലും ഒരു മുൻകരുതലെന്ന നിലയിൽ ഖാൻ തരുന്ന കറൻസികൾ, കള്ളനോട്ടു കണ്ടുപിടിക്കാനുള്ള ഫേക്ക് നോട്ട് ഡിറ്റക്ടർ എന്ന എഫ്.എൻ.ഡി. മെഷീനും സേർച്ച് ലൈറ്റും ഉപയോഗിച്ച് പല പ്രാവശ്യം പരിശോധിച്ചു നോക്കിയിട്ടുണ്ട്. അവയിലൊന്നും വ്യാജനെ കണ്ടെത്താൻ കഴിഞ്ഞിട്ടില്ല.

വിവിധ ബാങ്കുകളിൽ വായ്പക്കു വേണ്ടി ഈടുവച്ചിരുന്നതും വായ്പ തിരിച്ചടയ്ക്കാത്തതിനെ തുടർന്ന് ലേലനടപടികൾ നിശ്ചയിക്കപ്പെട്ടിരുന്നതുമായ ഭൂമി മിക്കതും ആറുമാസം കൊണ്ട് വാങ്ങിക്കഴിഞ്ഞപ്പോൾ ഖാൻ പറഞ്ഞു:

“അഞ്ചുവർഷം കൊണ്ട് ചെയ്യേണ്ട ജോലി സ്വാമി ആറുമാസത്തിനുള്ളിൽ തീർത്തു. അതുകൊണ്ടുതന്നെ, കമ്പനി ഡയറക്ടർമാർ സ്വാമിയിൽ വളരെ സന്തുഷ്ടരാണ്. ഇതേ സ്പീഡിൽ കിട്ടാവുന്നത്ര ഭൂമി വാങ്ങുക. വിലയൊരു പ്രശ്നമല്ലെന്നാണ് ഡയറക്ടർമാരുടെ നിലപാട്....”

അപ്പോൾ മാത്രം ഖാനോടു ചോദിച്ചു:

“ഞാനിതുവരെ ഡയറക്ടർമാരെ ആരെയും കണ്ടിട്ടില്ലല്ലോ?”

ഖാന്റെ മറുപടി പെട്ടെന്നു വന്നു:

“അവരെല്ലാം വിദേശത്താ, ഇവിടത്തെ എല്ലാ ഓപ്പറേഷൻസിനുമായി ചീഫ് എക്സിക്യൂട്ടീവായ എനിക്ക് പവർ ഓഫ് അറ്റോണി തന്നിരിക്കുന്നതുകൊണ്ടാ അവർ വരാത്തത്. സ്വാമി സെൻട്രൽ റീജിയൺ നോക്കുന്നതുപോലെ നോർത്ത് സൗത്ത് റീജിയനുകൾക്കും നമുക്ക് മാനേജർമാരുണ്ട്. അതിനുപുറമേ സോൺ ഏരിയാതലത്തിലും നമുക്ക് ആൾക്കാരുണ്ട്. അവർക്കും ഇതേ നിർദ്ദേശമാണ് നല്കിയിരിക്കുന്നത്.....”

ഒന്നു നിർത്തി ഖാൻ തുടർന്നു:

“മൂന്നു റീജിയന്റെയും സോൺ ഏരിയാ വിഭാഗങ്ങളുടെയും പെർഫോമൻസ് ഡയറക്ടർമാർ നിത്യവും നോക്കുന്നുണ്ട്. കേമൻ സ്വാമി തന്നെ.....”

ഖാന്റെ വാക്കുകൾ ഒരുതരം ലഹരി പകരുന്നതായിരുന്നു. ആഴ്ചയിൽ ഏറ്റവും കുറഞ്ഞത് ഒരിടപാടെങ്കിലും നടത്താൻ ആ വാക്കുകൾ

പ്രേരകമായി. ഓരോ ഇടപാട് നടത്തുമ്പോഴും പ്രാദേശിക ഗുണ്ടകൾ, ബ്രോക്കർമാർ, പൊലീസുകാർ ഉൾപ്പെടെയുള്ള ഉദ്യോഗസ്ഥർ എന്നിവർക്കൊക്കെ കൃത്യമായ വിഹിതം നല്കിയിരുന്നു.

അത് നിശ്ചയിക്കുന്നത് മിക്കവാറും അതത് സ്ഥലത്തെ രാഷ്ട്രീയക്കാരാണ്. അവരെ പിണക്കരുത്, നിർദ്ദേശിക്കുന്ന തുക നല്കാനായിരുന്നു ഖാന്റെ നിർദ്ദേശം. അതുകൊണ്ട് ഇടപാടുകളെല്ലാം സുഗമമായിരുന്നു. ഹിന്ദുസ്ഥാൻ ലാന്റ് ബാങ്കിന്റെ പേരിൽ മൂവായിരം കോടി രൂപയുടെ ഭൂമി വാങ്ങിക്കഴിഞ്ഞപ്പോൾ ഖാൻ പറഞ്ഞു:

“ഹിന്ദുസ്ഥാൻ ലാന്റ് ബാങ്കിന് മുൻ നിശ്ചയപ്രകാരമുള്ള സീലിംഗായി... നമുക്ക് മുപ്പത്തിയേഴ് ലാന്റ് ബാങ്കുകളുണ്ട്.... അതിൽ കേരളാ ലാന്റ് ബാങ്കിന് തെക്കൻ കൊച്ചിയിലും കൊച്ചിൻ ലാന്റ് ബാങ്കിന് പശ്ചിമകൊച്ചിയിലും ഭാരതമാതാ ലാന്റ് ബാങ്കിന് പനങ്ങാട്-മരട്- വൈറ്റില ബൈപാസിലും കാക്കനാട് ലാന്റ് ബാങ്കിന് നിർദ്ദിഷ്ട സ്മാർട്ട് സിറ്റിക്കു ചുറ്റും ഭൂമി വേണം. ഋഷിനാഗക്കുളം ലാന്റ് ബാങ്കാണ് എറണാകുളം നഗരത്തിനുള്ളിൽ ഭൂമി വാങ്ങുന്നത്...”

അപ്പോൾ മാത്രം ഇടപെട്ടു.

“അതെന്താ ലാന്റ് ബാങ്കിന് ഋഷിനാഗക്കുളമെന്നൊരു പേര്.... ഡയറക്ടർമാരിൽ ആരുടെയെങ്കിലും വീട്ടുപേരാണോ?”

“അത് എറണാകുളത്തിന്റെ പഴയ പേരാണ്...” അതും പറഞ്ഞ് ഖാൻ അഭിമാനപൂർവം ചോദിച്ചു: “നമ്മുടെ ലാന്റ് ബാങ്കുകൾക്കെല്ലാം ദേശീയ - പ്രാദേശിക വികാരമുണർത്തുന്ന പേരല്ലേ? അങ്ങനെ പേരിടണമെന്ന് ഡയറക്ടർമാർക്ക് നിർബന്ധമായിരുന്നു.”

പിന്നൊന്നും സംസാരിച്ചില്ല. വില്ലേജ്, താലൂക്ക്, രജിസ്ട്രേഷൻ ഓഫീസുകളിൽ നിന്ന് ഈ ഭാഗങ്ങളിലെ ഭൂമിയുടെ അവകാശികളെ സംബന്ധിച്ച രേഖകൾ സംഘടിപ്പിച്ചു.

ചോദിക്കുന്ന വില നല്കിയായിരുന്നു രജിസ്ട്രേഷൻ. മോഹവില കിട്ടിയപ്പോൾ വില്ക്കാൻ മിക്കവരും തയ്യാറായി. അപൂർവ്വം ചിലർ വിട്ടൊഴിയാൻ സാവകാശം ചോദിച്ചു. മറ്റു ചിലർ വില്ക്കാൻ വിസമ്മതിച്ചു.

അങ്ങനെയുള്ളവരെ കൈകാര്യം ചെയ്യാൻ പ്രത്യേക തന്ത്രങ്ങളുണ്ടായിരുന്നു. മരടിൽ ഒന്നര ഏക്കർ ഭൂമി വില്ക്കാൻ വിസമ്മതിച്ച വിൽസൺ പൗലോസ് ഒരു സ്ത്രീപീഡനക്കേസിൽ കുടുങ്ങി. കേസമ്പേഷിച്ച ഡി.വൈ.എസ്.പിയാണ് മദ്ധ്യസ്ഥനായി നിന്ന് ഒടുവിൽ ഭൂമി വാങ്ങിത്തന്നത്. അതുപോലെ സെൻട്രൽ റോഡിലെ പഴയ കൊട്ടാരം വില്ക്കുന്നതിനെതിരെ സ്റ്റേ വാങ്ങിയ വി.ആർ. പിഷാരടിയുടെ മകളെ കാണാതായി. ഏതോ അജ്ഞാത കേന്ദ്രത്തിലിരുന്ന് ആ കുട്ടി വിളിച്ചുപറഞ്ഞിട്ടാണ് പിഷാരടി സ്റ്റേ പിൻവലിച്ചതും ആ ഭൂമിയുടെ ഇടപാട് നടന്നതും. മറ്റൊരു സംഭവം പനങ്ങാട്ടെ മാധവമേനോന്റെ ഭൂമിയുമായി ബന്ധപ്പെട്ടതായിരുന്നു. ഭൂമി വില്ക്കാൻ മേനോൻ തയ്യാറായെങ്കിലും അതിലൊരവകാശമുണ്ടായിരുന്നു, അവിവാഹതിനായ

അനിയൻ അതിനെ എതിർത്തു. ഒരു വാഹനാപകടത്തിൽ അയാൾ കൊല്ല പ്പെട്ടതോടെ ഇടപാട് സുഗമമായി നടന്നു. എതിർപ്പുകളെല്ലാം വേഗം മാഞ്ഞു പോകുന്ന അവസ്ഥ സന്തോഷകരമായിരുന്നെങ്കിലും അത് വല്ലാത്ത ഭീതിയും ആശങ്കയും സൃഷ്ടിച്ചു. യൂസഫ് ഖാനുമായി അക്കാര്യം പങ്കുവച്ചപ്പോൾ "നമ്മൾ അതൊന്നും ശ്രദ്ധിക്കണ്ട, ജോലി നടക്കട്ടെ" എന്നതായിരുന്നു ഖാന്റെ മറുപടി.

അങ്ങനെ ഒരു വർഷത്തിനുള്ളിൽ ഏഴായിരം കോടിരൂപയുടെ ഭൂമി നിർദ്ദിഷ്ട സ്ഥലങ്ങളിൽ വാങ്ങിക്കഴിഞ്ഞപ്പോൾ ഖാൻ പറഞ്ഞു:

"ഇത്തവണ സ്വാമി അല്പം പിന്നോട്ടു പോയി.... സൗത്ത്, നോർത്ത് റീജിയണുകൾ ഇരുപത് ലാന്റ് ബാങ്കുകളിലൂടെ ഏതാണ്ട് പതിനേഴായിരം കോടി രൂപയുടെ ഭൂമിയാണ് വാങ്ങിയത്"

നിരാശപ്പെടുത്തേണ്ടെന്നു കരുതിയാവാം ഖാൻ തുടർന്നു പറഞ്ഞു:

"വിഷമിക്കേണ്ട. ഇത്തവണ നമ്മുടെ സെൻട്രൽ റീജിയണിൽ ചില സ്പെഷ്യൽ അസൈൻമെന്റുകൾ കൂടിയുണ്ട്. അവ പൂർത്തിയാക്കിയാൽ സ്വാമിയാവും നമ്പർ വൺ...."

"അതെന്താണ്?"

"എനിക്കറിയില്ല, നമ്മുടെ കൺട്രി ഹെഡ് നാളെ വരുന്നുണ്ട്. അദ്ദേഹം പറയും...."

"ആരാണ് കൺട്രി ഹെഡ്? അങ്ങനെയൊരാളിനെപ്പറ്റി കേട്ടിട്ടേയില്ലല്ലോ?"

ഖാൻ ഭവ്യതയോടെ പറഞ്ഞു:

"അലി അഹമ്മദ് നിജാദ് എന്നാണ് അദ്ദേഹത്തിന്റെ പേര്. ഞാനിതുവരെ ആളെ കണ്ടിട്ടില്ല. പക്ഷേ, ഞങ്ങൾ നിത്യവും ഫോണിൽ ബന്ധപ്പെടാറുണ്ട്."

"അദ്ദേഹം എവിടെ താമസിക്കുന്നു? എവിടെയാണ് ഓഫീസ്.....?"

ഖാൻ വീണ്ടും ഭവ്യത നടിച്ചു.

"അവരൊക്കെ വല്യകോടീശ്വരന്മാരല്ലേ; അതു വല്ലതും നമുക്കറിയുമോ?"

"എന്നാലും നാം അതൊക്കെ അറിയേണ്ടതല്ലേ?"

ഖാൻ ഒഴിഞ്ഞുമാറി.

"എന്തായാലും നാളെ നേരിൽ കാണുകല്ലേ, എല്ലാം ചോദിച്ചറിയാം."

കൊച്ചിയിൽ നിന്ന് നാല് നോട്ടിക്കൽ മൈൽ അകലെ പുറം കടലിലെ ഉല്ലാസ നൗകയിലായിരുന്നു കൺട്രിഹെഡുമായുള്ള കൂടിക്കാഴ്ച. നൗക യിലേക്കു പോകാൻ ഐലന്റിലെ സ്വകാര്യജട്ടിയിൽനിന്ന് ബോട്ടിൽ കയറിയ പ്പോഴാണ് മറ്റ് റീജിയണൽ മാനേജർമാരെ, ഖാൻ പരിചയപ്പെടുത്തിയത്. ദക്ഷിണമേഖലയുടെ ചുമതലയുള്ള എൻ. വാസുദേവശർമ്മ പൊലീസ് സർവ്വീസിൽ സൂപ്രണ്ട് റാങ്കിൽനിന്ന് വിരമിച്ചയാളാണ്. തെക്കൻ തിരുവിതാം കൂറിലെ കമ്മ്യൂണിസ്റ്റ് പാരമ്പര്യമുള്ള ഒരു പഴയ നമ്പൂതിരി കുടുംബത്തിലെ സുപ്രധാന കണ്ണി. വടക്കൻ മേഖലയുടെ ചുമതലക്കാരൻ പി.കെ.കെ.

മേനോൻ എന്ന കുട്ടികൃഷ്ണമേനോൻ ഡപ്യൂട്ടി കളക്ടറായി സർവ്വീസിൽ നിന്ന് സ്വയം പിരിഞ്ഞുവന്ന ആളാണ്. ശക്തമായ ബന്ധു ബലമുള്ള ഒറ്റപ്പാലത്തെ പ്രശസ്ത തറവാട്ടിലെ പ്രധാനി. സേണൽ ഏരിയ പ്രതിനിധികളെയാരെയും കൂടിക്കാഴ്ചയ്ക്കു വിളിച്ചിട്ടില്ലെന്ന് ഖാൻ പ്രത്യേകം പറഞ്ഞു.

ഉല്ലാസനൗകയെന്നാണ് പറഞ്ഞതെങ്കിലും അത് ഒരിടത്തരം കപ്പലായിരുന്നു. ഞങ്ങൾ ഞാൻ, ശർമ്മ, മേനോൻ, ഖാൻ. കപ്പലിലെത്തുമ്പോൾ സ്വീകരിക്കാനായി നിജാദ് ഡക്കിലുണ്ടായിരുന്നു. അതിമനോഹരമായ ഇംഗ്ലീഷിൽ, ഓക്സ്ഫോഡ് ആക്സെന്റിലായിരുന്നു സ്വാഗതവചനങ്ങൾ.

"മഹത്തായ ദൗത്യം നിറവേറ്റുന്ന സമർത്ഥരായ നിങ്ങളെ ഞാൻ ഹാർദ്ദമായി സ്വാഗതം ചെയ്യുന്നു. കൺട്രിഹെഡ് എന്നു പറഞ്ഞാലും രാജ്യത്തിന്റെ പൂർണ്ണചുമതല എനിക്കു മാത്രമല്ല; എന്നെപ്പോലെ മറ്റ് ചിലർ കൂടിയുണ്ട്. എന്നാൽ, നിങ്ങളെ സംബന്ധിച്ച് ഞാൻ മാത്രമാണ് ബാദ്ധ്യതപ്പെട്ടയാൾ. അഭിരുചിക്കനുസരിച്ച് നിങ്ങൾ എന്റെ ആതിഥ്യം സ്വീകരിക്കുക. അതു കഴിഞ്ഞ് നിങ്ങൾ ഓരോരുത്തരും ഒരുമണിക്കൂർ വീതം എനിക്കുതരണം. ഒറ്റയ്ക്കുള്ള കൂടിക്കാഴ്ച"

ഔപചാരികമായ പരിചയപ്പെടലിനു ശേഷം നിജാദ് കപ്പലിന്റെ ഉള്ളറയിലേക്കു പോയി.

കടലിനു നടുവിലെ സ്വർഗ്ഗദ്വീപായിരുന്നു ആ കപ്പൽ. മദ്യം, വിവിധതരം ഭക്ഷണം, എന്തിനും തയ്യാറായി എട്ട് ലബനിസ് സുന്ദരികൾ!

എല്ലാം കഴിഞ്ഞ് രാത്രിയുടെ ഏതോ ഒരു യാമത്തിലായിരുന്നു നിജാദുമായുള്ള ഒരു മണിക്കൂർ ചർച്ച. എറണാകുളം ജില്ലയുടെ ഭൂപടത്തിലും ലിത്തോപ്ലാനിനും മീതെ ഫ്ളൂറസന്റ് ഹൈലേറ്ററിന്റെ നിഴൽ വീഴാത്ത ഭാഗങ്ങൾ ചൂണ്ടിക്കാട്ടി നിജാദ് എന്നോട് മന്ത്രിച്ചു:

"ഇതിൽ അടയാളപ്പെടുത്താത്ത ഭാഗങ്ങൾ നമ്മുടേതല്ല. എല്ലാറ്റിനും നമുക്കൊരു തുടർച്ച വേണം; പ്രത്യേകിച്ചും ഭൂമിയുടെ കാര്യത്തിൽ! മരടിനും ഐലന്റിനും ഇടയിലുള്ള പന്ത്രണ്ടു പ്ളോട്ടുകൾ കൂടി വാങ്ങിയാൽ കടലിനും ബൈപ്പാസിനും ഇടയിൽ അവിടെയുള്ള ഭൂമി മുഴുവൻ നമ്മുടേതാകും. എന്തു വിലകൊടുത്തും അതു വാങ്ങണം."

"ഞാൻ ശ്രമിച്ചതാണ്. അവർ വിൽക്കില്ല."

ലിത്തോപ്ലാനിലെ മറ്റൊരുഭാഗം ചൂണ്ടി നിജാദ് പറഞ്ഞു:

"നാലു ഖണ്ഡങ്ങളായിക്കിടക്കുന്ന ഈ എഴുപത്തിനാല് ഏക്കർ കൂടി വാങ്ങിയാൽ ആ ഭാഗത്തെ കടപ്പുറത്ത് മറ്റാർക്കും ഭൂമിയില്ലാതാകും."

അപ്പോൾ അതിന്റെ ന്യൂനത വിശദീകരിച്ചുകൊടുത്തു:

"അത് യാതൊരു പ്രയോജനവുമില്ലാത്ത ഭൂമിയാണ്. വെറും കടപ്പുറം. കോസ്റ്റൽ സോൺ റഗുലേഷൻ ആക്ട് നിലവിലുള്ളതിനാൽ നമുക്ക് അവിടെ യാതൊന്നും ചെയ്യാൻ പറ്റില്ല."

നിജാദിന്റെ നിലപാട് ഉറച്ചതായിരുന്നു.

"ഒന്നും ചെയ്യാനല്ല; നമുക്ക് ആ കടപ്പുറം വേണം. കടലിൽനിന്ന് നേരെ കേറിവരുന്നത് നമ്മുടെ മണ്ണിലേക്ക് - അവിടെ മറ്റൊരവകാശി ഉണ്ടാകാൻ പാടില്ല."

അനുസരണയോടെ ശ്രദ്ധിച്ചപ്പോൾ, അയാൾ അടുത്ത നിർദ്ദേശത്തിലേക്കു കടന്നു:

"മൂന്നാമതായി, എയർപോർട്ടിനു ചുറ്റും നമ്മുടേതല്ലാത്ത ചില ഭൂമികളുണ്ട്, പതിനേഴുപേർക്ക്. അതു വാങ്ങണം. വിലയോ മറ്റൊന്നുമോ തടസ്സമാകരുത്. നാലാമത്തെ കാര്യം - റെയിൽവേ സ്റ്റേഷനു സമീപവും തുറമുഖത്തേക്കുള്ള വഴിയിലും ചില സ്ഥലങ്ങൾ കൂടി നമുക്ക് വാങ്ങേണ്ടതുണ്ട്. അതെല്ലാം ഇതിൽ കാണാം."

"ഞാനത് നോക്കിയിരുന്നില്ല."

"നോക്കണം: വാങ്ങണം"

ഒന്നുനിർത്തി എന്തോ ആലോചിച്ചശേഷം നിജാദ് വീണ്ടും പറയുകയായി:

"എറണാകുളം ജില്ലയിലെ ഒഴിവാക്കാനാവാത്ത ചില പർച്ചേസുകളുടെ കാര്യം മാത്രമേ ഞാൻ പറഞ്ഞുള്ളു. മറ്റെവിടെയും നിങ്ങൾക്ക് സ്വതന്ത്രമായി ഭൂമി വാങ്ങാം. എന്നാൽ, എനിക്കൊരു പ്രത്യേക താല്പര്യമുണ്ട് - കടൽത്തീരങ്ങൾ പൂർണ്ണമായും നമ്മുടേതാകണം. നദീതീരങ്ങൾ, കായലോരങ്ങൾ, ഒറ്റപ്പെട്ട തുരുത്തുകൾ അങ്ങനെ കുറേശ്ശെ കുറേശ്ശെ വാങ്ങി ഇവിടത്തെ ഭൂമി മുഴുവൻ നമ്മുടേതാകണം.... നാമല്ലാതെ ഇവിടെ ഭൂമിക്ക് മറ്റ് അവകാശികളില്ലാതാകണം....

കേവലം ബിസിനസ് താത്പര്യത്തിനപ്പുറമുള്ള വികാരം ഭൂമിവാങ്ങലിൽ നിജാദ് കാട്ടിയപ്പോൾ ശേഷാദ്രി ഒന്ന് അമ്പരന്നു. അതു മനസ്സിലാക്കിയാവാം നിജാദ് തുടർന്നു പറഞ്ഞു:

"മറ്റൊന്നുമല്ല മണ്ണിനോടുള്ള പ്രേമം കൊണ്ടാണിത്."

അയാൾ വീണ്ടും വിഷയത്തിലേക്കു വന്നു."

"അധികം ടാർജറ്റ് ഞാൻ തരുന്നില്ല. ആദ്യം ചുമതലപ്പെടുത്തിയ നാല് കാര്യങ്ങൾ നിർബന്ധമായും; പിന്നെ ആവുന്നത്രയും ചെയ്യുക"

പോരാൻ നേരം നിജാദിന്റെ വാക്കുകൾ കൂടുതൽ അലിവുള്ളതായി:

"നമുക്കിനിയും കാണാം. ഞാൻ പ്രതീക്ഷിച്ചതിലും പ്രാപ്തനാണ് നിങ്ങൾ..."

താത്പര്യമുണ്ടെങ്കിൽ അന്നുകൂടി കപ്പലിൽ തങ്ങാം. അല്ലെങ്കിൽ തിരിച്ചു പോകാം എന്ന് എന്നോടു പറഞ്ഞശേഷം, അടുത്തതായി ശർമ്മയേയും മേനോനെയും വിളിച്ചു പറഞ്ഞു:

"നിങ്ങളും ഓരോ മണിക്കൂർ എനിക്കു തരണം. ഒറ്റയ്ക്കുള്ള ചർച്ചയ്ക്ക്."

ലബനീസ് സുന്ദരികൾ നിർബന്ധിച്ചിട്ടും കപ്പലിൽ തങ്ങാൻ താത്പര്യം തോന്നിയില്ല. ഒറ്റയ്ക്കാണ് തിരിച്ചുപോന്നത്.

പുറംകടലിൽ വന്നതിനുശേഷം അദ്ധ്വാനം ഇരട്ടിച്ചു. നിജാദ് നിർദ്ദേശിച്ച ഭൂമി മിക്കതും വാങ്ങിക്കൂട്ടി. ബോൾഗാട്ടിയിൽ പ്രകൃതി സംരക്ഷണസമിതി യുടെ ദിനേശന്റെ എതിർപ്പുകാരണം ആദ്യം മുടങ്ങിയ ഭൂമിക്കച്ചവടം പിന്നീട് ദിനേശന്റെ തിരോധാനത്തോടെ ഊർജ്ജിതമായി. ആയിടയ്ക്ക് കൊച്ചി കായലിൽ കണ്ട ദിനേശന്റെ മൃതദേഹത്തെച്ചൊല്ലി ഒട്ടേറെ കഥകൾ പ്രചരിച്ചു. അതുപോലെ കാക്കനാട്ട് രണ്ടു സ്ഥലങ്ങളിലെ എതിർപ്പും ശക്ത മായിരുന്നു. എന്തുകൊണ്ടെന്നറിയില്ല എതിർത്തവർ തന്നെ ദിവസങ്ങൾക്കകം സഹായികളായി വന്ന് ഇടപാട് നടത്തിത്തന്നു. അതിനുപിന്നിൽ ഭീഷണി യാണെന്നോ ബ്ലാക്ക് മെയിലിംഗാണെന്നോ പണമാണെന്നോ പെണ്ണാ ണെന്നോ ഒക്കെ കേട്ടു.

മറ്റ് രണ്ട് റീജിയണുകളിലും ഇതേപോലെ മുന്നേറ്റമുണ്ടെന്ന് ശർമ്മയും മേനോനുമായുള്ള ഫോൺ സംഭാഷണങ്ങളിൽ നിന്ന് മനസ്സിലായി. കാസർകോട്, കണ്ണൂർ, കോഴിക്കോട്, തൃശ്ശൂർ, ജില്ലകളുടെ കടലോരങ്ങൾ കേന്ദ്രീകരിച്ചായിരുന്നു മേനോന്റെ മുന്നേറ്റം. ശർമ്മയാകട്ടെ തിരുവനന്തപുരം, കൊല്ലം, ആലപ്പുഴ ജില്ലകളിൽ കടലോരത്തിനു പുറമെ വൻനിർമ്മിതികൾ കൂടി ലക്ഷ്യമിട്ടിരുന്നു.

എല്ലാറ്റിനും മേൽനോട്ടം വഹിച്ചുനിന്നിരുന്ന യൂസഫ് ഖാന് എന്തോ ടെന്തോ പറയണമെന്നുള്ളതുപോലെ എനിക്കു തോന്നി. ഒരു ദിവസം ഖാനോട് ഞാൻ കാര്യം ചോദിച്ചു. ഒട്ടും മടിക്കാതെയാണ് അയാൾ മനസ്സ് തുറന്നത്:

"നിജാദ് മറ്റൊരു ടാർജറ്റ് കൂടി നല്കിയിരിക്കുന്നു. കുണ്ടന്നൂർ ഒന്നാം പുത്തൻതെരുവ്! അതുകൂടി വാങ്ങിയാൽ ബൈപ്പാസിനു പടിഞ്ഞാറുവശം പൂർണ്ണമായും കമ്പനിയുടേതാകും. മൂന്ന് കുളങ്ങളും വിശാലമായ വളപ്പുള്ള രണ്ട് ക്ഷേത്രങ്ങളും ഒപ്പം കിട്ടും. അതിൽ പ്രധാനക്ഷേത്രത്തിലെ പ്രതിഷ്ഠ യായ ഭുവനേശ്വരി ദേവിയുടെ നാമം അനുസ്മരിപ്പിക്കുന്ന വിധത്തിൽ ഭുവനേശ്വരി ലാന്റ് ഡവലപ്പേഴ്സ് എന്നൊരു കമ്പനിയുണ്ടാക്കി പ്രവർത്തനം തുടങ്ങാനാണ് നിജാദിന്റെ നിർദ്ദേശം"

എന്തുപറയണമെന്നറിയാതെ ഒരു നിമിഷം നിന്നുപോയി. ജനിച്ചുവളർന്ന തെരുവാണത്. ഓടിക്കളിച്ച മണ്ണ്. അച്ഛനമ്മമാരുടെ കാൽപ്പാടുകൾ പതിഞ്ഞ മണ്ണ്. ആർക്കോ വേണ്ടി അതുകൂടി വാങ്ങാനുള്ള നിയോഗം സഹിക്കാവുന്ന തിലുമപ്പുറമായിരുന്നു. എങ്ങനെ പ്രതികരിക്കണമെന്നറിയാതെ നില്ക്കു മ്പോൾ യൂസഫ്ഖാൻ പറഞ്ഞു.

"വിവരങ്ങൾ സ്വാമിയെ ധരിപ്പിച്ചശേഷം ഫോണിൽ വിളിച്ചുകൊടുക്കാൻ പറഞ്ഞിരിക്കുകയാണ് മൂപ്പര്. ഓപ്പറേഷൻ എങ്ങനെ വേണമെന്ന് മൂപ്പര് പറയും...."

ഇതു പറഞ്ഞുകൊണ്ടിരിക്കുമ്പോൾത്തന്നെ അയാൾ മൊബൈലിൽ നിജാദിനെ വിളിച്ച് ഫോൺ കൈമാറിക്കഴിഞ്ഞിരുന്നു.

നിർദ്ദേശമല്ല ആജ്ഞയാണ് നിജാദിൽ നിന്നുണ്ടായത്:

"കുണ്ടന്നൂരിൽ സർവ്വസമ്മതനാണ് സ്വാമി. അതുകൊണ്ട് സ്വാമി ഇന്നവിടെ പോകണം."

ഇത്രയും പറഞ്ഞശേഷം ചെയ്യേണ്ട കാര്യങ്ങൾ അയാൾ വിശദീകരിച്ചു: ഒന്നാംപുത്തൻ തെരുവിൽ ആകെയുള്ള നാല്പത്തിയൊൻപതു വീടുകളാണ് വാങ്ങേണ്ടത്. ഒഴിഞ്ഞുപോകാൻ വേണ്ടത്ര സാവകാശം നല്കാം. എന്നാൽ, തീറാധാരം എത്രയും വേഗം എഴുതി വാങ്ങണം. ചോദിക്കുന്ന വിലയാണ് നല്കേണ്ടത്. കൽപ്പാത്തിയിലോ മൈലാപ്പൂരോ വീടുവേണ്ടവർക്ക് നല്കാം. ചെന്നൈയിലും ബാംഗ്ലൂരിലും ജോലി വേണ്ടവർക്കു കൊടുക്കാം. ഒഴിയാൻ ബോധപൂർവം വിസമ്മതിക്കുന്നവരുടെ വിവരം അറിയിക്കുക.

മറുപടിക്കുവേണ്ടി നിജാദ് കാത്തുനിന്നില്ല.

കുണ്ടന്നൂരിലേക്കു പോയിട്ട് ഏറെനാളായിരിക്കുന്നു. അതിനു കാരണങ്ങൾ പലതാണ്. ഒന്നാമതായി ജോലിത്തിരക്ക്. അത്യദ്ധ്വാനം കഴിഞ്ഞ് നഗരത്തിലെ ഹോട്ടലിൽത്തന്നെ കിടക്കും. ഗസ്റ്റുകൾക്കായി മുന്തിയ ഹോട്ടലുകളിൽ നാലഞ്ചുമുറികൾ എപ്പോഴും ബ്ളോക്ക് ചെയ്തിട്ടുണ്ടാവും. പിന്നെ ആരെ കാണാനാണ് വീട്ടിലേക്കു പോകേണ്ടത് എന്നൊരു ചിന്ത മനസ്സിനെ മിക്കപ്പോഴും മരവിപ്പിക്കും. വെങ്കിയുണ്ടെങ്കിൽ കൃത്യമായും പോകുമായിരുന്നു. അവൻ കുറെനാളായി കൽക്കത്തയിലാണ്. ഇളയ സഹോദരിയുടെ ഭർത്താവ് കാൻസർ ബാധിതനായി മരണം പ്രതീക്ഷിച്ചു കിടപ്പിലാണ്. പെങ്ങൾക്ക് കൂട്ടായി, ശമ്പളമില്ലാത്ത അവധിയെടുത്ത് അവൻ അവിടെ നില്ക്കുന്നു.

ഏറെനേരത്തെ ആലോചനയ്ക്കുശേഷം പുതിയ നിയോഗം അനുസരിക്കാമെന്ന് ശേഷാദ്രി തീരുമാനിച്ചു. ആദ്യം ചെന്നത് ഗോപാലസ്വാമിയുടെ വീട്ടിലേക്കായിരുന്നു. കാര്യം പറഞ്ഞപ്പോൾ സ്വാമിക്കു സന്തോഷം; പക്ഷേ, നാട്ടിലെങ്ങുമില്ലാത്ത വിലയാണ് ചോദിക്കുന്നത്. മകനും മരുമകളും ചെന്നൈയിൽ ഐ.ടി. കമ്പനിയിലാണ്. അവിടെ മൈലാപ്പൂരിൽ ഒരു ഫ്ളാറ്റും 25 ലക്ഷം രൂപയും കിട്ടിയാൽ ഗ്രാമത്തിലെ ഏഴുസെന്റിലുള്ള വീട് വില്ക്കാൻ സ്വാമി തയ്യാർ. എന്നിട്ടൊരു നാട്യവും.

"ഏതായാലും ഭുവനേശ്വരിയുടെ പേരിലുള്ള ഒരു പ്രസ്ഥാനമല്ലേ? ക്ഷേത്രമെങ്കിലും നന്നാകട്ടെ."

തൊട്ടടുത്ത വീട്ടിലെ വീരമണി അയ്യരും ഭൂമിയും വീടും വില്ക്കാൻ തയ്യാറാണ്. പക്ഷേ, ഒരു ബ്രാഹ്മണനേ കൊടുക്കൂ എന്ന വാശിയായിരുന്നു. ഇപ്പോൾ ശേഷാദ്രി വന്നത് സന്തോഷമായി. പകരം കല്പാത്തിയിൽ സഹോദരി വില്ക്കാനിട്ടിരിക്കുന്ന വീടു വാങ്ങണം. മുപ്പതുലക്ഷം രൂപയും കിട്ടണം.

ആകെയുള്ള നാല്പത്തി ഒൻപതു വീടുകളിൽ ഒരെണ്ണം ശേഷാദ്രിയുടേതാണ്. മറ്റൊരെണ്ണം വാടകയ്ക്കു താമസിക്കുന്ന വെങ്കിയുടെ

കൈവശം. ബാക്കിയുള്ള നാല്പത്തിയേഴു വീടുകളിൽ മുപ്പതും നല്ല വില കിട്ടിയാൽ ഒഴിഞ്ഞുപോകാൻ തയ്യാറാണ്. അവശേഷിക്കുന്നവർ പതിനേഴു കുടുംബക്കാർ. അവരുടെ വിവരം അറിയിക്കുമ്പോൾ നിജാദിനു സന്തോഷമായി.

"സമ്മതിച്ചവരുടെ ഭൂമി വേഗം എഴുതി വാങ്ങ്. മറ്റുള്ളവർ ഒരു മാസത്തിനകം വില്ക്കും."

അത് എങ്ങനെയാണ് എത്ര ആലോചിച്ചിട്ടും മനസ്സിലായില്ല. എന്തായാലും സന്നദ്ധരായവരുടെ രജിസ്ട്രേഷൻ കഴിഞ്ഞെങ്കിലും കുറെക്കാലം കൂടി അവരിൽ ചിലർ അവിടെ താമസിക്കാൻ സാവകാശം ചോദിക്കുകയും സന്തോഷപൂർവം അത് അനുവദിക്കുകയും ചെയ്തു. എന്നാൽ, ഒഴിഞ്ഞ വീടുകളിൽ യൂസഫ് ഖാൻ പുറത്തുനിന്ന് ചിലരെ താമസിക്കാൻ അനുവദിച്ചിരുന്നു. അവർ മറ്റുള്ളവർക്കു ശല്യമാകുന്നെന്ന് പരാതി ഉയർന്നെങ്കിലും ആരും അതത്ര കാര്യമാക്കിയില്ല. ഒടുവിൽ മണിസ്വാമിയുടെ കിടപ്പറയിലേക്ക് അതിലൊരാൾ കടന്നപ്പോൾ സ്വാമി വീടൊഴിഞ്ഞു. വിശ്വനാഥ അയ്യരുടെ മകളെ ബലാൽക്കാരം ചെയ്യാൻ ആരോ ശ്രമിച്ചു എന്നു പറഞ്ഞാണ് അദ്ദേഹം അവിടം വിട്ടുപോയത്. നാരായണമൂർത്തിയുടെ കാലുകൾ ആരോ അടിച്ചൊടിച്ചു. കൃഷ്ണയ്യർക്കെതിരെ വധശ്രമമുണ്ടായി. വിധവയായ ഗോമതിയമ്മാളിന്റെ പൂജാമുറിയിലേക്ക് ആരോ മത്സ്യം വിതറി. ഇങ്ങനെ ഓരോ കാരണങ്ങൾ പറഞ്ഞ് ഗ്രാമത്തിലുള്ള മിക്കവരും വീടു വിറ്റു. അവശേഷിച്ചവരിൽ പലരും വില്പനയ്ക്കു സന്നദ്ധരായി വരികയും ചെയ്തു.

ആ ഘട്ടത്തിലാണ് കൽക്കത്തയിൽ നിന്ന് വെങ്കി തിരിച്ചുവന്നത്. വാടകയ്ക്കു താമസിക്കുന്ന സ്വന്തം വീടിന്റെ നടക്കല്ലിലിരുന്നുകൊണ്ട് ഒരു വിലാപസ്വരത്തിലാണ് വെങ്കി എന്നോട് ചോദിച്ചത്:

"ശേഷു, നീ നമ്മുടെ മണ്ണ് മുഴുവൻ ആർക്കാണ് വില്ക്കുന്നത്? വേരില്ലാത്തവരായി ഞങ്ങളിനി എവിടേക്കു പോകും? നമ്മുടെ പിതാമഹന്മാർ, നമ്മുടെ ക്ഷേത്രങ്ങൾ, ദൈവങ്ങൾ അവരെയൊക്കെ നീ ആർക്കാണ് വിറ്റത്? നമ്മുടെ രുദ്രഭൂമി നാമിനി എവിടെ സ്ഥാപിക്കും?"

അവൻ ഒന്നു നിർത്തി എന്റെ മുഖത്തേക്കു നോക്കി വീണ്ടും ചോദിച്ചു:

"ഇവിടെ മൂന്നുസെന്റ് ഭൂമി എനിക്കു വാങ്ങിത്തരാമെന്ന് നീ പറഞ്ഞിരുന്നല്ലോ. അതു വാങ്ങിത്തരൂ..... ഞാനിവിടം വിട്ട് മറ്റെങ്ങോട്ടും പോകില്ല. എന്റെ മണ്ണാണിത്..."

വെങ്കിയുടെ ആവേശത്തള്ളലും വികാരവിസ്ഫോടനവും ഞാൻ കാര്യമാക്കിയില്ല. എന്റെ കൈവശമുള്ള പണത്തിന്റെ ബലത്തിൽ ഞാനവന് ഉറപ്പുകൊടുത്തു:

"രുദ്രഭൂമി പണിയാനുള്ള പണം എന്റെ കൈയിലുണ്ട്. നിനക്ക് സ്ഥലം വാങ്ങിത്തരും; അതിൽ വീടും വയ്ക്കും."

അതുകേട്ട് ഒരു ഭ്രാന്തനെപ്പോലെ അവൻ ചിരിക്കും.

"ഇവിടെനിന്ന് എല്ലാവരും പോയിക്കഴിഞ്ഞാൽപ്പിന്നെ, ആരെ അടക്കാനാണ് നിന്റെ രുദ്രഭൂമി? ഈ തെരുവിലെ എല്ലാ വീടുകളും സ്ഥലങ്ങളും വിറ്റുകഴിഞ്ഞാൽ പിന്നെ എനിക്കുവേണ്ടി നീ എവിടെ സ്ഥലം കണ്ടെത്തും?"

ആ ചോദ്യത്തിനു മുന്നിൽ ശേഷു പതറിപ്പോയി. പിന്നെ അവിടെ നിന്നില്ല. ഉടൻതന്നെ യൂസഫ് ഖാനെ കണ്ടെത്തി കാര്യം പറഞ്ഞു:

"എനിക്ക് ഇന്നുതന്നെ നമ്മുടെ കൺട്രി ഹെഡിനെ കാണണം."

എല്ലാം കേട്ട ശേഷം ഖാൻ ഉറപ്പുതന്നു:

"അദ്ദേഹം കരയിലാണോ കടലിലാണോ എന്നറിയില്ല; ഏതായാലും രാത്രിയാകട്ടെ സൗകര്യമുണ്ടാക്കാം."

പഴയതുപോലെ പുറംകടലിലെ ഉല്ലാസ നൗകയിലായിരുന്ന കൂടിക്കാഴ്ച. പതിവില്ലാതെ അദ്ദേഹം താഴത്തെ പ്ലാറ്റ്ഫോമിലേക്ക് ഇറങ്ങിനില്ക്കുകയായിരുന്നു. ഉപചാരങ്ങളില്ലാത്ത രൗദ്രമുഖമായിരുന്നു നിജാദിന്. ശേഷു എന്തെങ്കിലും പറയുന്നതിനു മുൻപ് നിജാദിന്റെ ഗൗരവം കലർന്ന സ്വരം മുഴങ്ങി:

"പക്വമതിയായ ഒരു ബിസിനസ്സുകാരന് സെന്റിമെന്റ്സ് പാടില്ല. ഒരാടിനെ കാണുന്ന മനുഷ്യൻ, അയാൾ കവിയാണെങ്കിൽ അതിനെ ഓമനിക്കും. അദ്ധ്വാനിയായ ആട്ടിടയൻ അതിന് എത്ര പാല് കിട്ടുമെന്ന് നോക്കും. കച്ചവടക്കാരനായ ഇറച്ചിവെട്ടുകാരനാകട്ടെ അതിന് എന്തു ഭാരമുണ്ടെന്ന് കണക്കാക്കും- വില്ക്കാനുള്ള ഇറച്ചിയുടെ തൂക്കമറിയാൻ. ഞാനും സ്വാമിയുമൊക്കെ മൂന്നാമത്തെ ഗണത്തിൽപ്പെടുന്നവരാ. അതുകൊണ്ട് ആ വെങ്കി പറഞ്ഞ കാര്യം അങ്ങ് മറന്നേക്കുക."

ശേഷുവിന് സഹിച്ചില്ല:

"അത് മറക്കാൻ പറ്റുന്ന കാര്യമല്ല. ഒന്നാം പുത്തൻ തെരുവ് ഞങ്ങൾ ജനിച്ചുവളർന്ന മണ്ണാണ്. അവിടെ ഞങ്ങൾക്കൊരു സ്വപ്നമുണ്ട്. അതു മറക്കാൻ പറ്റില്ല."

നിജാദ് ചിരിച്ചു:

"ആ മണ്ണ് എനിക്കു കിട്ടിയേ തീരൂ.... അതിനപ്പുറവും ഇപ്പുറവും എന്റേതാണ്. ഇടയ്ക്ക് അന്യർ വരുന്നത് അസൗകര്യമാവും."

ശേഷാദ്രി വീണ്ടും തർക്കിക്കാൻ തുടങ്ങിയപ്പോൾ നിജാദിന്റെ മട്ടുമാറി.

"ഞാനെന്തിനാ ഈ കടലിൽ ഇങ്ങനെ നങ്കൂരമിട്ടു കിടക്കുന്നതെന്നറിയാമോ? എനിക്ക് ഇഷ്ടമില്ലാത്തതൊക്കെ ഏറ്റുവാങ്ങാൻ ഈ കടൽ വേണം. സ്വാമി നടത്തിയ ഭൂമി കച്ചവടത്തിന് ആരെങ്കിലും എതിരുനില്ക്കാൻവന്നോ. പ്രലോഭനങ്ങളിലും ഭീഷണിയിലും വീഴാത്തവരെയെല്ലാം ഈ കടൽ വിഴുങ്ങിയിട്ടുണ്ട്. ഇപ്പോൾ സ്വാമിയെ ജീവനോടെ ഗ്രൈൻഡറിലിട്ട് അരച്ച് കടലിലേക്കു കലക്കിയാൽ ചെറുമീനുകൾക്കുപോലും അത് സ്വാദിഷ്ടമായ വിഭവമായിരിക്കും."

തീരെ പതിഞ്ഞ സ്വരത്തിലാണ് നിജാദ് സംസാരിച്ചതെങ്കിലും അതിന്റെ അനുരണനങ്ങളിൽപ്പോലും വൈദ്യുതതരംഗങ്ങളുണ്ടെന്ന് ശേഷാദ്രിക്കു തോന്നി.

"സ്വാമി പൊയ്ക്കോ. സ്വാമിയുടെ മനസ്സുമാറ്റാൻ ഇനി വെങ്കി വരില്ല." ഒന്നു നിർത്തി അയാൾ തുടർന്നു: "നമ്മൾ ഇന്നിങ്ങനെ ഒരു കൂടിക്കാഴ്ച നടത്തിയിട്ടില്ല. അതല്ല, ഇത് വല്ലതും വിളിച്ചുപറയാനാണ് ഭാവമെങ്കിൽ സ്വാമിയെ ഞാനിങ്ങുകൊണ്ടുവരും...."

ശേഷാദ്രി വീണ്ടും തർക്കിക്കാൻ തുടങ്ങിയപ്പോൾ നിജാദ് അസ്വസ്ഥനായി പറഞ്ഞു:

"സ്വാമിയെ കൈകാര്യം ചെയ്യാൻ എനിക്കിന്ന് തീരെ സമയമില്ല. ഇന്ന് വളരെ പ്രധാനപ്പെട്ട ചില ഗസ്റ്റുകളുണ്ടെനിക്ക്...." എന്നിട്ടയാൾ ശേഷാദ്രിയെ കൈപിടിച്ച് ഡക്കിലേക്കു കൊണ്ടുപോയി. ഉത്സവത്തിമർപ്പ് നടക്കുന്ന ഡക്കിന് പുറത്തു നിന്ന് അവരെ ചൂണ്ടിക്കാട്ടി നിജാദ് ചോദിച്ചു: "അവിടെ രസിക്കുന്ന വി.ഐ.പി. കളെ കണ്ടോ?"

ശേഷാദ്രി അവരെ വ്യക്തമായും കണ്ടു. സ്റ്റേറ്റ് ബാങ്കിന്റെ ജനറൽ മാനേജരും പഴയ ബോസുമായിരുന്ന സഹസ്രനാമം ഉൾപ്പെടെയുള്ള ഒരു ചെറുസംഘം. അവരിൽ പരിചിതമായ മുഖങ്ങൾ നിരവധിയാണ്: ആദർശത്തിന്റെ ആൾരൂപങ്ങളായ മൂന്ന് രാഷ്ട്രീയ നേതാക്കൾ, ആരാധകരുടെ പ്രിയങ്കരനായ ഒരു സിനിമാതാരം! പുറമെ ഉദ്യോഗസ്ഥ പ്രമുഖർ, അധികാര ദല്ലാളുമാർ, ഉയർന്ന പൊലീസുദ്യോഗസ്ഥർ, കുപ്രസിദ്ധരായ ചില ഗുണ്ടാതലവന്മാർ. അധോലോകനായകർ.....

അപ്രതീക്ഷിതമായ ആ കാഴ്ച കണ്ടു മരവിച്ചുനിന്ന ശേഷാദ്രിയോട് നിജാദ് ചോദിച്ചു:

"ഞാൻ വെറുതെ വിട്ടാലും എനിക്കുവേണ്ടി എന്തും ചെയ്യാൻ മടിക്കാത്ത ഇവരുടെ കൈകളിൽനിന്ന് സ്വാമി രക്ഷപ്പെടുമോ?"

തുടർന്നുകേട്ടത് ഒരാജ്ഞയായിരുന്നു:

"സമയം കളയാതെ സ്വാമി പോ. അനുസരണയുള്ള കുട്ടിയായി നമ്മുടെ ജോലി പൂർത്തിയാക്കൂ...."

എന്തൊക്കെയോ പറയണമെന്നു തോന്നിയെങ്കിലും വിവേകം അതിന് അനുവദിച്ചില്ല.

കരയിലേക്കു മടങ്ങുമ്പോൾ ശേഷാദ്രിയുടെ മനസ്സ് മുഴുവൻ വെങ്കിയായിരുന്നു. "സ്വാമിയുടെ മനസ്സു മാടാൻ ഇനി വെങ്കിവരില്ലാ" എന്ന് നിജാദ് പറഞ്ഞത് ദുരാർത്ഥത്തിലാണോ എന്ന് സംശയം. സംശയമേ വേണ്ടാ എന്ന് മനസ്സ് പറയുന്നു. ദുരർത്ഥത്തിൽത്തന്നെ. ഇങ്ങനെയുള്ള ഒരാളിനുവേണ്ടി ഇനി ജോലി ചെയ്യണോ എന്ന കാര്യം ആലോചിക്കേണ്ടതുണ്ട്. ഏതായാലും ഒരു മുൻകരുതലെടുക്കുന്നതു നന്നായിരിക്കും. വേഗം ഓഫീസിലെത്തണം. അത്യാവശ്യമായ ചില രേഖകളും സ്വന്തം പണവും അവിടെനിന്ന് മാറ്റണം.

പണം അത്യാവശ്യമാണ്. എന്തു വിലകൊടുത്തും വെങ്കിക്കു സ്ഥലവും വീടും വാങ്ങണം. അതുകഴിഞ്ഞു മതി മറ്റെന്തും.

കരയിലെത്തിയ ഉടൻ നേരെ ഓഫീസിലേക്കു പായുകയായിരുന്നു. അകത്തേക്കു കറയുമ്പോൾത്തന്നെ അറ്റൻഡർ പറഞ്ഞു:

"സാർ, ഒരാൾ കാത്തിരിക്കാൻ തുടങ്ങിയിട്ട് അധികനേരമായി.... അത്യാവശ്യമാണെന്നു പറഞ്ഞതുകൊണ്ടാണ് രാത്രിയായിട്ടും അനുവദിച്ചത്...."

"ആരാണത്?"

"ബ്രോക്കറാണെന്നു പറഞ്ഞു. പേര് ബാലു."

നന്നായി. ഗ്രാമത്തിനടുത്ത് വെങ്കിക്ക് ഒരു വീടുനോക്കാൻ ഇയാളെ ഏല്പിക്കാം. സാധാരണ കമ്മീഷനായ രണ്ടു ശതമാനത്തിനു പുറമെ ഒന്നു കൂടി കൊടുക്കാമെന്നു പറഞ്ഞാൽ അവൻ വീടും സ്ഥലവും ഉടനെ കണ്ടെത്തിത്തരും.

"വരാൻ പറയൂ. വേഗം"

കാത്തിരുന്ന ആൾ മുറിയിലേക്കു വന്നു. മുൻപ് കണ്ടുപരിചയമില്ലാത്ത ബ്രോക്കറാണ്. ഔപചാരികമായ പരിചയപ്പെടലിനു മുൻപുതന്നെ അയാളോട് പറഞ്ഞു:

"മിസ്റ്റർ ബാലു. നിങ്ങൾ ഇന്നു തന്നെ എനിക്കൊരു സ്ഥലവും വീടും കണ്ടെത്തിത്തരണം. കുണ്ടന്നൂർ ഒന്നാം പുത്തൻ തെരുവിനോടു ചേർന്ന് എവിടെയായാലും മതി. വിലയൊരു പ്രശ്നമല്ല... ബ്രോക്കറേജ് ഒരു ശതമാനം അധികം തരും."

ആഗതൻ ഒരു നിമിഷം പരിഭ്രമിക്കുന്നതായി തോന്നി. പിന്നെ മെല്ലെ പറഞ്ഞു:

"ഞാൻ ബ്രോക്കറല്ല. അകത്തു കയറിപ്പറ്റാൻ വേണ്ടി അറ്റന്ററോട് ബ്രോക്കറാണെന്നു പറഞ്ഞെന്നേയുള്ളൂ."

ശേഷാദ്രിക്കു ദേഷ്യം വന്നു:

"നിങ്ങൾ ആരാണ്? എന്തുവേണം?"

ആഗതൻ ചിരിച്ചുകൊണ്ടു പറഞ്ഞു:

"എന്നെ ശരിക്കൊന്നു നോക്ക്, എന്നിട്ട് അറിയുമോന്ന് പറയൂ..."

ആൾമാറാട്ടത്തിലൂടെ ഓഫീസിൽ കടന്നുവന്ന് ഇങ്ങനെ പറയണമെങ്കിൽ ആൾ വേണ്ടപ്പെട്ടവരാരെങ്കിലുമായിരിക്കുമെന്ന് ശേഷാദ്രിക്കു തോന്നി. ആഗതനെ സൂക്ഷിച്ചുനോക്കി. യാതൊരു പരിചയവും തോന്നുന്നില്ല.

ശേഷാദ്രി ക്ലേശിക്കുന്നതുകണ്ട് ആഗതൻ പറഞ്ഞു:

"ശേഷാദ്രി എന്നെ മറന്നതാവും. നമ്മൾ ഒന്നിച്ച് സ്കൂളിൽ പഠിച്ചിരുന്നതാണ്. ഞാൻ ബാലു എന്നു വിളിക്കുന്ന ബാലസുബ്രഹ്മണ്യം!"

ശേഷാദ്രി ശരിക്കും അതിശയിച്ചുപോയി. സ്കൂളിലെ അയ്വർസംഘത്തിലെ ഏറ്റവും ജൂനിയറായ ബാലസുബ്രഹ്മണ്യം! സമൂഹമഠത്തിനു

പിന്നിൽ താമസിച്ചിരുന്ന പ്രൊഫസർ ശേഷഗോപാലന്റെ മകൻ. എൻജിനീയറിംഗ് കോളേജ് പ്രൊഫസറായ അച്ഛന്റെ സ്ഥലംമാറ്റത്തെത്തുടർന്ന് സ്കൂൾ വിദ്യാഭ്യാസത്തിനിടയിൽത്തന്നെ കുണ്ടന്നൂർ വിട്ടുപോയ ബാലു! പിന്നീട് കാണുന്നത് ഇപ്പോഴാണ്. ആൾ മിടുക്കനാണെന്നും ചെന്നൈ ഐ.ഐ.ടിയിലെ ടോപ്പറാണെന്നും ഒരിക്കൽ വെങ്കി പറഞ്ഞിരുന്നു.

ശേഷാദ്രി സ്വന്തം ഇരിപ്പിടത്തിൽ നിന്നെഴുന്നേറ്റ് ബാലുവിന്റെ അടുത്തു വന്നിരുന്ന് തോളിൽ കൈവച്ചു പറഞ്ഞു:

"എനിക്കു തീരെ മനസ്സിലായില്ല, അതെങ്ങനാ സ്കൂളിംഗിനു ശേഷം നാം കണ്ടിട്ടില്ലല്ലോ- ചെന്നൈ ഐ.ഐ.ടി യിലാണെന്നു വരെ ഞാനറിഞ്ഞിരുന്നു. ഇപ്പോഴെവിടെയാ.... കുടുംബം? കുട്ടികൾ?"

ഒരു നിമിഷം ബാലു കണ്ണടച്ചു. എന്നിട്ട് മെല്ലെ പറഞ്ഞു.

"ശേഷാദ്രി സങ്കല്പിക്കുന്ന അവസ്ഥയിലൊന്നുമല്ല ഞാൻ.... എന്റെ വരവിന് ഇപ്പോൾ പ്രത്യേകമായ ഒരുദ്ദേശ്യമുണ്ട്......"

ശേഷാദ്രി പരിഭ്രമിച്ചുപോയി:

"അതെന്താ?"

ബാലു കണ്ണുകൾ തുറന്നു. വല്ലാത്തൊരു തിളക്കമായിരുന്നു. അപ്പോൾ അയാളുടെ കണ്ണുകളിൽ. ജ്വലിക്കുന്ന രണ്ട് നക്ഷത്രങ്ങൾ. ആ കണ്ണുകളിൽ നിന്നാണ് അയാളുടെ ശബ്ദം പുറപ്പെടുന്നതെന്നു തോന്നി:

"ആരാ ശേഷാദ്രി നിങ്ങളുടെ ലാന്റ് ബാങ്കിന്റെ ഉടമ? അയാൾ എവിടെ താമസിക്കുന്നു?"

അപ്രതീക്ഷിതമായ ചോദ്യമായിരുന്നെങ്കിലും ശേഷാദ്രി പെട്ടെന്ന് മറുപടി പറഞ്ഞു.

"അത്രേയുള്ളോ, ഇത് നാഷണൽ ലാന്റ് ഡവലപ്പേഴ്സ് കമ്പനിയുടെ ഒരു പ്രോജക്റ്റാ. കമ്പനിക്ക് മൂന്ന് ഡയറക്ടർമാരാണുള്ളത്...."

അത് മുഴുമിപ്പിക്കും മുൻപ് ബാലു അസഹ്യത കാട്ടി:

"അതെനിക്കറിയാം. തക്കിയുദ്ദീൻ ഉൾപ്പെടെയുള്ള മൂന്ന് എൻ.ആർ.ഐക്കാർ പണം വരാനുള്ള വഴിയായി ആ പേരുകൾ വെറുതെ മുന്നിൽ വച്ചിരിക്കുന്നെന്നേയുള്ളൂ.... യഥാർത്ഥ ഉടമ ആരാണെന്ന് ശേഷാദ്രിക്കറിയാമോ? അയാൾ എവിടെയാണ് താമസിക്കുന്നതെന്നും അറിയണം...."

"എനിക്ക് അറിയാവുന്ന കാര്യമാ ഞാൻ പറഞ്ഞത്. കൂടുതൽ വിവരങ്ങൾ ഞങ്ങളുടെ ചീഫ് എക്സിക്യൂട്ടീവായ യൂസഫ് ഖാനറിയാമായിരിക്കും."

ശേഷാദ്രി നിസ്സഹായത തുറന്നുകാട്ടിയപ്പോൾ ബാലു വീണ്ടും പറഞ്ഞു:

"യൂസഫ് ഖാൻ, ശേഷാദ്രിയെപ്പോലെ ഒരു ജോലിക്കാരൻമാത്രം! എനിക്കറിയേണ്ടത് യഥാർത്ഥ ഉടമയേയും അയാളുടെ ആസ്ഥാനത്തേയും കുറിച്ചാണ്...... അല്ലെങ്കിൽ അയാളിലെത്താനുള്ള ഒരു വഴി....."

അതു കേട്ടതോടെ ശേഷാദ്രിക്ക് അജ്ഞാതമായ ഒരാധിയായി. ബാലു ഇതുതന്നെ തുടരെത്തുടരെ ചോദിക്കാൻ തുടങ്ങിയപ്പോൾ ശേഷാദ്രി ശരിക്കും പരിഭ്രമിച്ചുപോയി:

"ബാലസുബ്രഹ്മണ്യൻ, നിങ്ങളുടെ ഉദ്ദേശ്യമെന്താ? യഥാർത്ഥത്തിൽ നിങ്ങൾ ആരാ?"

ബാലു അതിനു മറുപടി പറയുന്നില്ലെന്നു കണ്ട് ശേഷാദ്രി വീണ്ടും ചോദിച്ചു:

"ഈ ബിസിനസിൽ ചട്ടവിരുദ്ധമായ കാര്യങ്ങളെന്തെങ്കിലുമുണ്ടോ? ഉണ്ടെങ്കിൽ പറയണം. എനിക്കു തലയൂരാനാണ്."

അപ്പോൾ ബാലു ചിരിച്ചു.

"ശേഷാദ്രി പരിഭ്രമിക്കേണ്ട - എന്നെക്കുറിച്ചും നമ്മുടെ കൂടിക്കാഴ്ചയെക്കുറിച്ചും മറ്റാരാളും അറിയില്ലെന്ന് എനിക്കു വാക്കുതന്നാൽ ഞാൻ തുറന്നു പറയാം..."

ഒന്നു നിർത്തി സ്വയമെന്നോണം അയാൾ മന്ത്രിച്ചു:

"അനന്തശാസ്ത്രികളുടെ മകന്റെ വാക്കു മതി എനിക്ക്; ഞാനറിയുന്ന ശേഷാദ്രിക്ക് അതു ലംഘിക്കാൻ കഴിയില്ല."

ശേഷാദ്രി വാക്കു കൊടുത്തു. വെറും വാക്കല്ല, മരിച്ചുപോയ അപ്പാവേയും പരദേവതയായ ഭുവനേശ്വരിയേയും സാക്ഷിയാക്കി ക്കൊണ്ടുള്ള പ്രതിജ്ഞ. അതിനു ശേഷമാണ് ഞെട്ടിക്കുന്ന ആ സത്യം ബാലുവിന്റെ നാവിൻതുമ്പിൽ നിന്നു വീണത്.

ബാലസുബ്രഹ്മണ്യം ഇപ്പോൾ മാവോയിസ്റ്റ് പ്രവർത്തകനാണ്. ചെന്നൈ ഐ.ഐ.ടി.യിൽ പഠിക്കുമ്പോൾ സംഘടനയിൽ ചേർന്നതാണ്. ഏഴുവർഷം നേപ്പാളിലായിരുന്നു. അവിടത്തെ പരിശീലനത്തിനുശേഷം ദക്ഷിണേന്ത്യയിലേക്ക് നിയോഗിക്കപ്പെട്ടു. ആദ്യം ആന്ധ്രാപ്രദേശിലായിരുന്നു. പിന്നീട് കർണ്ണാടകയിലും അതിനുശേഷം തമിഴ്നാട്ടിലുമായി നിയോഗം. സാമൂഹ്യ ഉച്ചനീചത്വങ്ങൾ കൊടികുത്തി വാഴുന്ന തമിഴ്ഗ്രാമങ്ങളിൽ മാവോയിസ്റ്റു പാർട്ടിക്ക് ശക്തമായ വേരുകളുണ്ടാക്കാൻ കഴിഞ്ഞ ബാലസുബ്രഹ്മണ്യം, തമിഴ്നാട്ടിലെ പെരിയകുളത്ത് പൊലീസുമായുണ്ടായ ഏറ്റുമുട്ടലിൽ ഏതാനും പേർ കൊല്ലപ്പെട്ടതിനെത്തുടർന്ന് പറമ്പികുളത്തിന്റെ അതിർത്തിയായ പുഞ്ചിയാർ വഴി കേരളത്തിലേക്കു കടക്കുകയായിരുന്നു. പാളയം, കാരമട, ആനക്കട്ടി, പാലമല, ഉളിയൂർ, മുള്ളി, അത്തിക്കടവ് എന്നിവിടങ്ങളിൽ ക്യാമ്പു തുറന്ന് പ്രവർത്തകർക്ക് പരിശീലനം നല്കി. അതിനിടയിലാണ് ബീഹാർ, ബംഗാൾ, എന്നിവിടങ്ങളിൽ നിന്ന് കേരളത്തിലേക്കു വന്നിട്ടുള്ള നിർമ്മാണ തൊഴിലാളികൾക്കൊപ്പം ലേബർ സൂപ്പർവൈസറായി കൂടാനുള്ള നിർദ്ദേശം ലഭിച്ചത്, ഇവിടെ ഭൂമാഫിയയാണ് ഞങ്ങളുടെ ലക്ഷ്യം.

ബാലസുബ്രഹ്മണ്യം പറഞ്ഞുകൊണ്ടേയിരുന്നു.

മറ്റ് സംസ്ഥാനങ്ങളെ പോലെയല്ല തുടക്കത്തിൽ കേരളത്തെ ഞങ്ങൾ കണ്ടിരുന്നത്. കേരളത്തിൽ പരമ്പരാഗതമായി വൻകിട ഭൂവുടമകളില്ല. അതിന് പ്രധാന കാരണം, ആദ്യ കമ്മ്യൂണിസ്റ്റ് സർക്കാർ കൊണ്ടുവന്ന ഭൂപരിഷ്കരണ നിയമമാണ്. പിന്നെ, ആദിവാസികളുടെ അന്യാധീനപ്പെട്ട ഭൂമി തിരിച്ചു നല്കാനും നടപടിയുണ്ടായി. പക്ഷേ, ഇപ്പോഴതെല്ലാം തകിടം മറിഞ്ഞിരിക്കുകയാണ്. കേരളത്തിൽ ഭൂമാഫിയ ആധിപത്യം സ്ഥാപിച്ചിരിക്കുന്നു. മൂന്നാറിലും വാഗമണ്ണിലും കുമരകത്തും കോവളത്തും ടൂറിസത്തിന്റെ മറവിലാണ് ഭൂമാഫിയ, സ്ഥലങ്ങൾ തട്ടിയെടുക്കുന്നതെങ്കിൽ നെല്ലറയായ ലോവർകുട്ടനാട് ഉൾപ്പെടെയുള്ള മറ്റിടങ്ങളിൽ ഹവാലപ്പണത്തിന്റെ ബലത്തിലാണ് അധിനിവേശം. ഇവിടത്തെ ചില രാഷ്ട്രീയനേതാക്കൾ ഭൂമാഫിയയുടെ ഇടത്തട്ടുകാരോ നടത്തിപ്പുകാരോ ആണ്. ദരിദ്രരായ ആളുകളെ മോഹിപ്പിച്ച് അവരുടെ ഭൂമി ഇക്കൂട്ടർ തട്ടിയെടുക്കുന്നു. വരാൻപോകുന്ന പദ്ധതികൾ മുൻകൂട്ടി അറിഞ്ഞ് പദ്ധതിപ്രദേശങ്ങൾക്കു സമീപം പാവങ്ങളെ കുടിയൊഴിപ്പിച്ച് ഇക്കൂട്ടർ വൻതോതിൽ ഭൂമി വാങ്ങിക്കൂട്ടുകയാണ്. വേട്ടക്കാരെ തിരിച്ചറിയാത്ത ഇരകളായിരിക്കുകയാണ് ഇവിടെ സാധാരണക്കാർ. രക്ഷകരാകേണ്ടവർ തന്നെ ശിക്ഷകരായിരിക്കുന്ന ഈ ഘട്ടത്തിൽ ഭൂമാഫിയയെ നേരിടുകയും സാധാരണക്കാർക്ക് അവരുടെ മണ്ണ് ഉറപ്പാക്കുകയുമാണ് ഞങ്ങളുടെ ദൗത്യം. പാവങ്ങളെ അവരുടെ മണ്ണിൽനിന്ന് ആട്ടിപ്പായിക്കുന്ന അധിനിവേശക്കാരെ കണ്ടെത്താനുള്ള ഞങ്ങളുടെ ശ്രമത്തെ നീ സഹായിക്കണം.

ബാലുവിന്റെ വാക്കുകളും ശബ്ദവും പ്രസംഗംപോലെ തോന്നിച്ചു. അതുകൊണ്ടു തന്നെയാണ് അല്പം കളിയാക്കുന്ന മട്ടിൽ ചോദിച്ചത്:

"അതിനു ഞാനെന്തു ചെയ്യണമെന്നാ പറയുന്നത്?"

"ഇതിന്റെ യഥാർത്ഥ ഉടമയെക്കുറിച്ചുള്ള വിവരങ്ങൾ തരണം"

ശേഷാദ്രി തീർത്തു പറഞ്ഞു:

"എനിക്കറിയാവുന്ന വിവരങ്ങൾ ഞാൻ പറഞ്ഞു....."

"അല്ല, നിനക്ക് അതിൽ കൂടുതലറിയാം"

"എനിക്കു ശമ്പളം തരുന്നവരെപ്പറ്റിയല്ലേ എനിക്കറിയൂ - അതു ഞാൻ പറഞ്ഞുകഴിഞ്ഞു."

അതുകേട്ടതോടെ ബാലു ഒരു പ്രത്യേകസ്വരത്തിലാണ് പ്രതികരിച്ചത്;

"കേരളത്തിൽ ഭൂപരിഷ്കരണമുണ്ടാകുന്നതിനു മുൻപ്, കുണ്ടന്നൂരിലെ സ്വന്തം ഭൂമി, ഗ്രാമക്കാർക്കായി വീതിച്ചു നല്കിയ ആദ്യകാല കമ്മ്യൂണിസ്റ്റായ അനന്തശാസ്ത്രികളുടെ മകനാണോ ഈ പറയുന്നത്.... നീ യഥാർത്ഥത്തിൽ ഞങ്ങളുടെ കൂടെ ചേർന്ന് ഭൂമാഫിയയെ തകർക്കുകയാണ് വേണ്ടത്..."

ബാലുവിന്റെ വാക്കുകൾ ശേഷാദ്രിക്ക് അസഹ്യമായി.

"ഞാനിപ്പോൾ ജോലി ചെയ്യുന്നു.... ശമ്പളം വാങ്ങുന്നു.... രാഷ്ട്രീയ-സാമൂഹ്യ പ്രവർത്തനം എന്റെ അജണ്ടയിലില്ല....."

ബാലു ക്ഷമയോടെയാണ് മറുപടി പറഞ്ഞത്:

"രാഷ്ട്രീയമല്ല; ഇത് ഇപ്പോൾ പൊതുതാത്പര്യമുള്ള വിഷയമാണ്. ഭൂസ്വാമിമാരുടെ കൈകളിൽനിന്ന് ഭൂപരിഷ്കരണത്തിലൂടെ നാം വീണ്ടെടുത്ത മണ്ണ്, മറ്റൊരുവിധത്തിൽ ഭൂമാഫിയയിലൂടെ ഇപ്പോൾ നവഭൂസ്വാമിമാരിലെത്തുകയാണ്. പണം കൊടുക്കുന്ന ആർക്കും അവരീ മണ്ണ് മറിച്ചു വില്ക്കും.... ഒരുപക്ഷേ, ശത്രുരാജ്യങ്ങൾക്കുപോലും! ആരറിയുന്നു, ശത്രുരാജ്യങ്ങൾക്കു വേണ്ടിയല്ല അവരീ ഭൂമി വാങ്ങുന്നതെന്ന് അവരെക്കൊണ്ട് ഈ ഭൂമി വാങ്ങിപ്പിക്കുന്നതെന്ന്! അല്ലെങ്കിൽ ശത്രുരാജ്യങ്ങളല്ല അവരെക്കൊണ്ട് ഈ ഭൂമി വാങ്ങിപ്പിക്കുന്നതെന്ന്! അതിനാൽ ഈ ഭൂമാഫിയയുടെ ഉറവിടം കണ്ടെത്തി ഉന്മൂലനം ചെയ്യണം....."

ഒന്നു നിർത്തി ബാലു വീണ്ടും പറഞ്ഞു:

"എപ്പോഴെങ്കിലും മനസ്സുമാറുന്നെങ്കിൽ നീ എന്നെ വിവരം അറിയിക്കണം. ഞാൻ ഗ്രാന്റ് റോഡിലെ പാരഡൈസ് കോംപ്ലക്സിന്റെ വർക്ക് സൈറ്റിൽ കാണും, തൊഴിലാളിയായി"

ബാലസുബ്രഹ്മണ്യം പോയിക്കഴിഞ്ഞപ്പോൾ എന്തുകൊണ്ടോ വെങ്കിയുടെ രൂപമാണ് മനസ്സിലേക്ക് ഇരച്ചുവന്നത്. ഉടൻ തന്നെ ഒന്നാം പുത്തൻ തെരുവിലേക്ക് പാഞ്ഞു.

വെങ്കിയുടെ വാടകവീടിനു മുന്നിൽ ചെറിയ ആൾക്കൂട്ടം കണ്ടപ്പോഴേ ആശങ്ക തോന്നി. മുറ്റത്തെത്തി തളത്തിലേക്കു നോക്കുമ്പോൾ വെള്ള പുതപ്പിച്ച് ആരെയോ തറയിൽ കിടത്തിയിരിക്കുന്നു. അടുത്തിരുന്ന് വെങ്കിയുടെ ഭാര്യയും കുഞ്ഞുങ്ങളും നിലവിളിക്കുകയാണ് ആരോ പറഞ്ഞു:

"ഉറക്കത്തിൽ ശ്വാസം മുട്ടി ഒന്നു പിടഞ്ഞു. ഒട്ടും കഷ്ടപ്പെട്ടില്ല. നല്ല മരണം."

വെങ്കിയുടെ ഭാര്യ പെട്ടെന്ന് നിലവിളി നിർത്തി. ശേഷാദ്രിയെ തുറിച്ചു നോക്കി. അപ്പോൾ അവരുടെ സഹോദരൻ സുബ്ബരാമൻ സ്വകാര്യമായി ശേഷുവിന്റെ കാതിൽ മന്ത്രിച്ചു.

"ഒന്നു പുറത്തേക്കു വരൂ - ഒരു സ്വകാര്യം പറയാനുണ്ട്."

ശേഷാദ്രി വല്ലാത്തൊരു മരവിപ്പിലായിരുന്നു. സുബ്ബരാമന്റെ തോളിൽ തൂങ്ങി പുറത്തേക്കു ചെല്ലുമ്പോൾ ഭയപ്പാടോടെ അയാൾ പറഞ്ഞു:

"ഞാൻ അനിയത്തിയെ കാണാൻ ഇവിടെ വന്നതാണ് അകത്ത് സ്ഥലമില്ലാത്തതുകൊണ്ട് ഞങ്ങൾ, ഞാനും വെങ്കിയും, പുറത്തു കിടക്കുകയായിരുന്നു. വെങ്കി മേൽത്തിണ്ണയിലും, ഞാൻ അടിയിലും. രാത്രിയിൽ ആരോ രണ്ടുപേർ വന്ന് വെങ്കിയുടെ മുഖം പൊത്തുന്നതു ഞാൻ കണ്ടു. പിടച്ചിൽ കേട്ടിട്ടും ജീവഭയം കൊണ്ട് ഞാൻ അനങ്ങിയില്ല. മരിച്ചു എന്ന് ഉറപ്പാക്കിയശേഷം വന്നവർ ഓടിമറഞ്ഞപ്പോഴാണ് ഞാൻ വെങ്കിയുടെ അരികിലേക്കു ചെന്നത്. അപ്പോഴും വെങ്കി മരിച്ചിരുന്നില്ല. ബഹളംകേട്ട് അവളും കുട്ടികളും ഉണർന്നു പുറത്തുവന്നപ്പോൾ വെങ്കി വിക്കിവിക്കി

എന്നോട് പറഞ്ഞു: "നീ ശേഷുവിനോടു കാര്യം പറയണം..." അതെന്താണെന്ന് വീട്ടുകാർക്ക് മനസ്സിലായില്ല. എന്നിട്ട് തലയണക്കടിയിൽനിന്ന് ഇതെടുത്തു തന്നു.

ശേഷാദ്രി കഴുത്തിലെ ലോഹത്തുണ്ടുയർത്തി എന്നോടു പറഞ്ഞു:

"സുബ്ബരാമൻ അന്നു നീട്ടിയത് ഈ ലോഹത്തുണ്ടായിരുന്നു. രുദ്രഭൂമിയുടെ നെയിംബോർഡിന്റെ മാതൃകയുണ്ടാക്കിക്കൊണ്ടു നടക്കുകയായിരുന്നു പാവം വെങ്കി....."

പണിയാനുദ്ദേശിക്കുന്ന ശ്മശാനത്തിനു മുന്നിൽ സ്ഥാപിക്കേണ്ട നെയിംബോർഡിന്റെ മാതൃക സുബ്ബരാമൻ ഏറ്റു വാങ്ങുമ്പോൾ വെങ്കി പറഞ്ഞത്രെ: "എന്നെ അടക്കുന്നതിനു മുൻപ് നീ ഇത് ശേഷുവിനെ ഏല്പിക്കണം."

സുബ്ബരാമൻ ക്ഷമാപണത്തോടെയാണ് പിന്നീട് സംസാരിച്ചത്. പൊലീസിനെ ഭയമാണ്. മരണം കൊലപാതകമാണെന്നറിഞ്ഞാൽ പൊലീസുവരും. പോസ്റ്റുമോർട്ടം വേണ്ടിവരും. കുടുംബത്തിന് നാണക്കേടാവും. അതുകൊണ്ട് സഹോദരിയോടുപോലും പറഞ്ഞില്ല. എല്ലാവരും ധരിച്ചിരിക്കുന്നത് ഉറക്കത്തിലുണ്ടായ ഹൃദയസ്തംഭനമാണെന്നാണ്. അതങ്ങനെ തന്നെ ആയിക്കോട്ടെ.

രുദ്രഭൂമി എന്ന് എഴുതി, കറുത്ത കയറിൽ കൊരുത്തിട്ടിരുന്ന ആ ലോഹത്തുണ്ട് സ്വയം കഴുത്തിലണിയാനാണ് ശേഷാദ്രിക്ക് അപ്പോൾ തോന്നിയത്. പ്രിയപ്പെട്ട വെങ്കി കഴുത്തിൽത്തൂങ്ങി നെഞ്ചോടു ചേർന്നു കിടക്കുന്ന അനുഭവം! അവൻ ഹൃദയത്തോടു മന്ത്രിക്കുന്നു – എവിടെ എന്റെ രുദ്രഭൂമി? മരിച്ചവർക്കും ഇനി മരിക്കാനുള്ളവർക്കും നീ വാഗ്ദാനം ചെയ്ത സുന്ദരശ്മശാനം എവിടെ?

നെഞ്ചുപൊട്ടുന്നതായി ശേഷാദ്രിക്ക് അനുഭവപ്പെട്ടു. "സ്വാമിയുടെ മനസ്സു മാറ്റാൻ ഇനി വെങ്കി വരില്ല" എന്ന് പ്രഖ്യാപിച്ച് മണിക്കൂറുകൾക്കകം അവൻ വെങ്കിയുടെ ജീവനെടുത്തല്ലോ? നിജാദിനോടു ശേഷാദ്രിക്ക് വല്ലാത്ത പക തോന്നി. ഈ ഭൂമിയിൽ ആകെ അവശേഷിച്ച ആത്മമിത്രമാണ് ഈ കിടക്കുന്നത്. കൊല്ലപ്പെടാൻ തക്ക അപരാധം അവനെന്താണ് കാട്ടിയത്?

മൃതദേഹത്തെ വന്ദിക്കാൻ പോലും അകത്തോട്ടു കയറാതെ ശേഷാദ്രി പുറത്തേക്കു പായുകയായിരുന്നു.

അപ്പോൾ ഒരു ലക്ഷ്യമുണ്ടായിരുന്നു ശേഷാദ്രിയുടെ മനസ്സിൽ – നിജാദ്!

അതിന് ഒരു മാർഗവും – ബാലസുബ്രഹ്മണ്യം!

പാരഡൈസിന്റെ വർക്ക്സൈറ്റിലെ, ഭാഷയറിയാത്ത തൊഴിലാളികളുടെ ഷെൽട്ടറിലിരുന്ന് കാര്യം പറഞ്ഞ് സഹായം അഭ്യർത്ഥിച്ചപ്പോൾ ബാലസുബ്രഹ്മണ്യം ഒന്നേ പറഞ്ഞുള്ളൂ:

"ഇത് ശേഷാദ്രിയെ സഹായിക്കലല്ല: ശേഷാദ്രി ഞങ്ങളുടെ പ്രസ്ഥാനത്തെ സഹായിക്കുകയാണ്."

പിന്നെല്ലാം വേഗത്തിലായിരുന്നു. നല്ല വസ്ത്രം ധരിച്ച് ബാലസുബ്രഹ്മണ്യം വേഗം കൂടെ വന്നു.

സ്വകാര്യജട്ടിയിലെത്തി ബോട്ടിലേക്കു കയറുമ്പോൾ, ഡ്രൈവറോടു കളവു പറഞ്ഞു:

"ഹെഡ് വിളിക്കുന്നുണ്ട്. അത്യാവശ്യമായി ഇയാളെയും കൂട്ടി ചെല്ലാൻ പറഞ്ഞു. വേഗം വിടൂ...."

ഡ്രൈവർ തടസ്സം നിന്നു.

"അവിടെ ഇന്ന് സദസ്സ് നടക്കുകയാ, എന്നോടുപോലും കരയിലേക്കു പൊയ്ക്കൊള്ളാൻ പറഞ്ഞു. വിളിക്കുമ്പോൾ ചെന്നാൽ മതിയെന്നാണ് നിർദ്ദേശം."

ശേഷാദ്രി വീണ്ടും കളവു പറഞ്ഞു.

"ഞങ്ങളും സദസ്സിൽ പങ്കെടുക്കണമെന്ന് ഹെഡ്ഡിനു നിർബന്ധം. വൈകിയതിനു വഴക്കും പറഞ്ഞു. വേഗം വിടൂ."

അതു കേട്ടതോടെ ഡ്രൈവർ മൊബൈൽ എടുത്തതും ബാലസുബ്രഹ്മണ്യം അയാളുടെ തലയിൽ നിറതോക്കു വച്ചതും ഒരുമിച്ചായിരുന്നു.

ഡ്രൈവർ പിന്നെ സംസാരിച്ചില്ല. ബോട്ടു നീങ്ങുമ്പോൾ കടൽക്കാറ്റ് ശേഷാദ്രിയുടെ നെഞ്ചിലെ രുദ്രഭൂമി ഇളകിക്കൊണ്ടിരുന്നു.

ശേഷാദ്രി നൗകയുടെ പ്ലാറ്റ്ഫോമിലേക്കു കയറുമ്പോൾ ബാലുവിന്റെ കയ്യിലിരുന്ന സൈലൻസർ ഘടിപ്പിച്ച കൈത്തോക്ക് ഒന്നനങ്ങി. പിന്നെ ഡ്രൈവറുടെ ശവം കടലിലേക്കെറിഞ്ഞ് ബാലസുബ്രഹ്മണ്യം ബോട്ടു ബന്ധിച്ച് പിന്നാലെ എത്തി.

സ്വീകരണഹോൾ വിജനമായിരുന്നു. ഡക്കിലേക്കു കയറുന്നതിന് കീഴെയുള്ള കോൺഫറൻസ് ഹാളിൽനിന്ന് ശബ്ദം കേൾക്കാം. നിജാദിന്റെ ശബ്ദം. ഞാനും ബാലസുബ്രഹ്മണ്യവും എത്തിനോക്കിയപ്പോൾ ഞങ്ങൾക്ക് മനസ്സിലായി, പതിനഞ്ചോളം വരുന്ന ഒരു ചെറുസദസ്സിനോട് നിജാദ് സംസാരിക്കുകയാണ്. മുറിഞ്ഞു പോയതിന്റെ തുടർച്ചയായിട്ടാണ് കേൾക്കുന്നതെങ്കിലും അയാളുടെ ശബ്ദത്തിനു വല്ലാത്ത മുഴക്കം.

"... അതുകൊണ്ടാണ് നിങ്ങളെ മാത്രം ഇങ്ങോട്ടു കൊണ്ടുവന്നത്. നാം ചർച്ച ചെയ്തതുപോലെ അധിനിവേശത്തിന് പല തന്ത്രങ്ങളുമുണ്ട്. അതിൽ പ്രധാനമായിട്ടുള്ള യുദ്ധം, പണം, ആശയപ്രചരണം അല്ലെങ്കിൽ ആശയങ്ങളുടെ അടിച്ചേല്പിക്കൽ എന്നിവയൊക്കെ ദേശീയ - തദ്ദേശീയ വികാരങ്ങളിളക്കി വിടും. മാത്രമല്ല, അതു ചിലപ്പോൾ അന്താരാഷ്ട്ര ശ്രദ്ധ ആകർഷിക്കുകയും ചെയ്യും. അതിനാൽ നമ്മുടെ മുന്നിൽ രണ്ടു വഴികളേയുള്ളു. ഒന്ന് ഗർഭപാത്രം, പിന്നൊന്ന് മണ്ണ്."

അയാൾ ഒന്നു നിർത്തി. എന്താ നിങ്ങൾക്ക് മനസ്സിലായില്ലേ എന്ന് ചോദിച്ചുകൊണ്ട് വീണ്ടും തുടരുകയായി:

"ഇവിടത്തെ ഗർഭപാത്രങ്ങളിൽ നമ്മുടെ സന്തതികളെ ജനിപ്പിക്കുക. നമ്മുടെ ആ പഴയ തന്ത്രം അതിന്റെ വഴിക്ക് നടക്കട്ടെ. അതിനിടയിൽ പ്രായോഗികമായ എളുപ്പവഴിയെന്ന നിലയിൽ ഇപ്പോൾ മണ്ണിന്റെ മാർഗം നാം

സ്വീകരിക്കുക. എന്തു വില കൊടുത്തും ഇവിടത്തെ പരമാവധി ഭൂമി നാം സ്വന്തമാക്കുക. അങ്ങനെ ഈ ഭൂമിയുടെ അവകാശികൾ നമ്മൾ മാത്ര മാകുന്നു!."

സദസ്സിൽനിന്ന് ആരോ ഒരു സംശയമുന്നയിച്ചു. അത് സ്വാഗതം ചെയ്തുകൊണ്ട് നിജാദ് തറപ്പിച്ചു പറഞ്ഞു:

"എന്തുവിലകൊടുത്തും പരമാവധി ഭൂമി വാങ്ങുക. വ്യക്തികൾക്ക് കൈവശം വയ്ക്കാവുന്ന ഭൂമിക്ക് ഇവിടെ പരിധിയുള്ളതുകൊണ്ടാണ് നാം കമ്പനികളും അവയുടെ കീഴിൽ ലാന്റ് ബാങ്കുകളും ആരംഭിച്ചിരിക്കുന്നത്. ഓരോയിടത്തും പ്രാദേശിക വികാരം ജ്വലിപ്പിക്കുന്ന പേരുകളാണ് ലാന്റ് ബാങ്കുകൾക്ക് നാം നല്കിയിരിക്കുന്നത്.... അവയുടെ എക്സിക്യൂട്ടീവു കളായി നാം കണ്ടെത്തിയതോ, സമൂഹത്തിന്റെ ഉന്നത ശ്രേണിയിലുള്ള വരെയും സ്വാധീനമുള്ളവരെയും....."

പണത്തിന്റെ ഉറവിടത്തെപ്പറ്റി നാട്ടുകാർ സംശയിച്ചാലോ എന്നായി ഒരാളുടെ ആശങ്ക. അതിനും മറുപടി വന്നു:

"നാം വാങ്ങുന്ന ഭൂമിക്ക് പ്രമാണപ്രകാരം നല്കേണ്ട വില എൻ.ആർ.ഐ അക്കൗണ്ടുകളിൽ നിന്നായിരിക്കണം. വിദേശത്ത് പോയിരിക്കുന്ന വ്യാപാരികളും വ്യവസായികളും ഉദ്യോഗസ്ഥരും അവരുടെ അക്കൗണ്ടു കളിലൂടെ അയയ്ക്കുന്ന വിദേശനാണ്യത്തിന് നിയന്ത്രണമില്ല. ആവശ്യ ത്തിനുള്ള പണം നമ്മുടെ ആൾക്കാരുടെ അക്കൗണ്ടിലൂടെ നാം ഇവിടെ എത്തിക്കുന്നുണ്ട്. രേഖാമൂലമല്ലാതെ നൽകുന്ന തുക കറൻസിയായി കൊടുക്കുക. ഉദാഹരണത്തിന് പത്തുലക്ഷം രൂപ വിലയുള്ള ഒരു സെന്റ് ഭൂമിക്ക് ആധാരത്തിൽ ഒരു ലക്ഷം രൂപാ കാണിച്ചാൽ മതി. അത് അക്കൗണ്ടിൽനിന്നും ബാക്കി ഒൻപതുലക്ഷം കറൻസിയായും നല്കുക"

കറൻസിയെപ്പറ്റിയുള്ള ചോദ്യങ്ങളായി പിന്നീട്. ഒരു രഹസ്യത്തിന്റെ ചെപ്പുതുറക്കും പോലെയാണ് നിജാദ് മറുപടി പറഞ്ഞത്:

"ഇന്ത്യൻ കറൻസി അച്ചടിക്കുന്ന അതേ മെഷീനുകൾ നമുക്കുണ്ട്. അതേ കടലാസ്സും മഷിയുമാണ് നാം ഉപയോഗിക്കുന്നത്. നമ്പറിംഗും ബണ്ടിലിംഗും പോലും അതേമാതിരി തന്നെ. കള്ളനോട്ടുകൾ കണ്ടെത്തുന്ന എഫ്.എൻ.ഡികൾക്ക് നമ്മുടെ കറൻസിയെ വേർതിരിച്ചു കണ്ടെത്താ നാവില്ല."

ഇങ്ങനെയുള്ള സംശയദൂരീകരണത്തിനുശേഷം നിജാദ്, നിർദ്ദേശം നൽകാൻ തുടങ്ങി:

"രാജ്യാതിർത്തി ഇവിടെ കടലോരമായതിനാൽ അവിടങ്ങളിൽ ലാന്റ് ബാങ്കിനു പുറമെ നിങ്ങളും പരമാവധി ഭൂമിവാങ്ങണം. വിമാനത്താവള പരിസരങ്ങൾ, റെയിൽ- ബസ്സ്റ്റേഷനുകളുടെ ചുറ്റുപാട്, തുറമുഖങ്ങൾക്ക് സമീപസ്ഥമായ സ്ഥലങ്ങൾ, ഒറ്റപ്പെട്ട തുരുത്തുകൾ എന്നിവ എന്തുവില കൊടുത്തും വാങ്ങണം. ഓരോ പ്രദേശത്തും സ്വാധീനമുള്ള വ്യക്തികളെ മുൻനിർത്തിയായിരിക്കണം ഭൂമി വാങ്ങൽ. എതിർപ്പുകളെ പ്രലോഭനങ്ങൾ

കൊണ്ടായിരിക്കണം നേരിടേണ്ടത്. ഒന്നിനും വശപ്പെടുന്നില്ലെന്നു കണ്ടാൽ ശത്രുവിന്റെ പാളയത്തിൽ വിള്ളലുണ്ടാക്കി സ്വയം വെട്ടിമരിക്കാൻ അവരെ വിടുക. അതും സാധിച്ചില്ലെങ്കിൽ കൗശലപൂർവ്വം അവരെ വധിക്കുക."

അതുപറഞ്ഞു കഴിഞ്ഞ് നിജാദ് ചിരിച്ചു. എന്നിട്ട് നിസ്സാരമട്ടിൽ പരിഹസിച്ചു:

"നാളെ ഒരു വെങ്കിടേശ്വരന്റെ ചരമവാർത്ത നിങ്ങൾക്ക് പത്രത്തിൽ വായിക്കാം. നമ്മുടെ കുണ്ടന്നൂർ ഓപ്പറേഷന് തടസ്സം നിന്ന ഒരു സാധു മനുഷ്യൻ നമുക്കുവേണ്ടി മരിച്ചു....."

തുടർന്നും അയാളുടെ വാക്കുകൾ കേട്ടുനിൽക്കാൻ ശേഷാദ്രിക്കായില്ല. ബാലസുബ്രഹ്മണ്യനാണ് ശേഷാദ്രിയെ നിയന്ത്രിച്ചത്. ശേഷാദ്രിയുടെ ചെവിയിൽ ബാലു മന്ത്രിച്ചു: "ബുദ്ധിപൂർവ്വം പ്രവർത്തിക്കണം." എന്നിട്ട് ശേഷാദ്രിയേയും കൂട്ടി ബാലു താഴേക്കിറങ്ങിച്ചെന്നു. അത് ഡൈനിംഗ് ഹാളായിരുന്നു. വിഭവങ്ങൾ തയ്യാറാക്കി കാത്തുനിന്ന പരിചാരകരെക്കണ്ട് ഇരുവരും ഒന്നു പകച്ചു. അവരാകട്ടെ, ഹെഡ്ഡിന് പ്രിയപ്പെട്ട റീജിയണൽ മാനേജരോടും സുഹൃത്തിനോടും ഭവ്യത കാട്ടി. സദസ്സിനിടയിൽ പുകവലിക്കാനിറങ്ങിയതാണെന്നും തീപ്പെട്ടി വേണമെന്നും ശേഷാദ്രി പറഞ്ഞു. തീപ്പെട്ടി കിട്ടിയപ്പോൾ മുന്നിൽക്കണ്ട ഒരു മദ്യക്കുപ്പിയുമെടുത്ത് ബാലസുബ്രഹ്മണ്യം മുന്നേ നടന്നു. ശേഷാദ്രി അനുഗമിച്ചു. സമർത്ഥനായ എൻജിനീയറായിട്ടും കപ്പലിന്റെ ഇന്ധനടാങ്ക് കണ്ടെത്താനും അത് തുറക്കാനും ബാലസുബ്രഹ്മണ്യം നന്നേ ക്ലേശിച്ചു. തികഞ്ഞ ലാഘവത്തോടെ ബാലസുബ്രഹ്മണ്യം മദ്യക്കുപ്പി ടാങ്കിന്മേലുടച്ച് തീപ്പെട്ടി ഉരസി ഉള്ളിലേയ്ക്കിടുമ്പോൾ ശേഷാദ്രി തിരിഞ്ഞുനോക്കിയില്ല. ഫ്ളാറ്റ്ഫോമിലേക്കിറങ്ങി ബോട്ടിന്റെ കെട്ടഴിച്ച് ബാലസുബ്രഹ്മണ്യം അലറുകയായിരുന്നു.

"കേറിക്കോ...."

ആളിപ്പടരുന്ന അഗ്നിജ്വാലകളുടെ വെളിച്ചത്തിൽ അകന്നുപോകുന്ന ബോട്ടും അതിലുള്ള ശേഷാദ്രിയെയും കപ്പലിലുള്ള ആരോ കണ്ടിരിക്കാം.

"ആ സ്വാമിയാണ്....."

"അവനെ പിടിക്ക്....."

"ബോട്ടിറക്ക്...."

പിന്നിലെ ആരവങ്ങളേക്കാൾ ശക്തിയായി നെഞ്ചിലെ രുദ്രഭൂമി അട്ടഹസിക്കുന്നതായി അപ്പോൾ ശേഷാദ്രിക്ക് തോന്നി.

കരയിലെത്തിയപ്പോൾ "എന്നെ ഇനി ഈ നാട്ടിൽ കാണില്ല" എന്നു പറഞ്ഞ് ബാലസുബ്രഹ്മണ്യം ഇരുളിലേക്കു മറഞ്ഞു. ഞാൻ നേരെ വന്നത് ഭുവനേശ്വരിയുടെ ഈ സവിധത്തിലേക്കാണ്. ക്ഷേത്രത്തിനുള്ളിലേക്ക് അവർ കടക്കില്ലെന്ന് എനിക്കുറപ്പുണ്ടായിരുന്നു. പുറത്തിറങ്ങിയാൽ അവരെന്നെ കാണും. വെങ്കിയെ കൊന്നതിനേക്കാൾ ക്രൂരമായി എന്നെ കൊല്ലും....

അതുപറഞ്ഞ് ഏറെനേരം അണച്ചു. പിന്നെ ഭയപ്പാടോടെ എന്റെ കൈ പിടിച്ചു.

“ഇവിടെങ്ങും ആരുമില്ല.... ആർക്കോ വേണ്ടി ഈ ഭൂമിയെല്ലാം ഞാൻ വാങ്ങി.... ഗ്രാമക്കാരെപ്പോലും ഞാൻ നാടുകടത്തി.... എന്റെ തെരുവിൽപ്പോലും ആരുമില്ലെന്നു തോന്നുന്നു.” ഒന്നു നിർത്തി അയാൾ തുടർന്നു: “എത്ര തിരക്കുണ്ടായിരുന്ന ക്ഷേത്രമാ ഇത്. ഇപ്പോഴിവിടേക്ക് ആരെങ്കിലും ഒന്നു വന്നാലായി.

ശേഷാദ്രിയുടെ മുഖത്ത് പെട്ടെന്ന് നിരാശ പടർന്നു. പിന്നെ ഒരു വെളിപാടുപോലെ അയാൾ പറയുകയായി:

“എന്റെ സുഹൃത്തേ, എന്റെ നാടിനെ, എന്റെ മണ്ണിനെ ഞാൻ വിറ്റു... അല്ല, ഒറ്റുകൊടുത്തു. അതു പാപമായിരുന്നു. പാപത്തിന്റെ ശമ്പളം മരണമാണ്. അതു കൈപ്പറ്റാൻ ഞാൻ ഭയന്നു.... ആ ഭയമാണ് എന്നെ ഗ്രസിച്ചിരിക്കുന്നതെന്ന് ഇപ്പോൾ ഞാൻ തിരിച്ചറിയുന്നു.....”

പിന്നെ ഏറെനേരം മിണ്ടാതിരുന്ന ശേഷാദ്രി കഴുത്തിലെ ലോഹത്തുണ്ടുയർത്തി അഭിമാനത്തോടെ പറഞ്ഞു:

“ഭയം എന്നത് മരണമാണ്...... മരിക്കുന്നവന് അഭയം രുദ്രഭൂമിയാണ്.... എന്റെ രുദ്രഭൂമി ഇനി ഈ ഭൂമിയിലല്ല; അത് എന്നിൽത്തന്നെയാണ്. ആളില്ലാത്ത ഇവിടെ ഇനി ആർക്കുവേണ്ടിയാണ് ശ്മശാനം....”

രണ്ടു കൈകൾ കൊണ്ടും ആ ലോഹത്തുണ്ട് ശേഷാദ്രി ഭക്ത്യാദരപൂർവ്വം പൊത്തിപ്പിടിച്ച് കണ്ണിലണച്ചു. എന്നിട്ട്, അയാൾ മെല്ലെ എഴുന്നേൽക്കാൻ തുടങ്ങി. അപ്പോൾ എന്നെപ്പോലും ഞെട്ടിച്ചുകൊണ്ട്, ശേഷാദ്രിക്കൊപ്പം ആൽത്തറയിലെ മറ്റു ശിലാവിഗ്രഹങ്ങളും എഴുന്നേൽക്കുകയായിരുന്നു..... ■

സ്വരഭംഗം

പള്ളിമേടയുടെ പടികൾ കയറുമ്പോൾ സങ്കീർത്തനംപോലെ ശലോമോന്റെ സദൃശവാക്യങ്ങൾ.

ജ്ഞാനമുള്ള മകൻ അപ്പനെ സന്തോഷിപ്പിക്കുന്നു,

ഭോഷനായ മകൻ അമ്മയ്ക്കു വ്യസനഹേതുവാകുന്നു....

ഒരു പ്രത്യേക താളത്തിൽ തീരെ പതിഞ്ഞ ശബ്ദത്തിൽ, ഉള്ളിന്റെ ഉള്ളിൽ നിന്ന് ഊർന്നിറങ്ങുന്ന സ്വരം ആൻഡ്രൂസ് ഫിലിപ്പിന്റേതാണെന്നു തിരിച്ചറിയാൻ ഒരു നിമിഷം വേണ്ടിവന്നു.

സെമിത്തേരിയിൽനിന്നു കയറിവന്ന പള്ളിമൂപ്പനാണു പറഞ്ഞത്, അദ്ദേഹം മേടമേലിരുന്നു വായിക്കുന്നുണ്ടാവും. അന്നാമ്മയും അതുതന്നെ സൂചിപ്പിച്ചിരുന്നു: മറ്റെങ്ങും നോക്കണ്ട, സദാനേരവും പള്ളിപരിസരത്തു കാണും, അതിയാനു മൂന്നു മാസംകൊണ്ടു മൂന്നു ജന്മത്തിന്റെ മാറ്റമാ.

അതു പറയുമ്പോൾ അന്നാമയും ആകെ മാറിയിരിക്കുന്നു എന്ന് അവർ അറിഞ്ഞിട്ടുണ്ടാവില്ലെന്നും തോന്നി. ആൻഡ്രൂസ് ഫിലിപ്പിനു ചേർന്ന ഭാര്യയായിരുന്നു അന്നാമ്മ. യൗവനം വിട്ടുമാറാൻ മടിക്കുന്ന ചുറുചുറുക്കുള്ള വീട്ടമ്മയുടെ സ്ഥാനത്ത് ഇന്ന് അകാലവാർദ്ധക്യം ബാധിച്ച അവശ.

അങ്ങനെ സംഭവിച്ചില്ലെങ്കിലേ അത്ഭുതമുള്ളൂ. ഏക മകനാണ് യൗവനാരംഭത്തിൽ അതിദാരുണമായി കൊല്ലപ്പെട്ടത്.

മൂന്നുമാസം മുമ്പു വിമാനത്താവളത്തിൽ എന്നെ യാത്രയയ്ക്കാൻ ആൻഡ്രൂസിനൊപ്പം പ്രിൻസും വന്നിരുന്നു. അടുത്തറിയാമെങ്കിലും ആൻഡ്രൂസ്, എന്നെപ്പറ്റി മകനോട് പറഞ്ഞുകൊണ്ടേയിരുന്നു. -അപ്പന്റെ ഏക സുഹൃത്താ മോനേ, ഒന്നിച്ചു കളിച്ചുവളർന്നതാ, നാട്ടിലായതുകൊണ്ടു വല്ലപ്പോഴുമേ കാണുന്നുള്ളൂ. സ്റ്റേറ്റ്സിൽ ചികിത്സയ്ക്കുപോകുവാ......

അതൊക്കെ കേട്ടിട്ടും പ്രിൻസ് നിർമമനായി നിന്നതേയുള്ളൂ.

ചികിത്സയ്ക്കു പോവുകയാണെന്നു പറഞ്ഞിട്ടുകൂടി രോഗമെന്താണെന്നോ എന്നു മടങ്ങിവരുമെന്നോ അവൻ ചോദിച്ചില്ല. ഉറയ്ക്കാത്ത മനസ്സും ഉലയുന്ന ദൃഷ്ടികളുമായി അവൻ അസ്വസ്ഥനാവുകയാണെന്നു തോന്നിയപ്പോൾ ആൻഡ്രൂസിനോടു പറഞ്ഞു:

"ബോർഡിംഗ് അനൗൺസ് ചെയ്യാൻ താമസിക്കുമെന്നു തോന്നുന്നു. മോനു ബോറടിക്കുന്നു. നീ പൊയ്ക്കോ."

"വേണ്ട. ഫ്ളൈറ്റ് പൊങ്ങിയിട്ടേ ഞങ്ങൾ പോകുന്നുള്ളൂ; നമുക്കു ലൗഞ്ചിൽ ഇരിക്കാം."

വല്ലപ്പോഴുമേ ഇങ്ങനെ ഒന്നിച്ചു കൂടിയിരുന്നുള്ളൂവെങ്കിലും അപ്പോഴെല്ലാം ആൻഡ്രൂസ് മനസ്സ് തുറക്കുമായിരുന്നു. ഒരിക്കൽ പറഞ്ഞു: "അന്നാമ്മ പാവമാ, നന്നായി വീടു നോക്കും, മകൻ മിടുക്കനാ, അവൻ പ്രിൻസായി ത്തന്നെ വളരുന്നു."

പിന്നൊരിക്കൽ മദ്യത്തിന്റെ ലഹരിയിൽ ആൻഡ്രൂസ് വെളിപ്പെടുത്തി: "ഞാൻ വെറുംകയ്യോടെ നാട്ടീന്നുപോന്നതാ, ഈ കാണുന്നതെല്ലാം യൂണിഫോമിന്റെ ബലത്തിൽ ഞാനുണ്ടാക്കിയതാ."

വേറൊരിക്കൽ അവൻ പറഞ്ഞു:

"എന്റെ അച്ഛൻ എനിക്കൊന്നും തന്നില്ല. അതുകൊണ്ടു ഞാൻ കഷ്ട പ്പെട്ടു. എന്നാൽ എന്റെ മകൻ കഷ്ടപ്പെടരുത്. അവനുവേണ്ടതെല്ലാം ഞാൻ ഉണ്ടാക്കിവെച്ചിട്ടുണ്ട്."

പക്ഷേ, ആൻഡ്രൂസിന്റെ കണക്കുകൂട്ടലുകൾ എവിടെയോ പിഴച്ചു.

കോളേജിൽ ചേർന്നതിന്റെ ആദ്യവർഷംതന്നെ പ്രിൻസിനു വഴിതെറ്റി.

അന്ന് അത് അംഗീകരിക്കാൻ ആൻഡ്രൂസ് തയ്യാറായില്ല. ആരോടൊ ക്കെയോ ഉള്ള വിദ്വേഷം ഉള്ളിലമർത്തി അവൻ എന്നോടു ചോദിച്ചു:

"ഡിവൈ.എസ്.പി.യുടെ മകൻ സ്വയം കാറോടിച്ചു കോളേജിൽ പോകരുതെന്നുണ്ടോ? മുന്തിയ ഹോട്ടലിൽനിന്ന് അവൻ ഭക്ഷണം കഴിക്കരു തെന്നുണ്ടോ?" എന്നിട്ട് സ്വയം പറഞ്ഞു, "എല്ലാവർക്കും അസൂയയാ."

പക്ഷേ, ക്രമേണ ആൻഡ്രൂസിനു കാര്യം മനസ്സിലായി:

"മോന്റെ പോക്ക് ശരിയല്ല. ചീത്ത കൂട്ടുകെട്ടാ. അതുകൊണ്ടു ഡ്യൂട്ടി യില്ലാത്തപ്പോൾ അവനെ ഞാൻ കൂടെ കൂട്ടും."

പ്രിൻസിന് അതൊട്ടും ഇഷ്ടമല്ലായിരുന്നു; അവന്റെ അമ്മയ്ക്കും. യാത്രയ്ക്കു തൊട്ടുമുമ്പുകൂടി അന്നാമ എന്നോടു രഹസ്യമായി പറഞ്ഞ താണ്, ഈ നിയന്ത്രണം അവൻ നിവൃത്തിയില്ലാത്തതുകൊണ്ട് അനുസരി ക്കുകയാണെന്ന്. എന്നിട്ട് ഒരപേക്ഷയും: "അതിയാനു വീടിനുപുറത്ത് ആരോടെങ്കിലും സ്നേഹമുണ്ടെങ്കിൽ അതു സാറിനോടു മാത്രമാ; സാറു പറഞ്ഞാൽ കേൾക്കും. അവൻ വളർന്ന കുട്ടിയല്ലേ, അവനെ ഇങ്ങനെ ജയിൽപ്പുള്ളികളെപ്പോലെ കൊണ്ടുനടക്കരുതെന്നു പറയണം. ഒപ്പത്തി ലുള്ളവരോടു കൂട്ടുചേർന്നു നടക്കേണ്ട പ്രായമല്ലേ ഇത്."

എന്നോട് അതിയായ സ്നേഹം കാണിക്കാറുണ്ടെങ്കിലും സുഹൃത്താ ണെങ്കിലും എന്തോ ഒരകലം ആൻഡ്രൂസിനോടു ഞാൻ പുലർത്താറുണ്ടാ യിരുന്നു. അവന്റെ വ്യക്തിപരമായ കാര്യങ്ങളിലൊന്നും ഞാൻ ഇടപെടാറു മില്ലായിരുന്നു. കാരണം, ഒരിക്കൽ അവൻ എന്നെ നിഷേധിച്ചതാണ്.

കേട്ടുകേട്ടു മടുത്തതുകൊണ്ടാണ് അന്ന് അങ്ങനെ പറഞ്ഞത്:

"ആൻഡ്രൂ, നിന്നെപ്പറ്റി വളരെ മോശമായിട്ടാണു കേൾക്കുന്നത്. പണം കിട്ടിയാൽ നീ വാദിയെ പ്രതിയാക്കും..... കൊലക്കേസ് ആത്മഹത്യയാക്കും.... യാതൊരു നീതീകരണവുമില്ലാത്തതാണ് നിന്റെ അത്യാഗ്രഹം...."

അതു മുഴുമിപ്പിക്കാൻ അവൻ സമ്മതിച്ചില്ല:

"ഞാൻ നിന്നെപ്പോലല്ല. ഒന്നും ഇല്ലാത്ത അപ്പന്റെ മോനാ ഞാൻ. എന്റെ മോൻ എന്നെപ്പോലെ കഷ്ടപ്പെടരുത്, അവൻ സുഖമായിട്ടു കഴിയണം. അതിനു വേണ്ടതെല്ലാം എനിക്കുണ്ടാകണം."

ആ തത്ത്വശാസ്ത്രത്തോട് ഒട്ടും യോജിപ്പില്ലാത്തതുകൊണ്ട് വീണ്ടും എതിർത്തുനോക്കി. ഒടുവിൽ ഫലമില്ലെന്നുകണ്ട് പിൻവാങ്ങുകയായിരുന്നു. പക്ഷേ, അന്നാമ്മ നിർബന്ധിച്ചപ്പോൾ അഭിമാനക്ഷതം മറന്ന് ആൻഡ്രൂസിനോട് കാര്യം പറഞ്ഞു. പ്രതീക്ഷിച്ചതുപോലല്ലായിരുന്നു അവന്റെ പ്രതികരണം. അവിശ്വസനീയമായ രീതിയിൽ സൗമ്യത നടിച്ച് അവൻ പറഞ്ഞു:

"ഭീഷണിപ്പെടുത്തിയല്ല കൂട്ടുകാരെപ്പോലെയാ ഞാനവനെ കൊണ്ടു നടക്കുന്നത്."

അവനതു ശ്വാസംമുട്ടലാണെന്നു പറഞ്ഞപ്പോൾ ആൻഡ്രൂസിന്റെ ശബ്ദം ഇടറി:

എന്റെ കൂടെ നടക്കുന്നത് അവന് ശ്വാസംമുട്ടലോ..."

"അതേ....."

ആൻഡ്രൂസിനെ കാര്യംപറഞ്ഞു മനസ്സിലാക്കാൻ കുറേ നേരമെടുത്തു. ഒടുവിൽ വഴങ്ങുകയാണെന്നു കണ്ടപ്പോൾ അതുകൂടി ഞാൻ പറഞ്ഞു:

"ആൻഡ്രൂ, ഞങ്ങൾക്കൊരു വിശ്വാസമുണ്ട്, അച്ഛനമ്മമാരുടെ കർമഫലമാണു മക്കളിലൂടെ പ്രതിഫലിക്കുന്നത്."

അതുകേട്ടപ്പോൾ ആൻഡ്രൂ എന്നെ തുറിച്ചുനോക്കി; ഞാൻ തുടർന്നു:

"അതേ, നീ സൽക്കാര്യങ്ങൾ ചെയ്താൽ അതു നിന്റെ മകനിൽ പ്രതിഫലിക്കും. അതു പ്രകൃതിയുടെ അതിനിഗൂഢ നിയമമാണ്."

എന്റെ വാക്കുകൾ ആൻഡ്രൂസിനെ സ്പർശിച്ചെന്നു തോന്നി. അൽപനേരം ചിന്താമഗ്നനായിരുന്നശേഷം അവൻ ചോദിച്ചു:

"അപ്പോൾ ഞാനെന്തുചെയ്യണമെന്നാണ് പറഞ്ഞുവരുന്നത്...."

ഞാൻ ഉടനെ മറുപടി പറഞ്ഞു:

"നീതിക്കു നിരക്കുന്നതുമാത്രം ചെയ്യുക; അപ്പോൾ മറ്റെല്ലാം അതിനൊത്തു വരും."

ആൻഡ്രൂ അൽപനേരം എന്നെ തുറിച്ചുനോക്കി. പിന്നെ എന്നെപ്പോലും അതിശയിപ്പിച്ചുകൊണ്ട് അവൻ പെട്ടെന്ന് എന്റെ കൈകളിൽ മുറുകെപ്പിടിച്ചു. അവന്റെ ചുണ്ടുകൾ വിതുമ്പി:

"എന്റെ നിധിയാ അവൻ, അവനുവേണ്ടി ഞാൻ എന്തും ചെയ്യും...."

പിന്നെ ഉറച്ച സ്വരത്തിൽ ആൻഡ്രു പറഞ്ഞു:

"നീ നോക്കിക്കോ, ഞാനിനി പുതിയൊരു മനുഷ്യനായിരിക്കും.... അരുതാത്തതൊന്നും ഞാൻ ചെയ്യില്ല."

ഞാനതു പൂർണ്ണമായി വിശ്വസിച്ചില്ല. എന്നിട്ടും യാത്രയിലുടനീളം ആൻഡ്രൂസിന്റെ മനംമാറ്റത്തെപ്പറ്റിയായിരുന്നു എന്റെ ചിന്ത. അതു സത്യമാകണേ എന്നു പ്രാർത്ഥിക്കുകയും ചെയ്തു.

പക്ഷേ, എന്തു പ്രയോജനം. ആൻഡ്രു നേർവഴിക്കു വന്നിരിക്കാമെങ്കിലും അവന്റെ അനുഭവം ഇങ്ങനെയായല്ലോ? അതിനെന്തു മറുപടി പറയും?

ആശുപത്രിയിൽവച്ചു വിവരം അറിഞ്ഞപ്പോൾ മുതലുള്ള ആകാംക്ഷയും അതുതന്നെയായിരുന്നു. ഒന്നു ഫോൺ ചെയ്താലോ എന്നു പലവട്ടം ആലോചിച്ചതാണ്. എന്തുപറഞ്ഞ് ആശ്വസിപ്പിക്കുമെന്ന ചിന്തയാണു പിന്തിരിപ്പിച്ചത്.

എയർപോർട്ടിലിറങ്ങിയപ്പോൾ ഭാര്യയും മക്കളും ആദ്യം പറഞ്ഞത് അക്കാര്യമായിരുന്നു. അപ്പോഴും എന്റെ ചിന്ത ആൻഡ്രുവിനെ എന്തുപറഞ്ഞ് ആശ്വസിപ്പിക്കുമെന്നായിരുന്നു. അവനെ കാണാതെ പോയാലോ എന്നു പോലും ഒരു ഘട്ടത്തിൽ ആലോചിച്ചു. പക്ഷേ, ഈ നഗരത്തിലിറങ്ങി ആൻഡ്രുവിനെ കാണാതെ നാട്ടിലേക്കു പോകാൻ എനിക്കു മനസ്സുവന്നില്ല. ഒടുവിൽ കാണാൻതന്നെ തീരുമാനിച്ചു.

ആൻഡ്രുവിന്റെ വീടെത്തുന്നതുവരെ മക്കൾ അത്യാഹിതത്തിന്റെ ദൃക്സാക്ഷിവിവരണം നൽകുകയായിരുന്നു:

പ്രിൻസ് മദ്യത്തിന്റെയോ മയക്കുമരുന്നിന്റെയോ ലഹരിയിലായിരുന്നു. ഹാർബർ ബ്രിഡ്ജിൽ ലെവൽക്രോസിലേക്ക് അവന്റെ ബൈക്ക് കടന്നതും തീവണ്ടി വന്നതും ഒപ്പമായിരുന്നു. മൃതദേഹം തിരിച്ചറിഞ്ഞതുതന്നെ അടയാളം നോക്കിയാണ്. അത്രയ്ക്കും ചിതറിപ്പോയി.

ഈ വിവരണം എനിക്കുപോലും സഹിക്കുന്നില്ല. പിന്നെങ്ങനെ ആൻഡ്രു സഹിച്ചു?

മനസ്സിൽ അറിയാതെ പ്രാർത്ഥിച്ചുപോയി- ആൻഡ്രൂ അവിടെ ഉണ്ടാവല്ലേ.

അതു ഫലിച്ചു.

ആൻഡ്രു വീട്ടിലില്ല; പക്ഷേ, അന്നാമ്മ.....

ആഘാതത്തിൽനിന്ന് അവർ മുക്തയായിരുന്നില്ല. ആകെ തളർന്നുപോയ അന്നാമ്മ സംസാരിക്കാൻപോലും നന്നേ പാടുപെട്ടു. ഇനി എന്തിനു ജീവിക്കണം എന്നായിരുന്നു അന്നാമ്മയുടെ ചോദ്യം. ആൻഡ്രൂസിനെ കണ്ടേ പോകാവൂ എന്ന് അന്നാമ്മ നിർബന്ധം പിടിച്ചു; അങ്ങനെ പള്ളിയിലേക്കു വരികയായിരുന്നു.

വീട്ടുകാരെ കാറിലിരുത്തി ആൻഡ്രൂസിനെ കാണാനിറങ്ങുമ്പോൾ മനസ്സു പിടയ്ക്കുകയായിരുന്നു.

പള്ളിപ്പടികളെപ്പോലും അലിയിക്കുന്ന ആത്മാലാപനങ്ങളുമായിരിക്കുന്ന ആൻഡ്രൂസിനോട് എന്തു പറയും?

വാതിൽപ്പടിയിലെത്തുമ്പോഴേ കണ്ടു, അകത്ത് പള്ളിമേടയുടെ ചുവരും ചാരി സത്യവേദപുസ്തകത്തിലേക്കു മിഴിനട്ട്, കുനിഞ്ഞിരുന്നു വായിക്കുന്ന ആൻഡ്രൂസ്.

വായിച്ച പദംതന്നെ ആവർത്തിക്കുകയാണ്.

ആൻഡ്രൂസിന്റെ ട്രേഡ്മാർക്കായ പഴയ ടീഷർട്ടല്ല, അയഞ്ഞ വെള്ള ക്കുപ്പായം. നന്നേ മെലിഞ്ഞിരിക്കുന്നു. കൊമ്പൻമീശ മുഖത്താകെ പടർന്ന് പ്രാകൃതമായ ദീക്ഷയായിരിക്കുന്നു.

ആ കണ്ണുകൾ നിറയുന്നുണ്ടോ?

കണ്ണട ഊരി മുണ്ടിന്റെ തുമ്പുകൊണ്ട് ഇടയ്ക്കിടെ തുടയ്ക്കുന്നുണ്ട്.

എങ്ങനെ അകത്തേക്കു കടന്നുചെല്ലും?

വാതിൽപ്പടിയിൽത്തന്നെ നിന്നുപോയി.

എത്രനേരം അങ്ങനെ നിന്നെന്നറിഞ്ഞുകൂടാ; എപ്പോഴോ സദൃശവാക്യ ങ്ങൾ മുറിഞ്ഞു. ഞെട്ടിനോക്കുമ്പോൾ മനസ്സിലായി ആൻഡ്രൂസ് ഫിലിപ്പ് ഇമവെട്ടാതെ ഇങ്ങോട്ടുതന്നെ നോക്കുന്നു.

കണ്ണുകളടഞ്ഞപ്പോൾ എന്തുപറയണമെന്നറിയാതെ പകച്ചു.

ഒരു നിമിഷം ആൻഡ്രു ധ്യാനിക്കുന്നതുപോലെ തോന്നി; പിന്നെ എവിടെ നിന്നോ ധൈര്യം സംഭരിച്ചു സമചിത്തതയോടെ വിളിച്ചു:

"വാ, ചികിത്സയൊക്കെ കഴിഞ്ഞില്ലേ. ഇപ്പോൾ ആശ്വാസം തോന്നു ന്നുണ്ടോ?"

ആൻഡ്രൂസിന്റെ ശബ്ദവും ഭാവവും ആകെ മാറിയിരിക്കുന്നു. സർവസംഗ പരിത്യാഗിയായ ഒരു യോഗിവര്യന്റെ മനഃസംയമനത്തോടെ അവൻ വീണ്ടും വിളിച്ചു:

"വാ.... ഇങ്ങടുത്തു വാ...."

അകത്തേക്കു നടന്നപ്പോൾ എന്റെ ചുണ്ടുകൾ അറിയാതെ വിതുമ്പി പ്പോയി:

"പ്രിൻസ്..."

അതുകേട്ടപ്പോൾ അവൻ പെട്ടെന്നു വിലക്കി:

"വേണ്ട."

എന്നിട്ട് എന്നോട് ഇരിക്കാൻ ആംഗ്യം കാട്ടി.

പള്ളിമേട വിജനമായിരുന്നു. അവിടെ ആൻഡ്രൂസ് ഫിലിപ്പു മാത്രം. ചുറ്റു പാടും കണ്ണോടിച്ച് ഞാനിരുന്നപ്പോൾ ആരോടെന്നില്ലാതെ അവൻ പറഞ്ഞു:

"നിന്നെ കാണണമെന്നു ഞാൻ ആഗ്രഹിച്ചിരുന്നു."

എന്തോ അപരാധം ചെയ്തതുപോലെയായി എന്റെ മനസ്സ്.

"ഞാൻ വരുന്നവഴിയാ- എയർപോർട്ടിൽ നിന്നു നേരെ നിന്റെ വീട്ടിലേക്ക്. അന്നമ്മയാ പറഞ്ഞ് നീ ഇവിടെ കാണുമെന്ന്."

അനന്തതയിലേക്കു നോക്കി ആൻഡ്രൂസ് മുരണ്ടു:

അതുശരിയാ ഞാനിവിടെ വരുന്നുണ്ട്. ഈ സെമിത്തേരിയിലാ എന്റെ മകനെ അടക്കിയത്...."

ഒന്നുനിർത്തി ആരോടെന്നില്ലാതെ അവൻ തുടർന്നു:

'എനിക്കു കൃത്യമായി ശമ്പളം തന്നു."

അവന്റെ ചെയ്തികളെ അധിക്ഷേപിച്ചും അതു തിരുത്താനാവശ്യപ്പെട്ടും നേരത്തെ ഞാനെന്തൊക്കെയോ പറഞ്ഞതിന്റെ പരിഭവംകൊണ്ടാവാം ഇങ്ങനെ പ്രതികരിക്കുന്നതെന്നു കരുതി ഞാൻ ഒന്നുമടിച്ചു. പിന്നെ പറഞ്ഞു:

"ആരും അത്ര പുണ്യവാളന്മാരൊന്നുമല്ല. ഇല്ലായ്മകൊണ്ടല്ലേ നീ എന്തെങ്കിലുമൊക്കെ ചെയ്തത്. ഇത് അതുകൊണ്ടൊന്നുമല്ല-പ്രിൻസിന് ആയുസ് അത്രേ കാണൂ."

"അതല്ല പ്രശ്നം" ആൻഡ്രൂസിന്റെ ശബ്ദത്തിന് അസാധാരണമായ ഗൗരവം വന്നു:

"ചെറിയ കാര്യങ്ങളൊക്കെ ദൈവം സഹിക്കും. ഇല്ലയ്മകൊണ്ടല്ലേ എന്നു കരുതി ക്ഷമിക്കും. എന്റെ കാര്യത്തിൽ അതല്ല സംഭവിച്ചത്. നീ പറഞ്ഞതു പോലെ എന്റെ ജോലിക്ക് എനിക്കു കൃത്യമായി ശമ്പളം തരികയായിരുന്നു."

ഒന്നും മനസ്സിലാകാത്തതുപോലെ ഞാൻ പകച്ചുനോക്കുന്നതുകണ്ട് ആൻഡ്രൂസ് തുടർന്നു:

"നിന്നെ കാണണമെന്നു ഞാനാഗ്രഹിച്ചതും അതു പറയാനാ. അന്നാമ്മയോടുപോലും ഞാനതു പറഞ്ഞിട്ടില്ല." ആൻഡ്രൂസ് പെട്ടെന്നു നിർത്തി. ദീർഘനേരം എന്തോ ആലോചിച്ചശേഷം പറഞ്ഞുതുടങ്ങി.

"എനിക്കങ്ങനെ സുഹൃത്തുക്കളില്ലെന്നു നിനക്കറിയാമല്ലോ. എന്റെ ആവശ്യത്തിനുവേണ്ടി ഞാനെല്ലാവരെയും ഉപയോഗിക്കുകയായിരുന്നു. എന്റേതൊരു മരണപ്പാച്ചിലായിരുന്നു. ഏകലക്ഷ്യം, എന്റെ മകന്റെ ജീവിതം ഭദ്രമാക്കാനുള്ളതു കരുതുക എന്നതുമാത്രം. അതിനിടയിൽ ഞാനെന്തെല്ലാം ചെയ്തുകൂട്ടി! അതിന്റെയെല്ലാം ഭവിഷ്യത്തുകൾ നീ എനിക്ക് മനസ്സിലാക്കി തന്നപ്പോഴും വൈകിയിട്ടില്ലായിരുന്നു." ആൻഡ്രൂസ് പിന്നെയും നിർത്തി. എന്നിട്ട് എന്റെ മുഖത്തേക്ക് തറപ്പിച്ചുനോക്കി ചോദിച്ചു:

'ഞാനൊരു കാര്യം പറഞ്ഞാൽ നീ വിശ്വസിക്കുമോ?"

"പറയൂ...."

ഞാൻ പ്രോത്സാഹിപ്പിച്ചു.

"നിന്റെ വാക്കുകൾ, ഞാനറിയാതെ എന്നെ മാറ്റിമറിച്ചു. ദൈവത്തിനും നീതിക്കും നിരക്കുന്നതുമാത്രമേ പിന്നീട് ഞാൻ ചെയ്തിട്ടുള്ളൂ. പക്ഷേ..."

"എന്തു പക്ഷേ"

"തെറ്റുകൾ മനസ്സിലാക്കിയിട്ടും ഞാൻ അതിലേക്കുതന്നെ വീണു."

എങ്ങനെ എന്നു ചോദിക്കേണ്ടിവന്നില്ല; ആകാംക്ഷയോടെ ഞാൻ ആൻഡ്രുവിനെ നോക്കിയപ്പോഴേക്കും അവൻ പെട്ടെന്നു സത്യവേദ പുസ്തകം മടക്കി. കണ്ണട ഊരി, അനന്തതയിലേക്കു ദൃഷ്ടികളൂന്നി, പിന്നെ എന്റെ പ്രതികരണംപോലും ശ്രദ്ധിക്കാതെ സംസാരിക്കാൻ തുടങ്ങി. ആ വാക്കുകൾ വിരിച്ചിട്ട നിഗൂഢ ചിത്രങ്ങൾ ഞാൻ നേരിൽ കാണുകയായിരുന്നു.

-എക്സ്പേർട്ട് സോണിലെ പ്രമുഖനായ പാപ്പച്ചൻ ഒരുനാൾ ആൻഡ്രൂസിനെ കാണാൻ വന്നു. ക്ലബിലെ കമ്പനിക്കപ്പുറം സൗഹൃദമൊന്നുമുണ്ടായിരുന്നില്ല. വല്ല തൊഴിൽപ്രശ്നത്തിനും സഹായം തേടി വന്നതാവുമെന്നു കരുതി, പക്ഷേ, കാര്യം അതല്ലായിരുന്നു. പാപ്പച്ചൻ പറഞ്ഞു:

എന്റെ മോൾ ഒരഫയറിൽപ്പെട്ടു. നമുക്കു ചേരുന്ന ബന്ധമല്ല. പിന്മാറാൻ പറഞ്ഞിട്ടും മോൾ ഉറച്ചുനില്ക്കുകയാണ്. പ്രലോഭനം മുതൽ ഭീഷണിവരെ നോക്കിയിട്ടും അവനും പിന്മാറുന്നില്ല. അടുത്തയാഴ്ച അവർ വിവാഹിതരാവുമെന്നറിഞ്ഞു. പ്രായപൂർത്തിയായവരാണ് ഇരുവരും. പൊലീസും കോടതിയുമൊന്നും പറ്റില്ല. അവൻ ലോ ക്ലാസാ. അവന്റെകൂടെ ആളുമുണ്ട്.

പിന്നെന്താ ചെയ്യുക എന്നു ചോദിക്കേണ്ടി വന്നില്ല. പാപ്പച്ചൻ വഴി കണ്ടിട്ടുണ്ടായിരുന്നു.

ഞാനായിട്ടു പ്രശ്നമുണ്ടാക്കരുത്. സഹായിക്കുകയും വേണം.

നീതിക്കു നിരക്കാത്തതൊന്നും ചെയ്യില്ലെന്നു ഞാൻ തറപ്പിച്ചുപറഞ്ഞു; സത്യത്തിനുനേരെ കണ്ണടയ്ക്കില്ലെന്നും. എനിക്ക് എന്നോടുതന്നെ അഭിമാനം തോന്നിയ നിമിഷങ്ങളായിരുന്നു അത്.

പാപ്പച്ചൻ പ്രേരിപ്പിച്ചുകൊണ്ടേയിരുന്നു; ഞാൻ പ്രതിരോധിച്ചുകൊണ്ടും.

ഒടുവിൽ പാപ്പച്ചന്റെ സ്യൂട്ട്കേസിന്റെ ഭാരം മനസ്സിലായപ്പോൾ എന്റെ മനസ്സുമാറി. ഞാൻ എല്ലാം മറന്നു. അയാൾ പറഞ്ഞതൊക്കെ സമ്മതിച്ചു.

അടുത്ത ദിവസം ഹാർബർ ബ്രിഡ്ജിലെ ലവൽക്രോസിൽ ഒരപകട മരണത്തിന്റെ മഹസറെഴുത്തിൽ സ്പോട്ട് ഇൻസ്പെക്ഷൻ നടത്തുക മാത്രമേ എനിക്കു ചെയ്യേണ്ടിവന്നുള്ളൂ. അതൊരു ബൈക്ക് ആക്സിഡന്റാക്കാൻ എനിക്കൊട്ടും ക്ലേശിക്കേണ്ടിവന്നില്ല. ആ ചെറുപ്പക്കാരനെ അടക്കിയതും ഈ സെമിത്തേരിയിൽതന്നെ......! ആൻഡ്രൂസ് ഫിലിപ്പ് ഒന്നു നിർത്തി. പിന്നെ അനന്തതയോടെന്നപോലെ പറഞ്ഞു: കൃത്യം ഒരാഴ്ച കഴിഞ്ഞപ്പോൾ എന്റെ പ്രിൻസും, അതേ സ്പോട്ടിൽ....

ആൻഡ്രൂസിനു തുടർന്നു സംസാരിക്കാൻ കഴിഞ്ഞില്ല..... അവൻ കണ്ണടച്ചു ദീർഘനേരം മൗനിയായിരുന്നു. പിന്നൊരു പ്രാർത്ഥനപോലെയായി അവന്റെ വാക്കുകൾ:

“ദൈവമേ നിന്റെ നീതി എത്ര കൃത്യമാണ്: അത് ആകാശത്തുനിന്ന് ഭൂമിയിലേക്കു നിർവഹിക്കപ്പെടുന്നു. എന്റെ ജോലിക്കോ നീ കൃത്യമായി ശമ്പളം തന്നു......

ഞാൻ തരിച്ചിരുന്നുപോയി.

ആൻഡ്രൂസിനോട് എന്തുപറയണമെന്ന് എനിക്കറിയില്ല.

എത്രനേരം അങ്ങനെ ഇരുന്നെന്ന് അറിഞ്ഞുകൂടാ; എപ്പോഴോ ആൻഡ്രൂസ് നിശ്വസിച്ചു:

“എനിക്ക് ആശ്വാസമായി, എന്റെ മനസ്സിന്റെ ഭാരം പകുതി കുറഞ്ഞതു പോലെ.”

എന്നിട്ടും എനിക്കൊന്നും മിണ്ടാൻ കഴിഞ്ഞില്ല. അതു മനസ്സിലാക്കിയാവാം ആൻഡ്രൂസ് പെട്ടെന്ന് ചോദിച്ചു:

“നിനക്കു പോകണ്ടേ?”

ഞാനൊന്നും പറഞ്ഞില്ല.

പിന്നെ, ആൻഡ്രൂസ് എന്നെ നിർബന്ധിക്കുകയായിരുന്നു:

“ഇനി നീ ഇരിക്കണ്ടാ. വരുന്ന വഴിയല്ലേ, പൊയ്ക്കോ, വീട്ടുകാർ കാത്തിരിക്കുകയാവും.”

എന്നിട്ടും ഞാൻ അനങ്ങുന്നില്ലെന്നു കണ്ടാവാം, ആൻഡ്രൂസ് പെട്ടെന്നു കണ്ണട ധരിച്ചു. സത്യവേദ പുസ്തകം തുറന്നു. വായിച്ചു നിർത്തിയഭാഗം മെല്ലെ പരതാൻ തുടങ്ങി.

അപ്പോൾ ഞാൻ എഴുന്നേറ്റു.

ഒന്നും മിണ്ടാതെ പുറത്തുകടന്നു.

പിന്നെ മെല്ലെ പള്ളിമേടയുടെ പടികളിറങ്ങാൻ തുടങ്ങുമ്പോൾ, പിന്നിൽ, ശലോമോന്റെ സദൃശവാക്യങ്ങൾ, മുറിഞ്ഞിടത്തുനിന്നു വീണ്ടും ആരംഭിക്കുകയായി:

ദുഷ്ടതയാൽ സമ്പാദിച്ച നിക്ഷേപങ്ങൾ ഉപകരിക്കുന്നില്ല,

നീതിയോ മരണത്തിൽനിന്നു വിടുവിക്കുന്നു.....

ഒരു പ്രത്യേക താളത്തിൽ, തീരെ പതിഞ്ഞ ശബ്ദത്തിൽ അതങ്ങനെ ആവർത്തിക്കെ പെട്ടെന്നൊരു സ്വരഭംഗം.

കാതോർക്കെ മനസ്സിലായി ഒരു നിലവിളി. വിടവുകളില്ലാത്ത നിലവിളി.

എവിടെനിന്നാണത്? പള്ളിമേടയിൽനിന്നോ? സെമിത്തേരിയിൽനിന്നോ? അതോ ആകാശത്തുനിന്നോ? ഏതെന്നു വേർതിരിച്ചറിയുംമുൻപ്, അതു പെരുമഴപോലെ ഇരമ്പിയാർത്തു. പിന്നെ ഞാൻ നിന്നില്ല; വേഗം പടികളിറങ്ങി. ■

അവസ്ഥാന്തരം

കല്ലൂ.

കല്യാണി.

കല്യാണി മോനോൻ.

ആരാണിത്?

റിട്ടയേർഡ് ലഫ്. കേണൽ ദേവൻമേനോൻ എത്ര ആലോചിച്ചിട്ടും ആളെപ്പറ്റി ഒരെത്തും പിടിയും കിട്ടുന്നില്ല.

രാവിലെ നടക്കാനിറങ്ങിയപ്പോഴാണ് ഫോൺ വന്നത്. പേരക്കുട്ടി ഉണ്ണി പറയുന്നത്, ഒന്നര മണിക്കൂറിനുള്ളിൽ ആ സ്ത്രീ മൂന്നുപ്രാവശ്യം വിളിച്ചു വെന്നാണ്. "അപ്പൂപ്പനെ ഒരാന്റി വിളിച്ചു." എന്നു പറഞ്ഞുകൊണ്ടാണ് അവൻ പുറത്തേക്കിറങ്ങിവന്നതുതന്നെ. സാധാരണഗതിയിൽ ഫോൺ വന്നാൽ അവൻ പറയാറേയില്ല. ഇതുമാത്രം ഇത്ര താത്പര്യപൂർവ്വം ഓർത്തു വച്ച് പറയാനുള്ള കാരണംകൂടി അവൻ വിശദീകരിച്ചു. "അപ്പൂപ്പനെ ഫോണിൽ വിളിച്ച ആന്റി എന്നെ കുട്ടാ, മോനേ എന്നൊക്കെ വിളിച്ചു...."

"ആരാ മോനേ അത്?"

ആവർത്തിച്ച് ചോദിച്ചിട്ടും ഒരുത്തരമേ അവനുള്ളൂ.

"കല്ലൂ. അപ്പൂപ്പൻ വരുമ്പോൾ കല്ലു വിളിച്ചുവെന്ന് പറയാൻ പറഞ്ഞു."

നടപ്പുകഴിഞ്ഞുള്ള പത്രവായന മേനോന്റെ ശീലമാണ്. പൂമുഖത്ത് ചാരുകസേരയിലിരുന്ന് പത്രം നിവർക്കുമ്പോൾ മരുമകൾ രാധ ചായയുമായി വരും. അതാണ് പതിവ്. പക്ഷേ, ചായ കൊണ്ടുവരും മുൻപ് അടുക്കളയിൽ നിന്ന് തിരക്കിട്ടിറങ്ങിവന്ന് രാധ പറഞ്ഞു:

"അച്ഛന് ഒരു ഫോണുണ്ടായിരുന്നു."

ജിജ്ഞാസയോടെ ചോദിച്ചു:

"ആരായിരുന്നു മോളേ അത്? "

"ഒരു കല്യാണി. രാവിലത്തെ തിരക്കിനിടയിൽ ഡീറ്റെയിൽസ് ചോദിക്കാൻ ഞാൻ വിട്ടുപോയി. അവർ വീണ്ടും വിളിക്കുമെന്ന് പറഞ്ഞി ട്ടുണ്ട്."

ഇന്ന് പണിക്കാരിയില്ലാത്ത ദിവസമാണെന്ന് മേനോൻ ഓർത്തില്ല. രാധയ്ക്കാണെങ്കിൽ പരീക്ഷാഡ്യൂട്ടിയും. കോളേജിലേക്ക് പോകുംമുൻപ് പണിയെല്ലാം തീർക്കണം. ആ തിരക്കിനിടയിൽ ഫോണിൽ വിശദാംശങ്ങൾ ചോദിക്കാൻ അവൾക്ക് സാവകാശം കിട്ടിക്കാണില്ലായിരിക്കും. എന്നാലും ഈ വിളിച്ച സ്ത്രീ ആരാണെന്നറിയേണ്ടേ?

മേനോൻ ഓർത്തുനോക്കി. ഇല്ല..... പരിചയത്തിലെങ്ങും ഈ പേരിൽ ഒരു സ്ത്രീയില്ല. പിന്നെ ആരാണിത്? അവർക്കെന്താണ് വേണ്ടത്?

രാധ അടുക്കളയിലേക്ക് പോകാത്ത താമസം മകൻ രഘു പതിവില്ലാതെ നേരത്തെ എഴുന്നേറ്റുവന്നിരിക്കുന്നു. ഭാര്യയെ സഹായിക്കാനാവുമെന്നാണ് ആദ്യം കരുതിയത്. പക്ഷേ, അവനും പറയാനുണ്ടായിരുന്നത് ഇതുതന്നെയാണ്.

"സമാധാനമായി ഒന്നു കിടന്നുറങ്ങാൻ സമ്മതിക്കാതുള്ള വിളിയായിരുന്നു.... ഒരു കല്യാണിമേനോൻ...... അച്ഛനെ അത്യാവശ്യമായി കിട്ടണമെന്ന് അവർ പറഞ്ഞു."

ഒന്നു നിർത്തി എന്തോ ഓർത്തതുപോലെ അവൻ തുടർന്നു: "അവർ വീണ്ടും വിളിക്കും.... അച്ഛൻ പുറത്തുപോകാതെ ഇവിടെത്തന്നെയിരിക്കണമെന്നും അവർ പറഞ്ഞിട്ടുണ്ട്."

അവനോടും തിരക്കി: "നീയെങ്കിലും ചോദിച്ചോ മോനേ, അവർ ആരാണെന്ന്...."

"ചോദിച്ചല്ലോ.... അവര് പേരും പറഞ്ഞു. കല്യാണി മേനോൻ."

എന്തോ ഓർത്തിട്ടെന്നപോലെ അവൻ പെട്ടെന്ന് തിരക്കി: "എന്താ? അച്ഛനറിയില്ലേ അവരെ?"

"ഇല്ല, ഞാനറിയില്ല..... ആരാണത്?"

അവൻ നിസ്സഹായതയോടെ പറഞ്ഞു:

"എനിക്കുമറിയില്ല. ഞാൻ കരുതി അച്ഛന് അറിയാവുന്ന ആരെങ്കിലുമായിരിക്കുമെന്ന്"

ദേവൻ മേനോന്റെ മനസ്സിൽ ആകാംക്ഷയുടെ വിത്തുവീണു. ഈ ഫോൺകോളിൽ എന്തോ ദുരൂഹതയുണ്ടെന്ന ഒരുതരം ഉൾവിളി. അത് മേനോന്റെ ഒരു പ്രത്യേകതയാണ്. ചില കാര്യങ്ങളെപ്പറ്റി ചിലപ്പോൾ ചില വേണ്ടാത്ത തോന്നലുകളുണ്ടാവുക പണ്ടുമുതലുള്ള പതിവാണ്. മുപ്പതു വർഷത്തെ സൈനികജീവിതത്തിനിടയിൽ, ഒട്ടേറെ സന്ദർഭങ്ങളിൽ ഇത്തരം തോന്നലുകളും ഉൾവിളികളും അനുഭവങ്ങളും മേനോനുണ്ടായിട്ടുണ്ട്. ചൈനയിൽ മിലിട്ടറി അറ്റാഷേ ആയിരിക്കുമ്പോൾ ഇതുപോലൊരു സ്ത്രീ അതിരാവിലെ നിരന്തരം ഫോണിൽ വിളിച്ചിരുന്നു. ഭാരതിയാണ് ഫോണെടുത്തത്. ഇന്നത്തേതുപോലെ പതിവുനടത്തം കഴിഞ്ഞ് വന്നപ്പോൾ അവളാകെ പരിഭവിച്ചുനില്ക്കുന്നു. കാരണം തിരക്കിയപ്പോൾ ഒരു സ്ത്രീ നിരന്തരം വിളിച്ചിരുന്നുവത്രെ! എന്തിനാണിങ്ങനെ പെണ്ണുങ്ങൾ വിളിക്കുന്നത്?

അതാണ് പരിഭവത്തിന് കാരണം. അവളെന്നും അങ്ങനെയായിരുന്നു. സ്ത്രീകളാരും ഭർത്താവിനെ വിളിക്കാൻ പാടില്ല. അങ്ങനെ ഏതെങ്കിലും ഒരു കാൾവന്നാൽപ്പിന്നെ അവൾക്ക് ആധിയാണ്. വിളിച്ചത് ആരാണെന്നും എന്തിനാണെന്നും ആവർത്തിച്ചറിഞ്ഞ് ബോധ്യം വരുംവരെ ആ കണ്ണുകൾ തുളുമ്പിനിൽക്കും. വല്ലാത്ത മനഃപ്രയാസമുണ്ടാക്കുന്ന അനുഭവമായിരുന്നു അത്. ഒരിക്കൽ അത് തുറന്നുപറഞ്ഞപ്പോൾ അവൾ കരയുകയായിരുന്നു: "ഞാനും ഒരു സ്ത്രീയല്ലേ....." എന്താണ് ആ പറഞ്ഞതിനർത്ഥം എന്ന്, അവൾ മരിച്ച് വർഷങ്ങൾ കഴിഞ്ഞ ഈ ഘട്ടത്തിൽപോലും മേനോന് മനസ്സിലായിട്ടില്ല. പിന്നീട് ഒരിക്കൽ അവൾ പറഞ്ഞതാണ് ഏറെ വിചിത്ര മായി തോന്നിയത്. "ഞാൻ ജീവിച്ചിരിക്കുമ്പോൾത്തന്നെ നിങ്ങൾ മരിക്കണം. തൊട്ടടുത്ത ദിവസംതന്നെ ഞാനും മരിച്ചോളാം." അതിനുള്ള കാരണവും അവൾ വിശദീകരിച്ചു: "ഞാനുണ്ടെങ്കിലും ഇല്ലെങ്കിലും മറ്റൊരു സ്ത്രീയും നിങ്ങളെ വിളിക്കണ്ട, നിങ്ങളുമായി ബന്ധപ്പെടണ്ടാ."

വിശദീകരണം കേട്ടപ്പോൾ അന്ധാളിച്ചുപോയെങ്കിലും അന്ന് അവളോട് തോന്നിയത് സഹതാപമാണോ സ്നേഹമാണോ അതോ ഭയമാണോയെന്ന കാര്യം ഇപ്പോഴും തിരിച്ചറിയാൻ മേനോന് കഴിയുന്നില്ല. അന്നത്തെ ഫോൺ കോളിന്റെ കാര്യത്തിലും ഇന്നത്തേതുപോലെ ഉത്കണ്ഠയുണ്ടായി യെന്നത് വസ്തുതയാണ്. അന്നത്തേത് തികച്ചും ഉത്കണ്ഠപ്പെടേണ്ട കാര്യവു മായിരുന്നു. മിലിട്ടറി അറ്റാഷേ, സൈനികചാരനാണോയെന്ന് സർക്കാരിന് സംശയമുണ്ടായിരിക്കുന്നുവെന്ന് അറിയിക്കാനുള്ള ഏജന്റിന്റെ കോളായി രുന്നു അത്. ഭാഗ്യത്തിന് ആ സ്ത്രീ വീണ്ടും വിളിച്ചു. കാര്യങ്ങൾ വിശദമായി മനസ്സിലാക്കുകയും ചെയ്തു. അതുകൊണ്ട് കടുത്ത നടപടിക്കു മുൻപ് നാടു വിടാൻ സാധിച്ചു.

പക്ഷേ, ഇന്ന് തീരെ പ്രസക്തമല്ലാത്ത അന്നത്തെ സംഭവം ഇപ്പോഴെന്തി നാണ് ഓർക്കുന്നതെന്ന കാര്യംതന്നെ മേനോന് അതിശയമായി. രാജ്യത്തും വിദേശത്തുമായി പ്രശസ്തമായ സൈനികസേവനം കഴിഞ്ഞ് നാട്ടിൽ തിരിച്ചെത്തി മകനോടും മരുമകളോടുമൊപ്പം സ്വസ്ഥമായി വിശ്രമജീവിതം നയിക്കുന്ന തനിക്കിനി എന്തു പ്രശ്നമുണ്ടാകാനാണെന്ന് സമാധാനിക്കാൻ ശ്രമിച്ചിട്ടും മേനോന് സാധിച്ചില്ല. ഏതോ ഒരു സ്ത്രീ വിളിച്ചെന്നു കരുതി മകനും മരുമകൾക്കും ഒന്നും തോന്നാനില്ല. ഭാര്യയ്ക്ക് സംശയം തോന്നി, കുടുംബപ്രശ്നമുണ്ടാകുമെന്നും പേടിക്കാനില്ല. പെണ്ണുങ്ങൾ ഭർത്താവിനെ വിളിച്ചാൽ കണ്ണുനിറയുന്ന ഭാരതി ഇന്നില്ല. എന്നിട്ടും പതിവില്ലാത്ത ഒരു ഉത്കണ്ഠ മേനോനെ ഉലയ്ക്കാൻ തുടങ്ങി. അതുകൊണ്ടു തന്നെ, എല്ലാം കൃത്യനിഷ്ഠയോടെ ചെയ്യുന്ന മേനോൻ പ്രഭാതകൃത്യങ്ങളിലേക്കൊന്നും തിരിയാതെ ചാരുകസേരയിൽത്തന്നെ അങ്ങനെ വെറുതെയിരുന്നുപോയി.

ഉണ്ണിയെ സ്കൂളിലേക്ക് വിട്ടശേഷം മരുമകൾ തിരക്കുകൂട്ടിയപ്പോഴാണ് മേനോൻ അക്കാര്യം ശ്രദ്ധിക്കുന്നതുതന്നെ. അവൾ പറയുകയാണ്:

''അച്ഛാ.... എനിക്കിന്ന് നേരത്തെ പോകണം...... അച്ഛൻ കുളിക്കുന്നില്ലേ..... കാപ്പി തന്നിട്ടുവേണം എനിക്ക്......." രാധയുടെ വാക്കുകൾ,

സാധാരണ ഗതിയിൽ മേനോനെ അനുസരിപ്പിക്കുന്നതാണ്. കാരണം, മേനോനെ സംബന്ധിച്ചിടത്തോളം മരുമകളല്ല മകൾതന്നെയാണ് രാധ. അത്രയ്ക്ക് സ്നേഹമുള്ള കുട്ടി. പക്ഷേ ഇന്നെന്തോ അവൾ പറഞ്ഞിട്ടും അനുസരിക്കാൻ മനസ്സ് തയ്യാറാകുന്നില്ലായെന്ന് മേനോൻ തിരിച്ചറിഞ്ഞു.

അദ്ദേഹം മരുമകളോട് പറഞ്ഞു:

"മോള് പൊയ്ക്കോ, കാപ്പി ഞാനെടുത്ത് കഴിച്ചോളാം."

രാധ ഒന്നുകൂടി നിർബന്ധിച്ചു നോക്കി. വഴങ്ങുന്നില്ലെന്ന് കണ്ടപ്പോൾ കാപ്പി മേശപ്പുറത്തുവച്ചിട്ട് അവൾ കോളേജിലേക്കു പോയി. അവൾക്ക് പിന്നാലെ മകനും ഓഫീസിലേക്ക് ഇറങ്ങിയപ്പോൾ വീട്ടിൽ മേനോൻ തനിച്ചായി. ഒറ്റയ്ക്കായപ്പോൾ വീണ്ടും ആ ഫോൺകോളിനെപ്പറ്റിയായി ഓർമ്മ. ആരായിരിക്കും ആ സ്ത്രീ? എന്തിനാണവർ വിളിച്ചത്?

സാധാരണഗതിയിൽ അവഗണിക്കേണ്ട ഈയൊരു പ്രശ്നം, അതിശയകരമെന്ന് പറയട്ടെ, മേനോനെ വല്ലാതെ അലട്ടാൻ തുടങ്ങി. സ്വയം അത് നിയന്ത്രിക്കാനാവാതെ വന്നപ്പോൾ അദ്ദേഹം ആശ്വസിക്കാൻ ശ്രമിച്ചു നോക്കി. ഏതോ ഒരു സ്ത്രീ വിളിച്ചുവെന്ന് കരുതി എന്തിനിത്ര പരിഭ്രമിക്കുന്നു? പലയാവർത്തി മനസ്സിനോട് പറഞ്ഞുനോക്കി. പക്ഷേ, ഏതോ ഒരജ്ഞാത നിർദ്ദേശത്താലെന്നപോലെ മനസ്സ് വഴങ്ങുന്നില്ല. പത്രം, വായിക്കാനോ, കുളിക്കാനോ, കാപ്പി കഴിക്കാനോ ഒന്നും തോന്നാത്ത അവസ്ഥ. ആ സ്ത്രീ വീണ്ടും വിളിച്ച് കാര്യം മനസ്സിലാക്കുംവരെ ഇതായിരിക്കും തന്റെ മനോനിലയെന്ന് മോനോന് ബോധ്യമായി. അതിനാൽ ഫോണിൽ തന്നെ നോക്കിയിരുപ്പായി.

മണിമുഴങ്ങുന്നതും കാതോർത്ത് അങ്ങനെയിരിക്കെ ഫോൺ പെട്ടെന്ന് ശബ്ദിച്ചു. ആദ്യത്തെ ബെല്ലിനുതന്നെ ഫോണെടുത്തു. അതിൽനിന്നും അത്ഭുതം കൂറുന്ന സ്വരം:

"അച്ഛനെന്താ ഫോണിനടുത്തുതന്നെ ഇങ്ങനെയിരിക്കുന്നത്...... അച്ഛൻ കുളിച്ചോ? കാപ്പി കുടിച്ചോ?"

മേനോന് വല്ലാത്ത ജാള്യം തോന്നി.

രാധയാണ്, അവളോടെന്തു പറയാൻ?

മറുപടി കേൾക്കാഞ്ഞാവാം അവൾ ചോദിക്കുന്നു:

"അച്ഛനെന്താ സുഖമില്ലേ, ഞാൻ വരണോ..... എക്സാം ഡ്യൂട്ടിയുള്ളതുകൊണ്ടാണ് ഞാനിന്ന് നേരത്തേ പോന്നത്..."

അവൾ വീണ്ടും പറയുകയാണ്:

"അച്ഛാ... ഞാൻ പ്രിൻസിപ്പലിന്റെ റൂമിൽനിന്നാണ് വിളിക്കുന്നത്... അധികനേരം സംസാരിച്ചുനിൽക്കാനാവില്ല. അച്ഛൻ വേഗം കുളിക്ക്. എന്നിട്ട് കാപ്പി കുടിക്ക്...."

ഒടുവിൽ അവളുടെ സ്നേഹത്തിനു മുന്നിൽ അദ്ദേഹത്തിന്റെ മനസ്സലിഞ്ഞു.

"ശരി മോളേ...."

രാധയോട് അങ്ങനെ പറഞ്ഞെങ്കിലും കുളിക്കാനോ കാപ്പി കുടിക്കാനോ മേനോന് തോന്നിയില്ല. നിവർത്തിയ പത്രത്തിൽപ്പോലും മനസ്സുതുറക്കുന്നില്ല. കണ്ണും കാതും മനസ്സും ഫോണിൽത്തന്നെ.

തികച്ചും യാദൃച്ഛികമായ, ഒരുപക്ഷേ നിർദോഷമായ ഒരു ഫോൺകോൾ വന്നതിന്റെ പേരിൽ താനിങ്ങനെ ഉത്കണ്ഠപ്പെടുന്നല്ലോയെന്ന് സ്വയം ശപിക്കുമ്പോഴേക്കും ഫോണിൽ വീണ്ടും മണി മുഴങ്ങി. മേനോൻ പെട്ടെന്ന് ഫോണെടുത്തു. മറുതലയ്ക്കൽ പ്രൗഢമായ സ്ത്രീ സ്വരം:

"മിസ്റ്റർ ദേവൻമേനോൻ?"

ആ ചോദ്യം കേട്ടപ്പോൾ മേനോൻ ഒന്നു പകച്ചുപോയി. ഇതായിരിക്കുമോ ആ സ്ത്രീ? യാതൊരു പരിഭ്രമവും ശബ്ദത്തിൽ കലരാത്ത ബോധപൂർവം മേനോൻ പ്രതികരിച്ചു:

"യെസ്, ദേവൻ മേനോൻ."

ഒരുനിമിഷം. മറുതലയ്ക്കൽ നിശ്ശബ്ദത. പിന്നെ പ്രൗഢസ്വരം അലിയുന്നു:

"ഞാൻ കല്ലുവാണ്."

മേനോൻ ഗാംഭീര്യം വിടാതെതന്നെ തിരക്കി:

"ഏതു കല്ലു?"

"കല്യാണി."

"എനിക്ക് മനസ്സിലായില്ലല്ലോ...."

"ഞാൻ കല്യാണി മേനോൻ... ഇപ്പോൾ മനസ്സിലായോ....?"

പ്രതീക്ഷയോടെയുള്ള ആ ചോദ്യത്തിനും മേനോന്റെ മറുപടി നിഷേധത്തിലായിരുന്നു.

"സോറി.... എനിക്ക് ഓർമിക്കാൻ കഴിയുന്നില്ല...."

മറുതലയ്ക്കലെ ശബ്ദം ഒരുനിമിഷത്തേക്ക് നിലച്ചതുപോലെ.... ഫോണിൽ അടക്കിയ ഒരു വിതുമ്മലാണോ കേൾക്കുന്നത്?

മേനോൻ അക്ഷമനായി.

"എനിക്ക് നിങ്ങളെ മനസ്സിലായില്ല.... ആരാണെന്ന് തെളിച്ചുപറയൂ....."

"നിങ്ങൾ രാവിലെ പല പ്രാവശ്യം വിളിച്ചെന്നു കേട്ടു..... നിങ്ങൾക്കെന്താണ് വേണ്ടത്? നിങ്ങൾ ആരാണ്......."

നീണ്ട നിശ്ശബ്ദതയ്ക്കുശേഷം മറുതലയ്ക്കലെ ശബ്ദം കൂടുതൽ അലിഞ്ഞു.

".... എന്നെ അറിയും.... നമ്മൾ ഒന്നിച്ച് ലോകോളേജിൽ പഠിച്ചതാണ്... ഞാൻ കല്ലു...കല്യാണി... കല്യാണി മേനോൻ... ഇപ്പോൾ മനസ്സിലായില്ലേ.....?"

മേനോൻ ഒരു നിമിഷംകൊണ്ട് നാൽപതുവർഷം പിന്നിലേക്ക് പോയി. ഗവൺമെന്റ് ലോ കോളേജിലെ ഓൾറൗണ്ടറായ പഴയ ദേവൻമേനോനായി. അപ്പോൾതന്നെ ഫോണിന്റെ മറുതലയ്ക്കൽ നിൽക്കുന്ന ആളെയും മനസ്സിലായി. കല്ലു.... കല്യാണി... കല്യാണി മേനോൻ....

അക്കാലത്ത് ലോ കോളേജിന്റെ ശ്രദ്ധാകേന്ദ്രമായിരുന്ന പെൺകുട്ടി. ആരെയും കൂസാത്ത തന്റേടി. ഒരു പാടുപേരെ ഒരുപാട് ഒരുപാട് മോഹിപ്പിച്ച സുന്ദരി. ഒന്നു കാണാൻ, ഒരു വാക്ക് സംസാരിക്കാൻ ആൺകുട്ടികളൊക്കെയും കൊതിച്ചിരുന്ന കല്ലു. ആ കല്ലുവാണ് ഇപ്പോൾ നാൽപതു വർഷങ്ങൾക്കുശേഷം ഈ ഫോണിന്റെ മറുതലയ്ക്കൽ. ദേവൻമേനോന് ഈ പ്രായത്തിലും വല്ലാത്തൊരു ലഹരി തോന്നി. അദ്ദേഹം പഴയ ലോ കോളേജ് വിദ്യാർത്ഥിയായി.

"സോറി, കല്ലു -പത്തുനാൽപതു വർഷമായില്ലേ? മാത്രമോ തീരെ പ്രതീക്ഷിക്കാത്ത വിളിയും..... എത്ര ആലോചിച്ചിട്ടും ആളെ പിടികിട്ടിയില്ല.."

ദേവൻമേനോന് വാചകം മുഴുമിപ്പിക്കേണ്ടിവന്നില്ല, അതിനുള്ളിൽ കല്ലുവിന്റെ മറുപടി വന്നു:

"ഞാനങ്ങനെയല്ല കരുതിയത്...."

ആ വാക്കുകളിൽ പരിഭവത്തിന്റെ സ്വരമുണ്ടോ?

മേനോന് വല്ലാതെ തോന്നി, എങ്കിലും അത് പുറത്തുകാട്ടാതെ അദ്ദേഹം പറഞ്ഞു:

"സോറീന്ന് പറഞ്ഞില്ലേ?.... പിന്നെ എന്തുണ്ട് വിശേഷം.... കുടുംബം..... കുട്ടികൾ....."

കല്ലു ശബ്ദിക്കുന്നില്ല. മറുപടിയില്ലെന്നു കണ്ടപ്പോൾ മേനോൻ വീണ്ടും തിരക്കി.

"കല്ലു ജുഡീഷ്യൽ സർവീസിലായിരുന്നില്ലേ?...."

അപ്പോൾ മാത്രം മറുപടി വന്നു.

"ഓ അതൊക്കെ അറിഞ്ഞിരുന്നോ, ഞാൻ റിട്ടയർ ചെയ്തിട്ട് ഒരു വർഷമായി....."

മേനോൻ സ്വന്തം കാര്യം പറഞ്ഞു:

"ഞാൻ ഫോഴ്സിലായിരുന്നു..... കൂടുതൽ കാലവും വിദേശത്ത്... ഭാര്യ മരിച്ചതിനുശേഷം ഇവിടെ മകന്റെകൂടെ വന്ന് സെറ്റിൽ ചെയ്തു...."

"എല്ലാം ഞാൻ തിരക്കി അറിഞ്ഞിരുന്നു.... അങ്ങനെയല്ലേ, ഈ ഫോൺ നമ്പർ കിട്ടിയതുതന്നെ...."

അപ്പോൾ ഈ വിളിക്കുപിന്നിൽ എന്തോ കാര്യമായ സംഗതിയുണ്ടെന്ന് മേനോൻ ഉള്ളിൽ ഉറച്ചു. അതു കൊണ്ടുതന്നെ അദ്ദേഹം വേഗം വിഷയത്തിലേക്ക് കടന്നു:

"പിന്നെ എന്താ വിശേഷം. ദീർഘകാലത്തിനുശേഷം ആദ്യമായിട്ടിങ്ങനെ ഒരു വിളി?....... എന്തെങ്കിലും കാര്യം കാണുമല്ലോ....."

കല്ലുവിന്റെ മറുപടി പെട്ടെന്നായിരുന്നു:

"ഉണ്ട്.... വളരെ അത്യാവശ്യമായി എനിക്കൊന്ന് കാണണം....നാളെ രാവിലെ പത്തരയ്ക്കും പതിനൊന്നിനും ഇടയ്ക്ക് എന്റെ വീട്ടിലേക്കൊന്നു വരണം...."

മേനോനെ സംബന്ധിച്ചിടത്തോളം തികച്ചും അപ്രതീക്ഷിതമായിരുന്നു കല്ലുവിന്റെ ആവശ്യം. പണ്ട് കോളേജിൽ ഒന്നിച്ച് പഠിച്ചിരുന്ന ഒരു പെൺകുട്ടി പിന്നീട് യാതൊരു ബന്ധങ്ങളുമില്ലാതിരുന്നിട്ടും നാല്പതു വർഷങ്ങൾക്കു ശേഷം തികച്ചും അപ്രതീക്ഷിതമായ ഒരു സാഹചര്യത്തിൽ അത്യാവശ്യ മുണ്ടെന്ന് പറഞ്ഞ് വീട്ടിലേക്ക് ക്ഷണിക്കുന്നു. മേനോന് ജിജ്ഞാസ അടക്കാൻ കഴിഞ്ഞില്ല.

"എന്താ കല്ലു.... എന്താ വിശേഷം?"

കല്ലുവിന്റെ മറുപടി ഉറച്ചതായിരുന്നു:

"അതിങ്ങുവന്നിട്ട് പറയാം."

ആ ക്ഷണിക്കൽ അത്ര പന്തിയായി മേനോന് തോന്നിയില്ല. എന്തോ ഒരു ദുരൂഹത അതിലുണ്ട്. അതുകൊണ്ടുതന്നെ ഒഴിഞ്ഞുമാറാനുള്ള ഒരു പഴുത് അദ്ദേഹം കണ്ടെത്തി.

"കല്ലു താമസിക്കുന്നതെവിടെയാണെന്നെനിക്കറിയില്ല.... പിന്നെ പെട്ടെന്നിങ്ങനെയൊരു....."

അതു മുഴുമിപ്പിക്കും മുൻപേ കല്ലുവിന്റെ മറുപടി വന്നു:

"ഞാൻ താമസിക്കുന്നത് തൃശ്ശൂരിലാ.... പൂങ്കുന്നത്തു വന്ന് റിട്ടയേർഡ് ജസ്റ്റീസ് കല്യാണിമേനോന്റെ വീട് ഏതാണെന്ന് ചോദിച്ചാൽ ആരും കാട്ടിത്തരും....."

മേനോൻ അബദ്ധത്തിൽപ്പെട്ടതുപോലെയായി. പെട്ടെന്ന് ഒരു മറുപടി പറയാൻ അദ്ദേഹത്തിന് കഴിഞ്ഞില്ല.

അതു മനസ്സിലാക്കിയാവാം കല്ലു ചോദിച്ചു:

"എന്തേ അസൗകര്യമുണ്ടോ?."

ഒരു പഴുതു തേടിയിരുന്ന മേനോന് അതൊരു വഴിയായി.

അദ്ദേഹം ഒഴിഞ്ഞുമാറാൻതന്നെ ശ്രമിച്ചു.

"ഉവ്വ്... നാളെ കാറ് കാണുമോ എന്നറിയില്ല..... മകന്റേം മരുകളുടേയു മൊക്കെ സൗകര്യം നോക്കണമല്ലോ...."

"അതൊന്നുമോർത്ത് വിഷമിക്കണ്ടാ" കല്ലു പറഞ്ഞു: "എന്റെ കാറ് അവിടെ വരും. നല്ല ഡ്രൈവറാ അവൻ. കൃത്യസമയത്തുതന്നെ ഇവിടെ എത്തിക്കും."

മേനോന്റെ മറുപടി കേൾക്കാൻ നിൽക്കാതെ സംഭാഷണം അവസാനിപ്പി ക്കുകയായിരുന്നു കല്യാണി.

"എന്നാൽ നാളെക്കാണാം....."

മറുതലയ്ക്കൽ കാൾ കട്ട് ചെയ്തിട്ടും മേനോൻ ഫോണും പിടിച്ച് അങ്ങനെ കുറേനേരം നിന്നുപോയി.

എന്തിനായിരിക്കും കല്യാണി വിളിക്കുന്നത്? അതും ഇത്ര ദീർഘകാല ത്തിനുശേഷം..... എത്ര ആലോചിച്ചിട്ടും ഒരു നിഗമനത്തിലെത്താൻ

അദ്ദേഹത്തിന് കഴിഞ്ഞില്ല. ആകപ്പാടെ ഒരു ഇരിക്കപ്പൊറുതിയില്ലായ്മ. ഒന്നും ചെയ്യാൻ തോന്നാത്ത ഒരുതരം പരിഭ്രമാവസ്ഥ. ഇങ്ങനെ എത്രനേരമിരിക്കും? ഇതിനിടയിൽ മരുമകളോ മകനോ വന്നാൽ അച്ഛനിതെന്തുപറ്റി എന്നവർ വിചാരിക്കില്ലേ?

മേനോൻ കുളിമുറിയിലേക്ക് കയറി.

കുളിക്കാൻ തോന്നിയില്ല. എങ്കിലും കുളിച്ചു. മരുമകളെ ഭയന്ന് കാപ്പികുടി ച്ചെന്നു വരുത്തി.

അപ്പോഴും കല്ലുവിന്റെ വാക്കുകളായിരുന്നു മനസ്സിൽ..... ആ വിളിയിലെ ദുരൂഹതയായിരുന്നു ചിന്തയിൽ....

ഇതിങ്ങനെ മനസ്സിൽക്കിടന്ന് അലട്ടാൻ പാടില്ലെന്ന് മേനോൻ സ്വയം തീരുമാനിച്ചു. അദ്ദേഹം പത്രം കൈയിലെടുത്തു. അത് നിവർത്തിയെങ്കിലും വായിക്കാനായില്ല. അക്ഷരങ്ങളിലാകെ കല്ലു എന്ന കല്യാണി എന്ന കല്യാണിമേനോൻ നിറഞ്ഞു നിൽക്കുന്നു. കല്ലുവിനെ ആദ്യമായി കാണുന്നത്, പ്രിൻസിപ്പലിന്റെ അകമ്പടിയോടെ ക്ലാസിലേക്ക് കയറി വരുന്നതാണ്. വെളുത്തു മെലിഞ്ഞ സുന്ദരിയായ പെൺകുട്ടി. ആരെയും കൂസാത്ത ആ തന്റേടമാണ് ആദ്യമായി ശ്രദ്ധയിൽപ്പെട്ടത്. വി.ഐ.പി. പരിവേഷത്തോടെ ക്ലാസുമുറിയിലേക്ക് വന്ന പെൺകുട്ടിയെപ്പറ്റി അധികം തിരക്കാതെതന്നെ അറിഞ്ഞു. ചീഫ് സെക്രട്ടറിയായിരുന്ന മേനോന്റെ മകൾ. മദ്രാസ് പ്രസിഡൻസി കോളേജിലെ റാങ്ക് ഹോൾഡർ. സഹപാഠികളെ യൊന്നും പരിചയപ്പെടാനുള്ള സാമാന്യമര്യാദപോലും കാട്ടാത്ത അവൾക്ക് ആരെയും അകറ്റിനിർത്തുന്ന പ്രകൃതമായിരുന്നു.

പരിചയപ്പെടാൻ പോയ കൂട്ടുകാരെല്ലാം ഇളിഭ്യരായി മടങ്ങിയെന്നറിഞ്ഞ പ്പോൾ ദേവൻമേനോന് ഒരു വാശിതോന്നി. അവളെ ഒന്ന് വിശദമായി പരിചയ പ്പെടണം. സംസാരിക്കണം. പക്ഷേ, കൃത്യസമയത്ത് കാറിൽ ക്ലാസിൽ വരികയും ക്ലാസ് തീർന്നാലുടൻ കാറിൽക്കയറി സ്ഥലം വിടുകയും ചെയ്തി രുന്ന കല്ലുവിനെ സൗകര്യത്തിനൊന്ന് കിട്ടാൻ ബുദ്ധിമുട്ടായിരുന്നു.

ക്ലാസിൽ ഇടവേളകളിൽ പലപ്പോഴും ബോധപൂർവം കല്ലുവിനോട് സൗഹൃദം കാട്ടാൻ ശ്രമിച്ചുനോക്കി. അപ്പോഴൊക്കെയും കാര്യമാത്രപ്രസക്ത മായ മറുപടി പറഞ്ഞ് ഒഴിഞ്ഞുമാറുകയായിരുന്നു അവൾ. മേനോന് വാശിയായി. അവളോടൊന്ന് വിശദമായി സംസാരിക്കണം. അതിനു പറ്റിയ സന്ദർഭം തേടിയിരിക്കെയാണ് സോഷ്യൽ ആഘോഷിക്കാൻ തീരുമാന മായത്. അന്ന് ഒരു ലാർജിന്റെ ബലത്തിലാണ് കല്ലുവിനെ നേരിട്ടത്. വെറും വാശിക്കുവേണ്ടിയോ ഒന്നു ചൊടിപ്പിക്കാനോ എന്തെന്നറിയില്ല മേനോൻ വെറുതെ പറഞ്ഞു:

“എത്രകാലമായി ഒന്നു വിശദമായി പരിചയപ്പെടണമെന്നാഗ്രഹിക്കുന്നു. കാരണം, എനിക്ക് കല്ലുവിനെ ഇഷ്ടമാണ്.”

തികഞ്ഞ അവഗണനയോടെയായിരുന്നു അവളുടെ മറുപടി.

“അതിനെന്താ, പരിചയപ്പെട്ടോളൂ..... ഇഷ്ടപ്പെട്ടോളൂ....”

അവളുടെ മറുപടി നിഷേധം നിറഞ്ഞതാണെന്നറിഞ്ഞപ്പോൾ വാശികൂടി.

"കാര്യമായിട്ടു പറയുകയാണോ?"

കല്ലുവിന്റെ മറുപടി പെട്ടെന്ന് വന്നു.

"പിന്നല്ലാതെ.... എല്ലാവരും എന്നെ ഇഷ്ടപ്പെടണമെന്നാണ് എന്റെ ആഗ്രഹം...."

അവൾ കളിയാക്കുകയാണോ?

താൻ ചെറുതാകുന്നതുപോലെ മേനോന് തോന്നി.... ആ ജാള്യം മറയ്ക്കാൻ വാശിയോടെ വീണ്ടും പറഞ്ഞു:

"അങ്ങനെയല്ല എനിക്ക്...."

അതു മുഴുമിപ്പിക്കും മുൻപ് അപ്രതീക്ഷിതമായി കല്ലു ചോദിക്കുകയായിരുന്നു:

"പിന്നെ പ്രേമമാണോ?"

ആ ചോദ്യത്തിലെ പുച്ഛം മേനോനെ വല്ലാതെ ചൊടിപ്പിച്ചു. യാതൊരു മുന്നാലോചനയുമില്ലാതിരുന്നിട്ടും മേനോനിലെ ലഹരി പറഞ്ഞു:

"അതേ..."

"കല്യാണം കഴിച്ച് ഒന്നിച്ചു താമസിക്കാനുള്ള പ്രേമം?...."

അവൾ കളിയാക്കുകയാണെന്നറിഞ്ഞപ്പോൾ മേനോന് വാശികൂടി.

"അതെ, കല്യാണം കഴിച്ച് ഒന്നിച്ചുജീവിക്കാനുള്ള പ്രേമം...."

പിന്നെ കേട്ടത് ഒരു പൊട്ടിച്ചിരിയായിരുന്നു. പുച്ഛത്തിലുള്ള ചിരി.... ആ ചിരിക്കിടയിലൂടെ അവളുടെ വാക്കുകൾ അടർന്നുവീണു:

"മേനോന്റെ ധൈര്യം എനിക്കിഷ്ടമായി... കളിയായിട്ടായാലും കാര്യമായിട്ടായാലും കല്ലുവിനോട് ഇങ്ങനെ പറയാൻ ധൈര്യപ്പെട്ട ഒരാളുണ്ടായല്ലോ..."

എന്നിട്ട് അവൾ വീണ്ടും ചിരിച്ചു. ഒടുവിൽ ഒരു ശല്യക്കാരനെ ഒഴിവാക്കുന്ന മട്ടിൽ നടന്നു മറഞ്ഞു.

ആ രംഗം ഇന്നും മേനോന്റെ മനസ്സിൽ തെളിഞ്ഞുവരുന്നു. ഒരല്പം മദ്യം വരുത്തിയ വിന. വിഡ്ഢി വേഷം കെട്ടിയതുപോലെയായി മോനോന്. ലഹരി ഇറങ്ങിയപ്പോൾ എല്ലാറ്റിനും ഒരു സോറി പറയണമെന്നുണ്ടായിരുന്നു. പക്ഷേ ജാള്യം മൂലം അതുണ്ടായില്ല. അവളെ കാണുമ്പോഴൊക്കെ വല്ലാതെ ചെറുതാകുന്നതുപോലൊരു തോന്നലായിരുന്നു. അതുകൊണ്ടുതന്നെ കല്ലുവിന്റെ മുഖത്തുനോക്കാൻപോലും പിന്നീട് ശ്രമിച്ചിട്ടില്ല. കോഴ്സ് തീർന്ന് കോളേജ് വിട്ടപ്പോൾ യാത്രപറയാതിരുന്ന അപൂർവം സഹപാഠികളിലൊരാളായിരുന്നു കല്ലുവെന്ന കാര്യം മേനോൻ ഇപ്പോഴും ഓർക്കുന്നു.

നിയമം പഠിച്ചെങ്കിലും സൈനീകസേവനത്തിലായിരുന്നു മേനോന് താത്പര്യം. ആർമിയിൽ ചേർന്നതോടെ നാടുമായുള്ള മേനോന്റെ ബന്ധം വിച്ഛേദിക്കപ്പെട്ടു. വല്ലപ്പോഴും വരുമ്പോൾ കൂട്ടുകാരെ കണ്ടാലായി. കൂടെ

പഠിച്ചിരുന്നവരിൽ പലരും പലയിടങ്ങളിലായി പ്രാക്ടീസ് തുടങ്ങിക്കഴിഞ്ഞിരുന്നു. ട്രെയ്നിങ്ങ് കഴിഞ്ഞുള്ള അവധിക്കാലത്തായിരുന്നു ഭാരതിയുമായുള്ള വിവാഹം. അമ്മാവന്റെ മകളെ അമ്മ നേരത്തെ കണ്ടു വച്ചിരുന്നു. ജമ്മുവിലായിരുന്നു വിവാഹജീവിതത്തിന്റെ തുടക്കം. പിന്നെ ഡൽഹി, ശ്രീനഗർ അങ്ങനെ പലയിടങ്ങളിൽ. ഒടുവിൽ വിദേശങ്ങളിൽ ഡെപ്യൂട്ടേഷൻ സർവീസ് ലഭിച്ചതോടെ നാട്ടുവിശേഷങ്ങൾ തീരെ അറിയാതെയായി. ഒരിക്കൽ ഹേഗിൽ വന്ന ദാസിനെ കണ്ടപ്പോഴാണ് സഹപാഠികളിൽ പലരുടേയും വിവരങ്ങളറിഞ്ഞത്. കൂട്ടത്തിൽ കല്ലു, ജുഡീഷ്യൽ സർവീസിലാണെന്നും ദാസ് പറഞ്ഞിരുന്നു. പ്രത്യേകിച്ച് താത്പര്യമൊന്നും തോന്നാത്തതുകൊണ്ട് അന്ന് കൂടുതൽ വിവരങ്ങൾ തിരക്കിയതുമില്ല.

പക്ഷേ, ഇന്ന് തികച്ചും അപ്രതീക്ഷിതമായി കല്ലു വിളിച്ചതോർത്തപ്പോൾ മേനോന് വല്ലാത്ത അസ്വാസ്ഥ്യം തോന്നി. എത്ര നിയന്ത്രിച്ചിട്ടും നിലയ്ക്കാത്ത ഒരുതരം ഉത്കണ്ഠ.

പത്രം തുറന്നും അടച്ചും ടി.വി. ഓൺ ചെയ്തും ഓഫാക്കിയും ഒരു വിധത്തിൽ ഉച്ചവരെ കഴിച്ചുകൂട്ടി.

ഉച്ചയായപ്പോൾ മരുമകൾ വന്നു. വന്നപാടെ അവൾ പരിഭവിക്കുകയായിരുന്നു.

"അച്ഛനെന്താ ഇങ്ങനെ ഒരേ ഒരിരുപ്പ്....."

ഊണുമേശയ്ക്കടുക്കലേക്ക് നീങ്ങി അവൾ പറഞ്ഞു:

"അച്ഛന് കാപ്പി തരാതെ പോയതിൽ എനിക്കാകെ വിഷമമായി. അതാ ഞാനിപ്പോൾ വന്നത്. വാ ഊണു കഴിക്കാം...."

മരുമകളുടെ നിർബന്ധത്തിന് വഴങ്ങി ഊണ് കഴിക്കാനായിരുന്നു. അതിനിടയിൽ തികച്ചും അപ്രതീക്ഷിതമായിട്ടായിരുന്നു അവളുടെ ചോദ്യം.

"അച്ഛാ.... ആ സ്ത്രീ വിളിച്ചോ?"

ആ ചോദ്യം കേട്ടതും എന്തിനാണെന്നറിയാതെ മേനോൻ ഒന്നു ഞെട്ടി. പിന്നെ പറഞ്ഞു:

"വിളിച്ചിരുന്നു. എന്റെ കൂടെ കോളേജിൽ പഠിച്ചിരുന്നതാ ആ സ്ത്രീ. നിങ്ങൾ കേട്ടിരിക്കും. റിട്ടയേർഡ് ജസ്റ്റീസ് കല്യാണി മേനോൻ....."

"ഓ, അവരോ?"

അത്ഭുതകരമായ എന്തോ സംഭവിച്ചതുപോലെയായിരുന്നു രാധയുടെ പ്രതികരണം.

"അവർ, അച്ഛന്റെ കൂടെ പഠിച്ചിരുന്നതാണോ? എന്നിട്ടെന്താ അച്ഛൻ ഇക്കാര്യം ഇതുവരെ പറയാതിരുന്നത്?"

മേനോൻ നിസ്സാരമട്ടിൽ പറഞ്ഞു:

"ഇതിലെന്തു പറയാനിരിക്കുന്നു?"

രാധ അത്ഭുതം കൂറി:

"അച്ഛനറിയുമോ അവർ ആരാണെന്ന്... ജുഡീഷ്യൽ സർവീസിലെ ഉരുക്കുവനിത എന്നാണ് അവർ അറിയപ്പെടുന്നത്..... കോളിളക്കമുണ്ടാക്കിയ എത്രയെത്ര വിധികളാണെന്നോ അവരുടേതായിട്ടുള്ളത്."

മേനോൻ അവഗണനയുടെ സ്വരത്തിൽ പഞ്ഞു.

"എനിക്കതൊന്നും അറിയില്ല.... കോളേജ് വിട്ട ശേഷം ഇന്നാദ്യമായിട്ടാണ് ഞാൻ അവരോട് സംസാരിക്കുന്നതുതന്നെ....."

അതൊന്നും ശ്രദ്ധിക്കാതെ അവൾ പറയുകയായി:

"ഞങ്ങളുടെ കോളേജ് ഡേയ്ക്ക് അവർ വന്നിട്ടുണ്ട്..... എന്തൊരു സ്പീച്ചാണെന്നോ.... അതുപോലെ അവരെ കാണാനോ, എന്തൊരു തേജസ്സാ...". ഒന്നു നിർത്തി എന്തോ ഓർത്തിട്ടെന്നപോലെ രാധ ചോദിച്ചു:

"അവരെന്തിനാ അച്ഛനെ വിളിച്ചത്?"

"ഒന്നു കാണണമെന്ന്...."

രാധയ്ക്ക് അതിശയമായി.

"ഉവ്വോ, അവർക്ക് അച്ഛനെ കാണണമെന്നോ? അവരിങ്ങോട്ട് വരുമോ?"

ഒരു താത്പര്യവുമില്ലാത്ത മട്ടിൽ മേനോൻ പറഞ്ഞു:

"ഇല്ല.... ഞാൻ അങ്ങോട്ട് ചെല്ലണമെന്ന്. അവർ കാറയയ്ക്കും...."

രാധയ്ക്ക് പിന്നെയും സംശയം.

"എന്തിനാണച്ഛാ...."

മേനോൻ നിസ്സഹായനായി പറഞ്ഞു.

"എനിക്കറിയില്ല, മോളെ..."

അവൾ വീണ്ടും ചോദിച്ചു:

"എപ്പോഴാണ് ചെല്ലാൻ പറഞ്ഞിരിക്കുന്നത്?"

"നാളെ രാവിലെ."

രാധ പ്രോത്സാഹിപ്പിച്ചു:

"അച്ഛൻ പോകണം, അവരുമായുള്ള അടുപ്പം നമുക്ക് നല്ലതാ...."

വൈകുന്നേരം മകൻ വന്നപ്പോഴും അതുതന്നെയായി വീട്ടിലെ സംസാര വിഷയം. അവരെപ്പറ്റി അവനറിയാത്ത കാര്യങ്ങളില്ല. അവന്റെ വാക്കുകളിൽ അവരോട് ഒരു പ്രത്യേക ആദരവ് മുഴച്ചുനിന്നു.

"അവർ ഒരസാധാരണ സ്ത്രീയാ. റിട്ടയർ ചെയ്തിട്ടും നിരവധി അന്വേഷണക്കമ്മീഷനുകളുമായി ബന്ധപ്പെട്ട് പ്രവർത്തിക്കുകയാ. ഈ തിരക്കിനിടയിൽ അച്ഛനെക്കൊണ്ട് എന്താവും അവർക്ക് കാര്യം?"

മേനോൻ നിസ്സഹായനായി പറഞ്ഞു:

"എനിക്കറിയില്ല."

പേരക്കുട്ടി വന്നപ്പോഴാണ് വിഷയം മറ്റൊരു തലത്തിൽ വീട്ടിൽ സംസാര വിഷയമായയെന്നറിഞ്ഞത്. നിഷ്ക്കളങ്കമായ ചിരിയോടെ അവൻ ചോദിച്ചു:

"അപ്പൂപ്പന്റെ ഗേൾഫ്രണ്ടാണോ വിളിച്ചിരുന്നത്....?"

മേനോൻ വല്ലാതെ ചമ്മിപ്പോയി. അതു മനസ്സിലാക്കിയാവാം മകനും മരുമകളും ഒരുപോലെ പറഞ്ഞു:

"അവർ കാറയയ്ക്കുമെന്നല്ലേ പറഞ്ഞത്. എന്തായാലും അച്ഛൻ പോകണം...."

മകനും മരുമകളും അങ്ങനെ പറഞ്ഞെങ്കിലും ഒരു തീരുമാനമെടുക്കാനാവാത്ത അവസ്ഥയിലായിരുന്നു മേനോൻ.

രാത്രിയിൽ അതേപ്പറ്റി മാത്രം ചിന്തിച്ചുകൊണ്ട് കിടന്നു. എന്തിനാണവർ വിളിക്കുന്നത്? എന്താണവരുടെ ആവശ്യം? ചിന്തകൾ ഇങ്ങനെ അലട്ടിയിരുന്നതുകൊണ്ട് ശരിക്ക് ഉറങ്ങാൻപോലും മേനോന് കഴിഞ്ഞില്ല. പുലർച്ചെ ഒന്നു മയങ്ങാൻ തുടങ്ങിയപ്പോൾ പുറത്ത് കാറിന്റെ ഹോൺ മുഴങ്ങി.

മരുമകൾ ഓടിവന്ന് പറഞ്ഞു:

"അച്ഛാ.... അവരുടെ കാറ് വന്നിട്ടുണ്ട്. വേഗം റെഡിയാവ്.... പത്തരയ്ക്കു മുൻപ് അച്ഛനെ അങ്ങെത്തിക്കണമെന്ന് ഡ്രൈവർ തിരക്കുകൂട്ടുന്നു...."

മേനോന് വല്ലാത്ത അരിശം തോന്നി.

"അതിന് ഞാൻ റെഡിയാവണ്ടേ......"

അങ്ങനെ പറഞ്ഞെങ്കിലും വേഗത്തിൽ തയ്യാറായി, താഴേയ്ക്കെത്തിയപ്പോൾ കാറിന്റെ ഡോർ തുറന്ന് ഭവ്യതയോടെ ഡ്രൈവർ കാത്തുനിൽക്കുന്നു.

മകനും, മരുമകളും പേരക്കുട്ടിയും കാറിനടുത്തുവരെ വന്നെങ്കിലും അവരോട് എന്തെങ്കിലും പറയുന്നതിനു മുൻപുതന്നെ ഡ്രൈവർ വണ്ടിവിട്ടു.

ഗേറ്റ് കടക്കാത്ത താമസം കാറിന് വേഗത കൂടി.

അസാധാരണമായ ആ വേഗവും, തിരക്കും കണ്ടപ്പോൾ ഡ്രൈവറോട് അല്പം കർക്കശമായിത്തന്നെ മേനോൻ ചോദിച്ചു:

"എന്തിനാണിത്ര സ്പീഡ്?......."

ഡ്രൈവർ വണ്ടിയുടെ വേഗം കുറയ്ക്കാതെ മറുപടി പറഞ്ഞു:

"പത്തരയ്ക്കു മുൻപ് അങ്ങെത്തിക്കണമെന്നാണ് മാഡത്തിന്റെ ഉത്തരവ് ...... അതു തെറ്റിക്കാനാവില്ല....."

കോടതിവിധി നടപ്പാക്കുന്ന ഭാവത്തിലായിരുന്നു ഡ്രൈവറുടെ പെരുമാറ്റം.

വണ്ടിക്കു വേഗം കൂടുന്തോറും മേനോൻ അസ്വസ്ഥനായി. അതു ശ്രദ്ധിച്ചുകൊണ്ടാവാം ഡ്രൈവർ പറയാൻ തുടങ്ങി.

"........ എന്നോടൊന്നും തോന്നരുത്. ക്ഷിപ്രകോപിയാണ് മാഡം. വാക്കു പറഞ്ഞാൽ തെറ്റിക്കാൻ പാടില്ല..... സർക്കാരിനെപ്പോലും വരച്ചവരയിൽ നിർത്തുന്ന ആളാ മാഡം..... " ഒന്നു നിർത്തിയിട്ട് അയാൾ വീണ്ടും വാചാലനായി: റിട്ടയർ ചെയ്തെങ്കിലും മാഡം ഇപ്പോഴും ജഡ്ജിതന്നെയാണ്....."

ഡ്രൈവർ അങ്ങനെ പറഞ്ഞുകൊണ്ടേയിരുന്നുവെങ്കിലും കല്ലുവിന്റെ വിശേഷങ്ങൾ ശ്രദ്ധിക്കാനുള്ള അവസ്ഥയിലായിരുന്നു മേനോൻ അപ്പോൾ.

എന്താണവർ കാണണമെന്നു പറഞ്ഞത്?.... എന്താണ് കല്ലുവിന്റെ ആവശ്യം? ..... അതു മാത്രമായിരുന്നു മേനോന്റെ മനസ്സിൽ...

വണ്ടി പെട്ടെന്നു ബ്രേക്കിട്ടു.

മേനോൻ പുറത്തേക്കുനോക്കിയപ്പോൾ മനോഹരമായ ഒരു വീടിന്റെ പോർട്ടിക്കോയിൽ കാറെത്തിയിരിക്കുന്നു. പൂമുഖത്ത് നവോഢയെപ്പോലെ അണിഞ്ഞൊരുങ്ങി പ്രൗഢയായ ഒരു സ്ത്രീ.... ശ്രദ്ധിച്ചപ്പോൾ അവരിൽ പഴയ കല്ലുവിന്റെ രൂപ സാദൃശ്യങ്ങൾ മേനോൻ കണ്ടു. ഒരു നിമിഷം എല്ലാം മറന്നതുപോലെ കാറിലേക്കുതന്നെ നോക്കി നിന്ന അവർ, അടുത്ത നിമിഷം ആദരവോടെ അടുത്തുവന്നു ക്ഷണിച്ചു:

"ഇറങ്ങിവരൂ...."

എന്നിട്ട് തിരിഞ്ഞ് ഡ്രൈവറോടു പറഞ്ഞു:

"ഹമീദേ നീ കൃത്യസമയത്തുതന്നെ ഇങ്ങെത്തിച്ചല്ലോ...." ഒന്നു നിർത്തി എന്തോ ഓർത്തതുപോലെ അവർ ഡ്രൈവറെ അരികിൽ വിളിച്ച് ഗൗരവ ത്തോടെ പറഞ്ഞു: "നീ പൊയ്ക്കോളൂ. ഇനി ഉച്ചയ്ക്കു വന്നാൽ മതി"

പെട്ടെന്നു തന്നെ ഗൗരവഭാവം മാറ്റി സൗമ്യമായി അവർ മേനോനു നേരെ തിരിഞ്ഞു:

"ഇനിയും എന്നെ മനസ്സിലായില്ലേ..."

മേനോൻ ശരിക്കും അന്ധാളിച്ചു പോയിരുന്നു. വല്ലാത്തൊരു ലോകത്ത് എത്തിപ്പെട്ടതുപോലെ! എന്നിട്ടും പരിഭ്രമം പുറത്തുകാട്ടാതെ തികഞ്ഞ ലാഘവത്തോടെ പറഞ്ഞു:

"മനസ്സിലായി, കാലം പോലും കല്ലുവിന്റെ മുന്നിൽ തോറ്റു നിൽക്കുക യല്ലേ.... പ്രായത്തിന്റെ പക്വത വന്നു എന്നതല്ലാതെ കല്ലുവിൽ മാറ്റങ്ങളൊന്നും ഞാൻ കാണുന്നില്ല...."

കല്ല്യാണി മോനോന്റെ മുഖം വികസിക്കുന്നത് മേനോൻ കണ്ടു. അവർ അദ്ദേഹത്തെ അകത്തേക്കു ക്ഷണിച്ചു.

ആകർഷകമായ സ്വീകരണ മുറി.

ഇരിക്കും മുൻപേ അവർ ചോദിച്ചു?

"ഞാൻ വിളിച്ചപ്പോൾ എന്തുതോന്നി"

മേനോന് മറുപടി പറയാൻ കഴിഞ്ഞില്ല. എങ്കിലും പറഞ്ഞു:

"എന്തു തോന്നാൻ......"

"ഒന്നും തോന്നിയില്ലേ?"

എന്തുപറയണമെന്നറിയാതെ മേനോൻ കുഴങ്ങി. അതു ശ്രദ്ധിക്കാതെ കല്ലു പറഞ്ഞു:

"ഈ കൂടിക്കാഴ്ച എനിക്ക് അനിവാര്യമായിരുന്നു. അതാണ് ഞാൻ വിളിച്ചത്....."

മേനോൻ വല്ലാത്തൊരു ദുരൂഹതയിലായി. അതു പ്രകടിപ്പിക്കാതിരിക്കാൻ അദ്ദേഹത്തിനു കഴിഞ്ഞില്ല:

“എന്താ അനിവാര്യമായ ആവശ്യം? അതും ഇങ്ങനെയൊരു ക്ലിപ്ത സമയം നിശ്ചയിച്ച്....”

മേനോന്റെ ആകാംക്ഷയും, ജിജ്ഞാസയും, അസ്വാസ്ഥ്യവുമൊന്നും കല്ലു ശ്രദ്ധിച്ചതേയില്ല. ആരോടെന്നില്ലാതെ അവർ പറഞ്ഞു:

“ഇവിടുത്തെ ജോലിക്കാർക്കെല്ലാം ഞാനിന്ന് അവധി കൊടുത്തിരിക്കുകയാ.... ഇവിടെ ഇപ്പോൾ നമ്മൾ രണ്ടുപേരും മാത്രമേയുള്ളൂ.... കണ്ടില്ലേ ഡ്രൈവർ പോലും ഇനി ഉച്ചയ്ക്കേ വരൂ....”

മേനോന് ഭയം തോന്നി. എന്താണിവരുടെ ഉദ്ദേശ്യം? അതു വാക്കുകളായി പുറത്തുവന്നു?

“എന്നെ വിളിപ്പിച്ചതിൽ എന്തോ ദുരൂഹതയുണ്ടെന്നു തോന്നുന്നു....”

കല്ലു അതും ശ്രദ്ധിച്ചില്ല. അവർ അത്യുത്സാഹത്തിലായിരുന്നു. മേനോന് നേരെ എതിരെയുള്ള സെറ്റിയിൽ അമർന്നിരുന്ന് അവർ ഗൗരവത്തിൽ പറഞ്ഞു:

“എനിക്ക് പത്തുമിനിട്ട് സംസാരിക്കാനുണ്ട്..... അപ്പോഴേക്കും സമയമാകും.....”

മേനോന് ഭയം വർധിച്ചു:

“എന്തിനുള്ള സമയം?”

കല്യാണി മേനോൻ തികച്ചും സ്വസ്ഥയായിരുന്നു. അതുകൊണ്ടുതന്നെ വളരെ ലാഘവത്തോടെ അവർ പറഞ്ഞു:

“അതു താനേ മനസ്സിലായിക്കൊള്ളും. ആദ്യം ഞാൻ പറയുന്നത് ഒന്നു കേൾക്കുക....”

മേനോൻ അസ്വസ്ഥനായിരുന്നെങ്കിലും കാതു കൂർപ്പിച്ചു.

കല്യാണി പറഞ്ഞുതുടങ്ങി.

മേനോൻ കേട്ടിരുന്നു.

ലാ കോളേജിൽനിന്ന് റാങ്കോടെ പുറത്തുവന്നപ്പോൾ അച്ഛന്റെ സുഹൃത്തായ ലക്ഷ്മണയ്യരോടൊപ്പം കല്യാണി മേനോൻ പ്രക്ടീസ് തുടങ്ങി. പ്രശസ്തയായ അഭിഭാഷകയാവുകയായിരുന്നു ലക്ഷ്യം. തികഞ്ഞ ആത്മാർത്ഥതയോടെ കേസുകൾ കൈകാര്യം ചെയ്തു. ഇതിനിടയിൽ അയ്യർ മരിച്ചതോടെ ഓഫീസിന്റെയും കേസുകളുടെയും ചുമതല കല്യാണി മേനോനായി. കോടതിയിൽ ഏറ്റവും കൂടുതൽ ആദരിക്കപ്പെടുന്ന അഭിഭാഷകയെന്ന ഖ്യാതി നേടാൻ വേഗം കഴിഞ്ഞു........

കാലം കടന്നുപോയി..... അതിനിടയിൽ വിവാഹത്തെപ്പറ്റിയോ, കുടുംബജീവിതത്തെക്കുറിച്ചോ ചിന്തിച്ചില്ല..... അച്ഛനും അതത്ര കാര്യമാക്കിയിരുന്നില്ല. മകളുടെ പ്രൊഫഷണൽ വിജയം അച്ഛനെ വല്ലാത്ത

ലഹരിയിലാക്കിയിരുന്നു. വിവാഹവും കുടുംബവുമൊക്കെ അതിനു തടസ്സമാകുമോയെന്നു പോലും അച്ഛൻ ആദ്യമൊക്കെ ചിന്തിച്ചിട്ടുണ്ടാവാം.... ഒടുവിൽ രോഗ ബാധിതനായപ്പോഴാണ് മകളുടെ വിവാഹത്തെപ്പറ്റി അച്ഛൻ ആലോചിക്കാൻ തുടങ്ങിയത്. പക്ഷേ, നാടുമുഴുവൻ ആദരവോടെ അംഗീകരിക്കപ്പെടുന്ന പ്രശസ്തയായ അഭിഭാഷകയ്ക്ക് യോജിച്ച വരനെ കണ്ടെത്താൻ അച്ഛനു കഴിഞ്ഞില്ല. അച്ഛനു വല്ലാത്ത നിരാശയായി. ആരും തെറ്റു പറയാത്ത ഒരു ബന്ധം കിട്ടിയാൽ മതിയെന്നായി പിന്നീട് അച്ഛന്. പക്ഷേ അങ്ങനെ ആരും ഒത്തുവന്നില്ല. അപൂർവമായി വന്നവരാകട്ടെ, ഒരു സ്ത്രീയായല്ല, പ്രഗത്ഭയായ നിയമജ്ഞയെന്ന നിലയിലാണ് കല്യാണിയെ കാണുന്നതെന്ന യാഥാർഥ്യം അച്ഛൻ പെട്ടെന്ന് തിരിച്ചറിഞ്ഞു. അതിനു ശേഷം അനുയോജ്യനായ ഓരോ പുരുഷനെ കാണുമ്പോഴും വിവാഹത്തെപ്പറ്റി ഉള്ളിൽ ചിന്തിക്കും. ചിലപ്പോൾ തോന്നും ഇവരിലാരെങ്കിലും വിവാഹാഭ്യർഥനയുമായി വന്നിരുന്നെങ്കിലെന്ന്.... പക്ഷേ, കണ്ടുമുട്ടിയ ആരിലും അങ്ങനെയൊരു മനോഭാവം കണ്ടില്ല...... എല്ലാവർക്കും ഭയം കലർന്ന ആദരവ്.... അതൊരു വല്ലാത്ത ഘട്ടമായിരുന്നു. ഒരുതരം മരവിപ്പിന്റെ അവസ്ഥ. ആ മരവിപ്പിൽ കേസുകളോടുള്ള ശ്രദ്ധ കുറയാൻ തുടങ്ങിയപ്പോൾ അച്ഛന്റെ നിർബന്ധത്തിനു വഴങ്ങി ജുഡീഷ്യൽ സർവീസിൽ ചേർന്നു. പിന്നെ ന്യായാധിപ എന്ന നിലയിൽ നീതിയുടെ തുലാസിലായിരുന്നു സർവ ശ്രദ്ധയും. അപ്പോഴും ഇടയ്ക്കൊക്കെ വിവാഹവും, കുട്ടികളും മനസ്സിൽ കടന്നുവന്നിരുന്നു. എന്നാൽ അതൊരിക്കലും യാഥാർഥ്യമായില്ല.

അച്ഛന്റെ മരണത്തിനു ശേഷമാണ് ശരിക്കും ഒറ്റപ്പെട്ടു എന്ന തോന്നലുണ്ടായത്. ആരെങ്കിലും കൂടെ വേണമെന്നത് ഒരാവശ്യമായി. അങ്ങനെ ചിന്തിക്കുമ്പോഴെല്ലാം സ്വമേധയാ ഒരാലോചനയുമായി വരാൻ ആരും ധൈര്യപ്പെടില്ലാ എന്നറിയാമായിരുന്നു. എന്നിട്ടും വെറുതെ മോഹിച്ചു കൊണ്ടിരുന്നു. ഇതിനിടയിൽ ഹൈക്കോടതിയിൽ പോസ്റ്റിംഗായി. പിന്നെയും മനസ്സിൽ മോഹമുണ്ടായിരുന്നെങ്കിലും വിവാഹാഭ്യർഥനയുമായി ആരും വന്നില്ല. അങ്ങോട്ടുകയറി ആലോചിക്കാൻ പറ്റുമോ? ജീവിതത്തിൽ കൂടെക്കൂട്ടാൻ ആരെങ്കിലും വരണമേയെന്ന് നിരന്തരം പ്രാർഥിച്ച നാളുകളായിരുന്നു അത്..... പക്ഷേ ആരോടും അതു തുറന്നു പറയാനാവാത്ത അവസ്ഥയും.... സങ്കീർണമായ കേസുകളിൽ മനസ്സുമൂടി എല്ലാം മറന്ന നാളുകളായിരുന്നു അത്.

റിട്ടയർചെയ്ത് വീട്ടിലിരിക്കാൻ തുടങ്ങിയപ്പോൾ ഏകാന്തത രൂക്ഷമായി. അതിൽനിന്ന് മുക്തി നേടാൻ പണ്ട് കൈകാര്യം ചെയ്ത സങ്കീർണമായ കേസുകളുടെ നിയമക്കുരുക്കിലേക്ക് മനസ്സിനെ മുക്കിയിട്ടു. അപ്പോഴാണ് അതിനേക്കാൾ രൂക്ഷമായ പ്രശ്നം അലട്ടാൻ തുടങ്ങിയത്. എന്റെ വിധിന്യായങ്ങളെല്ലാം ദയാരഹിതമായിരുന്നുവെന്ന തോന്നൽ. എന്റെ വിധിന്യായങ്ങളിൽ പലതിലും മനുഷ്യത്വവും, ദയയും മരിച്ചിരുന്നു. അതോർത്ത് പശ്ചാത്തപിക്കാത്ത ദിവസങ്ങളില്ല....

എന്തെന്നറിയില്ല പശ്ചാത്താപവിവശമാകുന്ന സന്ദർഭങ്ങളിലെല്ലാം ഞാൻ എന്റെ ജീവിതത്തെപ്പറ്റി ചിന്തിക്കാൻ തുടങ്ങും. ബാല്യം മുതലിന്നു വരെയുള്ള ജീവിതം.... എന്തിനുവേണ്ടിയാണ് ഞാൻ ജീവിച്ചത്... ഞാനെന്തു നേടി... എനിക്കാരുണ്ട്... അങ്ങനെയൊക്കെ ചിന്തിക്കുമ്പോൾ ഭർത്താവ്, കുടുംബം, കുട്ടികൾ എന്നൊക്കെയുള്ള സങ്കല്പങ്ങളാണ് മനസ്സിലേക്ക് വരുന്നത്. ഒരു സ്ത്രീ പൂർണയാകണമെങ്കിൽ ഇതൊക്കെ വേണമെന്ന ഒരു തോന്നൽ.... മറ്റൊന്നുമില്ലെങ്കിലും അവൾക്കൊരു ഭർത്താവ് വേണം..... എന്റെ ജീവിതത്തിലെപ്പോഴെങ്കിലും എനിക്കൊരു ഭർത്താവിനെ ഞാൻ കണ്ടിരുന്നോ എന്ന് ഞാൻ എന്നോടുതന്നെ ചോദിച്ചിരുന്ന നാളുകളായിരുന്നു അത്..... അനേകം മുഖങ്ങൾ എന്റെ മനസ്സിലൂടെ മിന്നി മറഞ്ഞു. അവർക്കാർക്കും അങ്ങനെയൊരു താത്പര്യം എന്നോടുള്ളതായി എനിക്കും തോന്നിയിരുന്നില്ലായെന്ന യാഥാർഥ്യവും അപ്പോൾത്തന്നെ ഞാൻ തിരിച്ചറിഞ്ഞിരുന്നു.

അവസാനം ഒരു മിന്നൽപോലെയാണ് ആ സത്യം ഞാൻ കണ്ടെത്തിയത്. ജീവിതത്തിൽ എന്നെ ഇഷ്ടമാണെന്നും വിവാഹം കഴിക്കണമെന്നും, നുണ യായോ, സത്യമായോ പറഞ്ഞ ഒരാളുണ്ടായിരുന്നെന്ന്- ദേവൻ മേനോൻ. കോളേജിലെ സോഷ്യൽ പാർട്ടിയുടെ ലഹരിയിലാണെങ്കിലും ഞാൻ കേട്ട ആദ്യത്തേതും, അവസാനത്തേതുമായ വിവാഹഭ്യർഥന അതായിരുന്നു. പിന്നെ ആ ആളെപ്പറ്റിയായി എന്റെ അന്വേഷണം. മൂന്നു മാസമെടുത്തു എല്ലാ വിവരങ്ങളും കിട്ടാൻ. ഒടുവിൽ എന്റെ പ്രാർഥനപോലെ ഇവിടെ നിങ്ങളെത്തി.... അന്വേഷണത്തിനിടയിലും എനിക്കൊരാശങ്കയുണ്ടായിരുന്നു..... നിങ്ങളുടെ ഭാര്യയെപ്പറ്റി. ക്രൂരമാണെങ്കിലും ഞാൻ പറയട്ടെ, നിങ്ങളുടെ ഭാര്യ മരിച്ചുവെന്നറിഞ്ഞപ്പോഴാണ് എനിക്ക് ആശ്വാസമായത്.

കല്യാണിയുടെ ഓരോ വാക്കും ഉൾക്കിടിലത്തോടെയാണ് മേനോൻ ശ്രവിച്ചിരുന്നത്....

ആ നടുക്കം മാറും മുൻപ് അവർ മെല്ലെ എഴുന്നേറ്റ് അരികിൽ വന്ന് ദേവൻമേനോന്റെ കൈപിടിച്ചു ക്ഷണിച്ചു:

“വരൂ.”

എന്താണ് സംഭവിക്കുന്നതെന്ന് തിരിച്ചറിയാനുള്ള അവസ്ഥയിലല്ലായിരുന്നു മേനോൻ. അദ്ദേഹം അവരുടെ നിർദ്ദേശം യാന്ത്രികമായി അനുസരിക്കുകയായിരുന്നു.

പൂജാ മുറിയുടെ മുന്നിലാണ് അവർ മേനോനെ കൊണ്ടുനിർത്തിയത്. എന്നിട്ട് അകത്തേക്കു വിരൽ ചൂണ്ടി-ശ്രീകൃഷ്ണവിഗ്രഹത്തിനു താഴെ രണ്ടു വരണമാല്യങ്ങൾ കണ്ടു മേനോൻ ഞെട്ടിപ്പോയി. തൊട്ടടുത്തായി ചരടിൽ കോർത്ത താലിയും.

സ്വപ്നത്തിലാണോ, യാഥാർഥ്യത്തിലാണോ താനെന്ന തിരിച്ചറിവുപോലും ദേവൻമേനോന് നഷ്ടപ്പെട്ട നിമിഷങ്ങളായിരുന്നു അത്.

കല്യാണി അതൊന്നും ശ്രദ്ധിക്കുന്നുണ്ടായിരുന്നില്ല. ഒരു സ്വപ്നാടകയെപ്പോലെ അവർ പറയുകയായി:

".....ഇന്ന് മംഗളദിനമാണ്.... അതാണ് ഞാൻ വിളിപ്പിച്ചത്..... ഇത് മുഹൂർത്ത നേരമാണ്.... ഈ വരണമാല്യങ്ങൾ ചാർത്തി നമുക്ക് വിവാഹിതരാവാം.... ഈ ഒരു ദിവസത്തേക്ക്.... അല്ലെങ്കിൽ ഈ ഒരു നിമിഷത്തേക്ക്...."

കല്യാണിക്ക് സമനില തെറ്റിയോ എന്ന് മേനോൻ ശങ്കിച്ച നിമിഷം അവർ പെട്ടെന്ന് ഒരു ടേപ്പ് ഓൺ ചെയ്തു. അതിൽ നിന്ന് മംഗളവാദ്യങ്ങൾ മുഴങ്ങിയപ്പോൾ അതിന്റെ താളത്തിൽ തന്നെ കല്യാണി പറഞ്ഞു:

"നമ്മുടെ വിവാഹത്തിനു സാക്ഷി നമ്മൾ രണ്ടാളും, ഭഗവാനും മാത്രം...."

ഒരു മാല സ്വയം കൈയിലെടുത്ത്, മറ്റേ മാല നീട്ടിക്കൊണ്ട് കല്യാണി വീണ്ടും പറഞ്ഞു:

"ഇതെന്നെ അണിയിക്കൂ.....പിന്നെ ആ താലിയും കെട്ടണം...."

മേനോൻ ശങ്കിച്ചുനിന്നപ്പോൾ കല്യാണിയുടെ സ്വരം കണ്ണീരിന്റേതായി:

"ഞാനും ഒരു സ്ത്രീയല്ലേ...."

ആ ശബ്ദം കേട്ട് മേനോൻ ഞെട്ടിപ്പോയി.... ഇത് കല്യാണിയുടെ സ്വരമല്ല. ഭാരതിയുടെ കണ്ണീരിന്റെ പദങ്ങളാണിത്. "ഞാനും ഒരു സ്ത്രീയല്ലേ..." അവൾ വീണ്ടും കേഴുന്നു. ദേവൻമേനോൻ കല്യാണിയെ സൂക്ഷിച്ചുനോക്കി... നോട്ടം ആ കണ്ണുകളിൽ മാത്രം തറഞ്ഞു പോകുന്നു..... അവ തുളുമ്പാൻ വെമ്പുന്നു.... അന്യ സ്ത്രീകളുമായി സംസാരിക്കുമ്പോൾ ഭാരതിയുടെ കണ്ണുകൾ ഇങ്ങനെയാണ് നിറഞ്ഞു തുളുമ്പുന്നതെന്ന് ഒരുൾക്കിടിലത്തോടെ മേനോൻ തിരിച്ചറിഞ്ഞു. പിന്നെ അദ്ദേഹത്തിന് നിയന്ത്രിക്കാനായില്ല. മേനോൻ നിസ്സഹായനായി, ഉറക്കെ നിലവിളിച്ചുപോയി: ഭാരതീ....

ആ വിളി എവിടെയോ കേൾക്കപ്പെട്ടുവെന്ന് മേനോന് മനസ്സിലായി.

പിന്നവിടെ നിൽക്കാൻ അദ്ദേഹത്തിനു കഴിഞ്ഞില്ല. പൂജാമുറിയും, സ്വീകരണമുറിയും, പൂമുഖവും, മുറ്റവും കടന്ന് പുറത്തേക്കോടുമ്പോൾ പിന്നിൽ ഒരു നിലവിളിപോലെ ആ പദങ്ങളുടെ പ്രതിധ്വനി മേനോന് കേൾക്കാമായിരുന്നു.

ഞാൻ കല്ലുവാണ്

കല്യാണി.

കല്യാണിമേനോൻ.

■

ചെരുപ്പുകൾ

വെള്ളത്തിൽ പൊങ്ങിക്കിടക്കുന്ന രണ്ടു ചെരിപ്പുകൾ.

കണ്ണടച്ചാലുടൻ അനില കാണുന്നത് അതാണ്.

ഒരാഴ്ചയായി ഈ സ്വപ്നം അനിലയെ അലട്ടാൻ തുടങ്ങിയിട്ട്.

ഓർമയിൽപ്പോലും ഉത്കണ്ഠയുടെ ഉൾപ്പുക നിറഞ്ഞപ്പോൾ, അവൾ അനന്തനോടു പറഞ്ഞു:

"അനന്തേട്ടാ, എനിക്ക് ഒരൂട്ടം പറയാനുണ്ടായിരുന്നു."

"എന്താദ്"

അനന്തന് ആകാംക്ഷയായി:

"ഒന്നൂല്ല... നാളെകഴിഞ്ഞ് അനന്തേട്ടന്റെ ജന്മദിനമല്ലേ?"

"ഉം-അതിന്-"

"ഞാനൊരു ജന്മദിന സമ്മാനം തന്നാലോന്ന് ആലോചിക്ക്യാണ്-"

"തന്നോളൂ-"

"പക്ഷേ-"

"എന്തു പക്ഷേ- തന്നോളൂന്ന്"

"പക്ഷേ- അതൊരു ജോടി ചെരിപ്പുകളാണ്; അനന്തേട്ടൻ സ്വീകരിക്കുമോ?" അനിലയുടെ വാക്കുകൾ അനന്തന് അവിശ്വസനീയമായി തോന്നി.

"എന്താദ്, ഞാൻ ചെരിപ്പുപയോഗിക്കില്ലെന്ന് അനിലയ്ക്കറിഞ്ഞൂടേ?"

"അതോണ്ടാ മുൻകൂട്ടിപ്പറഞ്ഞത്-എനിക്കൊരു മോഹം, അനന്തേട്ടൻ ചെരിപ്പണിഞ്ഞു കാണണംന്ന്."

അനന്തന് അതുൾക്കൊള്ളാൻ കഴിഞ്ഞില്ല.

"എനിക്കു ചെരിപ്പുപയോഗിച്ചുകൂടാന്നാ അമ്മ പറയാറ്: ചെറുപ്പംമുതലേ ശീലവുമായി."

"എനിക്കറിഞ്ഞൂടേ, അതു വല്ല അലർജിയുമായിരിക്കും"

"ആയിരിക്കാം; അതുണ്ടായാലോ, എനിക്കു ചെരിപ്പുവേണ്ടാ"

അനില പെട്ടെന്നു ചോദിച്ചു:

"എല്ലാത്തരം ചെരിപ്പുകളോടും അലർജി കാണില്ലല്ലോ? അതില്ലാത്തതു നോക്കി ഒരു ജോടി വാങ്ങിയാലോ?"

അനന്തൻ തീർത്തു പറഞ്ഞു:

"അതു വേണ്ടാ, മറ്റെന്തെങ്കിലും വാങ്ങൂ..."

"ഇല്ല; ചെരിപ്പുവേണം"

"അതു വേണ്ടെന്നേ; ഞാൻ ഉപയോഗിക്കില്ല."

അതുകൂടി കേട്ടപ്പോൾ അനിലക്കു സഹിച്ചില്ല. എങ്ങനെയെന്നറിയാതെ അവളുടെ തൊണ്ടയിലൊരു വിങ്ങൽപൊട്ടി;

"ചെരിപ്പുവേണം, ഒരാഴ്ചയായി ഞാൻ സ്വപ്നം കാണുന്നു-"

"സ്വപ്നമോ?"

"അതേ, അനന്തേട്ടൻ ചെരിപ്പിടണം. ജന്മദിനത്തിന്റന്നേക്കു മാത്ര മെങ്കിലും.... അതെന്റെ ഒരാഗ്രഹമാ...."

അതും പറഞ്ഞ് അവൾ കരയാൻ തുടങ്ങി.

അനിലയുടെ കണ്ണീര് അനന്തനു സഹിച്ചില്ല. അത്രയ്ക്ക് ഇഷ്ടമായിരുന്നു അയാൾക്ക് അവളെ.

അയാളറിയാതെ പറഞ്ഞുപോയി:

"ആയിക്കോളൂ"

അനിലയ്ക്ക് ആശ്വാസമായി.

അവൾ വേഗം ടേപ്പെടുത്ത് അനന്തന്റെ കാലളവെടുത്തു.

അന്നു രാത്രി അനില സുഖമായി ഉറങ്ങി. അവൾ ചെരിപ്പുകളെ സ്വപ്നം കണ്ടതേയില്ല.

പക്ഷേ അനന്തന് അന്നുറങ്ങാൻ കഴിഞ്ഞില്ല. കണ്ണടച്ചാലുടൻ അമ്മ യുടെ മുഖം തെളിയുന്നു. കോടിപുതച്ച് പട്ടടയിൽ കിടക്കുന്ന അമ്മയുടെ സൗമ്യമുഖത്ത് ഒരു താക്കീതിന്റെ ഭാവമുണ്ടോ?

അനന്തൻ അതുതന്നെ ശ്രദ്ധിച്ചു കിടന്നു.

എപ്പോഴോ പുറത്ത് അച്ഛന്റെ ശബ്ദം കേട്ടു: "അവനിതുവരെ ഉണർ ന്നില്ലേ? നാളെ അവന്റെ ജന്മദിനമാ. അവളുടെ ആണ്ടുബലീം. രാവിലെ ഞാനിങ്ങു വരാം. കടപ്പുറത്തുപോയി ബലിയിട്ടിട്ടുമതി ജന്മദിനാഘോഷ മൊക്കെ."

അച്ഛൻ എങ്ങോട്ടോ പുറപ്പെടുകയാണെന്നു തോന്നി.

"ഉവ്വ് പറയാം."

അതുംപറഞ്ഞ് അനില അകത്തേക്കു കയറിവന്നു.

"അച്ഛൻ തറവാട്ടിലേക്കു പോയി. നാളുവച്ച് നോക്കുമ്പോ നാളെ അമ്മേടെ ആണ്ടുബലിയാത്രെ: ഇന്നേ വ്രതം തുടങ്ങിക്കോ."

അനന്തൻ ഒന്നും പറഞ്ഞില്ല. എപ്പോഴാണ് ഉറങ്ങിയതെന്ന് ഓർക്കാൻ ശ്രമിക്കുകയായിരുന്നു അയാൾ. അപ്പോഴേക്കും അമ്മയുടെ മുഖമാണു

മനസ്സിലേക്കു വന്നത്. ചെറുപ്പത്തിൽ, തെറ്റു ചെയ്യുമ്പോൾ, താക്കീതിന്റെ ഭാവം വിരിയുന്ന അമ്മയുടെ മുഖം.

അനന്തന് അന്നാകെ അസ്വാസ്ഥ്യം തോന്നി. പുറത്തേക്കിറങ്ങിയില്ല. ബലിക്കുള്ള വ്രതത്തിന്റെ പേരുപറഞ്ഞ് വീട്ടിൽത്തന്നെയിരുന്നു.

വൈകുന്നേരമായപ്പോൾ അനില കുട്ടികളേയും കൂട്ടി പുറത്തുപോയി. ഏറെ വൈകി അവൾ തിരിച്ചുവരുമ്പോഴും അനന്തൻ അതേയിരിപ്പായിരുന്നു.

"ഇന്നെന്തുപറ്റി?"

അനില രണ്ടുമൂന്നാവർത്തി ചോദിച്ചു.

ഒടുവിൽ അനന്തൻ പറഞ്ഞു:

"എനിക്കു വല്ലാത്ത അസ്വാസ്ഥ്യം. അമ്മയുടെ മുഖം മനസ്സിൽ നിന്നു മായുന്നേയില്ല. ഞാനെന്തോ തെറ്റുചെയ്യുന്നു എന്നുള്ള തോന്നൽ...." അനില ആശ്വസിപ്പിച്ചു:

"എന്തു തെറ്റ്? അഥവാ തെറ്റുചെയ്താൽ തന്നെ അതു ക്ഷമിക്കാത്ത അമ്മമാരുണ്ടോ? ഒക്കെ തോന്നലാ, പോയി കുളിച്ചിട്ടുവാ."

അനന്തൻ വീണ്ടും ആലോചിച്ചിരുന്നു.

"ഞാനിതൊക്കെ അകത്തു വച്ചിട്ടുവരാം."

അനില അകത്തേക്കു നടന്നുകൊണ്ട് വീണ്ടും പറഞ്ഞു:

"ഇന്നു നല്ല വ്രതത്തിൽതന്നെ കിടന്നോളൂ- അപ്പോൾ വിഷമം മാറും."

അനന്തന് അന്നും ഉറങ്ങാൻ കഴിഞ്ഞില്ല. കണ്ണടച്ചാലുടനെ കാണുന്നതു കോടിപുതച്ച് പട്ടടയിൽ കിടക്കുന്ന അമ്മയുടെ മുഖമാണ്. നോക്കിനോക്കിക്കിടന്നപ്പോഴാണ് അനന്തൻ അതു ശ്രദ്ധിച്ചത്. അമ്മയുടെ കണ്ണുകൾ, അത് അടയുന്നേയില്ല; ഇമവെട്ടുന്നതുപോലുമില്ല:

അനന്തൻ കൗതുകത്തോടെ അതു നോക്കിക്കിടന്നു.

എത്ര നേരമെന്നറിഞ്ഞുകൂടാ.

എത്രയോ നേരം:

പെട്ടെന്ന് നെഞ്ചിൽ എന്തോ വന്നു വീഴുന്നതുപോലെ അനന്തനു തോന്നി, ഒപ്പം ഒരൊച്ചയും:

"ഹാപ്പി ബർത്ത്ഡേ"

അനിലയാണ്. നെഞ്ചിലേക്കു വച്ച പൊതിക്കെട്ടിലേക്ക് ചാഞ്ഞ് അവൾ സങ്കടം പറഞ്ഞു.

"ഇതെന്തൊരുറക്കമാ. ഇന്നു ബർത്ത്ഡേയായിട്ട് ഒരുമ്മ തരാൻപോലും പറ്റുന്നില്ല, ബലിക്കുള്ള വ്രതമല്ലേ?"

പിന്നെ പെട്ടെന്ന്, നെഞ്ചിലിരുന്ന പൊതിയഴിച്ച് ഒരപൂർവ നിധി കാട്ടുമ്പോലെ അവൾ അതെടുത്തുയർത്തി- രണ്ടു ചെരിപ്പുകൾ:

അതുകണ്ടപ്പോൾ കറുത്തുചുരുണ്ട രണ്ടു സർപ്പങ്ങളെയാണ് അനന്തന് ഓർമ വന്നത്.

"ബർത്ത്ഡേ പ്രസന്റാണ്; ഇതൊന്നിട്ടേ"

അനില കുട്ടികളെപ്പോലെ നിർബന്ധിച്ചു.

"അനന്തേട്ടന്റെ വെളുത്തകാലുകളിൽ ഈ കറുത്ത ചെരുപ്പുകൾ എത്ര നന്നായി ചേരുമെന്നോ."

പെട്ടെന്നു വല്ലാത്തൊരു ഭീതി അനന്തന്റെ മനസ്സിലേക്കു കുഴിഞ്ഞുകയറി. അത് അകമാകെ നിറയാൻ തുടങ്ങുമ്പോൾ അച്ഛന്റെ ശബ്ദം ഉയർന്നുകേട്ടു:

"ഇവനിതുവരെ തയാറായില്ലേ."

"വേഗം-വേഗം" എന്നു പിറുപിറുത്തുകൊണ്ട് പുറത്തേക്കിറങ്ങിയ അനിലയോട് അച്ഛൻ പറയുന്നതുകേട്ടു:

"നീയും കൂടി വന്നോളൂ."

കടപ്പുറത്തേക്കുള്ള യാത്രയിൽ അച്ഛൻ പതിവില്ലാതെ അമ്മയെപ്പറ്റി മാത്രം പറഞ്ഞുകൊണ്ടിരുന്നു. അമ്മയുടെ ശീലങ്ങൾ, നിഷ്ഠകൾ, മോഹങ്ങൾ.....

അനന്തൻ അതൊന്നും കേട്ടില്ല. അമ്മയുടെ മുഖവും ആ മുഖത്ത് ഇമവെട്ടാതിരിക്കുന്ന കണ്ണുകളുമായിരുന്നു അവന്റെ മനസ്സിൽ. പഞ്ചേന്ദ്രിയങ്ങളേയും മനസ്സിലേക്ക് ആവഹിക്കുന്ന ആ കണ്ണുകളിൽ നിഗൂഢമായൊരു സന്ദേശമുണ്ടോ എന്നു വേർതിരിച്ചുനോക്കുമ്പോഴേക്കും കടപ്പുറത്തെത്തി.

പരികർമി പറഞ്ഞതനുസരിച്ച് ബലിതർപ്പണം ചെയ്തു നിവരുമ്പോൾ ഒരു വിങ്ങൽ.

അച്ഛൻ തിരിഞ്ഞു നടക്കുന്നു; തിരിഞ്ഞുനോക്കാതെ തന്നെ പറയുന്നു:

"നീ വേഗം കുളിച്ചു വസ്ത്രം മാറിവാ."

അമ്മയക്ക് അർപ്പിച്ചതെല്ലാം അനന്തന്റെ കൈയിലെ കീറ്റിലയിൽനിന്ന് കടൽക്കയ്യുകൾ ഏറ്റുവാങ്ങി; വീണ്ടും നീണ്ടുവരുന്ന തിരക്കയ്യുകളെ നോക്കി നിന്നപ്പോൾ പരികർമി പറഞ്ഞു:

"വേഗം മുങ്ങിക്കയറിക്കോളൂ."

അനന്തൻ തിരക്കയ്യുകളിലേക്ക് അമർന്നുമുങ്ങി:

ആദ്യത്തെ മുങ്ങലിൽ തന്നെ അപൂർവമായൊരനുഭൂതി അനന്തനു തോന്നി. സ്മരണകളിലെവിടെയോ സുഖസ്മൃതികളുണരുന്ന സ്പർശം:

പിന്നെ എത്ര മുങ്ങിയെന്ന് അനന്തനുതന്നെ അറിഞ്ഞുകൂടാ.

അനിലയുടെ ശബ്ദമാണു വിളിച്ചുണർത്തിയത്.

"അനന്തേട്ടോ, മതി കേറി വാ"

തിരക്കയ്യുകളുടെ ആശ്ലേഷത്തിൽനിന്നു മുക്തനാവാൻ അനന്തനു തോന്നിയില്ല. അയാൾ പിന്നെയും തിരക്കൈകളിലേക്ക് അമർന്നുവീണു.

അനിലയുടെ നിർബന്ധം ഏറിവന്നപ്പോൾ ഒരു സ്വപ്നാടകനെന്നപോലെ അനന്തൻ കരയ്ക്കുകയറി.

ഈറൻ മാറിക്കഴിഞ്ഞപ്പോൾ, കൈയിൽ കരുതിയിരുന്ന പൊതിയഴിച്ച് നീട്ടിക്കൊണ്ട് അനില പറഞ്ഞു:

"ഇനി ഇത്...."

കൈവെള്ളയിൽ രണ്ടു കറുത്ത സർപ്പങ്ങളെ ചുറ്റിവച്ചുകൊണ്ട് അനില പിന്നെയും പറയുന്നു:

"ഇനി ഈ ചെരിപ്പിടൂ"

വിദൂരതയിൽ നിന്നുള്ള മുഴക്കംപോലെ തോന്നി, അനന്തന്, അനിലയുടെ ശബ്ദം.

ഒരദൃശ്യപ്രേരണയാലെന്നപോലെ, അയാളത് അനുസരിച്ചുപോയി.

ചെരിപ്പിട്ടുകഴിഞ്ഞപ്പോൾ അനന്തൻ ശരിക്കും ഞെട്ടിപ്പോയി. കറുത്ത രണ്ടു സർപ്പങ്ങൾ കാലിൽ ചുറ്റിവരിഞ്ഞിരിക്കുന്നു:

ഭയചകിതനായി നിന്ന അനന്തന്റെ കാതിൽ വീണ്ടും അനിലയുടെ ശബ്ദം:

"അയ്യോ, ചെരിപ്പിനകം മുഴുവൻ മണ്ണായി. അതിട്ടുകൊണ്ടൊന്ന് കാലു കഴുക്."

വിദൂരതയിൽ നിന്നുള്ള മുഴക്കം വീണ്ടും.

അനന്തൻ നിശ്ചലനായി നിന്നതേയുള്ളൂ.

അനില അയാളെ കടൽത്തിരയിലേക്കു നീക്കി നിർത്തി പറഞ്ഞു:

"വേഗം കാലു കഴുകിവാ."

വിദൂരതയിൽ നിന്നുള്ള മുഴക്കത്തിനു വേണ്ടി അനന്തൻ വീണ്ടും കാതോർത്തു നില്ക്കെ ഒരു സ്പർശം. തിരക്കൈകളുടെ തലോടൽ.

പെട്ടെന്ന് അയാളതു തിരിച്ചറിഞ്ഞു. സ്മരണകളിലെവിടെയോ സുഖസ്മൃതികളുണർത്തുന്ന ആ സ്പർശം. അതു തിരക്കൈകളായി വന്നു കാലിൽ ചുറ്റിയിരിക്കുന്ന സർപ്പങ്ങളെ അഴിച്ചുമാറ്റുകയാണ്.

അനന്തന് ആശ്വാസം തോന്നി. തിരക്കൈകൾക്കു തൊടാൻ പാകത്തിൽ അയാൾ അവയുടെ അടുത്തേക്കു നീങ്ങിച്ചെന്നു. ആ സ്പർശം, മൃദുസ്പർശം, ഗാഢമാകുന്നു. അനന്തനു വല്ലാത്തൊരാവേശം തോന്നി.

അയാൾ കുറേക്കൂടി അടുത്തേക്കു നീങ്ങിച്ചെന്നു.

വീണ്ടും, വീണ്ടും.

പിന്നേയും കുറേക്കൂടി മനസ്സിലായി. തന്നെ പൊതിയുന്ന സുഖസ്പർശത്തിന്റെ ഉറവിടമേതെന്ന്.

സ്മരണകളിലെവിടെയോ സുഖസ്മൃതികളുണർത്തുന്ന ആ സ്പർശത്തിന്റെ ഉറവിടത്തിലേക്ക് ഊളിയിടുമ്പോൾ, ദൂരെ ദൂരെ കടപ്പുറത്ത് അനിലയുടെ നിലവിളി അയാൾ വ്യക്തമായും കേട്ടു. കടൽത്തിരകൾക്കു മീതെ ഒരു പ്രത്യേക ദിശയിലേക്കു വിരൽചൂണ്ടിയാണ് നിലവിളി. ശ്രദ്ധിച്ചപ്പോൾ അനന്തന് മനസിലായി- അതു നോക്കിയാണ് അവൾ നിലവിളിക്കുന്നത്; വെള്ളത്തിൽ പൊങ്ങിക്കിടക്കുന്ന രണ്ടു ചെരിപ്പുകൾ. ■

വിധി പറയുന്നത്

പത്രത്തിൽ വേലിക്കെട്ടിട്ടു തിരിച്ച വാർത്തയിൽ സ്വാമി ജ്ഞാനാനന്ദ സരസ്വതിയുടെ കണ്ണുകളുടക്കി. 'വിധി പറയാൻ വന്ന ന്യായാധിപൻ വിധിക്കു കീഴടങ്ങി.' തപാലിൽ വന്ന പഴയപത്രം വെറുതേ ഒന്നോടിച്ചു നോക്കുകയായിരുന്നു സ്വാമി. ആ വാർത്ത കൗതുകത്തോടെ വായിക്കാൻ തുടങ്ങി:

ഏറെ വിവാദമുയർത്തിയ റോസ്മേരി വധക്കേസിൽ വിധിപറയാൻ വന്ന ജഡ്ജി വി.എം ദാമോദരമേനോൻ (53) കോടതി മുറിയിൽ കുഴഞ്ഞു വീണു മരിച്ചു. പെട്ടെന്നുണ്ടായ ഹൃദയാഘാതമാണ് മരണകാരണമെന്നു ഡോക്ടർ മാർ പിന്നീട് അറിയിച്ചു......

തുടർന്നു വായിക്കാൻ സ്വാമിക്കു കഴിഞ്ഞില്ല.

ഇന്നുരാവിലെപോലും, നവദീക്ഷിതരായ കുമാരന്മാരോടു പറഞ്ഞതാണ്:

'ജാതസ്യഹിധ്രുവോ മൃത്യുർധ്രുവം ജന്മ മൃതസ്യ ച

തസ്മാദ പരിഹാര്യേർഥേ ന. ത്വം ശോചിതുമർഹസി"

അപ്പോൾ പുതുതായി വന്ന വാസുദേവനുണ്ണിക്കു സംശയം. അയാൾക്കു വേണ്ടി വിശദീകരിച്ചുകൊടുത്തതുമാണ്:

"ജനിച്ചവനു മരണം നിശ്ചയമാണ്; മരിച്ചവന് ജനനവും. അതിനാൽ പരിഹാരമില്ലാത്ത കാര്യത്തിൽ നീ ദുഃഖിക്കരുത്...."

എന്നിട്ടിപ്പോൾ, ഈ വാർത്ത വായിച്ചിട്ട്.....

സ്വയം നിയന്ത്രിക്കാനായി സ്വാമി ഗീതാമന്ത്രം ഉരുക്കഴിച്ചു. ഒരാവർത്തി യല്ല; ഒട്ടേറെ പ്രാവശ്യം. എന്നിട്ടും മനസ്സ് ശാന്തമാകുന്നില്ല. എന്നാണിതു സംഭവിച്ചത്?

സ്വാമി പത്രത്തിലേക്കു നോക്കി:

സെപ്റ്റംബർ രണ്ട്.

ഇന്നെത്രയാ തീയതി? നവംബർ ഏഴ്.

ദാമോദരൻ മരിച്ചിട്ടു രണ്ടു മാസം കഴിഞ്ഞിരിക്കുന്നു: ഒരു ഞെട്ടലോടെ അതു മനസ്സിലാക്കിയപ്പോൾ സർവസംഗപരിത്യാഗിയായിട്ടും സ്വാമിയുടെ

മനസ്സിലെവിടെയോ ബന്ധങ്ങളുടെ താമര നൂലുകൾ പൊട്ടി. ആ മുറിപ്പാടുകളിൽ നിന്നു രക്തം കിനിഞ്ഞു....

ദാമോദരൻ മരിച്ച വിവരം ഒന്നറിയിക്കാൻ പോലും ആർക്കും തോന്നിയില്ലല്ലോ....

ആരോടെന്നറിയാതെ സ്വാമി പരിഭവപ്പെട്ടു; പിന്നെ ആർക്കുവേണ്ടിയോ ന്യായീകരണവും കണ്ടെത്തി. ആര് അറിയിക്കാനാണ്? എവിടേക്ക് അറിയിക്കാനാണ്?

കഴിഞ്ഞ മൂന്നുമാസമായി ഹിമാലയസാനുക്കളിലെ ആശ്രമങ്ങൾതോറും അലയുകയായിരുന്നു. നവദീക്ഷിതരായ കുമാരൻമാർക്കു ഗീതാരഹസ്യം പകരുമ്പോൾ മറ്റെല്ലാം മറക്കുമായിരുന്നു; ഹരിദ്വാറിലെ സ്വന്തം ആശ്രമം പോലും. അവിടെയുള്ളവർക്കും അറിയില്ല. സ്വാമി എവിടെയാണെന്നോ എന്നു തിരിച്ചെത്തുമെന്നോ. പിന്നെ മറ്റുള്ളവരെ കുറ്റപ്പെടുത്തുന്നതെന്തിന്? ദാമോദരന് സമയമടുത്തു കാണും.

മൂന്നുമാസം മുമ്പ് ആദ്യമായും അവസാനമായും അവനീ ആശ്രമത്തിൽ വന്നപ്പോൾ അതിന്റെ സൂചനയുണ്ടായിരുന്നു. സംസാരത്തിനിടയ്ക്കെപ്പോഴോ അവൻ ശ്ലോകം ചൊല്ലി:

വാസാംസി ജീർണാനി യഥാ വിഹായ.....

എന്നിട്ടൊരപേക്ഷയും: "ഏട്ടാ ഇതിന്നൊരു ഭാഷ്യം പറയൂ"

എപ്രകാരമാണോ മനുഷ്യൻ മുഷിഞ്ഞ വസ്ത്രങ്ങൾ മാറുന്നത്; അപ്രകാരം ജീവൻ ഉപയോഗശൂന്യമായ ദേഹങ്ങൾ വെടിഞ്ഞു പുതിയവ തേടുന്നു എന്നു ദാമോദരന് അറിയാഞ്ഞിട്ടാണോ അവൻ ഭാഷ്യം ചോദിച്ചത്.

കളരിത്തറയിൽ ഒന്നിച്ചിരുത്തി ഷാരടിമാഷ് പറഞ്ഞതിനപ്പുറമൊന്നും ഗീതയിലില്ലെന്നു പലയാവർത്തി പറഞ്ഞിട്ടുള്ള ദാമോദരനു മറ്റൊരു ഭാഷ്യത്തിന്റെ ആവശ്യമുണ്ടായിരുന്നോ?

ഇല്ല. അതൊരു സൂചനയായിരുന്നു. അവനും മുഷിഞ്ഞ വസ്ത്രം മാറുന്നു എന്നുള്ള സൂചന.

കൂടപ്പിറപ്പ് എന്നതിനേക്കാളുപരി ആ സൂചന തരാൻ തക്ക ആത്മബന്ധമുണ്ടായിരുന്നു അവന്. അതു പലകുറി ബോധ്യപ്പെട്ടിട്ടുള്ളതാണ്. രണ്ടു വയസ്സിന് ഇളപ്പമുണ്ടായിരുന്നെങ്കിലും കൂട്ടുകാരെപ്പോലെയാണ് വളർന്നത്. ഒന്നിച്ചു പഠിച്ചു, ഒന്നിച്ചു കളിച്ചു. ഒപ്പം പങ്കുവയ്ക്കാത്ത രഹസ്യങ്ങളുമില്ലായിരുന്നു. ഇരുപത്തഞ്ചാം വയസ്സിൽ ലജ്ജിതമായൊരു പ്രേമഭംഗത്തിൽപ്പെട്ട് നാടുവിടുമ്പോൾ ദാമോദരൻ കരഞ്ഞു കാലുപിടിച്ച് അപേക്ഷിച്ചതാണ്:

"ഏട്ടാ, അരുത്"

ജീവനുതുല്യം സ്നേഹിച്ച മേരി ഡിക്രൂസിനെ സ്വീകരിച്ചാൽ ജീവനൊടുക്കുമെന്നുള്ള അച്ഛന്റെ പ്രതിജ്ഞയ്ക്കും, ആരോരുമറിയാതെ ഉള്ളിൽ ഒരു കുരുന്നു ജീവനെക്കൂടി ഒളിപ്പിക്കുന്ന മേരിയുടെ പ്രതീക്ഷയ്ക്കും നടുവിൽ ഭീരുവിനെപ്പോലെ ഒളിച്ചോടാൻ തയ്യാറെടുത്തുകൊണ്ടു പറഞ്ഞു:

"ഇല്ല, എനിക്കു പോയേ പറ്റൂ"

നാടുമായോ വീടുമായോ പിന്നെ യാതൊരു ബന്ധവുമില്ലാത്ത സംവത്സരങ്ങൾ. ഒടുവിൽ ഇരുപതുവർഷങ്ങൾക്കുശേഷം, ധർമ്മസ്ഥലത്തു യാദൃച്ഛികമായാണു തീർഥാടനത്തിനുവന്ന ദാമോദരനെ കണ്ടത്. അതോ അവൻ ഇങ്ങോട്ടു കാണുകയായിരുന്നോ? ഏതെന്നു വേർതിരിച്ചറിയും മുമ്പ്, ഒരു പ്രവാഹം പോലെ ഓടിവന്ന് അവൻ പൊതിയുകയായിരുന്നു.

ഒടുവിൽ ഒരാൺകുട്ടിയെ മുന്നോട്ടു നീക്കിനിർത്തി അവൻ പറഞ്ഞു:

"ഏട്ടാ, എന്റെ മകനാണ്. ഏട്ടന്റെ പേരാണിട്ടിരിക്കുന്നത്- പ്രഭാകരൻ. ഇവനിപ്പോൾ അച്ഛനുമമ്മയുമൊക്കെ ഞാനാണ്.

എന്നിട്ടു കുട്ടിയോട് അവൻ നിർദ്ദേശിച്ചു:

"വല്യച്ഛനെ നമസ്കരിക്കൂ"

കുട്ടി കുനിഞ്ഞപ്പോൾ അറിയാതെ അവന്റെ ശിരസ്സിൽ കൈവച്ചു.

ആ കൂടിക്കാഴ്ച നീളാൻ അനുവദിച്ചില്ല.

പിരിയാൻ തുടങ്ങുകയാണെന്നു മനസ്സിലായപ്പോൾ ദാമോദരൻ ചോദിച്ചു.

"ഏട്ടന് ഇനി വീട്ടിലേക്കു വന്നു കൂടേ?"

"ഇല്ല"

അതൊരു ദൃഢനിശ്ചയമായിരുന്നു.

അവൻ വീണ്ടും നിരബന്ധിച്ചപ്പോൾ പിന്തിരിഞ്ഞു നടന്നു.

പിന്നാലെ അവൻ വിളിച്ചു ചോദിച്ചു:

"ഏട്ടനെ എവിടെ വന്നാലാണ് കാണാൻ കഴിയുക?"

"ഇങ്ങനെ സഞ്ചാരമായിരിക്കും."

അതും പറഞ്ഞ് ഹരിദ്വാറിലെ ആശ്രമത്തെക്കുറിച്ചുള്ള വിവരം കൊടുത്തു.

അതൊരു പുതിയ തുടക്കമായി. മുറിഞ്ഞ ബന്ധങ്ങൾക്കു ജീവൻവെച്ചു.

മുറതെറ്റാതെ അവൻ എഴുതിക്കൊണ്ടിരുന്നു.

ആദ്യത്തെ കത്തിലെ വാക്കുകളിൽത്തന്നെ അത്ഭുതാദരങ്ങൾ നിറഞ്ഞു നിന്നു:

"ഏട്ടന്റെ അനുഗ്രഹമാണെന്നറിയാം. തീരെ പ്രതീക്ഷിക്കാതെ എനിക്കു ജഡ്ജിയായി നിയമനം കിട്ടി. നാട്ടിൽത്തന്നെയാണ് പോസ്റ്റിങ്ങ്."

തുടർന്നുള്ള കത്തുകളിലൂടെ അവന്റെ ലോകം വളരുന്നതു കണ്ടു. പക്ഷേ, എല്ലാ കത്തുകളിലും മകനെക്കുറിച്ചുള്ള ഉൽകണ്ഠയും പ്രകടമായിരുന്നു.

അവനെ എങ്ങനെ നേരെയാക്കും? ഏട്ടനൊന്ന് ഉപദേശിക്കാമോ?

എല്ലാം ശരിയായിക്കൊള്ളുമെന്ന് ആശ്വസിപ്പിച്ചുകൊണ്ടുള്ള ഒറ്റവരി മറുപടിക്കും മുടക്കമുണ്ടാകാതെ ശ്രദ്ധിച്ചു.

മൂന്നുമാസം മുമ്പ്, യാത്രപോകുന്നതിന്റെ തലേന്നാണ് അവൻ ആദ്യമായും അവസാനമായും ആശ്രമത്തിൽ വരുന്നത്. തീരെ പ്രതീക്ഷിക്കാതെ ആശ്രമകവാടത്തിന്റെ വാതിൽക്കൽ അവന്റെ മുഖം.

കടുത്ത മാനസിക സംഘർഷത്തിലായിരുന്നു ദാമോദരനെന്നു തോന്നി.

നാട്ടുകാര്യങ്ങളും വീട്ടുകാര്യങ്ങളും പറയുന്നതിനിടയിൽ അതും ഇറുന്നു വീണു:

"ഏട്ടാ, മോൻ ശരിയായില്ല. നാം എന്തൊക്കെ നേടിയാലും കുട്ടികൾ നേരെയായില്ലെങ്കിൽ എന്താ ഗതി?"

അമ്മയില്ലാത്തതിന്റെ പേരിലുള്ള ലാളനയാണോ, നിയന്ത്രണമില്ലായ്മയാണോ, അതോ കുടുംബത്തിന്റെ ശാപമാണോ ഏതാണ് മകനെ വഴിതെറ്റിക്കുന്നതെന്നു ദാമോദരനു നിശ്ചയമില്ലായിരുന്നു.

മകന്റെ കാര്യം മാത്രമല്ല, ഔദ്യോഗിക കൃത്യനിർവഹണം പോലും അവന് ഭാരമായിരുന്നു. സംസാരത്തിനിടയിൽ ഒരു ഘട്ടത്തിൽ അവനതു തുറന്നു പറഞ്ഞു: "ഞാനനുഭവിക്കുന്ന വേദന ഏട്ടന് അറിയാമോ? ന്യായാധിപന്റെ വേഷമേ വേണ്ടായിരുന്നു എന്നു തോന്നുന്നു. ഇതുവരെ ഏഴു വധശിക്ഷകൾ ഞാൻ വിധിച്ചിട്ടുണ്ട്. അതിൽ നിരപരാധികളും കണ്ടേക്കാമെന്ന് ഇപ്പോൾ തോന്നുന്നു. ഒരു കണക്കിനു നോക്കിയാൽ ദൈവം കൊടുത്ത ജീവനെടുക്കണമെന്നു കല്പിക്കാൻ എനിക്കെന്താണധികാരം? ഏതു നിയമത്തിന്റെ പേരിലായാലും മറ്റൊരാളെ വധിക്കാൻ പറയുന്നതും കൊലപാതകം തന്നെയല്ലേ?"

അവനെ ആശ്വസിപ്പിക്കാൻ വാക്കുകൾ പരതിയപ്പോൾ ഉള്ളിൽ തടഞ്ഞതിതാണ്: നിയതം കുരു കർമ ത്വം.

എന്നിട്ട് വിശദീകരിക്കുകയും ചെയ്തു: "നിന്നിൽ അർപ്പിതമായിരിക്കുന്ന കർമം നീ ചെയ്യൂ. എന്തെന്നാൽ കർമം ചെയ്യുന്നതു കർമം ചെയ്യാതിരിക്കുന്നതിനേക്കാൾ ശ്രേയസ്കരമാണ്." അതൊന്നും ദാമോദരന് ആശ്വാസമായില്ല.

"ഏട്ടാ ഞാനിപ്പോൾ കേട്ടുകഴിഞ്ഞ ഒരു കേസ്സുണ്ട്. സെപ്റ്റംബർ ഒന്നിനു വിധി പറയാൻ വെച്ചിരിക്കുകയാണ്."

എന്നിട്ടവൻ കേസ്സിന്റെ വിശദാംശങ്ങളിലേക്കു കടന്നു. റോസ്മേരി എന്നൊരു കാൾഗേൾ കൊല്ലപ്പെട്ടതാണു സംഭവം. അത്രനല്ല പശ്ചാത്തലമില്ലാത്ത ഒരു ചെറുപ്പക്കാരനാണ് പ്രതി. പ്രായമായ അച്ഛന്റെ ഏക ആശ്രയമായ മകൻ. കേസ്സിൽ പ്രതിയുടെ ഭാഷ്യം ഇതാണ്:

റോസ്മേരിയെ ഒരു ദിവസത്തേക്കായി കൂട്ടിക്കൊണ്ടുവന്ന് ഹോട്ടൽ മുറിയിൽ പാർപ്പിച്ചു. അവളുമായി മദ്യപിക്കുകയും ബന്ധപ്പെടുകയും ചെയ്തു. മദ്യത്തിന്റെ ലഹരിയിൽ ഇടയ്ക്കെപ്പോഴോ ഒന്നുടക്കി; പിടിച്ചുതള്ളിയതും അവളുടെ തല ഭിത്തിയിൽ ചെറുതായി ഇടിച്ചതും ഓർമയുണ്ട്. മദ്യലഹരിയിലായിരുന്നതുകൊണ്ട് പിന്നൊന്നും അറിയില്ല. ഉണർന്നപ്പോൾ അവൾ മരിച്ചു കിടക്കുന്നു. ആരും അറിയേണ്ടെന്നു കരുതി മൃതദേഹം കടലിൽ

കൊണ്ടുപോയി തള്ളി. അല്ലാതെ അവളെ കൊന്നിട്ടില്ലെന്നാണ് അവന്റെ നിലപാട്. പക്ഷേ, സാഹചര്യത്തെളിവുകളും സാക്ഷിമൊഴികളും പ്രതിയുടെ ജീവിതപശ്ചാത്തലവും വച്ചുനോക്കുമ്പോൾ ഇതു കരുതിക്കൂട്ടിയുള്ള കൊടും കൊലപാതകമാണെന്നുതന്നെ പ്രോസിക്യൂഷൻ തെളിയിക്കുന്നു.

സംഭവം വിവരിച്ചശേഷം ദാമോദരൻ ചേദിച്ചു:

“ഞാനെന്താണു ചെയ്യേണ്ടത്, എട്ടാമത്തെ വധശിക്ഷ വിധിക്കണോ-അതോ?.....”

അതുവരെ മിണ്ടാതിരുന്നെങ്കിലും അപ്പോൾ മാത്രം ചോദിച്ചുപോയി:

“നീതി നിർവഹിക്കുന്നതിൽ നിന്റെ മനസ്സിനെന്തിനാണ് വേറൊരു പിൻബലം.” ഏറെ നേരത്തേക്ക് അവനൊന്നും പറഞ്ഞില്ല. പിന്നെ വിദൂരതയിൽ നിന്നുള്ള മുഴക്കംപോലെ ആ ശബ്ദം പ്രതിധ്വനികൊണ്ടു:

“പ്രതിയുടെ മുഖം മനസ്സിൽ നിന്നു മായുന്നേയില്ല; നമ്മുടെ മോന്റെ മുഖം പോലെ.....”

പിന്നെ അധികം സംസാരിച്ചില്ല. രാവിലെ യാത്രയ്ക്കുള്ള പുറപ്പാടുണ്ടെന്നറിയിച്ചു പിൻവാങ്ങുകയായിരുന്നു.

ഹിമാലയസാനുക്കളിലെ ആശ്രമങ്ങളിലലയുമ്പോൾ ദാമോദരനെപ്പറ്റി ചിന്തിച്ചതേയില്ല. പിന്നാലെ വന്ന സ്വാമിമാരാണ് പറഞ്ഞത്. അന്നുച്ചയ്ക്കു തന്നെ അവൻ നാട്ടിലേക്കു മടങ്ങിയെന്ന്.

അവനിപ്പോൾ ഈ ഭൂമിയിൽ നിന്നുതന്നെ മടങ്ങിയിരിക്കുന്നു. ഈ മുഷിഞ്ഞ വസ്ത്രം മാറി പുതിയതൊന്നു സ്വീകരിച്ചിരിക്കുന്നു. ഏതു വേഷമാണത്? എവിടെങ്കിലും അതു തിരിച്ചറിയാൻ കഴിയുമോ?

“ആരോ വന്നിരിക്കുന്നു.”

പരികർമ്മിയുടെ സ്വരം രണ്ടുമൂന്നാവൃത്തിയായെന്നു തോന്നി.

കൈയിലിരുന്ന പത്രത്തിൽനിന്ന് കണ്ണുയർത്തിയപ്പോൾ പരികർമി വീണ്ടും ആവർത്തിച്ചു:

“ആരോ കാണാൻ വന്നിരിക്കുന്നു.”

കൂട്ടിക്കൊണ്ടുവരൂ എന്നു പറയേണ്ടിവന്നില്ല, കാണാൻ വന്ന ആൾ പരികർമിയുടെ തൊട്ടുപിന്നിലുണ്ട്.

ഒരു ചെറുപ്പക്കാരൻ.

എവിടെയോ എപ്പോഴോ കണ്ടുമറന്ന ഒരു മുഖം? അതോ ഓർമ്മകളുടെ ഉള്ളറയിൽ സൂക്ഷിച്ചുവച്ചിരുന്ന മുഖം?

ഏതെന്ന് വേർതിരിച്ചറിയും മുമ്പ് ചെറുപ്പക്കാരൻ സ്വാമിയുടെ പാദങ്ങളിലേക്കു വീണു.

“വല്യച്ഛാ.....”

പിടിച്ചെഴുന്നേൽപ്പിക്കാൻ തുടുങ്ങുമ്പോഴേക്കും അവൻ വിതുമ്പിപ്പോയി:

"വല്യച്ഛാ, അച്ഛൻ...."

എന്തു പറയണമെന്നറിയാതെ സ്വാമി അനന്തതയിലേക്ക് നോക്കി; പക്ഷേ, സ്വാമിയുടെ കൈകൾ അവനെ അമർന്നുപൊതിയുകയായിരുന്നു. മനസ്സിൽ 'ജാതസ്യ....' എന്ന മന്ത്രം ഉരുവിട്ടെങ്കിലും അത് പുറത്തേക്ക് വന്നില്ല.

പ്രഭാകരൻ, സ്വാമിയുടെ അരികിൽ തറയിൽ അമർന്നിരുന്നു- വീണ്ടും വിതുമ്പി.

"അച്ഛനെ ഞാൻ അറിഞ്ഞിരുന്നില്ല....... അച്ഛനില്ലാത്ത വീട്ടിൽ എനിക്ക് കഴിയാൻ പറ്റുന്നില്ല..... എന്റെ മനസ്സിന് ശാന്തിയില്ല.... എനിക്ക് ഭ്രാന്ത് പിടിക്കുമെന്നു തോന്നുന്നു....."

അവനെ ആശ്വസിപ്പിക്കാനുള്ള വാക്കുകൾ കിട്ടാതെ സ്വാമി പരതി.

'അശോച്യാനന്വശോചസ്ത്വം.....' എന്ന് ഉരുവിട്ടതല്ലാതെ അത് പുറത്തേക്കു വന്നില്ല. സ്വാമി വെറുതെ, അങ്ങനെയിരുന്നു.

എത്രയോ നേരം!

ഒടുവിൽ വിതുമ്പൽ നിർത്തി, ഒരു രഹസ്യം പോലെ അവൻ പറഞ്ഞു:

"അച്ഛന്റെ മരണകാരണം ഞാനാണ്........ ഞാനാണ് അച്ഛനെ കൊന്നത്..... അച്ഛനെ ഞാൻ കൊല്ലുകയായിരുന്നു......"

വഴിതെറ്റിപ്പോയ ഒരു യൗവനത്തിന്റെ കഥ. അതിന്റെ ബാക്കിപത്ര മെന്നോണം ആ സംഭവവും, റോസ്മേരി വധക്കേസ്.

പ്രഭാകരനെ അടുത്ത സുഹൃത്ത് ഹോട്ടൽമുറിയിൽനിന്നു ഫോണിൽ ക്ഷണിക്കുകയായിരുന്നു.

സംഗതി റോസ്മേരിയാണെന്നറിഞ്ഞപ്പോൾ താത്പര്യമായി. നഗര ത്തിന്റെ ഹരമായ ആ കാൾഗേളിനെപ്പറ്റി ധാരാളം കേട്ടിട്ടുണ്ടെങ്കിലും അവളെ ഒന്നു തരപ്പെടുത്താൻ കാത്തിരിക്കുകയായിരുന്നു.

ഹോട്ടൽമുറിയിൽ സുഹൃത്തും റോസ്മേരിയും മദ്യത്തിന്റെ ലഹരി യിലായിരുന്നു. സുഹൃത്ത് പരിചയപ്പെടുത്തി:

"ഇത് എന്റെ അടുത്ത സുഹൃത്ത്, പ്രഭാകരൻ....."

ആ പേരു കേട്ടതും അവൾ വെറുപ്പോടെ അലറി: "ഐ ഹേറ്റ് ദാറ്റ് നെയിം.... ആ പേരുള്ള ഒരാളേയും എനിക്കിഷ്ടമല്ല...."

സുഹൃത്ത് ചിരിച്ചുകൊണ്ട് മദ്യത്തിലേക്ക് മുങ്ങിയപ്പോൾ അവൾ ആവർ ത്തിച്ചു:

"ആ പേരുള്ളതുകൊണ്ടു മാത്രം എനിക്കയാളെ ഇഷ്ടമല്ല... ഇയാളെ പറഞ്ഞുവിടൂ....."

സുഹൃത്ത് അതും കളിയായി കരുതി.

അവൾ വീണ്ടും അതേ പല്ലവി ആവർത്തിച്ചുകൊണ്ടേയിരുന്നു. ഒടുവിൽ തമാശ മാഞ്ഞു; വാക്കുകൾക്ക് വഴങ്ങാതെ നാവിൻതുമ്പിലെ ക്ഷോഭം

എങ്ങനെയൊക്കെയോ പുറത്തുവന്നു. സുഹൃത്ത് അവളെ പിടിച്ചുതള്ളി. തല ഭിത്തിയിലടിച്ച് അവൾ കട്ടിലിലേക്കു വീഴുന്നതു കണ്ടിട്ടും മനസ്സ് അടങ്ങിയില്ല.

"ഷിറ്റ്..... ഒരു രാത്രി നശിച്ചു. രാവിലെ കൊണ്ടുവിട്ടേക്കാം.... സോറി പ്രഭാകരാ...." അതുംപറഞ്ഞ് സുഹൃത്ത് കട്ടിലിലേക്ക് വീണതും ഉറങ്ങിയതും ഒപ്പമായിരുന്നു.

"എനിക്ക് വീട്ടിലേക്കു പോരാൻ തോന്നിയില്ല."

അവൻ നിർത്തിനിർത്തി സാവകാശം പറഞ്ഞു:

"എന്റെ അഭിമാനത്തിന് മുറിവേറ്റതുപോലെ തോന്നി. ഞാനവളെ കുലുക്കിയുണർത്തി. എനിക്കറിയണമായിരുന്നു, എന്തിനവൾ എന്നെ വെറുക്കുന്നു. എന്റെ പേരിനെ വെറുക്കുന്നു? എനിക്കതൊരു വാശിയായിരുന്നു. നിരന്തരമായ പ്രേരണയിലും മദ്യത്തിന്റെ ലഹരിയിലും അവളുടെ മനസ്സ് തുറക്കുമെന്ന് എനിക്കുറപ്പായിരുന്നു. അതുതന്നെ സംഭവിച്ചു. വളരെ താണ ഭാഷയിലാണ് അവൾ സംസാരിച്ചത്. ജന്മം നല്കിയശേഷം ഒരു ഭീരുവിനെപ്പോലെ ഒളിച്ചോടിയ അവളുടെ അച്ഛന്റെ പേരാണത്രെ എനിക്കുള്ളത്! അപമാനിതയായ അവളുടെ അമ്മ, അനാഥയായ കുഞ്ഞിനേയും കൂട്ടി സംവത്സരങ്ങളോളം ആ മനുഷ്യനെ അന്വേഷിച്ചുനടന്നു. ഒരിക്കലും അയാൾ ഒളിവിൽനിന്നു പുറത്തുവന്നേയില്ല. ഒടുവിൽ ജീവിക്കാൻ വേണ്ടി ശരീരം വില്ക്കാൻ ശീലിപ്പിച്ച അമ്മ, അവളോട് വെറുക്കാൻ പറഞ്ഞ ഒരു പേരായിരുന്നു എനിക്ക് ചുമക്കേണ്ടിവന്നത്."

പുറമെ നിർവികാരതയോടെയാണ് അത് കേട്ടിരുന്നെങ്കിലും സ്വാമിയുടെ ഉള്ളുലയുകയായിരുന്നു. ബന്ധങ്ങളുടെ താമരനൂലുകൾ പൊട്ടി അകമാകെ രക്തം വമിച്ചിട്ടും അദ്ദേഹം കാതുകൂർപ്പിച്ചു.

"കേട്ടറിഞ്ഞ കഥകളിൽ നിന്ന് എനിക്കുറപ്പായി, അവളുടെ അമ്മ മേരി ഡിക്രൂസാണെന്നും അവളുടെ അച്ഛൻ....."

തെല്ലൊരു കുറ്റബോധത്തോടെ അവൻ നിർത്തി, പിന്നെ ഇടറുന്ന സ്വരത്തിൽ തുടർന്നു:

"എനിക്കവളോട് സ്നേഹം തോന്നി, എന്റെ സഹോദരിയാണവളെന്നു തിരിച്ചറിഞ്ഞു.... എന്നിട്ടും ഒന്നും തെളിച്ചുപറയാതെ ഞാനവളെ ആശ്വസിപ്പിക്കാൻ ശ്രമിച്ചു....

എന്റെ അനുനയങ്ങൾക്കൊന്നും അവളെ ശാന്തയാക്കാൻ കഴിഞ്ഞില്ല. ഇത്തരം ജീവിതം ഉപേക്ഷിക്കണമെന്നുള്ള എന്റെ ഉപദേശം കേട്ടപ്പോൾ അവൾക്കു വാശിയായി. പ്രതികാരംപോലെ, സ്വയം ഉരുകിത്തീരാനുള്ള ഒരു വാശി.... എനിക്കു സഹിച്ചില്ല.

ഞാനവളെ പിന്തിരിപ്പിക്കാൻ ശ്രമിച്ചുകൊണ്ടേയിരുന്നു. ഒടുവിൽ വാക്കുകൾ വഴിമാറിയപ്പോൾ, ഞാനവളെ ബലമായി പിടിച്ചു വീട്ടിലേക്കു കൂട്ടിക്കൊണ്ടുവരാൻ ശ്രമിച്ചു. അവൾ കുതറിമാറി. ബഹളത്തിനിടയിൽ

അവളുടെ തല കട്ടിത്തലയ്ക്കിടിച്ചു. ഇതൊന്നുമറിയാതെ, മദ്യത്തിന്റെ ലഹരിയിൽ അബോധാവസ്ഥയിൽ ഉറങ്ങുകയായിരുന്ന, സുഹൃത്തിന്റെ കിടക്കയിലേക്കു വീഴുമ്പോൾ അവൾ പറയുന്നത് വ്യക്തമായും ഞാൻ കേട്ടു:

"എനിക്ക് എന്നെ അറിയാം, നിങ്ങളേയും, നിങ്ങളെന്റെ......."

തുടർന്നു പറയാൻ അവൾക്കു കഴിഞ്ഞില്ല. കഴിയുമായിരുന്നില്ല.

അവൾ അബോധാവസ്ഥയിലേക്കു വഴുതി വീണു. എന്തോ ഒരന്തഃപ്രേരണയാൽ എനിക്കുതോന്നി അവൾ മരിച്ചിരിക്കുമെന്ന്. അത് സത്യമായിരുന്നു.

അടുത്ത ദിവസങ്ങളിൽ റോസ്മേരിയുടെ ശവം കടൽത്തീരത്തടിഞ്ഞതും ഒളിവിലായിരുന്ന സുഹൃത്തിനെ പോലീസ് പിടികൂടിയതും ഞാനറിഞ്ഞു.

ഭയമോ മരവിപ്പോ സ്വയംനിന്ദയോ എന്നെ നിഷ്ക്രിയനാക്കിയിരുന്നു. അടുത്തകാലത്ത് ഞാൻ മദ്യം തൊടാത്ത ദിവസങ്ങളായിരുന്നു അത്.

സുഹൃത്ത് എന്റെ സാന്നിദ്ധ്യത്തെപ്പറ്റി പൊലീസിനോടു പരാമർശിച്ചതേയില്ല. അവന്റെ മൊഴിയും സാഹചര്യത്തെളിവുകളും അവർക്ക് ധാരാളമായിരുന്നു.

അച്ഛന്റെ ബഞ്ചിലായിരുന്നു കേസ്സ്. വിചാരണവിവരങ്ങൾ പത്രങ്ങളിൽ പതിവായി വന്നുകൊണ്ടിരുന്നു. ഒടുവിൽ സപ്തംബർ ഒന്നിന് വിധിപറയുമെന്നറിഞ്ഞപ്പോൾ എന്റെ മരവിപ്പ് പെട്ടെന്ന് അലിഞ്ഞു. ഒരുതരം ഉരുകൽ:

ആരോടെങ്കിലും എനിക്ക് എല്ലാം തുറന്നുപറയണമെന്നു തോന്നി.

ആരോട് പറയാൻ?

അച്ഛനോട് പറഞ്ഞാലോ എന്നാലോചിച്ചു; പക്ഷേ, അച്ഛനെ നേരിടാൻ എനിക്ക് ധൈര്യമില്ലായിരുന്നു. മാത്രമല്ല, എന്റെ സ്വഭാവമാറ്റത്തിൽ അച്ഛൻ മതിമറന്നു സന്തോഷിക്കുന്നുമുണ്ടായിരുന്നു.

ഉള്ളുരുകിയ ആ ദിവസങ്ങൾ എങ്ങനെ തള്ളിനീക്കിയെന്ന് എനിക്കറിയില്ല.

കോടതിയിലേക്കു പോകാനിറങ്ങിയ അച്ഛന്റെ മുന്നിൽ എങ്ങനെയോ ഞാനെത്തി.

എങ്ങനെയെന്നറിഞ്ഞുകൂടാ ധൈര്യം സംഭരിച്ചു ഞാൻ പറഞ്ഞു:

"അച്ഛാ ഈ കേസിലെ, റോസ്മേരി വധക്കേസിലെ, യഥാർത്ഥ കുറ്റവാളി ഞാനാണ്."

അച്ഛൻ ഞെട്ടുന്നത് ഞാൻ വ്യക്തമായി കണ്ടു.

പിന്നെ എനിക്ക് ധൈര്യമായി.

അവളെ എങ്ങനെ കണ്ടുമുട്ടിയെന്നും അവളെങ്ങനെ കൊല്ലപ്പെട്ടെന്നുമൊക്കെ ഞാൻ അച്ഛനോട് വിശദമായി പറഞ്ഞു. ഒടുവിൽ അതുകൂടി ഞാൻ തുറന്നുപറഞ്ഞു. അവൾ ആരാണെന്ന്.

അപ്പോൾ അച്ഛൻ, വീഴാതിരിക്കാനായി അടുത്തുകിടന്ന സെറ്റിയിൽ പിടിക്കുന്നതും പിന്നെ സമയമെടുത്ത് അതിലിരിക്കുന്നതും ഭയപ്പാടോടെ ഞാൻ നോക്കിനിന്നു.

അച്ഛൻ അങ്ങനെയിരുന്നു. ഒന്നും മിണ്ടാതെയുള്ള ആ ഇരുപ്പ് എത്രനേരം തുടർന്നെന്ന് എനിക്കറിഞ്ഞുകൂടാ, എത്രയോ നേരം!

ഒടുവിൽ വേലക്കാരാരോ വന്ന്, മുരടനക്കിയപ്പോൾ അച്ഛൻ ഞെട്ടിയുണർന്ന് വാച്ചിൽ നോക്കി. കൈയിൽ കരുതിയിരുന്ന കടലാസ്സുകൾ അച്ഛൻ ഒന്നുകൂടി മാറോടു ചേർത്തുപിടിക്കുന്നത് ഞാൻ ശ്രദ്ധിച്ചു. പിന്നെ വേഗത്തിൽ നടന്നു പുറത്തേക്കിറങ്ങി. പിന്തിരിഞ്ഞാണ് നടന്നതെങ്കിലും അച്ഛന്റെ ആ മുഖം എനിക്ക് കാണാമെന്നു തോന്നി. ആ മുഖം പിന്നെ ഞാൻ കാണുന്നത് വീടിന്റെ നടുത്തളത്തിൽ ആദരാഞ്ജലികളർപ്പിക്കാൻ കിടത്തിയപ്പോഴാണ്...."

ഇരമ്പിവരുന്ന മഴപോലെ അവൻ വിങ്ങിവിങ്ങി വിതുമ്പിയപ്പോൾ സ്വാമി ജ്ഞാനാനന്ദസരസ്വതിയുടെ ഉള്ളിലും ഒരു മഴ പൊട്ടുകയായിരുന്നു. അകത്തെ താമരവളയങ്ങൾ മുറിഞ്ഞുള്ള ചുടുചോരയുടെ പെരുമഴ!

അത് ഉള്ളിൽ നിറഞ്ഞുകവിഞ്ഞ് പുറത്തേക്കു പ്രവഹിക്കുമെന്നായപ്പോൾ സ്വാമി പഞ്ചേന്ദ്രിയങ്ങളും അടച്ചു. അപ്പോൾ അടഞ്ഞ ഇന്ദ്രിയങ്ങൾക്കുള്ളിൽ എല്ലാം തെളിയുന്ന ഒരായിരം കണ്ണുകൾ വിരിയുന്നു. കാണാനും കേൾക്കാനും അനുഭവിക്കാനും പ്രാപ്തിയുള്ള കണ്ണുകൾ! അതിൽ തെളിയുന്ന മുഖങ്ങളേതൊക്കെയാണ്–

കൗമാരയൗവന സ്വപ്നങ്ങളുടെ കനൽമൂടിയ മേരി ഡിക്രൂസ്..... എല്ലാം വിശ്വസിച്ച് മനസ്സും ശരീരവും പകുത്തു നല്കിയ അവളുടെ വിരൽത്തുമ്പിൽ തൂങ്ങി ഒരു പെൺകുട്ടി.....

മനഃസംയമനത്തിന്റെ മന്ത്രങ്ങൾ പരതിയ സ്വാമിയുടെ ഉള്ളിൽ തെളിഞ്ഞത് സ്വന്തം മുഖമാണ്. തെറ്റുംശരിയും വേർതിരിച്ചു വിധി പറയുന്ന ന്യായാധിപന്റെ ഭാവമണിഞ്ഞ സ്വന്തം മുഖം!

അത് കാണാനുള്ള ശക്തിയില്ലെന്ന് ഒരു ഞെട്ടലോടെ സ്വാമി മനസ്സിലാക്കി, അതെന്നു മാത്രമല്ല, ഉള്ളിലുള്ളതൊന്നും കാണാനുള്ള ശക്തിയില്ല. അകക്കണ്ണുകൊണ്ട് ഒന്നും കാണാതിരിക്കാനായി സ്വാമി പുറംകണ്ണുകൾ തുറന്നു. അപ്പോൾ ഈറൻമിഴികൾക്കു മുന്നിൽ ഒരു ജലജ്വാല! അതിലൂടെ കാണാം കൈയിലിരുന്ന പത്രത്തിലെ ലേക്കെട്ടിട്ടു തിരിച്ച വാർത്തയുടെ കറുത്തതലക്കെട്ടിന്റെ ഒരു കഷ്ണം.

"വിധിക്കു കീഴടങ്ങി!"

■

അഗ്നിവൃക്ഷം

മൃത്യുഞ്ജയനു മരിക്കാൻ മാർഗ്ഗങ്ങളില്ല; മറ്റാർക്കും, കുടുംബാംഗങ്ങൾക്കുപോലും ബുദ്ധിമുട്ടുണ്ടാകാത്ത രീതിയിലൊന്നു മരിച്ചുകിട്ടാനുള്ള മാർഗം തേടി മൃത്യുഞ്ജയൻ അലയാൻ തുടങ്ങിയിട്ടു നാൾ കുറേയായി.

തൂങ്ങാനായിരുന്നു ആദ്യതീരുമാനം. കയറും കരുതി; തൂങ്ങാനിടവും കണ്ടുവച്ചു. തറവാട്ടിലെ മച്ച് പറ്റിയ ഇടമാണ്. അല്ലെങ്കിൽ ഊഞ്ഞാലാടിക്കളിച്ച പുറംപറമ്പിലെ മാങ്കൊമ്പുണ്ട്.

വിശദമായ ആലോചനയിൽ തൂങ്ങൽശ്രമം ഉപേക്ഷിക്കുകയായിരുന്നു. തറവാട്ടിലോ പരിസരത്തോ തൂങ്ങിയാൽ പ്രശ്നമാവും. ശവം വെറുതെ മറവു ചെയ്യാനൊക്കില്ല. പൊലീസിനെ വരുത്തണം. അതിനു ടാക്സി വിളിക്കണം. പൊലീസുകാർക്ക് കൈമടക്കു കൊടുക്കണം, ശവം പോസ്റ്റുമോർട്ടത്തിനു കൊണ്ടുപോകാൻ ആംബുലൻസ് വരുത്തണം. മോർച്ചറിയിൽപോലും മാമൂൽ നല്കണം. ആകെക്കൂടി ഏറ്റവും ചുരുങ്ങിയത് മൂവായിരം രൂപയെങ്കിലും അച്ഛനു ചെലവുവരും.

മൂവായിരം പോയിട്ട് മുപ്പതു രൂപപോലും അച്ഛന്റെ കൈയിലുണ്ടാവില്ല. അതുകൊണ്ട് മറ്റു മാർഗ്ഗങ്ങൾ തേടി.

വിഷം കഴിച്ചാലോ? അങ്ങനെയുള്ള മരണത്തിനും നടപടിക്രമങ്ങൾ ഇതൊക്കെത്തന്നെയാണ്; ഇതേ രീതിയിലുള്ള ചെലവുമുണ്ടാകും.

മുങ്ങിമരിച്ചാലോ? അല്ലെങ്കിൽ തീവണ്ടിക്കു തലവച്ചാലോ? അതുമല്ലെങ്കിൽ ഏതെങ്കിലും വാഹനത്തിനു മുന്നിൽ ചാടിയാലോ?

അതെല്ലാം അസ്വാഭാവികമരണങ്ങൾതന്നെ; നടപടിക്രമങ്ങളും ചെലവും ഇതേ രീതിയിൽ വരും.

മരിക്കാനുള്ള മാർഗ്ഗങ്ങൾ ഒന്നൊന്നായി അന്വേഷിച്ച് വിശകലനം ചെയ്യവേ ഒരു ചിന്ത മിന്നൽപോലെ മൃത്യുഞ്ജയന്റെ മനസ്സിലൂടെ കടന്നുപോയി-നാട്ടിൽ അച്ഛന്റെ കാഴ്ചവട്ടത്തായാലല്ലേ ഈ ചെലവെല്ലാം അച്ഛൻ വഹിക്കേണ്ടതുള്ളൂ. നാടുവിട്ട് ദൂരത്തെവിടെയെങ്കിലുംപോയി കാര്യം കഴിച്ചാലോ? ഹോട്ടലിൽ വ്യാജവിലാസം നല്കി മുറിയെടുക്കാം. അവിടെ വിഷം കഴിച്ചോ ഫാനിൽ തൂങ്ങിയോ ജീവിതം അവസാനിപ്പിക്കാം.

അങ്ങനെ ഏതാണ്ട് തീരുമാനിച്ചുറച്ചപ്പോഴാണ്, യാദൃശ്ചികമായി വായനശാലയിൽവച്ചു പത്രത്തിൽ ആ വാർത്ത കണ്ടത്. 'അജ്ഞാതൻ ഹോട്ടൽ മുറിയിൽ ആത്മഹത്യ ചെയ്തു' എന്ന തലക്കെട്ടിനു താഴെ, മരണത്തിൽ മതിമറന്നു സന്തോഷിക്കുന്ന ചെറുപ്പക്കാരന്റെ ചിത്രത്തോ ടൊപ്പം ആത്മഹത്യയുടെ റിപ്പോർട്ട്. ഒടുവിൽ ഒരറിയിപ്പുമുണ്ടായിരുന്നു. 'മൃതദേഹം മോർച്ചറിയിൽ സൂക്ഷിച്ചിരിക്കുകയാണ്; ബന്ധുക്കൾ വന്ന് ഏറ്റുവാങ്ങണമെന്ന് മെഡിക്കൽ കോളേജ് സൂപ്രണ്ട് അറിയിക്കുന്നു.'

മൃത്യുഞ്ജയൻ ആത്മഹത്യ ചെയ്താലും സ്ഥിതി ഇതുതന്നെയാണ്. മൃതദേഹത്തിന്റെ ഫോട്ടോ പത്രത്തിൽ വരും. അതിനടിയിൽ ഇങ്ങനെയൊരറിയിപ്പുമുണ്ടാകും.

നാട്ടുകാർ സഹതാപത്തോടെ മൃത്യുഞ്ജയനെക്കുറിച്ച് എന്തൊക്കെ നല്ല വാക്കുകൾ പറഞ്ഞാലും അച്ഛന്റെയുള്ളിൽ വിദ്വേഷമായിരിക്കും മുളപൊട്ടുക. ജീവിച്ചപ്പോഴോ എല്ലാം ഇവനുവേണ്ടി നശിപ്പിക്കേണ്ടിവന്നു; ഒടുവിൽ മരണത്തിലും ഇവൻ ഈ ചെലവു വരുത്തിവച്ചല്ലോ എന്നാവും അച്ഛന്റെ മനോഗതി.

അതിൽ അച്ഛനെ കുറ്റം പറഞ്ഞിട്ടു കാര്യമില്ല.

പഠിപ്പിക്കാൻ അച്ഛൻ വിറ്റത് മൂന്നു തൊടി നിലവും പുറംപറമ്പുമാണ്. എം.എസ്.സി പാസ്സായിവരുമ്പോൾ എല്ലാം നേടിയെന്ന ഭാവമായിരുന്നു അച്ഛന്. പിന്നെ ജോലിക്കുള്ള ശ്രമമായി. കോളേജദ്ധ്യാപകന്റെ ജോലിയിൽക്കുറഞ്ഞ ഒന്നും വേണ്ടെന്ന് അച്ഛൻ നാട്ടുകാരോടു വീമ്പിളക്കി. അതിന് എംഫിൽ കൂടി വേണമെന്നായപ്പോൾ വീട്ടുപറമ്പിനും പുറമെ അവശേഷിച്ച ചിറച്ചാലുകൂടി വിറ്റു.

കോളേജ് അദ്ധ്യാപകന്റെ ജോലിക്ക് ആദ്യമായി ഇന്റർവ്യൂവിനു പോകുമ്പോൾ ജോലി കിട്ടുമെന്ന കാര്യത്തിൽ അച്ഛനു സംശയമില്ലായിരുന്നു. പണ്ട് തറവാട്ടിലെ പാട്ടക്കാരനായിരുന്ന കുഞ്ഞന്റെ കൊച്ചുമകൻ ശിവശങ്കരനായിരുന്നു കൂട്ട്. ക്ലാസില്ലെങ്കിലും ഇന്റർവ്യൂവിന് അവനെയും വിളിച്ചിട്ടുണ്ട്. വന്ദിച്ചിറങ്ങുമ്പോൾ അച്ഛൻ അനുഗ്രഹിച്ചു: നീ ഒന്നാമനാകും. ശിവശങ്കരനെയും വിട്ടുകളഞ്ഞില്ല. അവനെയും അനുഗ്രഹിച്ചു: നീയും ജയിക്കും.

അച്ഛന്റെ അനുഗ്രഹം അല്പം പിഴച്ചു. നന്നായി ചെയ്തിട്ടും ഇന്റർവ്യൂവിന് മൃത്യുഞ്ജയന് രണ്ടാം റാങ്കേ കിട്ടിയുള്ളൂ. ശിവശങ്കരനാകട്ടെ, പതിനേഴാം റാങ്കും. രണ്ട് ഒഴിവുകൾ മാത്രമുണ്ടായിരുന്ന ജോലിക്ക് ഒന്നാം റാങ്കുകാരനും പതിനേഴാമത്തെ റാങ്കിലായിരുന്ന ശിവശങ്കരനും നിയമനം കിട്ടിയപ്പോൾ അച്ഛന് ആരോടെന്നില്ലാതെ അരിശമായി.

ഗവൺമെന്റ് കോളേജുകളിലൊന്നും ഉടനെ ജോലി തരപ്പെടില്ലെന്ന് അച്ഛനു മനസ്സിലായി. പിന്നത്തെ ശ്രമം സ്വകാര്യകോളേജുകളിലായി. സസ്യശാസ്ത്രത്തിൽ ഡോക്ടറേറ്റെടുത്തവർ ലക്ഷങ്ങളുമായി അവിടങ്ങളിലൊക്കെ ക്യൂവിലാണെന്ന സത്യം ബോധ്യപ്പെട്ടപ്പോൾ കൊള്ളാവുന്ന മറ്റു വല്ല ജോലിക്കും അപേക്ഷിക്കാൻ അച്ഛൻ ഉപദേശിച്ചു.

നല്ല ജോലി ഏതെന്നു തിരഞ്ഞുപിടിച്ച് അപേക്ഷ അയയ്ക്കാനും ടെസ്റ്റ്

എഴുതാനുമായി പിന്നത്തെ ശ്രമം. അതും ഫലപ്പെട്ടില്ലെന്നു കണ്ടപ്പോൾ കാണുന്നതിനൊക്കെ അപേക്ഷിക്കാൻ നിർദേശിച്ചു. അങ്ങനെ ചെയ്തു.

ആറുവർഷത്തിനുള്ളിൽ വിവിധ ജോലികൾക്കായി എൺപത്തിമൂന്ന് അപേക്ഷകളയച്ചു. മുപ്പത്തിയാറു ടെസ്റ്റുകളെഴുതി. ഏഴ് ഇന്റർവ്യൂവിനും പോയി. ഒന്നും ഫലപ്പെട്ടില്ല.

അച്ഛനും മടുക്കുകയായിരുന്നു: അതാവും അന്ന് അങ്ങനെ പറഞ്ഞത്:

“നീ ഒരു കരപറ്റിയിട്ട് എല്ലാം ശരിയാവുമെന്നു കരുതി കാത്തിരിക്കുകയായിരുന്നു.....”

“നാലുവയറു കഴിയുന്നത് എങ്ങനെയാണെന്നാ വിചാരം. ഞാനൊരുത്തൻ വിചാരിച്ചാൽ എന്തു നടക്കും? എനിക്കും വയ്യാതായി?”

അച്ഛൻ അകത്തെ ചാരുകസേരയിൽ തല കുമ്പിട്ടിരുന്നു. എല്ലാറ്റിനും മൂകസാക്ഷിയായ അമ്മയുടെ ഭാവം അച്ഛനെ ശരിവയ്ക്കുന്നതായിരുന്നു..

ശരിയല്ലേ അച്ഛൻ പറഞ്ഞത്. ഇരുപത്തിമൂന്നു വയസ്സുവരെ മൃത്യുഞ്ജയന് വിദ്യാർത്ഥിയുടെ വേഷമായിരുന്നു. മുപ്പതുവരെ ഉദ്യോഗാർത്ഥിയുടേയും. അതുകഴിഞ്ഞിട്ടും......

ഉദ്യോഗം കിട്ടുമെന്നു കരുതി കാത്തിരിക്കാതെ ഏതെങ്കിലും ജോലി ചെയ്ത് കുടുംബത്തെ സഹായിക്കണമെന്നു മൃത്യുഞ്ജയനു തോന്നി.

ഈ ഗ്രാമത്തിൽ കണ്ടെത്താൻ കഴിയുന്ന തൊഴിൽ എന്താണ്?

ഏറെനേരം ആലോചിച്ചിട്ടും ഒരെത്തുംപിടിയും കിട്ടിയില്ല.

ശരിക്കു പറഞ്ഞാൽ അന്നു രാത്രി ഉറങ്ങിയതേയില്ല. പുലരാറായപ്പോൾ ഒരാശയംതോന്നി. തല്ക്കാലം ഏതെങ്കിലും ട്യൂട്ടോറിയൽ കോളേജിൽ പഠിപ്പിക്കാൻപോകാം.

തിരിച്ചുവരുമ്പോൾ കുടുംബത്തിനാകെ അതിശയമാകട്ടെ എന്നു കരുതി, ആരോടും പറയാതെയാണ് പുലർച്ചെ വീടുവിട്ടിറങ്ങിയത്.

ട്യൂട്ടോറിയൽ കോളേജിന്റെ ഓലഷെഡ്ഡിൽ പ്രിൻസിപ്പലിനെ കണ്ടു. നിർവികാരതയോടെയായിരുന്നു അദ്ദേഹത്തിന്റെ മറുപടി:

“ഇവിടെ എല്ലാ വിഷയത്തിനും ആളുണ്ട്. ആരെങ്കിലും ജോലി കിട്ടിപ്പോകുമ്പോൾ നോക്കാം.”

നാട്ടിലും പരിസരത്തുമായി അത്തരം ആറു സ്ഥാപനങ്ങളുണ്ട്. നിരാശനാകാതെ അടുത്ത സ്ഥലത്തേക്കു പോയി. അവിടെയും അതുതന്നെ സ്ഥിതി. മറ്റിടങ്ങളിലും നോക്കി. അവിടൊക്കെ ഒരു പ്രത്യേക വ്യവസ്ഥയിലാണ് ട്യൂട്ടോറിയൽ കോളേജ് നടത്തുന്നത്. അദ്ധ്യാപകർ തന്നെ കുട്ടികളെ കൊണ്ടുവരണം. കൂടുതൽ കുട്ടികളെ ക്യാൻവാസ് ചെയ്തുകൊണ്ടു വരുന്നവർക്ക് കൂടുതൽ ശമ്പളം. ഇതു സീസണല്ല, അടുത്ത സീസണിൽ എത്ര കുട്ടികളെ സംഘടിപ്പിച്ചുകൊണ്ടുവരാൻ കഴിയുന്നു എന്നതിന്റെ അടിസ്ഥാനത്തിൽ നോക്കാമത്രെ!

നിരാശനായി വീട്ടിൽ തിരിച്ചുവരുമ്പോൾ പകലൊക്കെ എവിടെയായിരുന്നു എന്നുപോലും അച്ഛൻ ചോദിച്ചില്ല. അമ്മയോടു കാര്യങ്ങൾ പറഞ്ഞു. നിനക്കു ദൈവം മറ്റൊരു വഴി കാണിച്ചുതരുമെന്ന് അമ്മ ആശ്വസിപ്പിച്ചു.

ദൈവം കാണിച്ചുതരുന്ന വഴിതേടി അടുത്ത ദിവസവും അതിരാവിലെത്തന്നെ പുറത്തിറങ്ങി. ആദ്യം ഗ്രാമാതിർത്തിയിലുള്ള ടൗണിൽ കറങ്ങി. അവിടെ ചില സ്വകാര്യ സ്ഥാപനങ്ങളിൽ നോക്കി. ഒരു രക്ഷയുമില്ല. പട്ടണത്തിലേക്കു പോയി. അവിടെയും രക്ഷയില്ല.

പിന്നെ, അതൊരു പതിവായി. പതിവെന്നു മാത്രമല്ല, വാശിയോടെയുള്ള ശ്രമമായി. ഒടുവിൽ നഗരത്തിൽ ദിവസചിട്ടി നടത്തുന്ന ഒരു സ്ഥാപനത്തിൽ സംഗതി ശരിയാവുമെന്നു കണ്ടതാണ്; പക്ഷേ, അവിടത്തെ രീതി കണ്ടിട്ട് തട്ടിപ്പാണെന്നു തോന്നി ഉപേക്ഷിക്കുകയായിരുന്നു.

പകലൊന്നും വീട്ടിലോ നാട്ടിലോ സ്ഥിരമായി കാണാത്തതുകൊണ്ടാവാം ഒരു ദിവസം അച്ഛൻ പറഞ്ഞു:

"ആവുന്നതെന്താന്നുവെച്ചാൽ നോക്ക്. എനിക്കു വയ്യ. ഇനി കടം തരാൻ ആരുമില്ല."

അച്ഛൻ ആകെ തളർന്നെന്നു തോന്നി. വീട്ടിലെ നിത്യച്ചെലവുപോലും മുടങ്ങുമെന്ന് അമ്മയുടെ വാക്കുകളിൽനിന്ന് മനസ്സിലായി. അത്താഴത്തിനിരുന്നപ്പോൾ അതു പ്രതിഫലിക്കുകയും ചെയ്തു.

ഉറങ്ങാൻ കിടന്നത് ഒരുറച്ച തീരുമാനവുമായിട്ടായിരുന്നു. എന്തെങ്കിലും പണി കണ്ടുപിടിക്കണം. അച്ഛനെ സഹായിക്കണം. കുടുംബം പോറ്റാൻ കൂടണം.

രാവിലെ കുട്ടപ്പനെ കണ്ടു. സ്കൂളിൽ ഒന്നിച്ചു പഠിച്ചതാണ്. കെട്ടിട നിർമ്മാണ കമ്പനിയിലാണ് പണി.

കാര്യം പറഞ്ഞപ്പോൾ അവൻ നിരുത്സാഹപ്പെടുത്തി:

"ഇത്രയും പഠിപ്പുള്ളവർക്ക് പറ്റിയ പണിയല്ല. എന്നാലും മാനേജരെ കണ്ടു നോക്കാം."

മാനേജർ കൃത്യമായി ചോദിച്ചു:

"ഏതു പണിയറിയാം?"

ഒന്നും മിണ്ടാതെ നിന്നപ്പോൾ അയാൾ വിശദീകരിച്ചു:

"ഇഷ്ടികപ്പണി, കോൺക്രീറ്റ്, മരപ്പണി, പ്ലംബിങ്ങ്, ഇലക്ട്രിക്കൽ ഇതിലേതെങ്കിലും...."

കുട്ടപ്പൻ ഇടയ്ക്കുകയറി പറഞ്ഞു:

"ഇതൊന്നും പരിചയമില്ല. എം.എസ്സി.യും എം.ഫില്ലും കഴിഞ്ഞതാ."

"അയ്യോ അവർക്കു പറ്റിയ പണിയൊന്നും ഇവിടെയില്ല."

മാനേജർ നിസ്സഹായത അറിയിച്ചു.

"എന്നാൽ സൂപ്രവൈസറായിട്ട്...."

കുട്ടപ്പനെ മുഴുമിപ്പിക്കാൻ മാനേജർ സമ്മതിച്ചില്ല:

"പണിയറിയാത്തവനാണോ പണി സൂപ്രവൈസ് ചെയ്യുന്നത്...."

കുട്ടപ്പൻ വിട്ടില്ല:

"നമ്മുടെ അക്കൗണ്ട്സ് വിഭാഗത്തിലൊക്കില്ലേ?"

"അവിടൊക്കെ മുതലാളിയുടെ കുടുംബക്കാരുണ്ട്."

എന്തെങ്കിലുമൊരു പണി പഠിക്കാത്തതിൽ മൃത്യുഞ്ജയന് അന്നാദ്യമായി വിഷമം തോന്നി.

തിരിഞ്ഞു നടക്കുമ്പോൾ മാനേജർ വിളിച്ചു:

"എടോ നമ്മുടെ ലോറിയുടെ ഡ്രൈവർ പോയി. ഇയാൾക്ക് ഡ്രൈവിങ് അറിയാമെങ്കിൽ അതിൽ കൊടുക്കാം."

അതുകേട്ടപ്പോൾ എന്തിനെന്നറിയാതെ അച്ഛനോടാണ് വിദ്വേഷം തോന്നിയത്: പിന്നെ സ്വയം നിന്ദയായി... എം.എസ്സി.ക്കും എം.ഫില്ലിനും പോയ നേരത്ത് ഡ്രൈവിങ് പഠിച്ചിരുന്നെങ്കിൽ!

എവിടെയൊക്കെയോ കറങ്ങി. രാത്രി വളരെ വൈകി വീട്ടിലെത്തി. അത്താഴത്തിനിരുന്നപ്പോൾ അമ്മയുടെ മുഖത്തു കണ്ണുനീർ. ആ ശബ്ദത്തിനും കണ്ണുനീരിന്റെ നനവ്.

"അച്ഛന് തീരെ വയ്യ. കിടപ്പാ. കടക്കാരെ പേടിച്ചാവും ഇന്നു പുറത്തിറങ്ങിയില്ല."

ഭക്ഷണത്തിനു കാത്തിരിക്കുകയാണെന്നു മനസ്സിലാക്കിയിട്ടാവാം അമ്മ അറച്ചറച്ചു പറഞ്ഞു:

"അരിയില്ലായിരുന്നു. അയൽക്കാരോടു വായ്പ വാങ്ങിമടുത്തു. ഇന്നിവിടൊന്നും വച്ചില്ല."

അമ്മ അതു പറഞ്ഞുനിർത്തിയതും അകത്തുനിന്നൊരു തേങ്ങൽ. അനിയത്തിയുടെ ഗദ്ഗദം.

"അവളൊന്നും കഴിച്ചില്ലേ?"

ആ ചോദ്യത്തിനു പ്രതികരണമില്ലായിരുന്നു.

അമ്മ ഒന്നും മിണ്ടാതെ അകത്തേക്കു കയറിപ്പോയി.

നെഞ്ചിൽ വല്ലാത്ത ഭാരം തോന്നി. എട്ടുകെട്ടും പത്തായപ്പുരയുമുള്ള തറവാടായിരുന്നു. ആയിരപ്പറ കൃഷിയും നോക്കെത്താത്ത പറമ്പുകളും. പത്തുപേർക്കെങ്കിലും ഭക്ഷണം കൊടുക്കാതെ അന്നംതൊടാത്ത മുത്തശ്ശിയുടെ മടിയിൽകിടന്നുവളർന്ന അമ്മ ഇന്ന് സ്വന്തം മകളെ പട്ടിണിക്കിട്ടിരിക്കുന്നു. അവൾക്ക് വിശക്കുന്നുണ്ടാവണം.

ഒരു കരിക്കിട്ടുകൊടുത്താലോ?

മുറ്റത്തിറങ്ങി.

തെങ്ങിലേക്കു ടോർച്ചടിക്കുന്നതുകണ്ട് അമ്മ വിളിച്ചുപറഞ്ഞു:

"അതിൽ വെള്ളയ്ക്കയല്ലാതെ മറ്റൊന്നുമില്ല......"

മുറ്റത്തുതന്നെ നിന്നുപോയി.

മനസ്സിൽ മടുപ്പിക്കുന്ന പകയുയരുന്നതായി മൃത്യുഞ്ജയനു തോന്നി. അതാകെ അസ്വാസ്ഥ്യം സൃഷ്ടിച്ചുകൊണ്ട് അകം നിറഞ്ഞപ്പോൾ മനസ്സു വെമ്പി. അപ്പുണ്ണിയുടെ പറമ്പിൽ നിന്ന് രണ്ട് കരിക്കിട്ടാലോ?

പുകമറയിലായിരുന്നെങ്കിലും ഉടനെ മനസ്സു വിലക്കി.

പഠിക്കാതിരുന്നെങ്കിൽ കൂലിപ്പണി ചെയ്തെങ്കിലും ജീവിക്കാമായിരുന്നു. പെട്ടെന്നാണ് മനസ്സിലേക്ക് അതു തെളിഞ്ഞുവന്നത്. പഠിച്ചെന്നുകരുതി കൂലിപ്പണിക്കു പോയാലെന്താ? ഏതു പണിക്കും അതിന്റേതായ അന്തസ്സില്ലേ? അതോർത്തപ്പോൾ മനസ്സിൽ അത്ഭുതകരമായ ഒരാശ്വാസം വന്നു നിറയുന്നു.

അന്നുരാത്രി സമാധാനത്തോടെയാണ് കിടന്നത്. വിശപ്പുണ്ടായിരുന്നെങ്കിലും ശാന്തമായി ഉറങ്ങുകയും ചെയ്തു.

പുലർച്ചെ, വീട്ടിലാരും ഉണരുംമുമ്പേ പാടക്കരയിലെത്തി. പണ്ട് തറവാട്ടു വകയായിരുന്ന ആയിരപ്പറയുടെ ഭാഗമായിരുന്നു നെൽപ്പാടം. ഇപ്പോൾ കുഞ്ഞൻമുതലാളിയുടേതാണ്. മുതലാളിയാകുന്നതിനുമുമ്പ്, കുഞ്ഞന് തറവാട്ടുകാരണവർ പാട്ടത്തിനു കൊടുത്തതായിരുന്നു ഈ വയലൊക്കെ. ഭൂപരിഷ്ക്കാരം വന്നതോടെ വയലെല്ലാം കുഞ്ഞന് സ്വന്തമായി. പാട്ടക്കാരൻ കുഞ്ഞൻ പിന്നെ കുഞ്ഞൻ മുതലാളിയായി.

വരമ്പത്ത് കുടയൂന്നി കുഞ്ഞൻമുതലാളി നില്പുണ്ടായിരുന്നു.

വയലിറമ്പിൽ ഓരംതാങ്ങിനിന്ന് മൃത്യുഞ്ജയൻ മുരടനക്കി.

"എനിക്കും പണിവേണം, ഞാൻ കൂടി പണിക്കിറങ്ങട്ടെ?"

"ഇത്രേം പഠിച്ചിട്ട്, വയൽപ്പണിക്കോ? കുഞ്ഞ് വേറെ എന്തെങ്കിലും ജോലിക്ക് നോക്ക്." മുതലാളി നിരുത്സാഹപ്പെടുത്തി.

മൃത്യുഞ്ജയൻ വിശദീകരിച്ചു:

"ജോലിക്ക് ഒരുപാട് ശ്രമിച്ചതാ; ഏതു ജോലിക്കും അതിന്റേതായ അന്തസ്സുണ്ട്. ഞാനീ പണി ചെയ്തോളാം.

''വേണ്ട കുഞ്ഞേ, എം.എസിക്കാരെക്കൊണ്ടു പാടത്തു പണി ചെയ്യിക്കാൻ കുഞ്ഞൻ ആളല്ല. എന്റെ മോനെ നോക്ക്. ഇത്രയൊക്കെ ഉണ്ടായിട്ടും നേരെ ചൊവ്വേ പഠിക്കാഞ്ഞിട്ടും അവൻപോലും കോളേജ് വാധ്യാരുടെ പണിയേ ചെയ്യൂ-കുഞ്ഞും അതുപോലെയൊന്നിന് ശ്രമിക്ക്....."

അയാൾ കളിയാക്കുകയാണെന്നു കണ്ടപ്പോൾ വിനയത്തോടെ ഉള്ള കാര്യം തുറന്നുപറഞ്ഞു:

പട്ടിണിയാണ്. കുടുംബം പോറ്റണം.

മുതലാളിയും മനസ്സ് തുറന്നു:

"വയൽപണിക്ക് പരിചയമില്ലാത്തവരെ പാടത്തിറക്കിയാൽ പണിയുടെ താളം തെറ്റും. മറ്റുള്ള പണിക്കാരുടെ ജോലികൂടി തടസ്സപ്പെടും."

വലിയകാരണവർ പാട്ടംപിരിക്കാൻപോയ വയൽവരമ്പിൽ മൃത്യുഞ്ജയൻ അങ്ങനെനിന്നുപോയി; ഇനി എന്തുചെയ്യും? എല്ലായിടവും ഇതാവും സ്ഥിതി.

തിരിച്ചു വീട്ടിൽപ്പോകാൻ തോന്നിയില്ല. വീടിനെക്കുറിച്ചോർത്തപ്പോൾ അമ്മയുടെ കണ്ണീരും അനിയത്തിയുടെ ഗദ്ഗദവുമാണ് മനസ്സിലേക്ക് വരുന്നത്. അത് ഉള്ളാകെ നിറഞ്ഞപ്പോൾ തോന്നി-മോഷ്ടിക്കാൻ പോയാലോ?

ഉടനെ മനസ്സുവിലക്കി:

വേണ്ട; ആത്മഹത്യ ചെയ്യേണ്ടി വന്നാലും അതുവേണ്ടാ.

അങ്ങനെയാണ് ആത്മഹത്യയുടെ വിത്ത് ആദ്യമായി മൃത്യുഞ്ജയന്റെ മനസ്സിലേക്കു വീണത്. ക്രമേണ അത് മൃത്യുഞ്ജയനെപ്പോലും അതിശയിപ്പിച്ചുകൊണ്ടു കിളിർത്തുവന്നു. അതു പിന്നെ പെട്ടെന്നു ചെടിയായി, മരമായി. പിന്നെയും വളരാൻ തുടങ്ങിയപ്പോൾ മൃത്യുഞ്ജയന് മനസ്സിലായി, അതൊരു അഗ്നിവൃക്ഷമാണെന്ന്. അകമാകെ തീയും പുകയും വമിപ്പിക്കുന്ന അഗ്നിവൃക്ഷം.

ഉള്ളിൽ ഉള്ളം പൊള്ളുന്ന അഗ്നിവൃക്ഷം പേറി മൃത്യുഞ്ജയൻ നടന്നു.

ദിവസങ്ങൾ കഴിയവെ മരം ശാഖകളും ഉപശാഖകളും നീട്ടി വളർന്നു പന്തലിച്ചു. അത് വമിപ്പിക്കുന്ന ഉൾപ്പുകയിൽനിന്ന് രക്ഷയില്ലെന്നായപ്പോൾ മൃത്യുഞ്ജയൻ സ്വയമൊരു തീരുമാനമെടുത്തു-മരിക്കുകതന്നെ.

മൃതിയുടെ വഴിയും വഴിശേഷവും മനസ്സിൽകണ്ട മൃത്യുഞ്ജയന് എല്ലാവരോടും പെട്ടെന്നു ദയതോന്നി. ഈ മരണംകൊണ്ട് മറ്റാർക്കും പ്രത്യേകിച്ച് അച്ഛനോ അമ്മയ്ക്കോ അനിയത്തിക്കോ ബുദ്ധിമുട്ടുണ്ടാകരുത്. അങ്ങനെ മരിച്ചുകിട്ടാനെന്താണൊരുവഴി?

മൃതിയുടെ വഴികളെല്ലാം ചെന്നവസാനിക്കുന്നത് അച്ഛന്റെ ദുരിതങ്ങളുടെ മുന്നിലാണ്. അതു മനസ്സിലാക്കിയ മൃത്യുഞ്ജയൻ അറിയാവുന്ന ഈശ്വരന്മാരോടെല്ലാം പ്രാർത്ഥിച്ചു:

“ആരെയും ബുദ്ധിമുട്ടിക്കാതെ മരിച്ചുകിട്ടാൻ ഒരു വഴി കാണിച്ചുതരൂ.... മരണശേഷം മറ്റാർക്കും ബുദ്ധിമുട്ടുണ്ടാകാത്ത ഒരു വഴി.....”

അത് എവിടെയോ കേൾക്കപ്പെട്ടെന്നു തോന്നി.

മൃത്യുഞ്ജയന്റെ മനസ്സിൽ ഒരു മിന്നൽ പൊട്ടിവീണു. അത് അഗ്നിനാളങ്ങളായി ആളിപ്പടർന്നപ്പോൾ ഉള്ളിലാകെ ഒരു വെളിച്ചം, ആ ഉൾവെളിച്ചത്തിൽ മൃത്യുഞ്ജയന് എല്ലാം കാണാമെന്നായി. എല്ലാം കണ്ടുകഴിഞ്ഞപ്പോൾ അയാൾക്ക് എന്തെന്നില്ലാത്ത സമാധാനം തോന്നി.

അപ്പോൾ സന്ധ്യ കഴിഞ്ഞിരുന്നു. പുറംപറമ്പിലിരുന്ന് മൃത്യുഞ്ജയൻ വീടിനെനോക്കി. അമ്മയും അനിയത്തിയും അകത്തെ മുറിയിൽ ജപിക്കുകയാണ്. അച്ഛൻ മയങ്ങുകയാണോ? മൃത്യുഞ്ജയൻ എഴുന്നേറ്റ് വീടിനൊന്നു വലംവച്ച് പടിഞ്ഞാറ്റയിലെത്തി. ഉൾവെളിച്ചത്തിൽ കണ്ടതുപോലെ അയാൾ കൈക്കോട്ടെടുത്തു. എന്നിട്ടു വേഗത്തിൽ പുറംപറമ്പിലെ തെക്കേക്കോണിലേക്കു നടന്നു. അവിടെയെത്തിയപ്പോൾ ഒന്നുനിന്നു. പിന്നെ കുനിഞ്ഞു

ശബ്ദമുണ്ടാക്കാതെ മണ്ണുമാറ്റാൻ തുടങ്ങി. കുറെയായപ്പോൾ മനസ്സിൽ കരുതിയതുപോലെ ദീർഘചതുരാകൃതിയിൽ ഒരു കുഴി പ്രത്യക്ഷപ്പെട്ടു.

മൃത്യുഞ്ജയന് വല്ലാത്ത സന്തോഷം തോന്നി. കൈക്കോട്ടു കരയ്ക്കു വച്ചയാൾ കുഴിയാകെ ഒന്നു പരിശോധിച്ചു. എന്നിട്ട്, ഒട്ടേറെതവണ അഭ്യസിച്ചുറപ്പിച്ചതിന്റെ ആവർത്തനംപോലെ കുഴിയിൽ തെക്കുവടക്കു മലർന്നു കിടന്നു.

കൊള്ളാം, പാകത്തിനായിട്ടുണ്ട്.

മൃത്യുഞ്ജയനു സ്വയമൊരു തൃപ്തിതോന്നി.

നന്നേ വിയർത്തെങ്കിലും അത് വകവയ്ക്കാതെ അയാൾ കുഴിയിൽ നിന്നെഴുന്നേറ്റു വീട്ടിലേക്കു നടന്നു.

പടിഞ്ഞാറ്റയുടെ പിന്നാമ്പുറത്തെത്തിയപ്പോൾ മൃത്യുഞ്ജയൻ നിന്നു. അവിടെ സൂക്ഷിച്ചിരുന്ന മണ്ണെണ്ണടിന്നും അടുപ്പിനടുത്ത് പാതുകത്തിൽ വെച്ചിരുന്ന തീപ്പെട്ടിയും കൈയിലെടുത്തു. എന്നിട്ട് ഒരു കള്ളനെപ്പോലെ ശബ്ദമുണ്ടാതെ കുഴിക്കരികിലേക്കു മടങ്ങിവന്നു. പിന്നെ പെട്ടെന്നു കുഴിയിലേക്കിറങ്ങി. അവിടെനിന്ന് വീടിനെ ഒന്നുകൂടി നോക്കി.

ഒരു നിമിഷം, ഒരൊറ്റനിമിഷമേ നോക്കിയുള്ളൂ. പിന്നെ കൈയിലിരുന്ന ടിന്നിൽനിന്ന് മണ്ണെണ്ണയുടെ ഒരു ഭാഗം നിറുകയിലേക്ക് ഒഴിച്ചു. തലയിൽ ഒരു കുളിർമ്മ. അത് ശിരസ്സിൽനിന്ന്, മുടിയിലൂടെ മുഖത്തേയ്ക്കും പിന്നെ ദേഹത്തേയ്ക്കും ഒലിച്ചിറങ്ങുന്നത് ഒരുൾക്കുളിരോടെ അറിഞ്ഞപ്പോൾ മൃത്യുഞ്ജയൻ സ്വയം ശാസിച്ചു. മരിക്കാനുള്ള മാർഗ്ഗങ്ങൾ തേടി നടന്നപ്പോൾ എന്തുകൊണ്ടീവഴി നേരത്തെ കണ്ടില്ല.

ശാസന സഹിച്ച് മനസ്സ് ആശങ്കപ്പെട്ടത് പെട്ടെന്നായിരുന്നു. മരണം എത്ര അടുത്തെത്തിയിരിക്കുന്നു. തീപ്പെട്ടി ഉരസുന്ന നേരം മതി...... പക്ഷേ, കുഴിയിൽ തീ ആളിക്കത്തുമ്പോൾ, അതാരെങ്കിലും കാണില്ലേ? കാണുന്നവർ ഓടിക്കൂടുമ്പോൾ കുഴിയിൽ കത്തിക്കരിഞ്ഞ മൃതദേഹം! ദുരൂഹമരണം! അതിന്റെ പീഡനം അച്ഛനോ? അമ്മയ്ക്കോ? അനിയത്തിക്കോ? അതോ എല്ലാവർക്കുംകൂടിയോ?

ആശങ്ക അതിരുവിട്ടപ്പോൾ മനസ്സിൽ പടർന്നുപന്തലിച്ച അഗ്നിവൃക്ഷത്തിന്റെ ചില്ലകളിലൊന്നിളകി വീടിനുനേരെ നീളുന്നത് മൃത്യുഞ്ജയൻ കണ്ടു. ഇരുളിൽ, ഇരുൾക്കൂനപോലെനിന്ന വീടിനു മുകളിൽ അതൊരു ജ്വാല പടർത്തുന്നു. അതുകണ്ടുനിന്നപ്പോൾ എന്തെന്നില്ലാത്ത ഒരാത്മനിർവൃതി മൃത്യുഞ്ജയനിൽ വന്നുനിറഞ്ഞു. അയാൾ പെട്ടെന്ന് കുഴിയിൽനിന്ന് കരയ്ക്കുകയറി. എന്താണ് സംഭവിച്ചത്? വീടിനുനേരെ ഒന്നുകൂടി ശ്രദ്ധിച്ചപ്പോൾ അയാൾക്കു മനസ്സിലായി. അമ്മയുടെയും അനുജത്തിയുടെയും ജപത്തിൽ അച്ഛനും പങ്കുചേർന്നിരിക്കുന്നു.

പിന്നൊട്ടും താമസിച്ചില്ല. മണ്ണെണ്ണ ടിൻ മാറോടുചേർത്ത്, തീപ്പെട്ടി ഭദ്രമായി കൈയിലമർത്തി അയാൾ വീടിനുനേരെ ആഞ്ഞുനടന്നു. ■

ഊണന്‍

തൂമ്പില നീട്ടിമുറിച്ച്, കഴുകി വെടിപ്പാക്കി, കലവറയുടെ കന്നിമൂലയിലെ ആവണപ്പലകയ്ക്ക് മുന്നിലിട്ട്, പാചകന്‍ ഒരുനിമിഷം ധ്യാനനിമഗ്നനായി നിന്നു. പിന്നെ, ചമ്പാവരിച്ചോറ് വെള്ളുകുട്ടയില്‍ കോരിയെടുത്ത് പാചകനും പതിന്നാല് വിഭവങ്ങളുമായി വിളമ്പുകാരും തയ്യാറായി. ഒരുക്കങ്ങളെല്ലാം പൂര്‍ത്തിയായെന്ന് ബോധ്യമായപ്പോള്‍ പരികര്‍മി അകത്തെ അറവാതിലിനു മുന്നിലുള്ള മണിയില്‍ മുട്ടി ഒരു പ്രാര്‍ത്ഥനപോലെ മൂന്നാവര്‍ത്തി മന്ത്രിച്ചു:

"ഊണായി..... ഊണായി..... ഊണായി...."

അറയ്ക്കുള്ളില്‍ നിന്നും മറുപടിയൊന്നും കേട്ടില്ല. പക്ഷേ, പെട്ടെന്ന് അറവാതില്‍ തുറന്ന് ആജാനുബാഹുവായ ഒരു ദിവ്യമനുഷ്യന്‍ പുറത്തേയ്ക്കു വന്നു. ആരുടേയും മുഖത്തേയ്ക്കു നോക്കാതെ പരിചാരകന്‍ നീട്ടിയ താലത്തില്‍ കൈകഴുകി അദ്ദേഹം ആവണപ്പലകമേല്‍ ആസനസ്ഥനായി.

പിന്നെല്ലാം പെട്ടെന്നായിരുന്നു.

പാചകന്‍ ആദരപൂര്‍വ്വം ഒന്നുകുനിഞ്ഞ്, വെള്ളുകുട്ട ഇടംവലംതട്ടി, ഇലയിലേക്ക് ആളാകൃതിയില്‍ ചോറു വിളമ്പി.

ഞാന്‍ ശരിക്കും അതിശയിച്ചുപോയി.

ഇലയില്‍ വിളമ്പിയ ചോറിന് തനി മനുഷ്യരൂപത്തിന്റെ ആകൃതി.

വിളമ്പുകാര്‍ ഓരോ വിഭവങ്ങളുമായി ഇലയ്ക്കുമുന്നില്‍ ഒരു പ്രത്യേക താളത്തില്‍ കുനിഞ്ഞു നിവര്‍ന്നപ്പോള്‍ ആളാകൃതിയിലുള്ള ചോറിന്റെ ശിരോഭാഗത്ത് പരിപ്പ്, നെയ്യ്, പര്‍പ്പടകം, ഉടല്‍ഭാഗത്ത് സാമ്പാര്‍, കൈകാലുകളുടെ സ്ഥാനത്ത് അവിയല്‍, തോരന്‍, കാളന്‍, ഓലന്‍, പച്ചടി, കിച്ചടി, പിന്നെ ഒട്ടേറെ ഉപദംശങ്ങളും.

വിളമ്പുകാര്‍ പിന്നോക്കം മാറിയപ്പോള്‍ ദിവ്യമനുഷ്യന്‍ ഊണു തുടങ്ങി. തലയറ്റത്തുനിന്ന് താഴേക്ക് ഒരു പ്രത്യേകതാളക്രമത്തില്‍ അസാധാരണ വലുപ്പത്തില്‍ ഉരുളകളുരുട്ടിയുള്ള ആ ഊണ് ഒരു യജ്ഞകര്‍മംപോലെ തോന്നിച്ചു.

അതുവരെ ഭയഭക്തി ബഹുമാനങ്ങളോടെ അതെല്ലാം നോക്കിനിന്ന ശ്രീദേവി, അപ്പോള്‍ മാത്രം ശബ്ദം താഴ്ത്തി എന്റെ ചെവിയില്‍ മന്ത്രിച്ചു:

"ഭാഗ്യം, അദ്ദേഹം ഊണു തുടങ്ങിയതു കണ്ടില്ലേ?"

സത്യത്തിൽ എനിക്കതെല്ലാം ഒരു തമാശയായിട്ടേ തോന്നിയുള്ളൂ. ഒരു കലാപരിപാടി ആസ്വദിക്കുന്ന ലാഘവത്വം.

അവളുടെ നിർബന്ധം സഹിക്കവയ്യാതെയാണ് ഇങ്ങോട്ടുവന്നത്. ഇന്നുരാവിലെതന്നെ അവൾ കർശനമായി പറഞ്ഞു:

"ഞാൻ എത്ര നാളായി ബുക്ക് ചെയ്തിട്ട് കിട്ടിയതാണെന്നോ; ഇന്ന് നിർബന്ധമായും ഊട്ടമ്പലത്തിൽ പോകണം....." എന്റെ മടി കണ്ടാവാം അവൾ പിന്നെയും പറഞ്ഞു: "അവിടെ ഊട്ടു നടത്തിയാൽ നമ്മുടെ പ്രയാസങ്ങളെല്ലാം തീരും."

മുപ്പതുവർഷം സ്റ്റേറ്റ്സിൽ അത്യധ്വാനം ചെയ്ത് രണ്ടു തലമുറയ്ക്ക് ജീവിക്കാനുള്ള സമ്പാദ്യവുമായി തിരിച്ചുവന്ന എനിക്കെന്ത് പ്രയാസമെന്ന് അവളോട് ചോദിക്കാനുള്ള ധൈര്യമുണ്ടായില്ല. ഇക്കാലമത്രയും രോഗാവസ്ഥയിലായിരുന്ന എന്റെ അച്ഛനമ്മമാരെ ശുശ്രൂഷിച്ച്, എന്റെ കുട്ടികളെ വളർത്തിയ അവൾക്ക് അവളുടേതായ ദുഃഖങ്ങളേറെയാണ്. ജീവിതത്തിൽ ആകെ ഒറ്റപ്പെട്ടുപോയെന്ന തോന്നൽ.... മക്കളൊന്നും ആഗ്രഹിച്ച നിലയിലേക്ക് വന്നില്ല..... അച്ഛനമ്മമാർക്ക് രോഗശാന്തിയുണ്ടായില്ല.... ആഗ്രഹിച്ച തറവാട്ടുഭാഗം ആങ്ങളമാർ അപഹരിച്ചെടുത്തു.... പോരാത്തതിന് അവൾക്ക് ഈയിടെയായി ഹൃദ്രോഹ ലക്ഷണവും......

അവളുടെ പ്രയാസങ്ങൾ അങ്ങനെ നീളുകയാണ്. പ്രാർത്ഥനയും വഴിപാടുകളും ക്ഷേത്ര ദർശനങ്ങളുമൊന്നും അവൾക്ക് പ്രശ്നപരിഹാരമായില്ല. കഴിഞ്ഞ പ്രാവശ്യം വന്നപ്പോഴും അവൾ പറഞ്ഞതാണ്:

"നമുക്ക് ഊട്ടമ്പലത്തിൽ ഒന്നു പോകണം. അവിടെ ഒരു ദിവ്യനുണ്ട്. ആദ്ദേഹത്തിന് ആചാരമായി ഊട്ടുകഴിച്ചാൽ നമ്മുടെ സർവ്വപ്രശ്നങ്ങൾക്കും പരിഹാരമാകും."

നമുക്കെന്തു പ്രശ്നങ്ങളെന്നു പറഞ്ഞ് അവളെ കളിയാക്കാനാണ് അന്നു തോന്നിയത്. അല്ലെങ്കിലും ഞാൻ അങ്ങനെയായിരുന്നു. ദിവ്യാത്ഭുതങ്ങൾ പ്രകടമാക്കുന്ന ആരിലും ഒന്നിലും വിശ്വാസമില്ലാത്ത മനസ്സായിരുന്നു എനിക്ക്. ക്ഷേത്രങ്ങളിൽ പോലും പോകാറില്ല. സ്വന്തം കഴിവും ഇച്ഛാ ശക്തിയുമുണ്ടെങ്കിൽ എന്തും നേടാമെന്ന ഉറച്ച വിശ്വാസം ഇപ്പോഴുമുണ്ട്. അതുകൊണ്ടാവാം, ആചാരമുറകൾ വിടാത്ത വീട്ടുകാർക്കും ബന്ധുക്കൾക്കുമൊക്കെ ഞാനൊരു റിബലായത്. ഭജനമഠത്തിലെ ശംഭുവാദ്ധ്യാർ ഒരിക്കൽ പറഞ്ഞതാണ്, ഇങ്ങനെയൊരുത്തൻ ഈ ഊരുമഠത്തിൽ ജനിച്ചല്ലോ എന്ന്!

വാദ്ധ്യാർ അതുപറയാൻ ഒരുപാട് കാരണങ്ങളുണ്ടായിരുന്നു. അന്നത്തെ കുസൃതിത്തരങ്ങൾ അത്രയ്ക്ക് അസഹ്യമായിരുന്നു. ഇന്നത്തെപ്പോലെയായിരുന്നില്ല അന്ന് കോട്ടയ്ക്കകം. ഒട്ടും ദാരിദ്ര്യമില്ലാത്ത അമ്പലവാസികളും പരമദരിദ്രരായ പരിചാരകരും നിറഞ്ഞ ഒരു വിചിത്രലോകം. പോരാത്തതിന് എവിടെനിന്നെല്ലാമോ വന്നുകൂടുന്ന ഭിക്ഷാംദേഹികളും തനി ഭിക്ഷക്കാരും ദേവന് സുഭിക്ഷമായി നേദ്യങ്ങൾ സമർപ്പിക്കുന്ന ഭക്തജനങ്ങൾ

അത് കുട്ടയിൽ കളഞ്ഞാലും ഭിക്ഷാംദേഹികൾക്കും ഭിക്ഷക്കാർക്കും നൽകില്ല. അങ്ങനെ ചെയ്യുന്നത് പാപമാണത്രെ! ദൈവനിയോഗത്താലാണ് ചിലർ ഭിക്ഷാംദേഹികളായി മാറുന്നത്; മറ്റു ചിലർ ഭിക്ഷക്കാരാകുന്നതും ദൈവനിശ്ചയപ്രകാരമാണ്. അവരെ സഹായിച്ചാൽ അത് ദൈവനിഷേധമാകും. ഇതായിരുന്നു അക്കാലത്ത് കോട്ടയ്ക്കകത്തെ ചില അമ്പലവാസികളുടെ വിശ്വാസം.

വിശക്കാത്ത ദൈവത്തെ ഊട്ടുകയും വിശക്കുന്ന ഭിക്ഷാംദേഹികളെ പട്ടിണിക്കിടുകയും ചെയ്യുന്ന ആ വിധ ആചാരങ്ങളോട് യോജിക്കാൻ എനിക്കൊരിക്കലും കഴിഞ്ഞിരുന്നില്ല. എന്നെപ്പോലെത്തന്നെയായിരുന്നു എന്റെ കൂട്ടുകാരായ വാമുഖും ഹരിയുമെല്ലാം. ഞങ്ങൾ മൂന്നാളുംകൂടി ഇതിനെതിരെ എന്തുചെയ്യാനാവുമെന്ന് പലപ്പോഴും ആലോചിച്ചിട്ടുണ്ട്. ഒരിക്കൽ ദേവന് വച്ചിരുന്ന നിവേദ്യങ്ങളെടുത്ത് ഭിക്ഷാംദേഹികൾക്ക് കൊടുത്തത് വലിയ പ്രശ്നമായി. അതുപോലെ മറ്റൊരിക്കൽ ശ്രീവരാഹന് അത്താഴപൂജയ്ക്കു വച്ചിരുന്ന ചോറെടുത്ത് ഭിക്ഷക്കാരുടെ മുന്നിൽ കൊണ്ടുവയ്ക്കുകയുണ്ടായി. അതൊക്കെ അഗ്രഹാരത്തിലുണ്ടാക്കിയ പുകിൽ പറഞ്ഞറിയിക്കാനാവില്ല. വഴക്ക് ഏറെ കേട്ടു. അടി ഒരു പാടുകൊണ്ടു. എല്ലാറ്റിനും ഏഷണി പണിഞ്ഞ് മുന്നിൽ നിന്നത് ശംഭു വാദ്ധ്യാരായിരുന്നു. പക്ഷേ, കാലം ഏറെക്കഴിഞ്ഞു. എന്റെ വിദ്യാഭ്യാസ കാലത്തിന്റെ അവസാനം എനിക്ക് ക്യാമ്പസ് സെലക്ഷൻ കിട്ടി സ്റ്റേറ്റ്സിലേക്കു പോകുന്നുവെന്നറിഞ്ഞപ്പോൾ ആദ്യമായി ഓടിവന്ന് അനുഗ്രഹിച്ചതും ശംഭുവാദ്ധ്യാർ തന്നെയായിരുന്നു. അന്ന് അദ്ദേഹം പറഞ്ഞു.

"ഉണ്ണീ, കുസൃതി കൂടുമെങ്കിലും നിനക്ക് ഒരുപാട് നന്മകളുണ്ട്. അതല്ലേ ഈ ഭാഗ്യം!"

"ഉണ്ണിയേട്ടാ നമ്മുടെ ഭാഗ്യം"

ശ്രീദേവിയുടെ ശബ്ദം ഉച്ചത്തിലായിരുന്നു. "അദ്ദേഹം മൂന്നുകുട്ട ചോറുണ്ടു. നമ്മുടെ എല്ലാ ദുരിതങ്ങളും മൂന്നു ദിവസങ്ങൾക്കുള്ളിൽ തീരുമെന്നാണ് അതിനർത്ഥം!"

എനിക്കു ചിരിക്കാൻ തോന്നി. എങ്കിലും ഞാൻ ചിരിയടക്കി. ഇരുപത്തിയഞ്ചുവർഷം കോട്ടയ്ക്കകത്ത് അരിച്ചുപെറുക്കി നടന്ന ഞാൻ അന്നൊന്നും ഇങ്ങനെ ഊട്ടമ്പലം എന്നൊരു സ്ഥലമുണ്ടെന്നോ ഇങ്ങനെ വിചിത്ര സ്വഭാവവും സിദ്ധിയുമുള്ള ഒരു സിദ്ധനുണ്ടെന്നോ അറിഞ്ഞിരുന്നില്ലല്ലോ. ഒരുപക്ഷേ, ഞാൻ നാടുവിട്ടതിനുശേഷമാവാം സിദ്ധൻ അവതരിച്ചത്. അതാവാം എന്റെ കഴിഞ്ഞ വരവിനും ഇത്തവണയും മാത്രം ശ്രീദേവി സിദ്ധനെപ്പറ്റി പറയാൻ കാരണം. എങ്ങുനിന്നെന്നറിയാതെ ഇവിടെ വന്നുപെട്ടതാണത്രെ സിദ്ധൻ! അദ്ദേഹത്തിന്റെ ദിവ്യത്വമറിഞ്ഞ ആരൊക്കെയോ ചേർന്ന് അദ്ദേഹത്തെ കോട്ടയ്ക്കകത്തു തന്നെ കുടിയിരുത്തി. ഇഷ്ടഫല സിദ്ധിക്കായി വരുന്നവർ ഊട്ടുനടത്തുന്നതു കൊണ്ടാവാം ആ സ്ഥലത്തിന് ഊട്ടമ്പലം എന്ന പേരുമായി. ഊട്ടമ്പലത്തിൽ ആചാരാനുഷ്ഠാനങ്ങളോടെ

ദിവ്യനെ ഊട്ടിയാൽ ഇഷ്ടഫലസിദ്ധി ഉറപ്പാണത്രെ! നാലഞ്ചു വർഷ ത്തേയ്ക്കുവരെ ഊട്ടിനു ബുക്കിംഗുണ്ട്. പക്ഷേ, അദ്ദേഹം എല്ലാ ഊട്ടും സ്വീകരിക്കാറില്ല. മുജ്ജന്മസുകൃതം കൊണ്ടാവാം നമ്മുടെ ഊട്ടു സ്വീകരി ക്കുന്നതെന്നുവരെ ശ്രീദേവി പറഞ്ഞുവച്ചു.

അപ്പോഴേക്കും പരികർമ്മിയുടെ വാക്കുകൾ മുഴങ്ങി.

"ഊട്ടുകഴിഞ്ഞു. ഇനി ദക്ഷിണയാവാം."

ഞാൻ നോക്കുമ്പോൾ ദിവ്യൻ കൈകൾ നീട്ടിനില്ക്കുന്നു. അതുകണ്ട് പെട്ടെന്ന് ശ്രീദേവി, ഒരു പൊതി എന്റെ കൈയിൽവച്ചു തന്നു. പണമാണെ ന്നാണ് ഞാൻ കരുതിയത്. അല്ലെന്ന് പെട്ടെന്നു മനസ്സിലായി. നല്ല തളിർ വെറ്റില കൊണ്ടു തീർത്ത ഒന്നാന്തരമൊരു മുറുക്കാൻ. അത് ദിവ്യന് സമർപ്പി ക്കാനായി കൈനീട്ടുമ്പോൾ അറിയാതെ ആ മുഖത്തേക്കു ഞാനൊന്നു നോക്കി. പെട്ടെന്ന് ഉള്ളിന്റെയുള്ളിൽ ഒരു മിന്നൽ വീശി- എവിടെയോ കണ്ടിട്ടുള്ള ഒരു മുഖമല്ലേ ഇത്?

ദിവ്യനും ഒന്നു ശങ്കിച്ചോ എന്നു സംശയം.

ദക്ഷിണയായി വാങ്ങിയ മുറുക്കാൻ ഒരു നിമിഷം കൈകളിൽ അമർത്തി വച്ച് അദ്ദേഹവും എന്നെ സൂക്ഷിച്ചു നോക്കി. പിന്നെല്ലാം പെട്ടെന്നായിരുന്നു. പതിവുള്ള അനുഗ്രഹചടങ്ങുകൾ പോലുമില്ലാതെ ദിവ്യൻ അറയ്ക്കുള്ളി ലേക്കു പാഞ്ഞു.

എന്താണ് സംഭവിച്ചത്?

എനിക്കും ശ്രീദേവിക്കും ആകാംക്ഷയായി.

പാചകനും വിളമ്പുകാരും പരികർമികളും ഒരു നിമിഷം സ്തംഭിച്ചുപോയി. എല്ലാവരും പരസ്പരം നോക്കുന്നതിനിടയിൽ അകത്തു നിന്ന് ഒരാളെത്തി എന്നെ ചൂണ്ടി ഭവ്യതയോടെ പറഞ്ഞു:

"വിളിക്കുന്നുണ്ട്."

എനിക്കു വല്ലാത്ത ശങ്ക തോന്നി. എന്താവാം കാര്യം? എന്റെ മനോനില മനസ്സിലാക്കി ശപിക്കാനോ, ശകാരിക്കാനോ ആണോ വിളിക്കുന്നത്? എന്താ യാലും അകത്തേയ്ക്കു പോവുകതന്നെ.

ഞാൻ അകത്തേയ്ക്കു കടക്കാൻ ശ്രമിച്ചപ്പോൾ ശ്രീദേവിയും ഒപ്പം കൂടിയതാണ്. പക്ഷേ, അയാൾ പെട്ടെന്ന് വിലക്കി.

"മറ്റാരും വേണ്ടാ", എന്നെ ചൂണ്ടി അയാൾ പറഞ്ഞു. "ഒറ്റയ്ക്ക് ചെല്ലാനാ കല്പന.

എല്ലാവരും അന്തിച്ചു നില്ക്കെ ഞാൻ സംഭ്രമമടക്കി അകത്തേക്കു കയറി യതും പെട്ടെന്നു വാതിലടഞ്ഞു.

അടഞ്ഞ അറവാതിൽ ചാരി ദീർഘകായനായ ദിവ്യൻ എന്നെത്തന്നെ തുറിച്ചു നോക്കിനില്ക്കുന്നു.

എനിക്കു വല്ലാതെ തോന്നി.

എന്റെ സംഭ്രമം അതിന്റെ പാരമ്യത്തിലെത്തവേ വിദൂരതയിൽ നിന്നെന്ന പോലെ ഒരു ശബ്ദം മുഴങ്ങി.

"ഉണ്ണീ...... എന്നെ അറിയുമോ?"

എനിക്കാശ്വാസമായി. കുഴപ്പങ്ങളൊന്നുമില്ലല്ലോ.

ശാപവും ശകാരവുമല്ല. നല്ലതെന്തിനോ വേണ്ടിയുള്ള പുറപ്പാടാണ്. അങ്ങനെ ആശ്വസിക്കേ ദിവ്യൻ വീണ്ടും ചോദിച്ചു:

"ഉണ്ണീ..... എന്നെ അറിയുമോന്ന് നോക്ക്"

ഞാൻ ആ മുഖത്തേക്കു സൂക്ഷിച്ചുനോക്കി. ഓർമ്മയിലെവിടെയോ കണ്ടു മറന്നതുപോലെ ഒരു മുഖം. തിരിച്ചറിയാൻ കഴിയുന്നില്ല. അങ്ങനെ ശങ്കിച്ചു നില്ക്കേ ബലിഷ്ഠമായ ആ കരങ്ങൾ എന്റെ ചുമലിൽവച്ച് ദിവ്യൻ പറയുന്നു.

"ഉണ്ണീ, ഇത് ഞാനാ- പഴയ ഊണനൻ."

ഊണനോ? ഞാൻ വല്ലാത്തൊരു പരിഭ്രമത്തിലായി. ആ പഴയ ഊണനൻ ഉണ്ണിപ്പിള്ളയാണോ ഇത്?

എനിക്കു വിശ്വസിക്കാൻ കഴിയുന്നില്ല. പഴയ ഊണനൻ ഉണ്ണിപ്പിള്ളയ്ക്ക് ഈ രൂപഭാവ പരിണാമങ്ങൾ എങ്ങനെ സംഭവിച്ചു? ഈ ദിവ്യമായ പരിവേഷം എങ്ങനെ കിട്ടി?

എന്റെ മനസ്സ് ഒരുപാട് പുറകോട്ടു പോയി. കോട്ടയ്ക്കകത്തെ അഗ്രഹാരങ്ങളിൽ കളിച്ചുനടന്ന കൗമാരകൗതുകങ്ങളിലേക്ക്-അന്നൊക്കെ ഞങ്ങൾ കുട്ടികൾക്കു ഹരമായിരുന്നു ഊണനൻ. കോട്ടയ്ക്കകത്തെ പാചകവിദഗ്ദ്ധനായ കോവിൽത്തോട്ടത്ത് ഗോപാലൻപിള്ളയുടെ ഏകമകൻ. ഞങ്ങളൊക്കെ സ്കൂളിലേക്ക് പോകുമ്പോൾ ഉണ്ണിപ്പിള്ള അച്ഛനോടൊപ്പം പാചകപ്പുരയിലേക്കാണ് പോകുന്നത്. വിഭാര്യനും, വീടും കുടിയുമില്ലാത്തവനുമായ ഗോപാലപിള്ളയുടെ നിഴലായി ഏതു സദ്യവട്ടത്തിനു പിന്നിലും ഉണ്ണിപ്പിള്ളയെ കാണും. പക്ഷേ, ഉണ്ണിപ്പിള്ള ഒരു പണിയും ചെയ്യില്ലെന്നു മാത്രം. സദ്യ ഒരുങ്ങുന്നതുവരെ പാചകപ്പുരയിൽ കാത്തിരിക്കും. പിന്നെ ഉണ്ണാനുള്ള തത്രപ്പാടാണ്. ഒരു സദ്യയ്ക്കുതന്നെ മൂന്നും നാലും തവണ ഉണ്ണിപ്പിള്ള ഊണു കഴിക്കുമത്രേ.

ഒരു നാൾ പാട്ടുപുരയ്ക്കലെ സദ്യയൊരുക്കിനിടയിൽ തിളച്ച സാമ്പാർ ചെമ്പിൽ വീണ് ഗോപാലപ്പിള്ള മരിച്ചതിനുശേഷം ഉണ്ണിപ്പിള്ള തികച്ചും അനാഥനായി. വീടില്ലാത്തതിനാൽ, കിടപ്പുതന്നെ കോട്ടയ്ക്കകത്തെ കൊട്ടിലിലാക്കി. ആരും തിരിഞ്ഞുനോക്കാനില്ലാത്ത അവസ്ഥ. അക്കാലത്ത് കോട്ടയ്ക്കകത്ത് നാല്പതിലേറെ സദ്യാലയങ്ങളും, കല്യാണമണ്ഡപങ്ങളും ഉണ്ടായിരുന്നു. എന്നും എവിടെയെങ്കിലും ഏതെങ്കിലുമൊരു ചടങ്ങുകാണും. അതിന് സദ്യയുമുണ്ടാവും. ഉണ്ണിപ്പിള്ളയെ ക്ഷണിക്കണമെന്നില്ല. എവിടെയായാലും സദ്യവട്ടം ഒരുങ്ങുമ്പോൾതന്നെ ഉണ്ണിപ്പിള്ള കലവറയിൽ കയറിച്ചെല്ലും. ആരുടെയും അനുവാദം ചോദിക്കാതെ ഇലയിട്ടിരിക്കും. ആദ്യമൊക്കെ അനിഷ്ടം കാട്ടാതെ പാചകർ ഊണുകൊടുക്കുമായിരുന്നു. പഴയൊരു

പാചകക്കാരന്റെ മകനല്ലേയെന്നു കരുതും. പിന്നെ അവർക്കു മടുത്തു കാണും. ക്രമേണ സദ്യ കഴിഞ്ഞിട്ടേ ഊണന് ചോറു നല്കൂ എന്നായി അവർ. എന്നാലും ഉണ്ണിപ്പിള്ള കാത്തിരിക്കും. സദ്യ തുടങ്ങുമ്പോൾ തന്നെ ആദ്യപന്തിയിൽ സ്ഥാനം പിടിക്കും. ഇത് സ്ഥിരമായപ്പോൾ പലപ്പോഴും പലരും പന്തിയിൽനിന്നുതന്നെ ഉണ്ണിപ്പിള്ളയെ ഇറക്കിവിട്ടു. എന്നാലും അയാൾ കാത്തുനില്ക്കും. സദ്യ കഴിഞ്ഞുള്ള സർവ്വാണിയെങ്കിലും കിട്ടുമല്ലോ എന്നു കരുതും. പക്ഷേ, ഭിക്ഷക്കാരുടെ തിക്കിലും തിരക്കിലും പലപ്പോഴും ഉണ്ണിപ്പിള്ള ഒറ്റപ്പെട്ടുപോയിരുന്നു. അതുമാത്രമല്ല, ക്രമേണ കോട്ടയ്ക്കകത്തെ ചടങ്ങുകളിൽ സദ്യതന്നെ കുറഞ്ഞുവന്നു.

അതോടെ ഉണ്ണിപ്പിള്ളയുടെ കാര്യം കഷ്ടത്തിലായി. പല ദിവസങ്ങളിലും വിശന്നിരിക്കുന്ന ഉണ്ണിപ്പിള്ളയെ ഞങ്ങൾ കണ്ടിട്ടുണ്ട്. അപ്പോഴൊക്കെ സ്കൂളിലേക്ക് തന്നയയ്ക്കുന്ന ചോറോ, പലഹാരമോ ഉണ്ണിപ്പിള്ളയ്ക്കു കൊടുക്കാൻ ഞങ്ങൾ ശ്രമിച്ചുനോക്കി. പക്ഷേ, അയാൾ അത് വാങ്ങിയില്ല. എന്നാൽ, എന്തെങ്കിലും ആഹാരം വാങ്ങി കഴിച്ചോട്ടെയെന്നു കരുതി പോക്കറ്റുമണിയായി കിട്ടുന്ന പണം കൊടുത്തുനോക്കി. അതും ഉണ്ണിപ്പിള്ള വാങ്ങിയില്ല.

കൊട്ടിൽ വരാന്തയിൽ വിശന്നിരിക്കുന്ന ഉണ്ണിപ്പിള്ളയെക്കണ്ട്, ഏതെങ്കിലും വീടുകളിൽനിന്ന് ആരെങ്കിലും ആഹാരം കൊണ്ടുകൊടുത്താലും ഉണ്ണിപ്പിള്ള അതു വാങ്ങില്ല, കഴിക്കില്ല. ഹോട്ടലിൽ നിന്നും അയാൾ ഭക്ഷണം കഴിക്കില്ല. അതോടെ ഞങ്ങൾക്ക് ഒരു കാര്യം ഉറപ്പായി. ഉണ്ണിപ്പിള്ള ഒരു പ്രത്യേക സ്വഭാവക്കാരനാണ്- അയാൾക്ക് സദ്യതന്നെ വേണം. അതു കിട്ടാനോ മാർഗ്ഗമില്ലാത്ത അവസ്ഥ.

അങ്ങനെയിരിക്കെയാണ് തെക്കുവള്ളിയിലെ മാമിയെ സൗകര്യത്തിന് കിട്ടിയത്. മാമിക്ക് ഒരു പ്രശ്നമുണ്ടായിരുന്നു. മാമാ മരിച്ചതിന്റെ കർമ്മങ്ങൾ കഴിഞ്ഞ് ബലിച്ചോറ് വെച്ചു വിളിച്ചിട്ട് കാക്ക വരുന്നില്ലത്രെ! മാമി സങ്കടത്തോടെ ഇക്കാര്യം തെരുവിലാകെ നടന്നുപറഞ്ഞു. അതറിഞ്ഞപ്പോൾ ഞങ്ങൾ ക്കൊരു ബുദ്ധിതോന്നി. വിഷമിച്ചിരിക്കുന്ന മാമിയെ സമീപിച്ച് ഞാൻ പറഞ്ഞു:

“മാമീ, ഊണനെ വരുത്തി സദ്യകൊടുത്താൽ പിതൃക്കൾക്കു തൃപ്തിയാകും.”

“ഊണനോ, അതാര്?”

മാമിക്ക് അത് തലയ്ക്കുപിടിച്ചെന്നു തോന്നി.

“അങ്ങനെയൊരാളുണ്ട്.” ഞാൻ പ്രോത്സാഹിപ്പിച്ചു.

“ഞങ്ങൾ ചെന്നുവിളിച്ചാൽ വരും.”

മാമി തിരക്കുകൂട്ടി:

“എങ്കിൽ നാളെത്തന്നെ ഊണനെ വരുത്താമോ? നാളെ കറുത്തവാവാണ്.”

കാര്യം ഞാനേറ്റു. ഊണനുവേണ്ടി പുതിയൊരു വഴിതുറക്കുന്നതിൽ എനിക്ക് എന്തെന്നില്ലാത്ത ആശ്വാസം തോന്നി. സദ്യവട്ടത്തിന്റെ കാര്യം

പറഞ്ഞ് ഊണനെ സമ്മതിപ്പിക്കാൻ ഒട്ടും പ്രയാസപ്പെടേണ്ടിവന്നില്ല. അങ്ങനെ ആ കറുത്ത വാവിൻനാളിൽ ഊണന് മാത്രമായുള്ള ആദ്യ സദ്യ തെക്കുവള്ളിയിലെ ചാവടിയിൽ ഒരുങ്ങി.

ഊണന്റെ ഭാഗ്യം! അവൻ ഊണുകഴിക്കാനിരുന്നതും, മാമിവെച്ച ബലിച്ചോറ് കാക്ക കൊത്തിയതും ഒപ്പമായിരുന്നു.

വാർത്ത കാട്ടുതീപോലെ തെരുവാകെ പടർന്നു. അല്ല ഞങ്ങൾ അത് ബോധപൂർവം പ്രചരിപ്പിക്കുകയായിരുന്നു. പിന്നെ, കോട്ടയ്ക്കകത്തെ ബലികർമ്മങ്ങളിലെല്ലാം ഊണന് ഒരു സദ്യ ഉറപ്പായി. പക്ഷേ..... എന്നും ബലികർമ്മങ്ങളില്ലല്ലോ! അതിനാൽ ഊണന്റെ നിത്യസദ്യ ഞങ്ങൾക്കു പിന്നെയും പ്രശ്നമായി.

മറ്റൊരുപായം കണ്ടെത്താൻ ഏറെ ക്ലേശിക്കേണ്ടിവന്നില്ല. കടുത്ത അന്ധവിശ്വാസിയായ ശങ്കരയ്യായുടെ മകന്റെ പൂണൂൽ കല്യാണത്തിന്റെ തലേന്ന് മറ്റെന്തൊക്കെയോ വിഷയങ്ങൾക്കിടയിൽ ഞങ്ങൾ ആസൂത്രിതമായി അതവതരിപ്പിച്ചു.

“ഏതു കർമ്മവും മംഗളകരമാകണമെങ്കിൽ ഊണനെ വരുത്തി ഊട്ടുകൊടുത്താൽ മതിയെന്നാണ് നാട്ടുകാരുടെ സംസാരം.”

“ഉവ്വോ” ശങ്കരയ്യായ്ക്ക് ജിജ്ഞാസയായി.

“സത്യം, കോവിൽപ്പറമ്പിലെ ജ്യോത്സ്യന്മാർ പോലും അത് പറയുന്നു.”

ഞങ്ങളോടുപോലും പറയാതെ അന്നുരാത്രിതന്നെ ശങ്കരയ്യ, ഊണനെ വരുത്തി ഗംഭീരമായ ഊട്ടുകൊടുത്തു.

പിന്നെ ഊണന്റെ കാലം തെളിയുകയായി. കോട്ടയ്ക്കകത്ത് ഏതു മംഗളകർമ്മത്തിന് മുൻപും ഊണന് ഒരു ഊട്ട് ഉറപ്പായി.

കാലം കടന്നു. ഉപരിപഠനം കഴിഞ്ഞ് ഞാൻ തിരിച്ചെത്തിയനാൾ വെറുതെ കോട്ടയ്ക്കകത്തെ കൊട്ടിൽനടയിലൂടെ നടക്കുമ്പോൾ പകുതി മയക്കത്തിലായിരുന്ന ഊണൻ ഓടിയടുത്തുവന്നു. പെട്ടെന്ന്, ഒന്നുമൊന്നും പറയാതെ എന്റെ കൈകളിൽ മുറുകെ പിടിച്ചു. പിന്നൊരു പൊട്ടിക്കരച്ചിലായിരുന്നു.

“ഒരുപാട് പുണ്യം കിട്ടും..... ഒരുപാട്.......” ഒന്നു നിർത്തി അവൻ വീണ്ടും വിതുമ്പി: എനിക്കിപ്പോൾ വിശന്നുകിടക്കേണ്ടി വരുന്നില്ല. എന്നും സദ്യ കിട്ടുന്നു... എല്ലാം ഉണ്ണിയുടെ കൃപയാണ്....”

എന്തു പറയണമെന്നറിയാതെ ഞാൻ അന്തിച്ചുനില്ക്കെ ഊണൻ പെട്ടെന്ന് കൊട്ടിലിലേക്ക് തിരിഞ്ഞോടുകയായിരുന്നു. ഓടുമ്പോഴും അവൻ പിറുപിറുക്കുന്നുണ്ടായിരുന്നു: “ഉണ്ണിക്ക് ഒരുപാട് പുണ്യം കിട്ടും.... ഒരുപാട്.... ഒരുപാട്.....”

അടഞ്ഞുകിടക്കുന്ന ഈ അറവാതിലിനുള്ളിലും ഇപ്പോൾ അതേ ശബ്ദങ്ങൾ മുഴങ്ങുന്നുണ്ടോ? ശ്രദ്ധിച്ചപ്പോൾ മനസ്സിലായി, ദിവ്യനായി മാറിയ

ഊണന്റെ ചുണ്ടുകളിൽനിന്ന് ഒരു മന്ത്രംപോലെ ആ പദങ്ങൾ ഇപ്പോഴും ഇറുന്നുവീഴുന്നു:

"ഉണ്ണിക്ക് ഒരുപാട് പുണ്യം കിട്ടും..... ഒരുപാട്..... ഒരുപാട്.... ഒരുപാട്....."

ദിവ്യപരിവേഷങ്ങളാൽ ചുറ്റപ്പെട്ടിട്ടും, ഊണൻ ഒന്നും മറന്നിട്ടില്ല. ഞാൻ അതോർത്തുനില്ക്കേ അപ്രതീക്ഷിതമായി ഊണൻ കുനിഞ്ഞ് എന്റെ കാൽക്കലേക്ക് വീണു.

"ഈ ഒരു ദിവസത്തിനുവേണ്ടി കാത്തിരിക്കുകയായിരുന്നു ഞാൻ.... ഒന്നു കാണാൻ....."

ഞാൻ അന്തിച്ചുപോയി.

എന്തുചെയ്യണമെന്നറിയാത്ത ഒരവസ്ഥ. എങ്കിലും, ഊണനെ ഞാൻ മെല്ലെ എഴുന്നേൽപ്പിച്ചു. അവന്റെ കണ്ണുകൾ നിറഞ്ഞൊഴുകുകയായിരുന്നു.

ഒരുകാലത്ത് സദ്യയുടെ മണം തേടി, ഒരു നേരത്തെ ഊണിനുവേണ്ടി, സദ്യാലയങ്ങൾ തോറും അലഞ്ഞുനടന്ന ഉണ്ണിപ്പിള്ള എന്ന ഊണനെ, വിഭവസമൃദ്ധമായ സദ്യ നല്കി ഊട്ടാൻ പൗരമുഖ്യന്മാർവരെ ക്യൂനില്ക്കുന്ന ഇന്നത്തെ അവസ്ഥയിലേക്ക് ഉയർത്തിയത് ഞാനാണെന്നും, അതിനാൽ എനിക്ക് ആചാരപരമായ ഒരു ഊട്ടു തന്നാലേ അവന് തൃപ്തിയാകൂവെന്നുമായിരുന്നു ഊണന്റെ വിലാപം. ഒരുതരം കൃതജ്ഞതാ പ്രകടനം.

ഊണൻ എന്ന ദിവ്യപുരുഷന്റെ ഇന്നത്തെ സ്ഥിതിക്ക് അത് മോശമാണെന്നും, പൂർവാശ്രമകഥകളൊന്നും ആരും അറിയേണ്ടെന്നും ഞാൻ നിർബന്ധിച്ചിട്ടും ഊണൻ അടങ്ങിയില്ല. എല്ലാം എല്ലാവരും അറിയട്ടേ! എനിക്കു തൃപ്തിയായി! എന്നായിരുന്നു ഊണന്റെ നിലപാട്.

ഞാൻ വീണ്ടും നിർബന്ധിച്ചു. പൂർവാശ്രമകഥകളൊന്നും നാട്ടുകാർ അറിയണ്ട. വിശ്വാസികളെ അവരുടെ വിശ്വാസം രക്ഷിച്ചോട്ടെ: ഊണന് ഊട്ടിനും ബുദ്ധിമുട്ടുണ്ടാവരുതല്ലോ.

ഒടുവിൽ ഒരുവിധത്തിൽ അവൻ സമ്മതിച്ചു.

പൂർവാശ്രമകഥകളൊന്നും ആരും അറിയേണ്ടെങ്കിലും എന്നെ ഊട്ടിയേ അവൻ അടങ്ങൂ. വഴിപാട് കഴിക്കാൻ ചെന്നിട്ട് വഴിപാട് സ്വീകരിക്കേണ്ട അവസ്ഥ:

ഒടുവിൽ ഊണന്റെ നിർബന്ധത്തിന് ഞാൻ വഴങ്ങുകയായിരുന്നു. അതോടെ അറവാതിൽ തുറക്കപ്പെട്ടു. ആകാംക്ഷാഭരിതയായി നിന്ന ശ്രീദേവി ഓടിയടുത്തുവന്നു ചോദിച്ചു:

"എന്തായിരുന്നു അകത്ത്? അദ്ദേഹം എന്താ പറഞ്ഞത്?"

ഞാൻ മറുപടി പറഞ്ഞില്ല. അവൾ ആശങ്കയോടെ വീണ്ടും പറയുന്നു:

"ഇവിടെയെല്ലാവരും പറയുന്നു ഇങ്ങനെയൊരു ദർശനം മറ്റാർക്കും നല്കിയിട്ടില്ലെന്ന്.... എന്തായിരുന്നു അദ്ദേഹം പറഞ്ഞത്?"

അവരുടെ ആകാംക്ഷ അടക്കാനായി ഞാൻ നിർവ്വികാരനായി പറഞ്ഞു:

"ദിവ്യൻ നമ്മെ അനുഗ്രഹിച്ചിരിക്കുന്നു.... അനുഗ്രഹ പ്രസാദമായി അദ്ദേഹം എനിക്കൊരു ഊട്ടു തരുന്നു.... എന്താ തൃപ്തിയായില്ലേ?"

ശ്രീദേവിയുടെ ആഹ്ലാദത്തിന് അതിരില്ല. എന്നാൽ, പാചകനും പരിചാരകരും പരിഭ്രമിച്ച നിലയിലായിരുന്നു. അതിനിടയിൽ, അറയ്ക്കുള്ളിൽ നിന്നും കല്പനയുണ്ടായി.

"ഊണു വിളമ്പൂ...."

കല്പന വരേണ്ട താമസം പാചകൻ തുമ്പില നീട്ടിമുറിച്ച് കഴുകി വെടിപ്പാക്കി, കലവറയുടെ കന്നിമൂലയിലെ ആവണപ്പലകയ്ക്ക് മുന്നിലിട്ടു. എന്നിട്ട്, ചമ്പാവരിച്ചോറ് വെള്ളുകുട്ടയിൽ കോരിയെടുത്ത് പാചകനും പതിന്നാലു വിഭവങ്ങളുമായി വിളമ്പുകാരും ഭവ്യതയോടെ കാത്തുനിന്നു. ഒരുക്കങ്ങളെല്ലാം പൂർത്തിയായെന്ന് ബോധ്യമായപ്പോൾ ഊണൻ അറയിൽ നിന്നിറങ്ങി പാചകന്റെ കൈയിൽ നിന്ന് ചോറു നിറച്ച കുട്ട വാങ്ങി. എന്നിട്ട്, എന്നെ നോക്കി ആദരപൂർവ്വം മൂന്നാവർത്തി മന്ത്രിച്ചു:

"ഊണായി.... ഊണായി.... ഊണായി....."

ഞാൻ ഇരിക്കേണ്ട താമസം ഊണൻ ഇലയിലേക്ക് മനുഷ്യാകൃതിയിൽ ചോറു വിളമ്പി. പിന്നെ വിഭവങ്ങളും. ശ്രദ്ധിച്ചുനോക്കിയപ്പോൾ ഇലയിൽ നിറഞ്ഞ ചോറിന് ഊണന്റെ രൂപം!

പിന്നെ ഒരു ഞെട്ടലോടെ ഞാനറിഞ്ഞു. പരിപ്പൊഴിച്ച ശിരോഭാഗത്ത് ഊണന്റെ മുഖമാണ്. സാമ്പാർ നിറഞ്ഞിരിക്കുന്നത് ഊണന്റെ നെഞ്ചിൽ തന്നെ! ഉപദംശങ്ങളെല്ലാം ഊണന്റെ കൈകാലുകളിൽ....

ഞാനിരുന്ന ആവണപ്പലക ഒന്നുലഞ്ഞു.

പിന്നെ, ഒരു നിലവിളിയോടെ ഞാൻ എഴുന്നേറ്റോടുമ്പോൾ എനിക്ക് മനസ്സിലായി, നീട്ടിമുറിച്ച തുമ്പിലയിൽ ഊണൻ എനിക്കൊരു ഊണായി കിടക്കുന്നു....

■

ദ്വന്ദ്വം

"**ആ**രോ വാതിലിൽ മുട്ടുന്നു!"

"അതു നിനക്കു തോന്നിയതായിരിക്കും."

"അല്ലന്നേ, ദാ ആരോ മുട്ടുന്നു."

"ഈ പാതിരാത്രിക്ക് ആരു വരാനാ?.... നീ കിടന്ന് ഉറങ്ങാൻ നോക്ക്."

ഉറങ്ങുന്നതിനുപകരം അവൾ എഴുന്നേറ്റിരുന്ന് ലൈറ്റിട്ടു. എന്നിട്ട് എന്നെ വീണ്ടും കുലുക്കി വിളിച്ചു:

"ദാ ആരോ വാതിലിൽ മുട്ടി വിളിക്കുന്നു!"

"നാശം!"

ഉറക്കച്ചടവോടെ ഞാൻ എഴുന്നേൽക്കുമ്പോൾ അവളുടെ പരിഭവം:

"കാളിംഗ് ബെല്ല് ചീത്തയായിട്ട് നാലുദിവസമായി.... അന്നുമുതൽ പറയുന്നു ഒന്നു നന്നാക്കാൻ. ആരു കേൾക്കാൻ..."

അവളുടെ ശകാരങ്ങളിൽ നിന്ന് അകന്നുപോകാനായി വേഗം പടികളിറങ്ങി. വാതിലിനടുത്തായപ്പോൾ മനസ്സിലായി, ആരോ കുറേനേരം കൊണ്ട് മുട്ടി വിളിക്കുന്നുണ്ടെന്ന്. അക്ഷമയുടെ സ്വരം ഓരോ മുട്ടിലുമുണ്ട്.

വേഗം വാതിൽ വലിച്ചുതുറന്നു.

–തോമാച്ചൻ!

"നീ എന്താ ഈ പാതിരായ്ക്ക്?"

"ഒന്നു വീടുവരെ വരണം."

അവന്റെ ശബ്ദം വല്ലാതെ പതറിയിരിക്കുന്നു.

"ങ്ഹാ... എന്താ വിശേഷം?– മേഴ്സിക്ക് അസുഖം വല്ലതുമാണോ?"

"അവൾക്ക് ഒന്നുമില്ല."

"പിന്നെ?"

"ഒന്നു വീടു വരെ വരണം."

അവൻ ആ പല്ലവി ആവർത്തിച്ചു.

"നീ അകത്തേയ്ക്ക് കേറ്– എന്നിട്ട് കാര്യം പറ."

"ഞാനാകെ നനഞ്ഞിരിക്കുവാ–"

അപ്പോഴാണ് ശ്രദ്ധിച്ചത്–പുറത്ത് മഴ തകർക്കുന്നു. ശീതക്കാറ്റുമുണ്ട്.

"നീ എങ്ങനെ നനഞ്ഞു? കാറെടുത്തില്ലേ?"

"ഇല്ല. കാറ് വർക്ക്ഷോപ്പിലാ. ഞാൻ നടന്നുവരികയാ."

"ഇത്രേം ദൂരമോ?– നീ എന്തായാലും കേറിയിരിക്ക്. തല തോർത്തണ്ടേ?"

എന്നിട്ട് ഞാൻ അകത്തേയ്ക്ക് നോക്കി വിളിച്ചു:

"എടീ–തോമാച്ചനാ. അവനാകെ നനഞ്ഞിരിക്കുന്നു. തോർത്ത് കൊണ്ടു വാ–"

അവൻ പെട്ടെന്നു തടഞ്ഞു:

"വേണ്ട എനിക്ക് ധൃതിയുണ്ട്. വീട്ടിൽ മേഴ്സി തനിച്ചേയുള്ളൂ. വേഗം പോണം. ഒന്നുവരൂ....."

"എടാ നീ കാര്യം പറ."

എനിക്ക് ദേഷ്യം വന്നു തുടങ്ങി.

"ഒന്നു വരാനാ പറഞ്ഞത്. അത്യാവശ്യമാണ്."

അവൻ അകത്തേയ്ക്കു പോലും കയറാതെ വാതിൽപ്പടിക്കു പുറത്തു നിന്നുകൊണ്ട് ഒരു വല്ലാത്ത നിർബന്ധത്തോടെ വീണ്ടും വിളിക്കുന്നു:

"ഒന്നു വേഗം വരൂ...."

എന്തോ പറയാനായി നാവുയർത്തിയതാണ്: അപ്പോഴേയ്ക്കും എന്റെ ഭാര്യ തോർത്തുമായി ഇറങ്ങി വന്നു.

"തോമാച്ചൻ തല തോർത്ത്."

അവൾ തോർത്തു നീട്ടി.

"വേണ്ടാ..." അവൻ ധൃതിയിൽ അവളോട് അപേക്ഷിച്ചു:

"നിങ്ങൾ രണ്ടാളും കൂടി വീടുവരെ ഒന്നു വേഗം വരണം."

പെട്ടെന്ന് ഞാനിടപെട്ടു:

"പാതിരാത്രിക്കു വന്ന് കാര്യം പോലും പറയാതെ ഇവന്റെയൊരു വിളി കണ്ടില്ലേ? ആ പെണ്ണിനെ തനിച്ചാക്കിയിട്ടാ വന്നിരിക്കുന്നത്."

അവളും ചോദ്യം തുടങ്ങുകയായി.

എനിക്കു ക്ഷമകെട്ടു.

"എല്ലാം ഞാൻ ചോദിച്ചു. കാര്യം പറയാതൊരു വിളിയാണവന്."

എന്റെ ഭാര്യ അവനെ സൂക്ഷിച്ചുനോക്കി. എന്നിട്ട് എന്നെ അകത്തേയ്ക്ക് വിളിച്ചു കാര്യമായി പറഞ്ഞു:

"അവർ തമ്മിൽ വഴക്കുകൂടിക്കാണും. തോമാച്ചന്റെ മുഖം കണ്ടില്ല്യോ..."

"വഴക്ക് തീർക്കുന്നത് പാതിരായ്ക്കാണോ?"

തോമാച്ചന് സഹികെട്ടെന്നു തോന്നി. അവൻ ഒരു ഭീഷണിപോലെ വിളിച്ചു ചോദിച്ചു:

"ആത്മാർത്ഥ സുഹൃത്താണെന്നു കരുതി വിളിച്ചതാ- നിങ്ങൾക്കിപ്പോൾ വീടുവരെ വരാമോ? ഇല്ലെങ്കിൽ എനിക്ക് മറ്റാരെയെങ്കിലും വിളിക്കണം. മേഴ്സി തനിച്ചാണ്."

അതുകൂടി കേട്ടപ്പോൾ എന്റെ ഭാര്യ പറഞ്ഞു:

"എന്തായാലും നമുക്കൊന്നു പോകാം."

അവൾ വേഗം വസ്ത്രം മാറി. കൈയിൽ കിട്ടിയ ഒരു ഷർട്ടെടുത്തിട്ട് ഞാനുമിറങ്ങി.

കാറെടുക്കുമ്പോൾ അവൻ പതിവില്ലാതെ മുൻസീറ്റിൽ കയറി. എന്റെ ഭാര്യ പിൻസീറ്റിലുമിരുന്നു.

വണ്ടി വിടുമ്പോൾ അവൾ സ്വയം പറഞ്ഞു:

"തോമാച്ചനെ കണ്ടിട്ട് ആകെയൊരു വല്ലായ്മ. പേടിക്കാനൊന്നുമില്ലല്ലോ"

പെട്ടെന്നാണ് എനിക്ക് അതോർമ്മവന്നത്:- ആ പഴയ സംഭവം:

എന്റെ വിവാഹം കഴിഞ്ഞ രാത്രി. ഒൻപതുമണിയേ ആയിട്ടുള്ളൂ. അതിഥികളെല്ലാം പോയിത്തുടങ്ങി. തോമാച്ചൻ കാറുമായി വന്ന് വഴിയിൽ നിന്നു വിളിച്ചു. ഒന്നുവരൂ. ഞാനിറങ്ങിച്ചെന്നു. കാറിലേക്ക് കേറിയിരിക്ക്. ഒരു വിവരം പറയട്ടെ എന്നായി അവൻ. ഞാൻ കയറാത്ത താമസം അവൻ കൈയെത്തി വേഗം ഡോറടച്ചു. എന്നിട്ട് ഒരൊറ്റ വിടീൽ. ഞാനെന്തൊക്കെ പറഞ്ഞിട്ടും വണ്ടി നിർത്തുന്നില്ല. പത്തിരുപത് കിലോമീറ്റർ കാറോടിച്ചു കാണും. ഒടുവിൽ വിജനമായ കടപ്പുറത്തെത്തിയപ്പോൾ അവൻ വണ്ടി നിർത്തി. എനിക്ക് ദേഷ്യം നിയന്ത്രിക്കാനായില്ല. വീട്ടിൽ ആദ്യരാത്രിക്കു വേണ്ടി കാത്തിരിക്കുന്ന ഒരു പെണ്ണ്! അവളുടെ കാര്യം പോകട്ടെ, വീട്ടുകാരെന്തു കരുതും? ഞാൻ വായിൽവന്നതൊക്കെ വിളിച്ചുപറഞ്ഞു. ഒന്നിനും മറുപടി തരാതെ എന്നെ ദേഷ്യം പിടിപ്പിക്കുന്ന തരത്തിൽ അവന്റെ ഇളിഞ്ഞ ചിരി. അതുകൂടി കണ്ടപ്പോൾ ഞാൻ നിയന്ത്രണം വിട്ട് കൈയോങ്ങി. അവൻ അകന്നു മാറി കാറിനു പുറത്തേയ്ക്ക് ചാടിയിറങ്ങി. ഞാനും പിന്നാലെ പാഞ്ഞു. അവൻ പെട്ടെന്ന് തിരിഞ്ഞുവന്ന് കാറിൽ കയറി. ഞാൻ ഓടി അടുത്ത് വരുമ്പോഴേക്കും അവൻ വണ്ടി വിട്ടു കഴിഞ്ഞിരുന്നു. കാർ കുറേ ദൂരം മുന്നോട്ടോടിച്ച് അവൻ വിളിച്ചു പറഞ്ഞു:

"ഇന്നു ബന്ധാ- ഒരൊറ്റ വണ്ടി കിട്ടില്ല. നടന്നോ. നേരം വെളുക്കുമ്പോൾ വീട്ടിലെത്തും."

അതുപോലൊരനുഭവം ജീവിതത്തിലൊരിക്കലും ഉണ്ടായിട്ടില്ല. നടന്നലഞ്ഞ് വീടെത്തുമ്പോൾ പുലർച്ചെ അഞ്ചു മണി. തൊട്ടു പിന്നാലെ എനിക്കു കാണാൻ വയ്യാത്ത അകലത്തിൽ അവനും വന്നിരുന്നെന്നാണ് പറയുന്നത്. എന്തായാലും എന്റെ ചേട്ടന്മാർ കൂടി ഈ ഗൂഢാലോചനയിൽ പങ്കാളികളായിരുന്നതുകൊണ്ട് വീട്ടിൽ ബഹളമുണ്ടായില്ല - പക്ഷേ എത്ര സമാശ്വസിപ്പിച്ചിട്ടും നവവധു കണ്ണീരോടെ വാതിൽപ്പടിയിൽത്തന്നെയായിരുന്നു പുലരുവോളം.

അവിസ്മരണീയമായ ഒരാദ്യരാത്രിക്കുവേണ്ടിയുള്ള അവന്റെ സംഭാവനയായിരുന്നുവത്രേ ഇത്. അതുപോലെ വല്ലതുമാണോ ഈ രാത്രിയിലും

ഒപ്പിച്ചിരിക്കുന്നത്? എനിക്കു സംശയമായി. ഞാൻ പിന്നോക്കം തിരിഞ്ഞു ഭാര്യയോടു ചോദിച്ചു:

“എടീ പഴയ സംഭവം ഓർമ്മയില്ലേ? ഇവനെ വിശ്വസിക്കാനൊക്കില്ല. അതുവല്ലതുമാണോ?”

“വണ്ടി നിർത്തൂ!” അവളൊരലർച്ചയായിരുന്നു.

ഞാൻ വണ്ടി നിർത്തി.

അവൾ മുന്നോട്ടാഞ്ഞ് തോമാച്ചനോട് പരുഷമായി പറഞ്ഞു:

“തോമാച്ചാ, വല്ല വേലവയ്പ്പിനുമാണോ ഞങ്ങളെ കൊണ്ടുപോകുന്നത്. എങ്കിൽ ഒരുകാര്യം, ഇതോടെ നമ്മൾ തമ്മിലുള്ള ബന്ധം തീരും.”

തോമാച്ചൻ നിസ്സഹായനെപ്പോലെ, ആരോടെന്നില്ലാതെ പറഞ്ഞു:

“എനിക്ക് ഏറ്റവും അത്യാവശ്യമുള്ള കാര്യത്തിനാ നിങ്ങളെ വിളിച്ചത്. ഇല്ലെങ്കിൽ മേഴ്സിയെ തനിച്ചിരുത്തിയിട്ട് ഞാൻ വരുമോ?”

“എങ്കിൽ പിന്നെ കാര്യം പറഞ്ഞാലെന്താ?”

അവൾ വാശിയോടെ തിരക്കി.

അവൻ അതിനു മറുപടി പറയാതെ പഴയ പല്ലവി ആവർത്തിച്ചു:

“ഒന്നു വേഗം വിടൂ- വീട്ടിലേക്കൊന്നു വേഗം വിടൂ.....”

ഞാൻ വണ്ടി വിട്ടു. പിൻസീറ്റിലിരുന്ന് എന്റെ ഭാര്യ എന്തൊക്കെയോ പിറുപിറുക്കുന്നു. എന്റെ മനസ്സിലെ ആശങ്ക എങ്ങനെയോ നീങ്ങിത്തുടങ്ങി. എന്തെങ്കിലും അത്യാവശ്യം കാണും. അല്ലെങ്കിൽ ഈ പാതിരാത്രിക്ക് ഇത്രയും ദൂരം നടന്നലഞ്ഞ് അവൻ വരില്ലെന്ന് ആശ്വസിക്കാൻ ഞാൻ ശ്രമിച്ചു.

ആ ഒരു വിശ്വാസത്തോടെ ഞാൻ അവന്റെ മുഖത്തേയ്ക്കൊന്നു പാളി നോക്കി. കാറിലെ അരണ്ട വെളിച്ചത്തിൽ അവനാകെ തണുത്തുറഞ്ഞിരിക്കുകയാണെന്ന് എനിക്കു മനസ്സിലായി. ഇതുപോലൊരു മുഖം, ഇതുപോലൊരു ഭാവം അവനിൽ ഇതുവരെ ഞാൻ കണ്ടിട്ടില്ല. തീർച്ചയായും, എന്തെങ്കിലും സംഭവിച്ചിരിക്കും.

ഞാനറിയാതെ വണ്ടിക്ക് വേഗം കൂടി. ഈ പെരുമഴയത്ത് ഈ വഴിയെല്ലാം ഇവൻ പിന്നിട്ടോടി വന്നെന്നോ! എനിക്കു വിശ്വസിക്കാനേ കഴിയുന്നില്ല. കാരണം ഒരു ഫർലോങ്ങ് തികച്ചും നടക്കാത്തവനാണു തോമാച്ചൻ. അപ്പനോടു വഴക്കടിച്ച് എസ്റ്റേറ്റിന്റെ ചുമതലയും വാങ്ങി വീട്ടിൽ നിന്നിറങ്ങുമ്പോൾ അവനാദ്യം ചെയ്തത് അക്കാലത്തെ ഏറ്റവും മുന്തിയ ഇനം കാറുകളിലൊന്ന് വാങ്ങലായിരുന്നു. തോട്ടത്തിനകത്തു ജീപ്പു വേണ്ട. ഉണ്ടായിരുന്ന ജീപ്പ് കിട്ടിയ വിലയ്ക്ക് വിറ്റു. ഇപ്പോൾ കാറിലാണ് സഞ്ചാരം. എസ്റ്റേറ്റ് ബംഗ്ലാവിൽ എല്ലാ സൗകര്യങ്ങളുമുണ്ടായിട്ടും അവൻ താമസിക്കാനായി കാറ്റാടിക്കുന്നിലെ കൊട്ടാരത്തിലേക്ക് പോയി. നോക്കെത്താത്ത റബ്ബർ തോട്ടത്തിനുനടുവിലുള്ള സായിപ്പിന്റെ പഴയ വീട്. നല്ല പ്രാക്ടീസുണ്ടായിരുന്ന ഡോക്ടറായ ഭാര്യയെക്കൊണ്ട് ജോലി രാജിവയ്പ്പിച്ച് ഒപ്പം കൂട്ടി രാജാവിനെപ്പോലെയാണ് താമസം. വൈകുന്നേരമായാൽ എന്നും ഒത്തുകൂടാറുണ്ട്. കുടിയും, ചീട്ടുകളിയും. ഇന്നു വരാൻ പറ്റില്ലെന്ന് അവൻ

നേരത്തെ പറഞ്ഞിരുന്നു. വേലക്കാർ രണ്ടുപേരും അവധിക്കുപോയിരിക്കുന്നു. എന്നാൽ ഇന്ന് എന്റെ വീട്ടിൽ കൂടാമെന്ന് പലപ്രാവശ്യം ക്ഷണിച്ചതാണ്. അപ്പോഴൊക്കെ അവൻ പറഞ്ഞു: ഇന്ന് ഞങ്ങൾ രണ്ടുപേരും തനിച്ചൊന്നിരിക്കട്ടെ. പിന്നെ സ്വകാര്യമായി പറഞ്ഞു: "കാറ്റാടിക്കുന്നിനെ ഞാനിന്ന് ഏദൻതോട്ടമാക്കും. തോട്ടത്തിൽ ആദവും ഹവ്വയുമായി ഞങ്ങൾ...."

എനിക്കു രസം തോന്നി. നടക്കട്ടെ അവന്റെയൊരു കളി. അതുകൊണ്ട് ഇന്ന് അങ്ങോട്ട് തിരിഞ്ഞുനോക്കിയതേയില്ല.

"ബെഡ്റൂമിൽ ലൈറ്റുണ്ട്."

എന്റെ ഭാര്യ ആശ്വാസത്തോടെ വിളിച്ചു പറഞ്ഞു.

അപ്പോഴാണ് ഞാനത് ശ്രദ്ധിച്ചത്- ഞങ്ങളിങ്ങെത്തിയിരിക്കുന്നു. താഴെ നിന്നു നോക്കിയാലേ കുന്നുംപുറത്തെ വീട് കാണൂ. ഈ വലിയ കുന്ന് ശരിക്ക് ഒന്നു ചുറ്റണം വീടിന്റെ മുന്നിലെത്താൻ. കുത്തനെയുള്ള കയറ്റമായതുകൊണ്ട് റോഡ് വെട്ടിയിരിക്കുന്നത് വളഞ്ഞു ചുറ്റിയാണ്.

ഞാൻ ഗിയർ മാറ്റി. സൂക്ഷിച്ച് ഓടിച്ചില്ലെങ്കിൽ അപകടമാണ്. കനത്ത മഴയിൽ റോഡ് കാണുകതന്നെ പ്രയാസം.

-ഒരുവിധത്തിൽ വീടിന്റെ മുന്നിലെത്തി. പോർച്ചിലേക്ക് കാർ കയറ്റുമ്പോൾ എന്റെ ഭാര്യ പരിഭ്രമത്തോടെ പറഞ്ഞു:

"ദാ മേഴ്സി കരയുന്നു........"

അവൾ ഡോർ തുറന്ന് വീടിനകത്തേയ്ക്ക് ഓടിക്കയറി. ഞാൻ പിന്നാലെ പാഞ്ഞു. വാതിലെല്ലാം തുറന്നു കിടക്കുകയാണ്. ഇതെന്തുപറ്റി?

ബഡ്റൂമിന്റെ വാതിൽക്കൽ എന്റെ ഭാര്യ ഒന്നറച്ചു നിന്നു. പിന്നാലെ ചെന്ന ഞാൻ എത്തി നോക്കി-

കട്ടിലിൽ ആരോ കിടക്കുന്നു. അതിനടുത്തിരുന്ന് മേഴ്സി ഉറക്കെ വിലപിക്കുന്നു.

"മേഴ്സീ....."

എന്റെ ഭാര്യയാണ് വിളിച്ചത്.

അവൾ കരച്ചിൽ നിർത്തി - ഒന്നു നോക്കി. ഞങ്ങളെ കണ്ടപ്പോൾ അവിശ്വസനീയമായ അമ്പരപ്പോടെ അവൾ ഒന്നുകൂടി നോക്കി. പിന്നെ ഒരഭയം കണ്ടതുപോലെ ഞങ്ങൾക്കരികിലേക്കോടിവന്നു:

"അയ്യോ-എന്റെ തോമാച്ചൻ! എന്റെ തോമാച്ചൻ പോയി......"

അവൾ വിങ്ങിവിങ്ങിക്കരഞ്ഞു.

"ഞങ്ങൾ നേരത്തെ കിടന്നതാണ്. ഒന്നരയായപ്പോൾ തോമാച്ചൻ ഉണർന്ന് ശ്വാസം മുട്ടുന്നെന്നു പറഞ്ഞു. പിന്നൊരു പിടച്ചിലാണ്. ഞാൻ വെള്ളം കൊടുത്തു നോക്കിയപ്പോൾ ഇറങ്ങുന്നില്ല. പൾസ് നോക്കി.....ഇല്ല."

എന്നിട്ട് ഞങ്ങളെ കട്ടിലിനടുത്തേയ്ക്ക് വിളിച്ചുകൊണ്ടുപോയി അവൾ ചൂണ്ടിക്കാട്ടി-

"ദേ, നോക്ക്..... എന്റെ തോമാച്ചൻ....."

ഒന്നേ നോക്കിയുള്ളൂ. ഞാൻ ഞെട്ടിപ്പോയ്- തോമാച്ചൻ!

-അവൻ നിശ്ചലനായി വിറങ്ങലിച്ചങ്ങനെ കട്ടിലിൽ കിടക്കുന്നു.

പെട്ടെന്ന് ഞാൻ തിരിഞ്ഞുനോക്കി-

ഞങ്ങളെ വീട്ടിൽ നിന്നു വിളിച്ചിറക്കികൊണ്ടുവന്ന തോമാച്ചനെവിടെ?

എന്റെ സിരകളിലൊരു തീ പടർന്നു.

ഭ്രാന്തമായ ഒരാവേശത്തിൽ ഞാൻ താഴേക്കോടി. എന്റെ ഭാര്യയും പിന്നാലെ വന്നു.

മേഴ്സിയുടെ കരച്ചിൽ കേട്ടതുകാരണം കാറിൽ നിന്നിറങ്ങുമ്പോൾ മറ്റൊന്നും ശ്രദ്ധിച്ചില്ല. തോമാച്ചൻ മുൻസീറ്റിൽത്തന്നെ ഇരിക്കുകയായിരുന്നല്ലോ?

പോർച്ചിലെ ലൈറ്റിട്ട് ഞാൻ കാറിനകത്തേയ്ക്ക് പോയി- ഇല്ല. അവനില്ല.

മുറ്റമാകെ നോക്കി.-ഇല്ല. അവനില്ല. മറ്റാരുമില്ല.

അതേ വേഗത്തിൽ ഞാൻ അകത്തേക്കോടി.

കട്ടിലിൽ ചലനമറ്റു കിടക്കുന്നു തോമാച്ചൻ.

അടുത്തിരുന്നു കരയുന്ന മേഴ്സി. അതിനിടയിലും അവൾ പറയുന്നു:

"ഡോക്ടറെ വിളിക്കാമെന്നുവച്ചാൽ ഫോൺ ഔട്ട് ഓഫ് ഓർഡറാണ്.... കാറാണെങ്കിൽ വർക്ക്ഷോപ്പിൽ. വേലക്കാർ പോലും ഇന്നിവിടില്ല....."

പിന്നെ പെട്ടെന്നവൾ കരച്ചിലടക്കി ഞങ്ങളുടെ നേരെ തിരിഞ്ഞ് ആകാംക്ഷ യോടെ തിരക്കി:

"നിങ്ങളിപ്പോൾ എങ്ങനെയിവിടെ വന്നു?"

എന്റെ ഭാര്യ ഒരുതരം മരവിപ്പിലായിരുന്നു. ഉത്തരം പറയാനാഞ്ഞെങ്കിലും, എന്റെ ശബ്ദം പുറത്തേയ്ക്ക് വരുന്നില്ല. ഒടുവിൽ എങ്ങനെയോ എന്റെ ചുണ്ടനങ്ങി:

"തോമാച്ചൻ...... തോമാച്ചൻ ഇപ്പോൾ വീട്ടിൽ വന്നിരുന്നു....."

ഞാൻ അത് മുഴുമിപ്പിക്കും മുമ്പ് മേഴ്സി ഭയം കലർന്ന ആകാംക്ഷ യോടെ വിതുമ്പി:

''തോമാച്ചൻ മരിച്ചിട്ട് ഒരു മണിക്കൂറെങ്കിലുമായിക്കാണും..... അതിനുശേഷം ഈ കിടക്കയ്ക്കരികിൽ നിന്ന് ഞാൻ മാറിയിട്ടേയില്ലല്ലോ...."

അതുകേട്ട മാത്രയിൽ ഭാര്യ ഒരു നിലവിളിയോടെ എന്റെ തോളിലേക്കു ചാഞ്ഞു. അപ്പോൾ പുറത്തെ വാതിലിൽ ആരോ ശക്തിയായി മുട്ടുന്നുണ്ടായിരുന്നു. ഭയം കലർന്ന മയക്കത്തിനിടയിലും അതു ശ്രദ്ധിച്ചാവാം അവളുടെ ചുണ്ടുകൾ വിതുമ്പി:

"ആരോ വാതിലിൽ മുട്ടുന്നു."

■

കന്നോളി

ഒരിടത്തൊരു കന്നോളിയുണ്ടായിരുന്നു. പേര് മുഹമ്മദ്. പക്ഷേ, കന്നോളി മുഹമ്മദ് എന്നു പൂർണ്ണമായി പറഞ്ഞാലേ അയാളെ ആരെങ്കിലും അറിയൂ. ഒരു ദിവസം.....

കാൽത്തുടലിലെ കണ്ണികൾ കിലുക്കി, ഒരു പ്രത്യേകതാളത്തിൽ, കന്നോളി മുഹമ്മദ് കഥ തുടങ്ങിയപ്പോൾ, വഴി കാട്ടാൻവന്ന വാസു, തന്ത്രത്തിൽ പിന്നാക്കം മാറി മുന്നറിയിപ്പ് തന്നു:

മാഷേ മാറിക്കോ, അവനിപ്പോൾ വയലന്റാവും. അതിന്റെ ലക്ഷണമോ ഈ ആത്മകഥ.....

ഞാനതു കേട്ടതായി ഭാവിച്ചില്ല.

മുഹമ്മദ് വയലന്റാവില്ലെന്നും അഥവാ വയലന്റായാൽത്തന്നെ എന്നെ ഒന്നും ചെയ്യില്ലെന്നും എനിക്കുറപ്പുണ്ടായിരുന്നു. അത്രയ്ക്ക് ഇഷ്ടമായിരുന്നു അയാൾക്കെന്നെ. ഒരിക്കൽ മുഹമ്മദ് പറഞ്ഞതാണ് എനിക്ക് എന്നേക്കാൾ ഇഷ്ടം ഒരാളോടേയുള്ളൂ മാഷേ- അത് നിങ്ങളോടാണ്.

മുറിഞ്ഞിടത്തുനിന്ന് മുഹമ്മദ് വീണ്ടും കഥതുടങ്ങിയപ്പോൾ വാസു ഭയന്നു പിൻതിരിഞ്ഞു.

ഞാനും മുഹമ്മദും തനിച്ചായി.

മുഹമ്മദെ,

അവന്റെ തോളിൽ തൊട്ടു മെല്ലെ ഞാൻ വിളിച്ചു.

മുഹമ്മദെ, നിനക്കെന്തുപറ്റി?

എന്റെ ശബ്ദം അവൻ തിരിച്ചറിഞ്ഞോ എന്നറിഞ്ഞുകൂടാ. പക്ഷേ, അതു കേട്ടപ്പോൾ അവൻ എന്നെ ഒന്നുനോക്കി, തീക്ഷ്ണമായ നോട്ടം. പാറിപ്പറന്ന താടിമീശയുടേയും ജടപിടിച്ച് നീണ്ട മുടിയുടേയും പശ്ചാത്തലത്തിൽ ഭീതിദമായിരുന്നു ആ നോട്ടം.

ഞാനൊന്നു പകച്ചു. പരിഭ്രമം പുറത്തുകാട്ടാതെ ഞാൻ വീണ്ടും ചോദിച്ചു:

മുഹമ്മദെ, എന്നെ മനസ്സിലായില്ലേ? ഇതു ഞാനാണ്.

മുഹമ്മദിന്റെ കണ്ണുകളിലെ തീക്ഷ്ണത ക്രമേണ മാഞ്ഞു. അവൻ കാൽത്തുടലിലേക്കും പിന്നെ അതു ചുറ്റിയിരുന്ന കാലുകളിലേക്കും നോക്കി.

അപ്പോഴാണ് ഞാനതു ശ്രദ്ധിച്ചത്-തുടൽപ്പാടുകൾ പൊട്ടിത്തുടങ്ങിയിരിക്കുന്നു. കാലുകളിൽ വ്രണവും ചെളിയും. മുട്ടുമറഞ്ഞിരുന്ന ഉടുമുണ്ടാകെ കീറിയതാണ്. ദേഹത്ത് അടിയേറ്റ പാടുകളുണ്ട്. കൈകാലുകൾ നന്നേ ശോഷിച്ചിരിക്കുന്നു.

ഹ്രസ്വമായൊരു കാലപരിധിയും രോഗാവസ്ഥയും ഒരു മനുഷ്യനിൽ ഇത്രയും മാറ്റങ്ങൾ വരുത്തുമോ?

മുഹമ്മദ് സുന്ദരനായിരുന്നു സൗമ്യനും.

മാറ്റംകിട്ടി ഞാൻ മലപ്പുറത്തുവന്നപ്പോൾ ആദ്യം കണ്ടത് മുഹമ്മദിനെയായിരുന്നു. പോക്കരു ഹാജിയുടെ വീടേതെന്നു തിരക്കുമ്പോൾ ഒരാൾ ഇങ്ങോട്ടു വന്ന് കാറിന്റെ ഡോറുതുറന്നു മുൻസീറ്റിൽ കയറിയിരുന്നു ക്ഷണിക്കുകയായിരുന്നു.

ബാ, മാഷേ ഞാൻ കാട്ടിത്തരാം.

അന്നു തുടങ്ങിയ ബന്ധമാണ്. നീണ്ട പത്തുവർഷം മുഹമ്മദ് എന്റെ നിഴലായിരുന്നു. ഹാജിയുടെ വലിയങ്ങാടിയിലെ വിശാലമായ വീടിന്റെ ഔട്ട് ഹൗസിൽ മുഹമ്മദ് എന്റെ സഹായിയായത് പെട്ടെന്നാണ്.

അച്ഛന്റെ ആത്മമിത്രമായ ഹാജിയുടെ ശുപാർശയുമുണ്ടായിരുന്നു.

ഓൻ നല്ലോനാ, പണിക്കുപോകാത്തപ്പം കൂടെ കൂട്ടിക്കോ.

മുഹമ്മദിന്റെ പണി എന്തെന്ന് എനിക്കറിയില്ലായിരുന്നു. അറിഞ്ഞപ്പോൾ അത് ദുഷ്കരമാണെന്നു തോന്നി. തിരൂർ, താനൂർ, പരപ്പനങ്ങാടി ഭാഗത്തെ ഇറച്ചിവെട്ടുകാർ വാണിയംകുളം ചന്തയിൽ നിന്നുവാങ്ങുന്ന അറവുമാടുകളെ അവിടെനിന്നു തെളിച്ച് കാൽനടയായി കൃത്യസമയത്തു നാട്ടിലെത്തിച്ചു കൊടുക്കുന്ന ഭാരിച്ച ജോലിയാണത്.. ഇങ്ങനെ കന്നുകളെ തെളിച്ചുകൊണ്ടു വരുന്നവനായതിനാലാണ് മുഹമ്മദിന്, കന്നോളി മുഹമ്മദ് എന്ന പേരുണ്ടായത്. വെറുതെ മുഹമ്മദെന്നോ, കണ്ണോളി എന്നോ പറഞ്ഞാൽ അവനെ ആരും അറിഞ്ഞെന്നുവരില്ല; പക്ഷേ കന്നോളിമുഹമ്മദ് എന്നു പറഞ്ഞാൽ എല്ലാവർക്കുമറിയാം. ഔപചാരികമായ വിദ്യാഭ്യാസമൊന്നുമില്ലെങ്കിലും സ്വന്തം തൊഴിലിൽ അസാധാരണ വൈദഗ്ദ്ധ്യമായിരുന്നു മുഹമ്മദിന്. റോഡുനിറയാതെ ഇരുപിണി, മുപ്പിണി, നാൽപിണി, അയപിണിവരെ ബന്ധിച്ച് കാലികളെ തെളിക്കാൻ കഴിവുള്ള അന്നാട്ടിലെ ഏക കന്നോളിയായിരുന്നു മുഹമ്മദ്. ഒറ്റയ്ക്ക്, ഒരു യാത്രയിൽ ഇങ്ങനെ നാല്പത് ഉരുക്കളെവരെ മുഹമ്മദ് തെളിക്കുമായിരുന്നു. കാലിക്കൂട്ടങ്ങൾക്ക് മുന്നിലും പിന്നിലും വശങ്ങളിലും മാറിമാറിവന്ന് അവയെ തെളിച്ചുകൊണ്ടു വരുന്ന മുഹമ്മദിന്റെ വൈദഗ്ദ്ധ്യം ഒരിക്കൽ ഞാൻ നേരിട്ടുകണ്ടതാണ്. അന്ന് ഒരു രസത്തിനുവേണ്ടിയാണ് മുഹമ്മദിന്റെ കൂടെ കൂടിയത്.

മാഷേ, രണ്ടുരാത്രി നടക്കണം. നിങ്ങക്കാവുമോ?

മുഹമ്മദ് മുന്നറിയിപ്പോടെ ചോദിച്ചു.

ഞാൻ സമ്മതിച്ചു.

അന്നൊക്കെ ആഴ്ചച്ചന്ത ബുധനാഴ്ചയായിരുന്നു. ചൊവ്വാഴ്ച സന്ധ്യ യ്ക്കേ വാണിയംകുളത്തെത്തി. ബുധനാഴ്ച വൈകുന്നേരം മുഹമ്മദിന്റെ സ്ഥിരക്കാരായ തിരൂരിലെ ഇസാക്ക്, താനൂരിലെ ഹക്കീം, പരപ്പനങ്ങാടിയിലെ കോയാക്കുട്ടി എന്നീ ഇറച്ചിവ്യാപാരികൾ വാങ്ങിയ മുപ്പത്തിരണ്ട് അറവു മാടുകളുമായിട്ടായിരുന്നു മടക്കയാത്ര. ഓരോരുത്തരും വാങ്ങിയ ഉരുക്കളെ തിരിച്ചറിയാൻ കൃത്യമായി അടയാളമിട്ടിരുന്നു. താനൂരിലേക്ക് പത്ത്, തിരൂരി ലേക്ക് പതിനാറ്, പരപ്പനങ്ങാടിക്ക് ആറ്. അവയെ വിവിധ തരത്തിൽ ബന്ധിച്ച് യാത്ര തുടങ്ങുമ്പോൾ ഒരു മുഷിഞ്ഞ തൊഴിൽ എന്നതിനെക്കാളുപരി അതൊരു ദിവ്യമായ നിയോഗമായിട്ടാണ് മുഹമ്മദ് കരുതുന്നതെന്നു തോന്നി. കൈയിൽ കോലിരുന്നതല്ലാതെ അതുകൊണ്ട് ഒരിക്കൽപ്പോലും കാലികളെ അടിക്കാൻ മുഹമ്മദ് മുതിർന്നില്ല. വാണിയംകുളത്തുനിന്ന് ഇടയ്ക്കാടുവഴി പുഴയോരത്തൂടെ വണ്ടിത്തടത്തിലെത്തുമ്പോൾ രാത്രി പന്ത്രണ്ടുമണി കഴിഞ്ഞിരുന്നു. വഴിയിൽ വണ്ടിക്കാരുടെ, പ്രത്യേകിച്ച് ലോറിക്കാരുടെ, നാവിൻതുമ്പിൽ നിന്നുവീണ തെറിക്ക് കണക്കില്ല. അതു കേൾക്കുമ്പോ ഴൊക്കെ മുഹമ്മദ് എന്നോട് ചോദിക്കും.

മനുഷ്യരുണ്ടാക്കിയ റോഡുനിയമങ്ങളൊന്നും മാടുകൾ അറിയണമെന്നി ല്ലല്ലോ, അല്ലേ മാഷേ? ചിലപ്പോൾ അവ വഴിതെറ്റി റോഡിൻ നടുവിൽ കയറി യെന്നിരിക്കും. അതിനിത്ര കോപിക്കാനുണ്ടോ?

സാരമില്ല മുഹമ്മദേ എന്നു പറഞ്ഞ് ഞാൻ ആശ്വസിപ്പിച്ചുകൊണ്ടിരുന്നു.

വണ്ടിത്തടത്തിൽ ഒതുങ്ങിയ ഒരിടം കണ്ടുപിടിച്ച് ഉരുക്കളുടെ കെട്ടഴിച്ച് അവയ്ക്കു തീറ്റയും വെള്ളവും കൊടുത്തതിനുശേഷമേ മുഹമ്മദ് ആഹാരം കഴിച്ചുള്ളൂ. കാലികൾ മിക്കതും കിടന്നപ്പോൾ മുഹമ്മദും കിടന്നു. രണ്ടു മണിക്കൂർ വിശ്രമം. അതുകഴിഞ്ഞ് പ്രധാനപാതയിലൂടെ തണ്ണീർപന്തലി ലെത്തി അന്നത്തെ യാത്ര അവസാനിപ്പിച്ചു. അപ്പോൾ പുലർച്ചേ എട്ടുമണി യായിക്കാണും. ഇനി സന്ധ്യയ്ക്ക് തിരിച്ചാൽ മതിയെന്ന് മുഹമ്മദ് പറഞ്ഞു. പാതിരാകഴിയുമ്പോൾ പെരിന്തൽമണ്ണ കോട്ടയ്ക്കൽ വഴി തിരൂരെത്താം.

ഉരുക്കളെ വിശ്രമിക്കാൻ വിട്ടശേഷം ഒരു രഹസ്യംപോലെ മുഹമ്മദ് പറഞ്ഞു.

വെയിലായി. ഇവറ്റയെ വെയിലത്തു നടത്തരുത്.

പിന്നെ അതിനുള്ള കാരണവും വെളിപ്പെടുത്തി:

“അറവുമാടിന് വെയിലേല്ക്കരുത്. ക്ഷീണിക്കരുത്, വിശക്കരുത്, ഭയക്ക രുത്. അങ്ങനെയായാൽ ഇറച്ചിക്ക് കാഠിന്യമേറും, മൃദുത്വവും കുറയും. സ്വാദ് കമ്മിയാകും.

അതു ഗുരുമുഖത്തുനിന്ന് പഠിച്ചതാണ്.

കല്ലൻ ഖാദറായിരുന്നു മുഹമ്മദിന്റെ ഗുരു.

ഗുരുമാത്രമല്ല അച്ഛനും അമ്മയും കാണപ്പെട്ട ദൈവവുമായിരുന്നു ഖാദർ.

നാടോ വീടോ എവിടെയെന്നറിയാതെ മാതാപിതാക്കളോ സഹോദര ങ്ങളോ ആരെന്നറിയാതെ എന്തിന് സ്വന്തം പേരുപോലും എന്തെന്നറിയാതെ വാണിയംകുളം ചന്തയിലെ ആണ്ടിച്ചാമിയുടെ തട്ടിൻകീഴെ കിടന്ന

എട്ടുവയസ്സുകാരനെ കല്ലൻ ഖാദർ കണ്ടെടുക്കുകയായിരുന്നു. പെരിന്തൽമണ്ണക്കാരനായ ഖാദറായിരുന്നു വള്ളുവനാട്ടിലെ ആദ്യകന്നോളി. വാണിയംകുളം ചന്തയിൽനിന്ന് കന്നിനെ തെളിക്കാൻ പോയതായിരുന്നു ഖാദർ. പുലർച്ചെ ചന്തച്ചായ്‌വിലൂടെ വെറുതെ നടക്കുമ്പോൾ ആണ്ടിച്ചാമിയുടെ തട്ടിൻകീഴെ ഒരു പയ്യൻ. തട്ടി വിളിച്ചപ്പോൾ അവൻ ഞെട്ടിയുണർന്നു. ഖാദർ അവനെ വിശദമായി ചോദ്യം ചെയ്തു; അതാണ് അയാളുടെ പ്രകൃതം. നീ ഏതാണ്? വീട് എവിടെയാണ്? പേര് എന്താണ്? എന്തിനിവിടെ വന്നു?

അറിയില്ല എന്നു മാത്രമായിരുന്നു എല്ലാറ്റിനും മറുപടി. അതുവരെയുള്ള കാര്യങ്ങളെല്ലാം അവൻ പെട്ടെന്നു മറന്നിരുന്നു; സ്വന്തം പേരുപോലും.

മുരടനെന്നു നാട്ടുകാർക്കുമാത്രമല്ല സ്വയംപോലും തോന്നാറുള്ള ഖാദറിന് എന്തുകൊണ്ടോ പയ്യനോടൊരു താത്പര്യം തോന്നി. കാര്യം കേട്ട് ഓടിക്കൂടിയവരുടെ പ്രേരണകൊണ്ടു കൂടിയാവാം, ഖാദർ അവനെയും കൂടെക്കൂട്ടി. പെണ്ണില്ല, കുട്ടികളില്ല, പ്രാരബ്ധങ്ങളില്ല. ഖാദർ ഒറ്റത്തടിയായിരുന്നു. അതുകൊണ്ട് ഒരാളെക്കൂടി പോറ്റേണ്ടിവന്നാലും വിഷമിക്കാനില്ലെന്ന് ഖാദർ തീരുമാനിക്കുകയായിരുന്നു.

അന്ന് ഉരുക്കളെ തെളിച്ച് തിരൂരേക്ക് വരാൻ കല്ലൻഖാദറിനൊപ്പം പയ്യനുമുണ്ടായിരുന്നു. നാട്ടിലെത്തിയപ്പോൾ സുന്നത്തുചെയിച്ച് മുഹമ്മദ് എന്ന പേരുമിട്ട് ഖാദർ അവനെ സ്വന്തം മകനാക്കി.

അറവുമാടുകളെ തെളിക്കാനുള്ള വിദ്യ അയാൾ ക്രമേണ മുഹമ്മദിനെ പഠിപ്പിച്ചു. ഉരുക്കളെ എങ്ങനെ കൂട്ടിക്കെട്ടണം? എങ്ങനെ പിടിക്കണം? ദീർഘദൂരം താണ്ടാനുള്ളപ്പോൾ അവയെ എങ്ങനെ നടത്തണം? ഏതെല്ലാം നേരത്ത് എവിടെയെല്ലാം നിർത്തണം? എപ്പോഴെല്ലാം തീറ്റയും വെള്ളവും കൊടുക്കണം- ഇതെല്ലാം പഠിപ്പിച്ചിട്ട് കല്ലൻഖാദർ മുഹമ്മദിനെ ഒരു കാര്യം ഓർമ്മിപ്പിച്ചു.

നീ തെളിക്കുന്ന ഓരോ മൃഗത്തിനുമറിയാം അറവുശാലയിലേക്കാണ് അവയുടെ യാത്രയെന്ന്; അതിനാൽ നീ അവയെ പ്രകോപിപ്പിക്കരുത്. അങ്ങേയറ്റം ദയവോടെ പെരുമാറണം.

മുഹമ്മദ് അത് അക്ഷരംപ്രതി അനുസരിച്ചു.

പിന്നെ ഏറെക്കാലം വാണിയംകുളം ചന്തയിൽ നിന്ന് ഉരുക്കളെ തെളിച്ചു വരുന്ന ഖാദറിനൊപ്പം ദയാവായ്പോടെ നീങ്ങുന്ന മുഹമ്മദിനേയും കാണാമായിരുന്നു. ഒടുവിൽ ഖാദറിന് വയസ്സായി. നടക്കാൻ വയ്യാതായപ്പോൾ മുഹമ്മദ് ഒറ്റയ്ക്ക് പണി ഏറ്റെടുത്തു. ചുരുങ്ങിയകാലംകൊണ്ട് ഖാദറിനേക്കാൾ മികച്ച കന്നോളിയായി മുഹമ്മദ്. അയാൾ തെളിച്ചുകൊണ്ടു വരുന്ന ഉരുക്കൾക്ക് ക്ഷീണം കാണില്ല. വെട്ടിയാൽ ഇറച്ചിയും കുമിയും. തിരൂർ, താനൂർ, പരപ്പനങ്ങാടി ഭാഗത്തെ ഇറച്ചിവെട്ടുകാർക്കിടയിൽ അതൊരു വിശ്വാസമായിരുന്നു.

കല്ലൻ ഖാദർ മരിച്ചപ്പോൾ മുഹമ്മദ് മലപ്പുറത്തേക്കു മാറി. ചന്തയ്ക്കു പോക്കും പോക്കരുഹാജിയുടെ ആശ്രിതപ്പണിയുമായി അവിടെ കഴിയുമ്പോഴാണ് ഞാൻ അവനെ കണ്ടുമുട്ടുന്നത്.

എല്ലാ കാര്യങ്ങളിലും വ്യത്യസ്തരായിരുന്നെങ്കിലും ജന്മാന്തരങ്ങളുടെ ബന്ധം ഞങ്ങൾ തമ്മിലുണ്ടായി. എന്റെ കൂടെ താമസമാക്കിയ മുഹമ്മദ്

എനിക്കുവേണ്ടപ്പോഴെല്ലാം എന്റെ വേലക്കാരനോ കൂട്ടുകാരനോ സഹോദരനോ ഗുരുവോ ആയി മാറുമായിരുന്നു. ഞങ്ങൾ പറയാത്ത കാര്യങ്ങളില്ലായിരുന്നു; പങ്കുവയ്ക്കാത്ത രഹസ്യങ്ങളും.

പത്തുവർഷത്തെ സഹവാസത്തിനുശേഷം പിരിയാൻ നേരത്ത് എന്റെ വിഷമം കണ്ട് മുഹമ്മദ് ആശ്വസിപ്പിച്ചു:

വിദേശത്ത് ജോലി കിട്ടുന്നത് മഹാഭാഗ്യമാ, മാഷ് പൊയ്ക്കോ.

പിന്നെ നീണ്ട നിശ്ശബ്ദതയ്ക്കുശേഷം മുഹമ്മദ് ഓർമ്മിപ്പിച്ചു.

മാഷെ, എന്റെ മനസ്സിൽ എപ്പോഴും നിങ്ങളുണ്ടാവും. നിങ്ങളുടെ മനസ്സിൽ ഞാനും. അതുകൊണ്ട് നമുക്കിടയിൽ കത്തിടപാടുവേണ്ട; മാത്രമല്ല, എനിക്ക് എഴുത്തും വായനയും അറിഞ്ഞുകൂടാ. മാഷിന് എന്നോട് പറയാനുള്ളതു മറ്റൊരാൾ വായിച്ചുകേൾപ്പിക്കുന്നത് എനിക്കിഷ്ടമല്ല.

വിചിത്രമായൊരു വിലക്ക്.

മുഹമ്മദിനോട് എനിക്ക് ആരാധന തോന്നിയ നിമിഷങ്ങളായിരുന്നു അത്.

കഴിഞ്ഞ അഞ്ചുവർഷവും ഞാനതുപാലിച്ചു.

നാട്ടിലെത്തി അധികം താമസിയാതെ മലപ്പുറത്തേക്ക് വരികയായിരുന്നു. മുഹമ്മദിനെ കാണണം.

വലിയങ്ങാടി ആകെ മാറിയിരുന്നു. പോക്കരുഹാജിയുടെ ബംഗ്ലാവ് സർക്കാരാഫീസാണിപ്പോൾ

മുഹമ്മദ് എവിടെ? പലരോടും തിരക്കി. അലിമാസ്റ്ററാണ് പറഞ്ഞത്.

അവന് മുഴുഭ്രാന്താ. ആരുണ്ടുനോക്കാൻ. കെട്ട്യോൾ പേറോടെ ചത്തു. ഒടുവിൽ കുട്ടിയാമുവൈദ്യർക്കു ദയതോന്നി, വൈദ്യരുടെ വയൽക്കരയിലെ ആലയിൽ തളച്ച് ചികിത്സയാണ്.

എല്ലാം അള്ളാഹുവിന്റെ നിശ്ചയമെന്ന് സമാധാനിപ്പിച്ച് അലി മാസ്റ്റർ വഴികാട്ടാൻ വാസുവിനേയും വിട്ടുതന്നു.

പോരുമ്പോൾ ഓർമ്മിപ്പിച്ചു.

അവന് ഇടങ്ങേറുണ്ട്. സൂക്ഷിച്ചോണം. പിന്നെ വാസുവുണ്ടല്ലോ, അവനേയുള്ളൂ, ഇവിടെ ധൈര്യമായി അടുത്തുചെല്ലുന്നത്.

ആ വാസുവാണ് ഇപ്പോൾ പിന്തിരിഞ്ഞോടിയത്.

അതു സാരമില്ല.

മുഹമ്മദിന്റെ അരികിലിരിക്കാൻ എനിക്ക് മറ്റാരുടേയും കൂട്ടുവേണ്ട; എത്ര ഭ്രാന്തമായ അവസ്ഥയിലും മുഹമ്മദ് എന്നെ തിരിച്ചറിയും.

ഞാൻ മുഹമ്മദിന്റെ കൈയിൽതൊട്ടു ശ്രദ്ധതിരിക്കാൻ നോക്കി. പിന്നെ ആത്മനിയന്ത്രണം വിടാതെ ചോദിച്ചു:

മുഹമ്മദേ, നിന്നെ ഞാൻ കൂട്ടിക്കൊണ്ടുപോകട്ടെ? ഡോക്ടറെ കാണിക്കട്ടെ?

അവൻ ദൃഷ്ടിമാറ്റി എന്നെ ഒന്നുനോക്കി. ആ തക്കത്തിൽ, ഞാൻ അവന്റെ അരികിലേക്ക് നീങ്ങിയിരുന്നു. നിർബന്ധിച്ചു:

നീ എന്തെങ്കിലും പറയൂ മുഹമ്മദേ, ഇല്ലെങ്കിൽ ഞാനിപ്പോൾ തിരിച്ചു പോകും.

അതുകേട്ടപ്പോൾ അവന്റെ കണ്ണുകൾ പെട്ടെന്നു നിറഞ്ഞു. ആ ചുണ്ടുകൾ വിതുമ്പി:

മാഷേ, നിങ്ങളെ ഒന്നു കണ്ടല്ലോ.

ഒന്നു നിർത്തി, എന്റെ കണ്ണുകളിലേക്കു തുറിച്ചുനോക്കി അവൻ ചോദിച്ചു:

"എനിക്ക് ഭ്രാന്താണോ മാഷേ?"

എനിക്ക് സഹിച്ചില്ല, ഞാൻ പൊട്ടിത്തെറിച്ചു:

"നിനക്കൊന്നുമില്ല. നിന്നോട് ആരിതു ചെയ്തു. എന്തിനിങ്ങനെ ചെയ്തു?

കുറെ നേരം മൗനം പാലിച്ചശേഷം അവൻ പൊട്ടിക്കരഞ്ഞു.

ഞാൻ വിദേശത്തേക്കു പോയശേഷം മുഹമ്മദ് തനിച്ചായി. വല്ലാത്ത ഏകാന്തത അവനെ ശ്വാസം മുട്ടിച്ചത്രെ. ഒരു കൂട്ടുവേണമെന്ന ആശ അവനിൽ നാമ്പിട്ടു.

പോക്കരുഹാജിയുടെ നിർബന്ധം കൂടിയായപ്പോൾ അതു യാഥാർത്ഥ്യമായി. മുങ്ങിമരിച്ച മുക്രി മുസ്തഫയുടെ മകൾ ഖദീജയായിരുന്നു വധു. പുറംപോക്കിൽ ഒരു വീടും തരപ്പെട്ടു. പരമസുഖമായിരുന്നു ദാമ്പത്യം. കൃത്യം ഒരുവർഷം കഴിഞ്ഞപ്പോൾ ഖദീജ പ്രസവിച്ചു. പക്ഷേ, അതു ചാപിള്ളയായിരുന്നു. ഒരുവർഷംകൂടി പിന്നിട്ടപ്പോൾ വീണ്ടും ഖദീജ പ്രസവിച്ചു. അതും ചാപിള്ളയായിരുന്നു. പിന്നെ പ്രാർത്ഥനാനിരതമായ ജീവിതമായിരുന്നു. മൂന്നാംവർഷവും ഖദീജ പ്രസവിച്ചു. ആ കുട്ടിക്കും ജീവനില്ലായിരുന്നു.

ഖദീജ ആകെ തകർന്നുപോയി. നൈരാശ്യം പൂണ്ട നാളുകൾ മാസങ്ങളായി, വർഷങ്ങളായി. ഖദീജ വീണ്ടും ഗർഭിണിയായി. ഒരുനാൾ വാണിയംകുളത്തുനിന്ന് കൊണ്ടുവന്ന ഉരുക്കളെ അറവുശാലകളിലേല്പിച്ച് വീട്ടിലേക്ക് ചെന്നപ്പോൾ പൂർണ്ണഗർഭിണിയായ ഖദീജ ഉറഞ്ഞുതുള്ളുന്നു. അവൾ അലറുകയാണ്: "മുഹമ്മദേ, നിന്റെ പാപം നീ അറിയുന്നില്ല; ഓരോ ആഴ്ചയിലും നീ കൊല്ലാൻ കൊടുക്കുന്നത് എത്ര ജീവികളെയാണ്! മരണത്തിന്റെ കൂട്ടിക്കൊടുപ്പുകാരനാണ് നീ. അതിന്റെ ശിക്ഷയാണിത്. നിന്റെ സന്തതികളെല്ലാം ചാപിള്ളകളായിരിക്കും...."

മുഹമ്മദ് സ്വയം കാണുന്നത് അപ്പോഴാണ്. വർഷങ്ങളായി മരണത്തിലേക്ക് കൂട്ടിക്കൊണ്ടുവന്ന ഓരോ അറവുമാടുകളുടേയും ദൈന്യമുഖം മുഹമ്മദിന് അപ്പോൾ കാണാമെന്നായി. ഖദീജ ബോധമറ്റ് വീഴുന്നതുവരെ മുഹമ്മദിന്റെ മനസ്സിൽ അറവുമാടുകളുടെ ഘോഷയാത്രയായിരുന്നു.

അന്നുറങ്ങാൻ വളരെ വൈകി, ഉണർച്ചക്കിടയിലെപ്പോഴോ ഒരു സ്വപ്നം കണ്ടു. സ്വപ്നത്തിൽ വന്ന അരൂപി പറഞ്ഞു:

"നിന്റെ പശ്ചാത്താപം മനസ്സിലാക്കപ്പെട്ടിരിക്കുന്നു. അതിന് പ്രായശ്ചിത്തവുമുണ്ട്."

ഉണർന്നത് ആകെ അസ്വസ്ഥനായിട്ടായിരുന്നു. ഖദീജയുടെ പ്രവചനങ്ങളും സ്വപ്നത്തിലെ അരൂപിയുടെ നിർദേശങ്ങളും ഒരു പ്രഹേളികപോലെ

മുഹമ്മദിനെ മൂടിയിരുന്നു. പക്ഷേ, അത് അധികം നീണ്ടില്ല. അടുത്ത ചന്തയ്ക്കുപോക്കിന് നേരമായപ്പോഴേക്കും മുഹമ്മദ് അതെല്ലാം മറന്നിരുന്നു.

അന്ന് നാട്ടിലെ ബന്ദ് കാരണം ചന്ത ശുഷ്കമായിരുന്നു. താനൂരിലെ ഹക്കീം മാത്രമേ വന്നിരുന്നുള്ളൂ. അയാൾക്ക് കിട്ടിയതാകട്ടെ കറവ വറ്റിയ രണ്ട് പശുക്കളേയും ഉഴുതുകുഴഞ്ഞ രണ്ട് കാളകളേയും മാത്രം. നാല് ഉരുക്കൾക്കുവേണ്ടി മാത്രമുള്ള ഒരു യാത്ര ഒഴിവാക്കാൻ പരമാവധി നോക്കിയതാണ്. പക്ഷേ, ഹക്കീം സമ്മതിച്ചില്ല. വെട്ടാൻവേറെ മാടില്ല. വർഷങ്ങളായുള്ള ഇടപാടുകാരനാണ്. അയാളെ മുഷിപ്പിക്കേണ്ടെന്നു കരുതി യാത്ര തിരിച്ചു.

വാണിയംകുളത്തുനിന്ന് ഇടയ്ക്കാടുവഴി പുഴയോരത്തുകൂടി മാടുകളെ തെളിച്ചപ്പോൾ രാത്രിയായിരുന്നു. പലവട്ടം നടന്നു. വഴിത്തിട്ടംവന്നതുപോലെയായിരുന്നു അവയുടെ യാത്ര. രാത്രിക്കു നല്ല തിളക്കമായിരുന്നു. മേഘങ്ങളില്ലാത്ത ആകാശത്തുനിന്ന് നിലാവിതളുകൾ പൊഴിഞ്ഞുകൊണ്ടിരുന്നു. അവ പുഴയോരങ്ങളിൽ പൊങ്ങിക്കിടന്നു ചിരിച്ചു. അതുനോക്കി നടക്കെ, പൊന്തക്കാടിനടുത്തെത്തിയപ്പോൾ മാടുകൾ നാലും പെട്ടെന്ന് നില്ക്കുന്നതാണ് മുഹമ്മദ് കണ്ടത്. അവ മെല്ലെ തലതിരിച്ചു മുഹമ്മദിനെ നോക്കി. എന്നിട്ട് ഒരേസ്വരത്തിൽ അമറാൻ തുടങ്ങി. അതോ കരയാനോ? ഏതെന്നു വേർതിരിച്ചറിയും മുൻപ് അതിന്റെ ശബ്ദാർത്ഥം മുഹമ്മദിന് വെളിവായി–ഞങ്ങൾക്ക് ജീവിച്ച് മതിയായില്ല; ഞങ്ങളെ കൊല്ലാൻ കൊടുക്കല്ലേ!

സ്വപ്നത്തിലെ അരൂപിയെയാണ് മുഹമ്മദിന് പെട്ടെന്ന് ഓർമ്മവന്നത്. പ്രായശ്ചിത്തത്തിന് സമയമായിരിക്കുന്നു.

മുഹമ്മദ് പുഴയോരത്ത് മുട്ടുകാലിൽ നിന്ന് മാടുകളോട് യാചിച്ചു:

“എന്നോട് പൊറുക്കണേ, പൊറുക്കണേ.....”

എന്നിട്ട് കാളകളുടേയും പശുക്കളുടേയും പിണിക്കയറുകളഴിച്ചു; പിന്നെ മൂക്കുകയർ വിടർത്തി അവയെ സ്വതന്ത്രരാക്കി.

ഉരുക്കൾ നാലും ഒരു പ്രത്യേക താളത്തിൽ മുഹമ്മദിനെ വലംവച്ചു. എന്നിട്ട് പൊന്തക്കാട്ടിലേക്ക് ഒരോട്ടമായിരുന്നു. കാട്ടിൽ മറയും മുൻപ് അവ മുഹമ്മദിനെ ഒന്നു തിരിഞ്ഞുനോക്കി. അപ്പോൾ നിലാവിനേക്കാൾ തിളക്കമായിരുന്നു അവയുടെ കണ്ണുകൾക്ക്.

അന്നോളം അനുഭവിക്കാത്ത ഒരാത്മനിർവൃതിയിലായി മുഹമ്മദ് അപ്പോൾ. ഇളംകുളിരുള്ള നിലാവിതളുകൾ ഇടതടവില്ലാതെ പൊഴിഞ്ഞു വീണ് മുഹമ്മദിനെ മൂടി. നിലാപൂക്കൾക്കിടയിൽ പൂഴിയിൽ മറ്റൊരു പൂ പോലെ മുഹമ്മദ് മലർന്നു കിടന്നു.

ഉണരുമ്പോൾ വെയിൽച്ചൂടിനുകീഴെ തന്നെ പൊതിഞ്ഞിരിക്കുന്ന പുരുഷാരംകണ്ട് മുഹമ്മദ് ഞെട്ടി. പരിചിതമുഖങ്ങൾ പരിതപിച്ചു:

കന്നഴിഞ്ഞുപോയോ? കാടുവളഞ്ഞു പിടിക്കണോ?

ഒന്നിനും മറുപടി പറഞ്ഞില്ല. ആൾക്കൂട്ടത്തിനിടയിലൂടെ ഒരു സ്വപ്നാടകനെപ്പോലെ നടന്നു....

വീട്ടിലെത്തിയപ്പോൾ ഭാര്യയോടു തീർത്തുപറഞ്ഞു:

"ഇനി കന്നോളിയുടെ പണിക്ക് ഞാനില്ല."

കന്നഴിഞ്ഞു കൈമോശം വന്നുവെന്നാണ് ഹക്കീം ധരിച്ചത്. മുഹമ്മദാകട്ടെ കാര്യം പറഞ്ഞതുമില്ല. അവന്റെ വിശ്വസ്തതയിൽ സംശയമില്ലാതിരുന്ന ഹക്കീം പകുതിവിലയിൽ നഷ്ടപരിഹാരം ഒതുക്കി.

അടുത്ത ചന്തയ്ക്ക് മുഹമ്മദ് പോയില്ല. നല്ലതുപോലെ പനിക്കുന്നുമുണ്ടായിരുന്നു. ഭാര്യയുടെ പ്രസവമടുത്തതുകൊണ്ട് വീട്ടിലിരിക്കേണ്ടതിനാലാണ് ചന്തയ്ക്ക് പോകാത്തതെന്നാണ് സ്ഥിരക്കാർ കരുതിയത്.

അന്ന് വൈദ്യരെ കണ്ട് മരുന്നുവാങ്ങാമെന്നുകരുതി അങ്ങാടിയിലേക്ക് പോകാനിറങ്ങെ വിചിത്രമായൊരനുഭവം മുഹമ്മദിനുണ്ടായി. നിർത്താതെ അലമുറയിട്ടു വീട്ടിലാകെ ഓടിനടന്ന പൂച്ച, മുഹമ്മദിനെ തടഞ്ഞുനിർത്തി, മുരണ്ടു: എന്റെ പിൻകാലിൽ മുള്ളുതറച്ചിരിക്കുന്നു. ഒന്നെടുത്തുതരുമോ എന്നായിരുന്നു പൂച്ചയുടെ മുരളലെന്നു മുഹമ്മദിന് പെട്ടെന്ന് മനസ്സിലായി. അയാൾ പൂച്ചയുടെ പിൻകാലുനോക്കിയപ്പോൾ ഒരു കാരമുള്ള്. അതെടുത്തുകളഞ്ഞപ്പോൾ പൂച്ച നന്ദിസൂചകമായി ചിരിച്ചു.

പുറത്തേക്കിറങ്ങിയപ്പോൾ, പുറംപോക്കിന് താഴെ വയലിറമ്പിൽ കെട്ടിയിരുന്ന വേലുനായരുടെ പശു അമറിക്കരഞ്ഞു:

"ഈ കെട്ടൊന്ന് അഴിച്ചുവിടുമോ? വയൽവരമ്പുനിറയെ പുല്ലാണ്. ഞാനത് തിന്ന് വിശപ്പടക്കട്ടെ.

മുഹമ്മദ് പശുവിനെ അഴിച്ചുവിട്ടു. അപ്പോൾ അതിന്റെ ആഹ്ലാദം ഒന്നു കാണേണ്ടതായിരുന്നു.

വേഗമെത്താൻവേണ്ടി കുട്ടാപ്പിയുടെ വീട്ടുപറമ്പ് മുറിച്ചാണ് മുഹമ്മദ് റോഡിലേക്ക് കടക്കാൻ തുനിഞ്ഞത്. വീട്ടുവരാന്തയിൽ കെട്ടിയിരുന്ന നായ അരിശത്തോടെ മുരണ്ടു:

ഞാനിവിടത്തെ കാവൽനായയാണ്. ഈ പറമ്പിൽ അതിക്രമിച്ചുകയറുന്നത് ശരിയല്ല. ആക്രമിക്കാൻ ഞാൻ നിർബന്ധിതനാവും.

അതുമനസ്സിലായപ്പോൾ മുഹമ്മദ് പിന്തിരിഞ്ഞ് ഇടവഴിയിലൂടെ അങ്ങാടിയിലേക്ക് പോയെങ്കിലും വിചിത്രമായൊരാശങ്ക മുഹമ്മദിനെ വേട്ടയാടുകയായിരുന്നു. മൃഗങ്ങളുടെ ഭാഷ തനിക്ക് മനസ്സിലാവുന്നു!

പള്ളിക്കു മുന്നിലൂടെയാണ് അങ്ങാടിയിലേക്കു തിരിയേണ്ടത്. പള്ളിനടയിലെത്തിയപ്പോൾ മുഹമ്മദ് ഒന്നുനിന്നു: "തമ്പുരാനേ എനിക്കു നീ ദിവ്യമായ കഴിവുകൾ തരികയാണോ. അതോ ഇതും വെറും മതിഭ്രമമാണോ?"

പ്രാർത്ഥിച്ചുതീരുംമുൻപേ കുടമണിക്കിലുക്കം.

പിന്തിരിഞ്ഞുനോക്കിയപ്പോൾ അറവുമാടുകൾ!

വാണിയംകുളത്തുനിന്നു അവയെ തെളിച്ചുകൊണ്ട്, പുതിയൊരാൾ വരുന്നു.

അടുത്തെത്തിയപ്പോൾ മാടുകൾ കരഞ്ഞു കിതച്ചു:

"രക്ഷിക്കണേ, രക്ഷിക്കണേ! ഞങ്ങളെ കൊല്ലാൻ കൊണ്ടുപോകുന്നതു കാണുന്നില്ലേ? ജീവിച്ചുമതിവരാത്ത മൃഗങ്ങളാണ് ഞങ്ങൾ. രക്ഷിക്കണേ, രക്ഷിക്കണേ......"

ഒരുനിമിഷം, മൃഗങ്ങളെകെട്ടഴിച്ച് സ്വതന്ത്രരാക്കണമെന്ന് മുഹമ്മദിന് തോന്നി. പിന്നെ നിയന്ത്രിച്ചു. പള്ളിക്കവലയാണ്. ആൾക്കാരുകൂടും പ്രശ്ന മാകും.

കുടമണിക്കിലുക്കം അകന്നുപോയി. പക്ഷേ, ഒരു മാട്, ഒരു മൂരിക്കുട്ടൻ, കൂട്ടംവിട്ട് റോഡിൽ തറഞ്ഞുനിന്നു. അത് മുഹമ്മദിനോട് ആക്രോശിച്ചു:

"മുഹമ്മദേ, നിന്റെ നിയോഗം നീ വിസ്മരിക്കുന്നു....."

അതുമുഴുമിക്കും മുൻപേ മാടിന്റെ പുറത്തു കോലുവീണു.

അതു കണ്ടുനില്ക്കാനാവാതെ മുഹമ്മദ് കണ്ണുകളടച്ചു. പൊറുക്കാനാ വാത്ത അപരാധം ചെയ്തതുപോലൊരു തോന്നൽ മുഹമ്മദിനെ തളർത്തി ക്കളഞ്ഞു.

പിന്നൊന്നിനും തോന്നിയില്ല; അതുകൊണ്ടുതന്നെ വൈദ്യശാലയിലും പോയില്ല.

തിരിച്ചുവീട്ടിലെത്തിയപ്പോൾ ഖദീജ പേറ്റുനോവുകൊണ്ട് നിലവിളി ക്കുന്നു. അകത്തെ മുറിയുടെ കതകടച്ചിരുന്നെങ്കിലും സഹായത്തിനുവന്ന കാളിക്കുട്ടിയുടെ പരിഭ്രമം പുറത്തറിയാം.

മുഹമ്മദിന് പ്രാർത്ഥിക്കാനാണ് തോന്നിയത്. അതിന്റെ ഫലവും കണ്ടു. നിമിഷങ്ങൾക്കകം അകത്തുനിന്ന് ഒരു കുഞ്ഞിന്റെ കരച്ചിൽ ഉയർന്നുപൊങ്ങി. അന്നോളം കേട്ടിട്ടുള്ളതിൽവച്ച് ഏറ്റവും ഹൃദ്യമായ ശബ്ദമായിരുന്നു അതെന്ന് മുഹമ്മദിന് തോന്നി. മധുരതരമായൊരു സംഗീതംപോലെ അതു മുഹമ്മ ദിനെ കീഴടക്കി. താഴ്ന്നും ഉച്ചസ്ഥായിയിലുമുള്ള ആ സംഗീതം എത്ര ആസ്വദിച്ചിട്ടും മുഹമ്മദിന് മതിയായില്ല. നാദങ്ങളുടെ താളാത്മകമായ ക്രമീകരണമായിരുന്നു ആ സംഗീതം. പിന്നെ പെട്ടെന്നാണ് ആ കുഞ്ഞിന്റെ മുഖമൊന്നു കാണണമെന്ന് മുഹമ്മദിന് തോന്നിയത്.

കതകടച്ചിരുന്നത് കാര്യമാക്കാതെ അകത്തേക്ക് കയറാനാഞ്ഞപ്പോൾ കാളിക്കുട്ടിയുടെ നിലവിളി. ഓടിച്ചെന്ന് നോക്കുമ്പോൾ രക്തം വാർന്നു വിളറിയ ഖദീജ പേറ്റുപായിൽ കിടന്ന് ഉറഞ്ഞുവിറയ്ക്കുന്നു; തൊട്ടടുത്ത് നിശ്ചലമായിക്കിടക്കുന്ന കുഞ്ഞ്.

കുഞ്ഞുപോയി.....

കാളിക്കുട്ടി അതുമുഴുമിപ്പിക്കുംമുൻപ് ഉറഞ്ഞുവിറയ്ക്കുന്ന ഖദീജയുടെ ചുണ്ടിലൂടെ അരൂപിയുടെ സ്വരം പൊഴിഞ്ഞുവീണു:

"മുഹമ്മദെ, നീ തെറ്റു ചെയ്തു. നിന്റെ നിയോഗം നീ നിറവേറ്റിയില്ല. അതിനുള്ള ശിക്ഷയാണിത്.

മുഹമ്മദിന് കോപതാപങ്ങൾ അടക്കാൻ കഴിഞ്ഞില്ല. അയാൾ പൊട്ടി ത്തെറിച്ചു.

ഇല്ല. ഞാൻ തെറ്റുചെയ്തില്ല. തെറ്റെന്നു മനസ്സിലാക്കിയപ്പോൾത്തന്നെ ഞാനതുനിർത്തി. ഞാനിപ്പോൾ അറവുമാടുകളെ തെളിക്കാറില്ല.

ഖദീജയുടെ ചുണ്ടുകൾ വീണ്ടും വിതുമ്പി:

“തെറ്റു ചെയ്യുന്നതുപോലെ തന്നെ കുറ്റകരമാണ് തെറ്റുകൾക്കു സാക്ഷ്യം വഹിക്കുന്നതും അതു തടയാതിരിക്കുന്നതും......”

അതിനു മറുപടി പറയാൻ മുഹമ്മദിനു കഴിഞ്ഞില്ല; അവന്റെ ശബ്ദങ്ങളെല്ലാം സ്വന്തം തൊണ്ടയിൽ കുടുങ്ങിയതുപോലെ! മുഹമ്മദിനു പിന്നൊന്നും കാണാൻ കഴിഞ്ഞില്ല; അവന്റെ കാഴ്ചകളെല്ലാം അല്പം മുൻപ് പള്ളിക്കവലയിൽ കണ്ട അറവുമാടുകളിൽ തറഞ്ഞതുപോലെ! അതിനിടയിലും അശാന്തിയായി, അസ്വസ്ഥതയായി, കൂട്ടംവിട്ടു റോഡിൽ തിരിഞ്ഞു നിന്ന മൂരിക്കുട്ടൻ ആക്രോശിക്കുന്നു: “മുഹമ്മദെ, നിന്റെ നിയോഗം നീ വിസ്മരിക്കുന്നു.”

പെട്ടെന്ന് വല്ലാത്തൊരു ഭയം മുഹമ്മദിനെ വന്നു മൂടി. അയാളെ നിശ്ചലനാക്കി. മുഹമ്മദ് അങ്ങനെ തന്നെ നിന്നു. എത്ര നേരമെന്നറിഞ്ഞുകൂടാ; എത്രയോ നേരം മുഹമ്മദ് അങ്ങനെ നിന്നുപോയി. പിന്നെപ്പഴോ കൺമിഴിക്കുമ്പോൾ പേറ്റുപായിൽ ചേതനയറ്റ ഖദീജയുടെയും കുഞ്ഞിന്റെയും മുഖങ്ങളിലേക്കു വെള്ളത്തുണി വിരിക്കുന്ന കാളിക്കുട്ടിയെയാണ് കണ്ടത്.

പിന്നെ എന്തൊക്കെയാണ് സംഭവിച്ചതെന്ന് മുഹമ്മദിന് കൃത്യമായി അറിയില്ല. കാരണം എപ്പോഴും ആ അരൂപിയുടെ സ്വരമായിരുന്നു കാതിൽ. കൂട്ടംവിട്ട് റോഡിൽ തിരിഞ്ഞുനിന്ന് ആക്രോശിക്കുന്ന മൂരിക്കുട്ടന്റെ ദൃശ്യമായിരുന്നു കണ്ണിൽ. പേറ്റുപായിൽ കിടക്കുന്ന ചേതനയറ്റ ഖദീജയുടേയും കുഞ്ഞിന്റേയും മുഖങ്ങളായിരുന്നു ഓർമ്മയിൽ. മറ്റൊന്നിനും അവിടെ നിറയാൻ സ്ഥലമില്ലായിരുന്നു. എന്നാലും ഒന്നു രണ്ടു കാര്യങ്ങൾ മുഹമ്മദ് വ്യക്തമായും ഓർക്കുന്നുണ്ട്. ഒന്ന് ഇസാക്കിന്റെ അറവുശാലയിലെ സംഭവമാണ്. വെട്ടാൻ നിർത്തിയിരുന്ന നാലു മൂരികളെ പതുങ്ങിച്ചെന്നു മുഹമ്മദ് അഴിച്ചുവിട്ടു. മൂരികൾ ജീവനുംകൊണ്ട് നാലുപാടും പാഞ്ഞു. അന്ന് അവിടെയുണ്ടായ ബഹളം ഇപ്പോൾ ഓർക്കാൻപോലും മുഹമ്മദ് ആഗ്രഹിക്കുന്നില്ല. മറ്റൊന്ന് വാണിയംകുളത്തുനിന്ന് ആരോ താനൂരിലേക്കു കൊണ്ടുപോയ അറവുമാടുകളെ പുഴക്കരയിൽ തടഞ്ഞുനിർത്തി അഴിച്ചുവിട്ടതാണ്. ഇതോടെ ഇറച്ചി വ്യാപാരികൾ മാത്രമല്ല നാട്ടുകാരും ഇളകി. അവർക്കും മുഹമ്മദിനെതിരെ പരാതിയുണ്ടായിരുന്നു. കെട്ടിയിരിക്കുന്ന ആടുമാടുകളോടൊക്കെ മുഹമ്മദ് സംസാരിക്കും. തരംകിട്ടിയാൽ പാടത്തും പറമ്പിലും, എന്തിന് തൊഴുത്തിലും കോലായിലും പോലും കെട്ടിയിരിക്കുന്ന മൃഗങ്ങളെയൊക്കെ മുഹമ്മദ് അഴിച്ചുവിടുമത്രെ! പുറംപോക്കിലെ വീട് സർക്കാർ പൊളിച്ചതു കൊണ്ട് കിടക്കാനിടമില്ലാത്ത മുഹമ്മദ് എവിടെ എപ്പോൾ കടന്നുവരുമെന്നു നാട്ടുകാർ ഭയന്നിരിക്കുകയായിരുന്നു. ചുരുക്കത്തിൽ മുഹമ്മദ് നാട്ടുകാർക്കൊരു പ്രശ്നമായി മാറിക്കഴിഞ്ഞിരുന്നു.

അങ്ങനെയിരിക്കെയാണ് സാദിരിക്കോയായുടെ മകളുടെ വിവാഹം വന്നെത്തിയത്. കല്യാണത്തലേന്ന് റോഡിറമ്പിലെ കലുങ്കിൽപ്പടിയിൽ

ക്കിടക്കുകയായിരുന്ന മുഹമ്മദ് ഒരു നിലവിളികേട്ടു:- രക്ഷിക്കണേ ഓടിവരണേ..... സ്മരണകളിലെവിടെയോ ദുഃഖസ്മൃതികളുണർത്തുന്ന ശബ്ദം. മുഹമ്മദ് ചെവി വട്ടം പിടിച്ചു. അത് സാദിരിക്കോയയുടെ വീട്ടിൽ നിന്നാണ്. പിന്നൊന്നും ചിന്തിച്ചില്ല. ഒറ്റക്കുതിപ്പായിരുന്നു. സാദിരിക്കോയ യുടെ പിന്നാംപുറത്തെ മറവേലിക്കുള്ളിൽച്ചെന്നേ നിന്നുള്ളൂ. അവിടെ കണ്ട കാഴ്ച-മൂസായുടെ അറവുകത്തിക്കു കീഴെ ഭയന്നുവിറയ്ക്കുന്ന ഒരാട്ടിൻ കുട്ടി. അതു ജീവനുവേണ്ടി കരഞ്ഞു കേഴുന്നു. പേറ്റുപായിൽ ഖദീജയോട് ഒട്ടിക്കിടന്ന കുഞ്ഞിന്റെ മുഖമായിരുന്നു ആട്ടിൻകുട്ടിക്ക്.

പിന്നെല്ലാം പെട്ടെന്നായിരുന്നു. മൂസായെ തട്ടിമാറ്റിയോ വെട്ടി വീഴ്ത്തിയോ എന്നറിയില്ല. നാട്ടുകാർ പിടിച്ചുകെട്ടുമ്പോൾ ആ ആട്ടിൻകുട്ടി മുഹമ്മദിന്റെ നെഞ്ചോടുചേർന്നുണ്ടായിരുന്നു.

ആലയിൽ തുടലിൽ തളച്ചത് കുട്ട്യാമുവൈദ്യരാണെന്നറിയാം; ഒപ്പം വാസുവുമുണ്ടായിരുന്നു.

അണമുറിഞ്ഞ പ്രവാഹം പെട്ടെന്ന് നിലച്ചതുപോലെ ഒരു നിമിഷം മുഹമ്മദ് നിർത്തി, പിന്നെ പെരുമഴപോലെ അയാൾ കിതച്ചു:

"എനിക്കു ഭ്രാന്താണോ മാഷേ?

എനിക്കൊന്നും മിണ്ടാൻ കഴിഞ്ഞില്ല; പക്ഷേ, എന്റെ കൈകൾ ഞാനറി യാതെ നീണ്ടു. അത് മുഹമ്മദിന്റെ കാൽത്തുടലഴിക്കാൻ തുടങ്ങുമ്പോൾ പിന്നിൽ ഒരലർച്ച:

"എന്താ മാഷേ നിങ്ങളീ കാട്ടണെ. മുഴുഭ്രാന്തനെ അഴിച്ചുവിടുന്നോ?"

അലിമാസ്റ്ററും വാസുവും പിന്നെ പേരറിയാത്ത കുറെ നാട്ടുകാരും. അവരുടെ മുഖങ്ങളിൽ രോഷം:

"നിങ്ങൾക്ക് വല്ലോം പറ്റിയോന്നറിയാൻ ഞങ്ങളിങ്ങോട്ടു വന്നത് ഭാഗ്യ മായി. അല്ലെങ്കിൽ എന്തായാനേ സ്ഥിതി?"

നാട്ടുകാരുടെ രോഷവും ഭാവവും കണ്ടപ്പോൾ നിനച്ചിരിക്കാതെ മുഹമ്മദി ലൊരു മാറ്റമുണ്ടാകുന്നത് ഞാനറിഞ്ഞു. പിന്നെല്ലാം പെട്ടെന്നായിരുന്നു. തുടലുലച്ച് കാലുകൾ പിന്നോക്കം കുത്തി കൈകൾ രണ്ടും മുന്നിൽ തറയി ലൂന്നി ഒരു മൂരിക്കുട്ടനെപ്പോലെ മുഹമ്മദ് അവരുടെ നേരെ മുക്രയിട്ടു.

നാട്ടുകാർ ഞെട്ടുന്നത് വ്യക്തമായും ഞാൻ കണ്ടു. ആ തക്കത്തിൽ അവരുടെ ഭയന്ന മുഖങ്ങളിലേക്കു തറപ്പിച്ചുനോക്കി ഞങ്ങൾ, ഞാനും മുഹമ്മദും, ഒന്നിച്ച് ഒരേ സ്വരത്തിൽ ഒരു കഥപറയാൻ തുടങ്ങി:

ഒരിടത്തൊരു കന്നോളിയുണ്ടായിരുന്നു;

ഒപ്പം ഒരു മാഷും.......

■

നക്ഷത്രപ്പകർച്ച

അപ്പുറത്ത്, അപ്പുറത്തിനുമപ്പുറത്ത്, അതിഥിമന്ദിരത്തിന്റെ അതിരിലെ ആകാശച്ചുവരിൽ ഒരു ചുവന്ന നക്ഷത്രം.

അടുക്കളയഴികളിലൂടെ അത് കാൺകെ, അക്കിസ്വാമി എന്ന അഗ്നിവേശൻ, കൈക്കിലത്തുണിയുടെ ഇഴകൾ പിരിച്ച് ഭക്ത്യാദരപൂർവ്വം മൂർധാവിൽ ചേർത്ത് ജ്യോതിസൂത്രം ഉരുക്കഴിച്ചു.

അത്യപൂർവമായ കാഴ്ചയാണീ നക്ഷത്രപ്പകർച്ച.

ഈ അറുപതു വയസ്സിനിടയിൽ ഇതിനുമുൻപ് ഒരിക്കൽ മാത്രമേ അഗ്നിവേശൻ ഇതു കണ്ടിട്ടുള്ളൂ.

അന്ന് ഏഴെട്ടു വയസ്സുകാണും.

വലിയമ്മാമയുടെ പ്രതാപകാലം.

നോക്കെത്താതെ പരന്നുകിടക്കുന്ന ഓണാടിന്റെയും ഓണാട്ടുകാരുടേയും പരമാധികാരിയായിരുന്നു വലിയമ്മാമ –സാക്ഷാൽ അഗ്നിവർണ്ണൻ.

ഇന്നത്തെ ഗവൺമെന്റ് ഗസ്റ്റ് ഹൗസായ ഹിൽപാലസ് കോംപ്ലക്സായിരുന്നു അന്നത്തെ ഓണാട്ടു രാജധാനി. തൊണ്ണൂറ്റൊമ്പത് ഏക്കറിൽ ദീർഘവൃത്താകൃതിയിലുള്ള അറുപത്തിനാല് എടുപ്പുകളുടെ സമുച്ചയം. അതിവിശിഷ്ടാതിഥികളുടെ താമസത്തിനായി ഇപ്പോൾ സജ്ജീകരിച്ചിരിക്കുന്ന മഹാരാജാസ്വീറ്റെന്ന മെയിൻ ബ്ലോക്കായിരുന്നു അന്ന് വലിയമ്മാമയുടെ വാസ സ്ഥാനം. പള്ളിയറ എന്നറിയപ്പെട്ടിരുന്ന ആ മനോഹര സൗധം. മറയൂർ വനത്തിൽനിന്നു കൊണ്ടുവന്ന ചന്ദനക്കാതലിൽ കടഞ്ഞെടുത്തതായിരുന്നു. അവിടെ വിഭാര്യനായ വലിയമ്മാമ ഒറ്റയ്ക്കായിരുന്നു. ചുറ്റുമുള്ള എടുപ്പുകളിൽ സഹോദരങ്ങളും അവരുടെ കുടുംബവും കുട്ടികളും.

പള്ളിയറയിൽ നിന്നുനോക്കിയാൽ ലക്ഷണശാസ്ത്രമനുസരിച്ച് ചുറ്റും നിർമിച്ച അറുപത്തിനാല് എടുപ്പുകളും ഒരേ അകലത്തിൽ കാണാം. ഇടനാഴിയിലൂടെ ഇടതുവശത്തേക്ക് നടന്നുതുടങ്ങിയാൽ പുറത്തിറങ്ങാതെ അറുപത്തിനാല് എടുപ്പുകളിലും കയറിയശേഷം വലതുവശത്തുകൂടി പള്ളിയറയിൽ തിരിച്ചെത്താം. അത്ര വിദഗ്ധമായാണ് രാജധാനിയുടെ നിർമിതി.

വലിയമ്മാമ എന്നും വൈകുന്നേരം കുടുംബാംഗങ്ങളുടെ ക്ഷേമമന്വേഷിച്ച് എടുപ്പുകളിലൂടെ ഒരു ഓട്ടപ്രദക്ഷിണം നടത്താറുണ്ടായിരുന്നു. ചുറ്റുപടി എന്നാണ് അതിനു പറയുക. ഇടതുവശത്തുനിന്ന് ചുറ്റുപടി ആരംഭിക്കുമ്പോൾ ആദ്യത്തെ എടുപ്പിൽനിന്ന് മൂത്ത സഹോദരിയുടെ മകനേയും കൂടെ കൂട്ടും. അഗ്നിവേശൻ എന്ന അവനെ അഗ്നീ, അഗ്നീ എന്നു വിളിച്ചതും പിന്നത് അക്കീ, അക്കീ എന്നാക്കിയതും ഒടുവിൽ അക്കിസ്വാമിയെന്ന് വിളിപ്പേര് നല്കിയതും വലിയമ്മാമതന്നെയായിരുന്നു. വലിയമ്മാമയ്ക്ക് കുട്ടികളിൽ ഏറ്റവുമേറെ ഇഷ്ടം അഗ്നിവേശനെയായിരുന്നു. അനുവാദം കൂടാതെ വലിയമ്മാമയുടെ പള്ളിയറയിൽ ഏതുനേരവും കടന്നുചെല്ലാനുള്ള അധികാരവും അഗ്നിവേശനുണ്ടായിരുന്നു.

അന്ന് ചുറ്റുപടി കഴിഞ്ഞ്, സന്ധ്യയ്ക്ക് വലിയമ്മാമയോടൊപ്പം പള്ളിയറയിലെത്തി വെറുതെ പിണിയഴികളിൽ കയറിക്കളിക്കുകയായിരുന്നു. കളിക്കിടയിൽ എപ്പോഴോ പുറത്തേക്കു നോക്കിയപ്പോൾ ആകാശച്ചെരുവിൽ ഒരു ചുവന്ന നക്ഷത്രം. അഗ്നിവേശൻ ഇപ്പോഴും വ്യക്തമായും ഓർക്കുന്നു. കാണക്കാണെ അത് ജ്വലിച്ചുയരുകയായിരുന്നു.

കൗതുകത്തോടെ വലിയമ്മാമയെ വിളിച്ചു കാണിച്ചു.

അദ്ദേഹം വല്ലാതെ പരിഭ്രമിച്ചുവശായി.

രക്തനക്ഷത്രം. ഉണ്ണീ ഇതൊരു നിമിത്തമാണ്. ചിലപ്പോൾ നല്ലതിനാവാം. ചിലപ്പോൾ ദുർനിമിത്തമാകാം. അനിവാര്യമായ അത്യാഹിതത്തിന്റെ ദുഃസൂചനയാകാം.

ഇങ്ങനെ ഓരോന്നു പറഞ്ഞ് ഉത്തരീയത്തിന്റെ ഇഴകൾ പിരിച്ച് മൂർദ്ധാവിൽ ചേർത്ത് അദ്ദേഹം ജ്യോതിസൂത്രം ഉരുവിടാൻ തുടങ്ങി.

അതിദിവ്യമായ ജ്യോതിമന്ത്രം പൂർത്തിയാകും മുൻപ്, പുറത്ത് നടുമുറ്റത്ത് ഒരാരവം.

കാവൽക്കാരാരോ വന്നു പറഞ്ഞു.

കുടിയാന്മാരാ.

വലിയമ്മാമ, മന്ത്രം പൂർത്തിയാക്കാൻ നില്ക്കാത്ത അരിശത്തോടെ നടവടിയെടുത്ത് നടുമുറ്റത്തേക്കു ചെന്നു.

'ആരാടാ....'

പാട്ടക്കുടിയാന്മാർ ഒതുങ്ങിനിന്നു.

തലപ്പുലയനായ ചേക്കോട്ടെ വേലുവാണ് മുന്നിൽ, അയാളുടെ വിരൽത്തുമ്പിൽ തൂങ്ങി കൗമാരം കടക്കാത്ത ഒരു കുട്ടിയും.

"എന്താടാ...."

വലിയമ്മാമ നടവടിയോങ്ങി.

വേലു വാപൊത്തി, നിലവിളിച്ചു.

"തിരുമനസ്സേ, അങ്ങ് ഞങ്ങളുടെ ദൈവമാ.... പക്ഷേ, അങ്ങയുടെ

നോട്ടക്കാര് ഈ രാത്രീല് ഞങ്ങളെ കുടിയൊഴിപ്പിക്കുന്നു...... ഞങ്ങളുടെ പെണ്ണുങ്ങളേം കുട്ടികളേം ഉപദ്രവിക്കുന്നു."

"എന്തിന്.....?"

അതിനു മറുപടി പറഞ്ഞത് കാര്യക്കാരൻ കുറുപ്പായിരുന്നു.

"ഇവന്മാർ പാട്ടം കൊടുക്കുന്നില്ല. പാട്ടം കൊടുത്തില്ലെങ്കിൽ കുടിയൊഴിപ്പിക്കണമെന്നാ....."

അപ്പോൾ ഒരു കുരുന്നു ശബ്ദം.

"പാട്ടം കൊടുക്കാൻ നെല്ലു വേണ്ടേ? കൃഷി നശിച്ചതുകൊണ്ട് നെല്ലില്ല. ഞങ്ങളുതന്നെ പട്ടിണിയിലാ...."

എല്ലാവരും സ്തംഭിച്ചുപോയി.

വലിയമ്മാമയുടെ മുന്നിൽ ധിക്കാരം പറയുന്നത് ചേക്കോട്ടു വേലുവിന്റെ വിരൽത്തുമ്പിൽ തൂങ്ങിവന്ന കുട്ടിയാണ്.

വേലു പെട്ടെന്ന് കുട്ടിയുടെ വായപൊത്തി ക്ഷമ ചോദിച്ചു.

"തിരുമനസ്സേ അടിയന്റെ കൊച്ചാ, അറിയാതെ പറഞ്ഞതാ"

വലിയമ്മാമ വടിചൂണ്ടി ആജ്ഞാപിച്ചു.

"അവനെ ഇങ്ങ് നീക്കി നിർത്ത്"

വേലു ദയനീയമായി നിലവിളിച്ചുകൊണ്ടും തിരുമനസ്സേ മാപ്പാക്കണം എന്നപേക്ഷിച്ചുകൊണ്ടും കുട്ടിയെ മുന്നോട്ടു നീക്കി നിർത്തി.

വലിയമ്മാമ അവന്റെ അടുത്തേക്കു നീങ്ങി.

ഇപ്പോൾ അടി വീഴും എന്നു പ്രതീക്ഷിച്ചു നിന്നവരെ കൂടുതൽ ആകാംക്ഷയിലാക്കിക്കൊണ്ട് വലിയമ്മാമ കുട്ടിയുടെ മുഖത്തോളം കുനിഞ്ഞുചെന്ന് ചോദിച്ചു.

പട്ടിണിയാണെന്നു പറഞ്ഞല്ലോ. നീ ഇന്ന് ഒന്നും കഴിച്ചില്ലേ?

കുട്ടി കൂസലില്ലാതെ പറഞ്ഞു.

ഇന്നെന്നു മാത്രമല്ല, ഇന്നലേം ഒന്നും കഴിച്ചില്ല.

അതുകേട്ടതും വലിയമ്മാമ അലറുകയായിരുന്നു.

"തുറക്കെടാ അറവാതിൽ..."

അന്നാദ്യമായി, ഓണാട്ടെ അറയിൽ നിന്നും അരിയും നെല്ലും പുറത്തേക്കൊഴുകി. അടുക്കളയും കലവറയും കുടിയാന്മാരുടെ മുന്നിൽ തുറന്നുവെച്ചു.

മറ്റൊരാജ്ഞകൂടി വലിയമ്മാമ നല്കിയിരുന്നു. കുടിയൊഴിപ്പിക്കലിനിടയിൽ സ്ത്രീകളെ ഉപദ്രവിച്ചവരെ പിടിച്ചുകൊണ്ടുവരാൻ.

ഊണുകഴിച്ചു ചാക്കിൽ നെല്ലുനിറച്ചുവന്ന വേലു ആ കാഴ്ചകണ്ട് ഞെട്ടി.

ഉറയൂരുന്ന പള്ളിവാൾ.

നടുമുറ്റത്ത് വെട്ടിമുറിച്ചിട്ട മൂന്നു കൈകൾ.

"ഇനി നിങ്ങളുടെ സ്ത്രീകളെ ആരും ഉപദ്രവിക്കില്ല."

വലിയമ്മാമ അതുപറഞ്ഞു തീരും മുൻപ് വേലു ആ കാല്ക്കൽ വീണു.

"തിരുമനസ്സേ അവിടുന്ന് അടിയങ്ങളുടെ ദൈവമാ."

അതുനോക്കി, ഒന്നും മനസ്സിലാകാതെ വേലുവിന്റെ നിഴൽപോലെ നിന്ന കുട്ടിയോട് ചോദിച്ചു.

"എന്താ പേര്?"

"വാസു"

"വാസു, വാസു. വാസു."

"ങ്ഹാ, വാസു വാസൂന്ന് പറഞ്ഞ് നിന്നോ ദാ സാക്ഷാൽ മന്ത്രി ചേക്കോട്ടു വാസു ഇപ്പോഴിങ്ങെത്തും."

ധൃതിയിൽ അകത്തേക്കു കയറിവന്ന ഹെഡ് കുക്ക് കുഞ്ഞുകൃഷ്ണൻ തിരക്കു കൂട്ടി.

ജ്യോതിസൂത്രം ജപിക്കുന്നതിനിടെ വാസു എന്ന് ഉച്ചരിച്ചുകാണുമോ?

അക്കിസ്വാമി എന്ന അഗ്നിവേശന് സംശയമായി.

ശങ്കിച്ചു നില്ക്കുന്ന അഗ്നിവേശനെ തോണ്ടി കുഞ്ഞുകൃഷ്ണൻ ഓർമ്മിപ്പിച്ചു.

"ഒന്നു വേഗമാവട്ടെ, താമസിച്ചാ മൂക്കിൻതുമ്പത്താ അങ്ങേർക്ക് ദേഷ്യം."

ശരിയാ, മന്ത്രി ചേക്കോട്ടു വാസുവിന് കൃത്യനിഷ്ഠയെന്നു പറഞ്ഞാൽ കടുകട്ടിയാണെന്നു കേട്ടിട്ടുണ്ട്. കാണാനോ പരിചയപ്പെടാനോ പരിചരിക്കാനോ സൗകര്യമുണ്ടായിട്ടില്ലെങ്കിലും ആളിന്റെ ചിട്ടവട്ടങ്ങളെല്ലാം ഗസ്റ്റ് ഹൗസിൽ മനഃപാഠമാണ്. രാവിലെ ആറിന് രണ്ടുഗ്ലാസ് കുമ്പളങ്ങനീര്. എട്ടു മണിക്ക് മൂന്നുമുട്ടയും രണ്ട് ഏത്തപ്പഴവും അര ലിറ്റർ പാലും ഒരു പിടി കശുവണ്ടിപ്പരിപ്പും കൂടി മിക്സിയിലടിച്ചതും ഒരേ ഒരു ഇഡ്ഡലിയും. പതിനൊന്നു മണിക്ക് രണ്ട് കരിക്ക് ചുരണ്ടിയത്. ഒരു മണിക്ക് സർവ സാധാരണമായ ഊണ്. എന്തെങ്കിലും കറികൾ മതി. ചിലപ്പോൾ നിന്നു കൊണ്ടുതന്നെ കഴിച്ചെന്നിരിക്കും. ഒരു കാര്യം ഉറപ്പാണ്. നാലുപേരുടെ മുൻപിൽ മന്ത്രി പരസ്യമായേ ഉച്ചയൂണു കഴിക്കൂ. പിന്നെ വൈകുവോളം ഒന്നുമില്ല. രാത്രി ഒൻപതുമണി എന്നൊരു സമയമുണ്ടെങ്കിൽ പ്രത്യേക വിഭവങ്ങളോടെ അത്താഴം ഊണുമേശമേൽ നിരന്നിരിക്കണം. ഒറ്റയ്ക്കേ കഴിക്കൂ. വിളമ്പുകാരനോ സഹായിയോ അല്ലാതെ മറ്റൊരാൾ മുറിയിലുണ്ടാവാൻ പാടില്ല.

ഈ പ്രത്യേകതകളുള്ളതുകൊണ്ടാവാം മന്ത്രിക്ക് യാത്രയുള്ളപ്പോഴെല്ലാം വിവരം തലസ്ഥാനത്തുനിന്നും നേരത്തെതന്നെ അതിഥി മന്ദിരങ്ങളിലേക്ക് അറിയിക്കാറുണ്ട്. അങ്ങനെ ഇവിടെയും അറിയിപ്പുകിട്ടിയപ്പോൾ ആരംഭിച്ച അത്യധ്വാനമാണ്. എല്ലാം കുഞ്ഞുകൃഷ്ണന്റെ ചുമതലയാണ്.

മത്സ്യമാംസങ്ങളുടെ പാചകമാണെങ്കിൽ അടുത്തേക്കു പോകില്ല. വെറുതെ ചുറ്റിപ്പറ്റിനിന്നാൽ മതി. കൂടിവന്നാൽ ഒരു രസം വച്ചുകൊടുക്കണം. അക്കിസ്വാമിയുടെ രസം കൂടിയുണ്ടെങ്കിൽ ഊണു ഗംഭീരമാകും. കുഞ്ഞുകൃഷ്ണൻ എപ്പോഴും അതു പറയും. സത്യത്തിൽ രസം വയ്ക്കാനേ അറിയൂ എന്നത് കുഞ്ഞുകൃഷ്ണനുമാത്രം അറിയാവുന്ന രഹസ്യമാണ്. അക്കിസ്വാമി എന്തൊക്കെയോ ചെയ്യുന്നുണ്ടെന്ന് മറ്റുള്ളവരെ ബോധ്യപ്പെടാനാണ് അവൻ ഇങ്ങനെ സംസാരിക്കുന്നത്. ഇന്നും അതാണുണ്ടായത്. കോഴിയും കരിമീനുമെല്ലാം കുഞ്ഞുകൃഷ്ണൻ തയ്യാറാക്കി. രസത്തിന്റെയും ജീരകവെള്ളത്തിന്റെയും ചുമതല മാത്രമായിരുന്നു. അതിൽ കിടന്നു പുകയുന്നു. സത്യത്തിൽ പുക മനസ്സിലാണ്. മന്ത്രിയെ കാണുന്നകാര്യം കുഞ്ഞുകൃഷ്ണൻ പറഞ്ഞപ്പോൾ മുതൽ ഒരങ്കലാപ്പ്.

കാണാമോ? കണ്ടാൽ കാര്യം നടക്കുമോ?

കുഞ്ഞുകൃഷ്ണന് എല്ലാറ്റിനും ശുഭാപ്തിവിശ്വാസമാണ്.

മന്ത്രി ചേക്കോട്ടു വാസുവും അയാളുടെ കുടുംബവും അച്ഛനപ്പൂപ്പന്മാരുടെ കാലം മുതലേ ഓണാട്ടുകൊട്ടാരത്തിലെ കുടിയാന്മാരോ പണിക്കാരോ ആണെന്നുള്ള വിവരം കുഞ്ഞുകൃഷ്ണന് നന്നായറിയാം. വലിയമ്മാമയുടെ കാലത്തിന് മുൻപ് മുതലേ കൊട്ടാരത്തിൽ നിന്ന് അവരോട് നല്ല രീതിയിലേ പെരുമാറിയിട്ടുള്ളൂ. കാലം മാറിയെങ്കിലും വാസു ഇന്ന് മന്ത്രിയായെങ്കിലും, കൊട്ടാരത്തിലെ ഒരംഗം, ഒരു കാര്യം ചെന്നുപറഞ്ഞാൽ കേൾക്കാതിരിക്കുമോ? സഹായിക്കാതിരിക്കുമോ? അതാണ് കുഞ്ഞുകൃഷ്ണന്റെ ബുദ്ധി.

ഒരുകണക്കിന് കുഞ്ഞുകൃഷ്ണന്റെ ബുദ്ധിയും ശുഭാപ്തിവിശ്വാസവുമാണ് ഈ നിലനില്പിന് തന്നെ ആധാരം. അല്ലെങ്കിൽ വലിയമ്മാമ തീപ്പെട്ട നാളിലോ പുലകുളിക്കു മുൻപോ എല്ലാം തീരേണ്ടതായിരുന്നു.

സ്വാതന്ത്ര്യം കിട്ടിയെന്നോ, നാട്ടുരാജ്യങ്ങളുടെ അധികാരം പോയെന്നോ ആരൊക്കെ പറഞ്ഞിട്ടും അതെന്താണെന്നു വ്യക്തമായില്ല. ആരൊക്കെ വിശദീകരിച്ചിട്ടും അതൊട്ടും മനസ്സിലായതുമില്ല.

ഓരോരുത്തരായി കൊട്ടാരത്തിൽ നിന്ന് ഒഴിഞ്ഞുപോകുന്നതും അകന്നു മാറുന്നതും കണ്ടിട്ടും അതൊക്കെ അറിയാതിരിക്കാനായിരുന്നു താല്പര്യം. അതിനു കാരണം ഒന്നിനും ഒരു മുട്ടുമുണ്ടാവാതെ നോക്കാൻ കുഞ്ഞുകൃഷ്ണനുണ്ടായിരുന്നു, എന്നതുതന്നെ.

കൊട്ടാരത്തിലെ അനന്തരാവകാശിയുടെ സ്വകാര്യ പാചകക്കാരൻ മാത്രമായിരുന്നില്ല കുഞ്ഞുകൃഷ്ണൻ. അതുകൊണ്ടാണല്ലോ വലിയമ്മാമയുടെ പിണ്ഡം വച്ച് പിരിയുമ്പോൾ, അവൻ നിർബന്ധിച്ച് റിസീവറിന്റെ അടുത്തേക്കു കൊണ്ടുപോയത്. കുഞ്ഞുകൃഷ്ണനും റിസീവറും എന്തൊക്കെയോ സംസാരിച്ചു. ആദ്യമൊന്നും കാര്യം മനസ്സിലായില്ല. പക്ഷേ, പിന്നീട് എല്ലാം മനസ്സിലായി. ബ്രിട്ടീഷുകാർ പോയി. രാജഭരണം മാറി. ഇപ്പോൾ ജനാധിപത്യമാണ്. തീപ്പെട്ട ഓണാട്ട് അഗ്നിവർണൻ തമ്പുരാനിൽ നിന്ന് അദ്ദേഹത്തിന്റെ അഭാവത്തിൽ ദേശാധികാരം സർക്കാരിലേക്കു കൈമാറപ്പെട്ടു.

രാജധാനിയായ ഓണാട്ടുകൊട്ടാരവും എടുപ്പുകൾ ഉൾപ്പെടെയുള്ള കെട്ടിട സമുച്ചയങ്ങളും, സകലസ്ഥാവരവസ്തുക്കളും സർക്കാർ ഏറ്റെടുക്കുകയാണ്. നഷ്ടപരിഹാരം നല്കാൻ രാജകുടുംബത്തിലെ അവകാശികളുടെ എണ്ണംവരെ തിട്ടപ്പെടുത്തിക്കഴിഞ്ഞു- എണ്ണൂറ്റിമുപ്പത്തിയേഴുപേർ.

"തിരുമനസ്സ് ഇനി എന്താ ചെയ്ക?"

കുഞ്ഞുകൃഷ്ണന്റെ ആകാംക്ഷ റിസീവർ കുഞ്ഞുണ്ണിയിലേക്കും പകർന്നു. കുഞ്ഞുണ്ണി സ്വതേ നല്ല മനുഷ്യനായിരുന്നു. സഹായിക്കാൻ അയാൾ ഒരുക്കമാണ്. കൊട്ടാരത്തെ സംബന്ധിച്ച കാര്യങ്ങളെല്ലാം അയാൾക്ക് നല്ല നിശ്ചയവുമായിരുന്നു. വലിയമ്മാമ നാടിനെ അമ്മയെപ്പോലെയും നാട്ടുകാരെ മക്കളെപ്പോലെയും നാട്ടുമുതലിനെ ദേവസ്വത്തെയെന്നപോലെയുമാണ് കരുതിപ്പോന്നത്. ഭൂമിയോ, സ്വർണ്ണമോ, വെള്ളിയോ, ധാന്യങ്ങളോ ഒന്നും അദ്ദേഹം സ്വകാര്യമായി സമ്പാദിച്ചിരുന്നില്ല. ഉള്ളതെല്ലാം പൊതുമുതൽ. എന്നാൽ കുടുംബാംഗങ്ങളെല്ലാം അങ്ങനെയായിരുന്നില്ലെന്ന് കുഞ്ഞുണ്ണി പറഞ്ഞപ്പോഴാണറിഞ്ഞത്. മിക്കവരും മിക്കതും നേടിയിരുന്നു. അവരായിരുന്നു സർക്കാരിനെക്കൊണ്ട് കൊട്ടാരം ഏറ്റെടുപ്പിക്കുന്നതിന് പിന്നിലും പ്രവർത്തിച്ചത്. അവർക്കും അതിൽ ഒരു വീതം വേണം. നേരവകാശിക്കെങ്ങാനും കൊട്ടാരം കൊടുക്കാൻ തീരുമാനമായാലോ, സാധ്യതകൾ മുന്നിൽ കണ്ടുകൊണ്ടുള്ള നിഴൽയുദ്ധം.

അവർക്കായിരുന്നു ബലം.

അവർ ആഗ്രഹിച്ചതുപോലെ സംഭവിച്ചു.

കൊട്ടാരം ഗവൺമെന്റ് ഏറ്റെടുത്തു.

നഷ്ടപരിഹാരത്തുക അവകാശികൾക്ക് തുല്യമായി വീതിച്ചുകൊടുക്കാനും ഉത്തരവായി.

ഓണാട്ടുകൊട്ടാരം സകലസ്ഥാവര വസ്തുക്കളോട് വിലയർഥവും ചേർത്ത് വീതം വച്ചുവന്നപ്പോൾ നേരവകാശി, രാജകുമാരനായ അഗ്നിവേശൻ, രാജകുടുംബത്തിൽപ്പെട്ട എണ്ണൂറ്റിമുപ്പത്തിയേഴുപേരിൽ വെറും ഒരാൾ മാത്രമായി. അഗ്നിവേശന്റെ രാജയോഗം രണ്ട് ഉരുളിയിലും ഒരു കട്ടിലിലും പതിനേഴായിരത്തി നാന്നൂറു രൂപയിലും ഒതുങ്ങി.

ഇനി എന്താ ചെയ്ക?

അമ്മ മരിച്ചത് നന്നായെന്ന് അപ്പോൾ ആദ്യമായി അഗ്നിവേശന് തോന്നി. ഒന്നും കാണാതെ കഴിഞ്ഞല്ലോ.

ലോകം എന്തെന്നറിയാത്ത അകത്തമ്മയും, പ്രായത്തിൽ കവിഞ്ഞ വളർച്ചയും മുഖശ്രീയുമുള്ള രണ്ടുപെൺകുട്ടികളും നൊമ്പരമായി. അവരെയും കൊണ്ട് എങ്ങോട്ടുപോകും?

അതിന് വഴി തുറന്നത് കുഞ്ഞുണ്ണിയായിരുന്നു.

"തിരുമനസ്സേ താമസിക്കാനിടംവേണം. ജീവിക്കാൻ മാർഗം വേണം. തിരുമനസ്സ് എന്റെ കൂടെവാ... നമുക്കൊരാളെ കാണാം. ഒരു വഴിയുണ്ടാക്കാം."

ആ വഴി എഡ്വേഡ് തോമസായിരുന്നു. മുൻരാജാക്കന്മാർ ക്കും രാജകുടുംബാംഗങ്ങൾക്കും നഷ്ടപരിഹാരം നിശ്ചയിക്കാൻ നിയുക്തമായ കമ്മീഷന്റെ സെക്രട്ടറി. കുഞ്ഞുണ്ണിയുമൊത്തു ലോകോളേജിൽ ഒന്നിച്ചു പഠിച്ച ആളാണത്രെ.

കണ്ടപ്പോഴേ തോന്നി, മാന്യനാണെന്ന്, ദയാലുവും. അതൊക്കെതന്നെയായിരുന്നു അദ്ദേഹം.

കുഞ്ഞുണ്ണി കാര്യങ്ങളെല്ലാം വിശദീകരിച്ചശേഷം ഇങ്ങനെ പറഞ്ഞു. "രാജാധികാരമുണ്ടായിരുന്നെങ്കിൽ ഓണാട്ടെ രാജാവാണ് ഈ നില്ക്കുന്നത്. അദ്ദേഹത്തിനിപ്പോൾ രാജ്യവും വേണ്ട, അധികാരവും വേണ്ട. ഭാര്യയേയും രണ്ടു കുഞ്ഞുങ്ങളേയും പുലർത്തണം. രാജകൊട്ടാരമായിരുന്ന ഹിൽപാലസ് ഇപ്പോൾ ഗസ്റ്റ് ഹൗസ് ആക്കുകയല്ലേ; അവിടെ ഏതെങ്കിലും ഒരു പണി അദ്ദേഹത്തിന് നല്കണം. ഔപചാരികമായ വിദ്യാഭ്യാസമൊന്നും അദ്ദേഹത്തിനില്ല. അതിനാൽ ഹെൽപ്പറിന്റെ പണിയായാലും മതി. സെർവൻസ് ക്വാർട്ടേഴ്സായി പരിഗണിച്ച് ഈ കോംപ്ലക്സിലെ ഔട്ട്ഹൗസുകളിലേതെങ്കിലും അദ്ദേഹത്തിന് അനുവദിക്കണം."

സെക്രട്ടറി പൊടുന്നനെ അതു നിഷേധിച്ചു.

"ഇവർക്ക് പ്രിവിപഴ്സും മറ്റു ചില ആനുകൂല്യങ്ങളും നല്കാൻ ഉദ്ദേശ്യമുണ്ട്. അതുകൊണ്ട് മറ്റൊന്നും ചെയ്യുന്നത് ശരിയല്ല."

കുഞ്ഞുണ്ണി സമർഥമായി അതിനെ ഖണ്ഡിച്ചു:

"അധികാരമൊഴിയുന്ന രാജാവിനേ അതിന് അവകാശമുള്ളൂ. ആ രാജാവ് തീപ്പെട്ടുപോയി. ഇദ്ദേഹം കിരീടാവകാശി മാത്രമാണ്. ജീവിക്കാൻ മറ്റൊരു മാർഗവുമില്ലാത്ത ഇദ്ദേഹത്തെ കൈവിടരുത്...."

അതു കുറിക്കുകൊണ്ടു. ആവശ്യങ്ങൾ അനുവദിച്ചുകിട്ടി; കുഞ്ഞുണ്ണിയുടെ അവതരണം അത്ര ഹൃദയസ്പൃക്കായിരുന്നു.. കുഞ്ഞുകൃഷ്ണന്റെ പ്രോത്സാഹനവും.

ഹിൽപാലസ് ഗസ്റ്റ്ഹൗസിൽ ഹെൽപ്പറായി ജോലിക്കു കയറിയപ്പോൾ എല്ലാവർക്കും കൗതുകം. ഒരു കാഴ്ചവസ്തുവിനെപ്പോലെ സകലരും തുറിച്ചുനോക്കി. മഹാരാജാവായ വിയമ്മാമയുടെ കൈയിൽതൂങ്ങി രാജകുമാരനെപ്പോലെ തുള്ളിച്ചാടി നടന്ന എടുപ്പുകളുടെ ഇടനാഴികളിലേക്കിറങ്ങിയപ്പോൾ ആകെയൊരു അമ്പരപ്പ്: നീണ്ട കൊത്തളങ്ങളും അവയ്ക്ക് കാവൽ നില്ക്കുന്ന ചിത്രത്തൂണുകളും ഇതോ, നിന്റെ ഗതി എന്ന് വിസ്മയം പൂണ്ടു നോക്കുന്നതുകണ്ടു. നിലത്തേക്കു നോക്കിയപ്പോൾ തിളങ്ങുന്ന തറയോടുകൾ, കാലിൽ കെട്ടിയമർന്നു കരയുന്നു- എന്തൊരു വിധി എന്നായിരുന്നു അവയുടെ കണ്ണീരിന്റെ സാരം. സകലർക്കും തമാശകലർന്ന സഹതാപം. അതു കണ്ടപ്പോൾ ആകെയൊരു അസ്വസ്ഥത: കുഞ്ഞുകൃഷ്ണനില്ലായിരുന്നെങ്കിൽ പിടിച്ചുനില്ക്കാൻ കഴിയുമായിരുന്നില്ല. സകലരുടേയും സഹായിയായി അതിഥിമന്ദിരത്തിന്റെ വിസ്തൃത സമുച്ചയങ്ങളിൽ ഒരു

ഹാസ്യകഥാപാത്രത്തെപ്പോലെ ഓടിനടന്നപ്പോൾ കുഞ്ഞുകൃഷ്ണൻ വിളിച്ചു സ്വകാര്യമായി പറഞ്ഞു.

"ഇങ്ങനെ ഓടിനടന്ന് മറ്റുള്ളവരെക്കൊണ്ട് ചിരിപ്പിക്കണ്ടാ. എനിക്കത് സഹിക്കില്ല. ഞാനിവിടുത്തെ ചീഫ് കുക്കാ. തിരുമനസ്സിനെ എന്റെ സഹായിയായി വേണമെന്ന് ഞാനാവശ്യപ്പെട്ടാൽ തരും. തിരുമനസ്സ് എന്റെ കൂടെ വെറുതെ നിന്നാമതി."

അതു സാധിച്ചു; ചോദിക്കാത്ത താമസം ഹെൽപ്പറായി കുഞ്ഞുകൃഷ്ണന്റെ കൂടെ വർക്ക് അറേഞ്ചുമെന്റിന് മാനേജർ ഉത്തരവിട്ടു.

അത്യാവശ്യമുണ്ടെങ്കിൽ വന്നാൽമതി. എല്ലാം കുഞ്ഞുകൃഷ്ണൻ ചെയ്തോളും. ക്വാർട്ടേഴ്സായി അനുവദിച്ചുതന്ന ഔട്ടുഹൗസിൽ ജപിച്ചുകൊണ്ടിരുന്നാൽമതി. ഒരുപക്ഷേ, അതുകൊണ്ടു മാത്രമാവും ഇത്രകാലവും പിടിച്ചുനിന്നത്: ഇതിനിടയിൽ എന്തെല്ലാം കണ്ടു. എന്തെല്ലാം അനുഭവിച്ചു. ലോകം കണ്ടിട്ടില്ലാത്ത അകത്തമ്മയും പ്രായത്തെ വെല്ലുന്ന പെൺമക്കളും ഇക്കാലമത്രയും സുരക്ഷിതരായിരുന്നത് ഈ കോംപ്ലക്സിലായതുകൊണ്ടു മാത്രമാണെന്ന് പലപ്പോഴും തോന്നിയിട്ടുണ്ട്. പക്ഷേ, ഇനി അത് എത്രനാൾ?

ആറുമാസം കൂടി കഴിഞ്ഞാൽ സുരക്ഷിതത്വത്തിന്റെ ആ വലയവും നഷ്ടപ്പെടുകയാണ്. പെൻഷൻ പ്രായമോർത്തു ഭീതിപൂണ്ടപ്പോൾ അവിടെയും ആശ്വാസത്തിന്റെ വഴി തുറന്നത് കുഞ്ഞുകൃഷ്ണനാണ്. അവൻ ചോദിച്ചു:

"സേവനകാലാവധി കുറേക്കൂടി നീട്ടിക്കിട്ടാൻ ശ്രമിച്ചാലോ? അല്ലെങ്കിൽ മൂത്ത മക്കൾക്ക് ഇവിടെ ഒരു ജോലിക്കു ശ്രമിച്ചാലോ?....."

ഇതിലേതെങ്കിലും സാധിച്ചാൽ ഇപ്പോൾ താമസിക്കുന്ന ക്വാർട്ടേഴ്സ് വിട്ടുകൊടുക്കാതെ ഇവിടത്തന്നെ കഴിയാം. അതിഥിമന്ദിരത്തിനോടു ചേർന്ന് വിനോദസഞ്ചാരികൾക്കുവേണ്ടി പുതിയ ടൂറിസ്റ്റ്സെന്റർ തുറക്കുന്നുണ്ടന്ന് കുഞ്ഞുകൃഷ്ണൻ പറഞ്ഞു. അവിടെ ബുക്കിംഗ് ക്ലാർക്കായി നിയമിച്ചോളാൻ മാനേജർക്ക് നിർദേശമുണ്ടത്രേ.

ഒന്നു ശ്രമിച്ചാലോ എന്നു ചോദിക്കേണ്ടി വന്നില്ല; അതിനുമുൻപ് കുഞ്ഞുകൃഷ്ണൻ മാനേജരോട് അക്കാര്യം സംസാരിച്ചുകഴിഞ്ഞു. പക്ഷേ, മാനേജരുടെ പ്രതികരണം ആശാവഹമായിരുന്നില്ല.

"ഞാനായിട്ട് ആരേയും നിയമിക്കില്ല... മന്ത്രി പറഞ്ഞാൽ ചെയ്യാം...."

കുഞ്ഞുകൃഷ്ണൻ അതിനും വഴി കണ്ടെത്തി:

"വിഷമിക്കണ്ടാ നമുക്കൊന്നു ശ്രമിച്ചുനോക്കാം."

വിനോദസഞ്ചാരത്തിന്റെ ചുമതലയുള്ള മന്ത്രി ചേക്കോട്ടു വാസുവിനെ കണ്ടാൽ കാര്യം നടക്കുമെന്ന് കുഞ്ഞുകൃഷ്ണന് ഉറപ്പായിരുന്നു. അതിനിടയിലാണ് മന്ത്രി ഇന്നിവിടെ താമസിക്കാനെത്തുന്ന വിവരമറിഞ്ഞത്. അന്നേരം മുതൽ അതുമാത്രമേ ചിന്തയിലുള്ളൂ. അതുകൊണ്ടാവാം ജ്യോതിസൂത്രത്തിനിടയിൽപോലും മന്ത്രിയുടെ പേര് കടന്നുവന്നത്.

ക്ഷമിക്കണേ; നക്ഷത്രങ്ങളുടെ രാജാവേ, ക്ഷമിക്കണേ.....

അക്കിസ്വാമി നൂലിഴകൾ നക്ഷത്രത്തിനുനേരെ സമർപ്പിച്ചു. തിരിഞ്ഞപ്പോഴേക്കും പോർട്ടിക്കോവിൽ വണ്ടി വന്നുനില്ക്കുന്നതിന്റെയും പോലീസുകാർ അഭിവാദ്യങ്ങളർപ്പിക്കുന്നതിന്റേയും ആരവം.

"കുഞ്ഞുകൃഷ്ണാ, വന്നുപോയി...."

അക്കിസ്വാമി ആരോടെന്നില്ലാതെ വിളിച്ചുകൂവി.

കുഞ്ഞുകൃഷ്ണൻ അടുപ്പിൽനിന്നുള്ള വിഭവങ്ങൾ തിട്ടപ്പെടുത്തുന്ന തിരക്കിലായിരുന്നു. എന്നാലും അക്കിസ്വാമിയുടെ വെപ്രാളം കണ്ട് ചിരിച്ചുപോയി. പിന്നെ സാവകാശം മെയിൻ ബ്ലോക്കിലേക്കു പോയി സ്ഥിതിഗതികൾ അന്വേഷിച്ചു തിരിച്ചുവന്നു.

"മന്ത്രിയുടെ പാർട്ടിക്കാരും ഉദ്യോഗസ്ഥരുമായി കുറേ ഉപഗ്രഹങ്ങൾ കൂടെയുണ്ട്. അവരെല്ലാം ഇപ്പോൾ പോകുമെന്നു തോന്നുന്നു. ഗൺമാനും സ്റ്റാഫിനുമെല്ലാം അനക്സിലാണ് മുറി കൊടുത്തിരിക്കുന്നത്. ഭക്ഷണം കൊടുക്കുമ്പോഴോ അതുകഴിഞ്ഞോ മന്ത്രിയോട് നമുക്ക് കാര്യങ്ങൾ പറയാം."

അതാണ് നല്ലതെന്ന് അക്കിസ്വാമിയും കരുതി.

എല്ലാം നല്ലതിനാവും.

ഇന്ന് വീണ്ടും ഈ ചുവന്ന നക്ഷത്രം പ്രത്യക്ഷപ്പെട്ടതുപോലും നല്ലതിനാവും.

അന്ന് ചുവന്നനക്ഷത്രത്തെ കണ്ടത് ഒരു നിമിത്തമാണെന്നേ വലിയമ്മാമ പറഞ്ഞുള്ളൂ- നല്ലതിനോ ചീത്തയ്ക്കോ ആവാം. അക്കിസ്വാമിയെ അമ്പരിപ്പിച്ച വിചിത്രമായ സംഗതിക്ക് ജീവിതത്തിൽ രണ്ടേ രണ്ടു സന്ദർഭങ്ങളിലേ നക്ഷത്രപ്പകർച്ച കണ്ടിട്ടുള്ളൂ- അതു രണ്ടും ചേക്കോട്ടു വാസുവുമായി ബന്ധപ്പെട്ടാണെന്നുള്ളതാണ്. അന്ന് വലിയമ്മാമയുടെ മുന്നിൽ കുട്ടിയായ വാസുവിനേയും കൂട്ടി അച്ഛൻ വേലു ഉൾപ്പെടെയുള്ള കുടിയാന്മാർ വന്നപ്പോഴും ഇന്ന് അതിഥിമന്ദിരത്തിൽ മന്ത്രിയായി വാസു തനിച്ചു വന്നപ്പോഴും ചുവന്ന നക്ഷത്രമുദിച്ചിരുന്നു!

ഇത് തികച്ചും യാദൃച്ഛികമാവാമെന്ന് ആദ്യം അക്കിസ്വാമി അതിശയിച്ചു. പിന്നെ അത് പരിഭ്രമമായി മാറാൻ തുടങ്ങിയപ്പോൾ, സംഭവിച്ചതെല്ലാം നല്ലതിനാണെന്നു ചിന്തിക്കാൻ അക്കിസ്വാമി ആഗ്രഹിച്ചു. ഇനി സംഭവിക്കുന്നതും നല്ലതിനുതന്നെ എന്ന് അദ്ദേഹം ഉറപ്പിച്ചു.

പെട്ടെന്നാണ് മണി മുഴങ്ങിയത്.

കുഞ്ഞുകൃഷ്ണന് മനസ്സിലായി:

"മന്ത്രിയാണ്, ഭക്ഷണം കൊണ്ടുചെല്ലാൻ വിളിക്കുകയാണെന്നു തോന്നുന്നു. ബാ നമുക്കു നോക്കാം......"

കുഞ്ഞുകൃഷ്ണന്റെ കൂടെ മുകളിലെത്തിയപ്പോൾ അടച്ചിട്ട മുറിയിൽ മന്ത്രി അസ്വസ്ഥനായി ഉലാത്തുകയാണ്. കയ്യിൽ മദ്യം നിറച്ച ഗ്ലാസ്സുമുണ്ട്.

കുഞ്ഞുകൃഷ്ണനെ കണ്ടപ്പോൾ നടത്തത്തിനു വേഗം കുറച്ചുകൊണ്ട് മന്ത്രി ചോദിച്ചു:

''ഭക്ഷണം റെഡിയല്ലേ"

"ഉവ്വ് സാർ"

മറുപടി കേൾക്കാൻ നില്ക്കാതെ ഗ്ലാസ്സിലുള്ളത് ഒറ്റവലിക്ക് അകത്താക്കിയശേഷം അദ്ദേഹം വീണ്ടും ഗ്ലാസ്സിലേക്കു മദ്യംപകർന്നു. പിന്നെ ശ്രദ്ധാപൂർവം അതിലേക്ക് സോഡാ കലർത്തിക്കൊണ്ട് ചോദിച്ചു:

"നാടൻ കോഴി കിട്ടിയില്ലേ"

"കിട്ടി സാർ"

ഗ്ലാസ്സ് വീണ്ടും വായിലേക്കൊരു കമിഴ്ത്ത്. പിന്നെയും അതു നിറച്ചു. തുടരുന്ന സംഭാഷണമെന്നോണം ചോദിച്ചു:

"കരിമീനോ"

"കിട്ടി സാർ"

വീണ്ടും ഗ്ലാസ്സ് ഒഴിഞ്ഞു. പിന്നെയും നിറഞ്ഞു. അതു വീണ്ടും രുചിച്ചുകൊണ്ട് ചോദിച്ചു:

"സ്റ്റാഫെല്ലാം അനെക്സിലേക്ക് പോയില്ലേ, ഇനി ആരാ ഇവിടുള്ളത്."

"സ്റ്റാഫെല്ലാം പോയി സർ. സെൻട്രി ഡ്യൂട്ടിയും പിന്നെ ഞങ്ങളുമേയുള്ളൂ."

അപ്പോഴാണ് മന്ത്രിയുടെ കണ്ണ് ശരിക്കും തുറന്നത്:

"ഞങ്ങളോ?-അതാരാ ഈ പുതിയ വേഷം?"

"എന്റെ സഹായിയാണ്, പറഞ്ഞാൽ അറിയും."

"ഏതാണ്?"

"ഓണാട്ടുകൊട്ടാരത്തിലെയാ-നേരവകാശി-"

"അഗ്നിവേശനോ"

"ഉവ്വ് സാർ"

"അയാൾക്കെന്താ ഇവിടെ കാര്യം?"

"കൊട്ടാരം ഏറ്റെടുത്ത് നഷ്ടപരിഹാരം കൊടുത്തതിനു പുറമെ, അവകാശികളിൽ ചിലർക്കിവിടെ ജോലിയും കൊടുത്തിരുന്നു. അങ്ങനെ കിട്ടിയതാ, ഹെൽപ്പറായി. ആദ്യം ജനറൽ സെക്ഷനിലായിരുന്നു. പിന്നെ കിച്ചനിലോട്ടു മാറി. അതാ ഇതുവരെയും കാണാതിരുന്നത്...."

മന്ത്രി പെട്ടെന്ന് ഉലാത്തൽ നിർത്തി. എന്തോ ഓർത്തിട്ടെന്നപോലെ വാതിൽപ്പടിയോളം നീങ്ങിവന്ന് അദ്ദേഹം വിളിച്ചു:

"താനിങ്ങ് നീങ്ങിനിന്നേ, തന്നെ ഒന്നു കാണട്ട്...."

ആദരപൂർവ്വം നീങ്ങിച്ചെന്നു.

മന്ത്രിയും അടുത്തേക്കു വന്നു.

കുറെനേരം സൂക്ഷിച്ചുനോക്കി എന്നിട്ട് പുച്ഛത്തിൽ ഒരു ചിരി. അത് അവ്യക്തമായ അട്ടഹാസമായി വളർന്നപ്പോഴേക്കും മദ്യത്തിന്റെ രൂക്ഷഗന്ധം

പരന്നു. മന്ത്രിക്ക് കാലുറയ്ക്കുന്നില്ല. നാവു കുഴയുന്നു. എങ്കിലും അദ്ദേഹം ചോദിച്ചു:

"നമുക്കൊരു പ്രായമാ, അല്ലേ....?"

"ഏതാണ്ട് ഒരു പ്രായം....."

"നമ്മൾ തമ്മിൽ ആദ്യം കണ്ടത് എവിടെവച്ചാണെന്ന് ഓർമ്മയുണ്ടോ..;?"

"ഉവ്വ് ഇവിടെവച്ചുതന്നെ....."

അക്കിസ്വാമി ആ രംഗം മനസ്സിൽ കണ്ടു.

അന്ന് കുടിയാന്മാരുടെ കൂട്ടത്തിൽ വേലുവിന്റെ നിഴലായ് വന്ന് വലിയ മ്മാമയുടെ മനസ്സിൽ നൊമ്പരത്തിന്റെ വിത്തിട്ട വാസു എന്ന കുട്ടി. അന്നും രാത്രി, ഇതേപോലെയായിരുന്നു, നേരവും ഇതുതന്നെ.

അന്ന് പള്ളിയറയുടെ മുന്നിലായിരുന്നു കൂടിക്കാഴ്ച.

ഇന്നും പള്ളിയറയുടെ മുന്നിൽതന്നെ; പക്ഷേ, ഇന്നതിന്റെ പേര് 'മഹാരാജാസ്വീറ്റെ'ന്നു മാറിയെന്നു മാത്രം!

അന്ന് വാസു വാതിലിന് പുറത്തും അഗ്നിവേശൻ അകത്തുമായിരുന്നു; ഇന്ന് അഗ്നിവേശൻ പുറത്തും വാസു അകത്തും.

മന്ത്രി, കയ്യിലിരുന്ന ഗ്ലാസ്സ് വീണ്ടും വായിലേക്ക് കമഴ്ത്തി. എന്നിട്ടു കളിയാക്കുന്നതുപോലെ പെട്ടെന്നു ചോദിച്ചു:

"രാജകുമാരനാണ് അല്ലേ....?"

മന്ത്രിക്ക് നില തെറ്റുകയാണെന്ന് അക്കിസ്വാമിക്ക് മനസ്സിലായി.

"ഇത് രാജധാനിയാണ് അല്ലേ....?"

മന്ത്രി വീണ്ടും കളിയാക്കുകയാണ്.

എന്നിട്ടും അക്കിസ്വാമി അനങ്ങിയില്ല.

"ഞാനാരാ?"

അക്കിസ്വാമിയുടെ മുന്നിലേക്കുവന്ന് മന്ത്രി വീണ്ടും ചോദിച്ചു:

"ഞാനാരാ"

മറുപടിക്ക് കാത്തുനില്ക്കാതെ വികൃതമായ ഭവ്യത നടിച്ച് മന്ത്രി സ്വയം പറഞ്ഞു: "ഞാനൊരു പാവം കുടിയാൻ, പാട്ടക്കുടിയാൻ വേലുവിന്റെ മോൻ..."

മന്ത്രിയുടെ ഭാവമാറ്റം കണ്ട് കുഞ്ഞുകൃഷ്ണനും അക്കിസ്വാമിയും എന്തുചെയ്യണമെന്നറിയാതെ നിശ്ചലരായി നിന്നുപോയി. അതുകണ്ട് പരിഹാസച്ചിരിയോടെ അവ്യക്തമായി മന്ത്രി തുടർന്നു:

"തലപ്പുലേന്റെ മോൻ വാസുവാ ഞാൻ....... ഞാനിപ്പോൾ വന്നിരിക്കുന്നത് രാജകൊട്ടാരത്തിലാ..... ഇതെന്റെയാ...." ഒന്നു നിർത്തി അദ്ദേഹം തുടർന്നു: "ഇത് മഹാരാജാവിന്റെ പള്ളിയറയായിരുന്നു. അവിടെയാ വാസു ഇന്ന് ഉറങ്ങുന്നത്..."

വല്ലാത്തൊരു ആത്മസംതൃപ്തിയോടെ അദ്ദേഹം ചിരിച്ചു.

പിന്നെ മയക്കത്തിൽനിന്ന് ഞെട്ടി ഉണർന്നതുപോലെ ഒരലർച്ചയായിരുന്നു:

“ആരെവിടെ....? അമൃതേത്തു വരട്ടെ”

അതു കേട്ടതും രക്ഷപ്പെട്ടതുപോലെ കുഞ്ഞുകൃഷ്ണനനും അക്കിസ്വാമിയും താഴേക്കോടി. ഭക്ഷണസാമഗ്രികൾ ട്രേയിൽ എടുത്തുവയ്ക്കുന്നതിനിടയിൽ കുഞ്ഞുകൃഷ്ണൻ പറഞ്ഞു: “മന്ത്രി നല്ല പൂസാ, കാര്യം പറഞ്ഞു സാധിക്കാൻ പറ്റിയ നേരമാ....”

മറുപടി കാണാഞ്ഞാവാം അവൻ വീണ്ടും ചോദിച്ചു:

“നമുക്കു കാര്യം പറഞ്ഞാലോ? വെള്ളത്തിലായതുകൊണ്ട് മന്ത്രി ഇപ്പോത്തന്നെ മാനേജരോടു പറയാനും മതി.”

അക്കിസ്വാമിക്ക് സംശയമായിരുന്നു:

“അതു ശരിയാകുമോ കുഞ്ഞുകൃഷ്ണാ. അദ്ദേഹത്തിന്റെ സംസാരവും പെരുമാറ്റവും മറ്റൊരു മാനസികാവസ്ഥയുടെ സൂചനപോലെ തോന്നുന്നു. ഏതോ വൈരാഗ്യം നിറഞ്ഞതുപോലെ.

കുഞ്ഞുകൃഷ്ണൻ ശുദ്ധനായിരുന്നു. അനുഭവസ്ഥനെപ്പോലെ അയാൾ പറഞ്ഞു: “വെള്ളപ്പൊറത്ത് അങ്ങനെയൊക്കെ പറയും. അത് കാര്യമാക്കണ്ട; കാര്യം നടത്താൻ ഇതാ അവസരം...” എന്നിട്ട് ഒരാത്മപ്രശംസയും: “ഇങ്ങനെയുള്ള നേരങ്ങളിൽ കുഞ്ഞുകൃഷ്ണൻ എന്തെല്ലാം നടത്തിയിരിക്കുന്നു.”

അക്കി സ്വാമിക്ക് അതിനോട് യോജിപ്പില്ലായിരുന്നു:

“നമുക്കതു വേണ്ടാ കുഞ്ഞുകൃഷ്ണാ, സ്വബുദ്ധിയിൽ തോന്നി സഹായിച്ചാൽ മതി. ആരെയും കബളിപ്പിക്കേണ്ട-”

കുഞ്ഞുകൃഷ്ണന് വല്ലാതെ ദേഷ്യം വന്നു:

“അതൊക്കെ ഞാൻ നോക്കിക്കൊള്ളാം. ഇങ്ങോട്ടു വാ-”

“ഞാൻ വരണോ?”

“വരാനല്ലേ പറഞ്ഞത്.”

അങ്ങനെ കുഞ്ഞുകൃഷ്ണന്റെ നിർബന്ധത്തിനു വഴങ്ങി ഭക്ഷണം കൊണ്ടുപോകുന്ന അയാളോടൊപ്പം അക്കിസ്വാമിയും മന്ത്രിയുടെ മുറിയിലെത്തി. അവ മേശമേൽ ഒന്നൊന്നായി നിരത്തുമ്പോൾ മന്ത്രി ഒരു തമാശപോലെ ഉറക്കെ പറഞ്ഞു:

“രാജകുമാരൻ എന്റെ പരിചാരകൻ.”

അങ്ങനെ പറയുമ്പോൾ വല്ലാത്തൊരാത്മസംതൃപ്തി അദ്ദേഹത്തിന്റെ മുഖത്ത് തെളിഞ്ഞുവരുന്നതുപോലെ അക്കിസ്വാമിക്കു തോന്നി. അതുകണ്ട്- ഇതാ സന്ദർഭം, ആവശ്യം അവതരിപ്പിക്കാം എന്ന് കുഞ്ഞുകൃഷ്ണൻ സൂചന നല്കി.

ഭക്ഷണം വിളമ്പിക്കൊണ്ട് അക്കിസ്വാമി തുടക്കമിട്ടു. കുഞ്ഞുകൃഷ്ണൻ ഏറ്റുപിടിച്ചു:

"രാജാവായിരുന്നു, രാജകുമാരനായിരുന്നു എന്നു പറഞ്ഞിട്ടെന്തു കാര്യം, ജീവിക്കാൻ നിവൃത്തിയില്ല. ഗസ്റ്റ്ഹൗസിൽ നിന്നുള്ള ശമ്പളമാ ഏക വരുമാനം. ക്വാർട്ടേഴ്സുള്ളതുകൊണ്ട് താമസിക്കാനും മുട്ടില്ല. പക്ഷേ, ആറുമാസം കഴിഞ്ഞാൽ അതെല്ലാം അവതാളത്തിലാവും പെൻഷനാകുന്ന തോടെ ജോലിയില്ലാതാകുന്നു എന്നതു മാത്രമല്ല പ്രശ്നം. കേറിക്കിടക്കാനും ഇല്ലാതാകും. രക്ഷപ്പെടുത്താൻ ഒരു വഴിയുണ്ട്. മന്ത്രി വിചാരിച്ചാലേ അതു നടക്കൂ; പുതുതായി തുടങ്ങുന്ന ടൂറിസ്റ്റ് സെന്ററിൽ അക്കിസ്വാമിയുടെ മകൾക്ക് ഒരു ജോലി കൊടുക്കണം. വിവാഹപ്രായം കഴിഞ്ഞുനില്ക്കുന്ന പെൺകുട്ടിയാണ്. വിദ്യാഭ്യാസവുമുണ്ട്. ഒഴിവുള്ള തസ്തികയിൽ നിയമി ക്കുന്നതിന് തടസ്സമില്ല. മാനേജരെവിളിച്ച് ഒരു വാക്ക് പറയുകയേ വേണ്ടൂ. അതല്ലെങ്കിൽ അക്കി സ്വാമിയുടെ സർവീസ് രണ്ടു വർഷത്തേക്കുകൂടി നീട്ടിക്കൊടുക്കാം. അങ്ങനെയാണെങ്കിലും ഇവിടെ തുടർന്ന് താമസിക്കാനും ശമ്പളം കിട്ടാനും വഴിയാകും."

നാടൻ കോഴിക്കറിപോലെ, കരിമീൻ വറുത്തതുപോലെ ഈ സഹായാ ഭ്യർത്ഥനയും മന്ത്രിക്ക് നന്നേ രസിച്ചു. രസച്ചരട് പൊട്ടാതിരിക്കാൻ അദ്ദേഹം ഭക്ഷണത്തിനിടയ്ക്ക് ഗ്ലാസ്സ് നിറയ്ക്കുകയും ചെയ്തുകൊണ്ടിരുന്നു. ഒടുവിൽ മന്ത്രി ഒരേമ്പക്കമിട്ടുകൊണ്ട് എഴുന്നേറ്റപ്പോൾ മേശപ്പുറം ഒരു യുദ്ധക്കളം പോലെ തോന്നിച്ചു- കോഴിക്കാലും മീൻമുള്ളും ഭക്ഷണാവശിഷ്ടങ്ങളും.....

അക്കിസ്വാമിക്ക് അറപ്പുതോന്നി.

മന്ത്രി കൈകഴുകാൻ നീങ്ങിയപ്പോൾ കുഞ്ഞുകൃഷ്ണൻ ട്രേ എടുത്ത് മേശ വൃത്തിയാക്കാൻ തുടങ്ങി. അതുകണ്ട് മന്ത്രി പെട്ടെന്ന് തിരിച്ചുവന്നു:

"വേണ്ട, കുഞ്ഞികൃഷ്ണൻ അതവിടെ വയ്ക്കൂ. അക്കിസ്വാമി വൃത്തി യാക്കും. നീ പോയി മാനേജരെ ഉടനെ കൂട്ടിക്കൊണ്ടുവാ. അക്കിസ്വാമിയുടെ മകളെ നിയമിച്ചുകൊണ്ടുള്ള ഉത്തരവ് ഈ രാത്രിയിൽത്തന്നെ കൊടു ക്കണം."

കുഞ്ഞുകൃഷ്ണന് ഉത്സാഹമായി

"ഞാൻ വന്നിട്ട് വൃത്തിയാക്കിക്കൊള്ളാം" എന്നു പറഞ്ഞ് അവൻ ആഹ്ലാദ ത്തോടെ പടികളിറങ്ങി ഓടി.

അക്കിസ്വാമി, നന്ദിപറയാൻ വാക്കുകൾ കിട്ടാതെ വീർപ്പുമുട്ടി:

പണ്ട്, കുടിയൊഴിപ്പിക്കലിനെപ്പറ്റി സങ്കടം പറയാൻ വന്നപ്പോൾ വലിയ മ്മാമയുടെ സൗമനസ്യം കണ്ട്, തിരുമനസ്സ് അടിയങ്ങളുടെ ദൈവമാണ് എന്ന് വാസുവിന്റെ അച്ഛൻ വേലു പറഞ്ഞതുപോലെ, ഇപ്പോൾ, ഈ സൗമനസ്യ ത്തിനു മുന്നിൽ വാസുവാണ് ഞങ്ങളുടെ കാണപ്പെട്ട ദൈവം എന്നു പറയണോ?

അക്കിസ്വാമിയുടെ മനോഭാവം വായിച്ചതറിഞ്ഞാവാം മന്ത്രി ഒരു പൊതു തത്ത്വംപോലെ പറഞ്ഞു.

"നന്ദി പ്രകടിപ്പിക്കുന്നതിനേക്കാൾ പ്രാധാന്യമാണ്, നാം നമ്മുടെ കടമ നിർവഹിക്കുന്നത്. സ്വാമി ഈ പാത്രമെടുക്ക്.... മേശ വൃത്തിയാക്ക്..... എനിക്ക് എച്ചിൽ കണ്ടിരുന്നാൽ ഓക്കാനം വരും."

അക്കിസ്വാമിക്കു വല്ലാതെ തോന്നി. കുടിയാൻ വേലുവിന്റെ മകൻ വാസുവിന്റെ എച്ചിലെടുക്കേണ്ടത്, ഓണാട് സ്വരൂപത്തിലെ അഗ്നിവേശനോ? അതല്ല ഡ്യൂട്ടിയുടെ ഭാഗമായിട്ടാണെങ്കിൽത്തന്നെ ഇതു ശരിയല്ല. അക്കിസ്വാമി ഹെൽപ്പറാണ്. കിച്ചൺ ഹെല്പർ. അയാൾ അടുക്കളവിട്ട് പുറത്തേക്കുവന്ന് ഡ്യൂട്ടി ചെയ്യേണ്ട കാര്യമില്ല.

പക്ഷേ, ഇവിടത്തെ കാര്യം അങ്ങനെയല്ലല്ലോ എന്ന് അക്കിസ്വാമി പെട്ടെന്ന് ഓർത്തു. ഇത് സ്വന്തം താത്പര്യപ്രകാരമാണ്..... സ്വന്തം കാര്യസാധ്യത്തിന്......

എന്നാലും ഇത്ര താഴണോ?

വല്ലാത്തൊരാത്മനിന്ദയിൽ അങ്ങനെ മരവിച്ചുനിന്നപ്പോൾ എല്ലാം സഹിക്കണമെന്ന് ആരോ ഉപദേശിക്കുന്നതായി അക്കിസ്വാമിക്കു തോന്നി.

ജ്യോതിസൂത്രങ്ങൾ പ്രതിധ്വനിച്ചിരുന്ന പവിത്രമായ വലിയമ്മാമയുടെ പള്ളിയറയിലെ ചന്ദനച്ചുവരുകൾ, മദ്യത്തിന്റെ ജല്പനങ്ങൾ സഹിക്കുന്നില്ലേ.... അതുപോലെ.....

അക്കിസ്വാമി കണ്ണടച്ചു.

ഒരു നികൃഷ്ടകൃത്യം നിർവഹിക്കുന്നതുപോലെ സ്വാമി എച്ചിൽപ്പാത്രം കൈയിലെടുത്തു. മീൻമുള്ളും കോഴിയെല്ലുകളും അതിലേക്ക് പെറുക്കിയിട്ടു. പിന്നെ മേശ തുടച്ചു വൃത്തിയാക്കി.

മദ്യത്തിന്റെ ലഹരിയിലാണെങ്കിലും അവാച്യമായൊരാനന്ദത്തോടെ മന്ത്രി അതു നോക്കി രസിക്കുകയാണെന്ന് അക്കിസ്വാമിക്കു മനസ്സിലായി.

ആ രസച്ചരട് അധികം നീണ്ടില്ല.

അപ്പോഴേക്കും കുഞ്ഞുകൃഷ്ണൻ മാനേജരുമായി എത്തിക്കഴിഞ്ഞു. മാനേജരെ കണ്ടതും മന്ത്രി ഉത്തരവിട്ടു:

"ഇയാളുടെ മകളെ, ടൂറിസ്റ്റ് സെന്ററിൽ ബുക്കിംഗ് ക്ലാർക്കായി നിയമിച്ചുകൊണ്ട് ഉത്തരവ് കൊടുക്ക്. ഇന്നുതന്നെ, ഈ രാത്രിയിൽത്തന്നെ. പിന്നെ ഇയാളുടെ സർവീസ് അഞ്ചുവർഷത്തേക്കു കൂടി നീട്ടാൻ ഒരു പ്രൊപ്പോസൽ താ. അതും ഇന്നുതന്നെ....."

"ശരി സാർ"

മാനേജർ പടികളിറങ്ങാൻ തുടങ്ങുമ്പോൾ മന്ത്രി വിളിച്ചു:

"താനവിടെനിന്നേ", മാനേജർ പടിയിൽ തന്നെ തറഞ്ഞുനിന്നപ്പോൾ മന്ത്രി അക്കിസ്വാമിയെ അടുത്തേക്കുവിളിച്ചു:

"ഒരു മിനുട്ട്, സ്വാമി ഇങ്ങുവാ."

അക്കിസ്വാമി അടുത്തേക്കു ചെന്നപ്പോൾ മന്ത്രി സ്വകാര്യമായി പറഞ്ഞു:

"ഒരു ധാരണയുടെ അടിസ്ഥാനത്തിൽ പ്രവർത്തിക്കാനാ എനിക്കിഷ്ടം. ഈ കോമ്പൗണ്ടിലല്ലേ സ്വാമി താമസിക്കുന്നത്. പോയി മോളെ ഇങ്ങു വിളിച്ചുകൊണ്ടുവാ."

അക്കിസ്വാമി വെട്ടേറ്റതുപോലെ നില്ക്കുന്നതു കണ്ട് മന്ത്രി വീണ്ടും പറഞ്ഞു:

"നമ്മളല്ലാതെ മറ്റാരും ഇതറിയില്ല. അനുസരിക്കാനല്ല തന്റെ ഭാവമെങ്കിൽ, ഒരുത്തരവുകൂടി എനിക്കു നല്കേണ്ടിവരും. അതിഥിമന്ദിരത്തിൽ വന്ന മന്ത്രിയോട് അപമര്യാദയായി പെരുമാറിയ ഹെല്പറെ പുറത്താക്കാൻ. ജോലി പോകുമെന്നു മാത്രമല്ല, താൻ താമസിക്കാനിടംകിട്ടാതെ വഴിയാധാരമാവുകയും ചെയ്യും. അതു വേണോ-? മാനേജർ പോയിട്ടില്ല-എന്തു പറഞ്ഞയയ്ക്കണമെന്ന് വേഗം തീരുമാനിക്ക്...."

അക്കിസ്വാമി, മരവിച്ച് അങ്ങനെതന്നെ നിന്നുപോയി.

എന്തു പറയണമെന്നറിയില്ല; എന്തു ചെയ്യണമെന്നും.

ഒന്നും കാണാൻ വയ്യ; ഒന്നും കേൾക്കാനും.

എന്തോ പ്രശ്നമാണെന്നു കരുതി, കുഞ്ഞുകൃഷ്ണൻ ഓടി അകത്തേക്കു വന്നു.

"എന്താ സാർ? എന്താ വേണ്ടത്?"

"ഒന്നുമില്ലാ" കുഞ്ഞുകൃഷ്ണനോട് മന്ത്രി പറഞ്ഞു:

"നീ താഴെപോയി കുറേ സോഡകൂടി എടുത്തുകൊണ്ടുവാ...."

കുഞ്ഞുകൃഷ്ണൻ, മാനേജരെ വകഞ്ഞുമാറ്റി ഉത്സാഹത്തോടെ താഴേക്ക് പടികളിറങ്ങി ഓടിയപ്പോൾ അക്കിസ്വാമിയുമട മനസ്സിൽ പെട്ടെന്ന് ഒരു ദൃശ്യം തെളിഞ്ഞു:

ഓണാട്ടു കൊട്ടാരത്തിന്റെ പള്ളിയറയുടെ പിന്നാംപുറം. അവിടെ സ്ത്രീകൾപോലും ഉപദ്രവിക്കപ്പെട്ടു എന്നു പറഞ്ഞ് കുടിയിറക്കിന്റെ ദുരന്തങ്ങളുടെ ദുരിതഭാണ്ഡമഴിച്ച് വിലപിക്കുന്ന പാട്ടക്കുടിയാന്മാർ. അവരുടെ മുന്നിലേക്ക് തുറക്കപ്പെടുന്ന ധാന്യപ്പുര, ഭക്ഷണശാല! പിന്നെ ആഞ്ഞു വീശുന്ന നടവഴിയുടെ മുഴക്കം. ഉറയൂരുന്ന പള്ളിവാൾ, ഉടലറ്റ് മുറ്റത്തു പിടയുന്ന മൂന്ന് കൈകൾ!

ആ ദൃശ്യം, അതുതന്നെ, മിഴിവോടെ ആവർത്തിച്ചുകൊണ്ടിരിക്കേ അക്കിസ്വാമിക്ക് വല്ലാത്തൊരാത്മധൈര്യം കൈവന്നു. അയാൾ പെട്ടെന്ന് മന്ത്രിയുടെ മുഖത്തേക്ക് ഉറ്റുനോക്കി. പിന്നെ ധൃതിയിൽ പള്ളിയറയ്ക്കുള്ളിലേക്ക് ആഞ്ഞുകയറിയപ്പോഴാണ് അത് കണ്ടത്- പിണിയഴികൾക്കപ്പുറത്ത്, അപ്പുറത്തിനുമപ്പുറത്ത്, അതിഥിമന്ദിരത്തിന്റെ അതിരിലെ ആകാശച്ചുവരിൽ, തെളിഞ്ഞുനിന്ന ചുവന്ന നക്ഷത്രം അതാ പെട്ടെന്ന് ജ്വലനമറ്റ് താഴേക്കു പതിക്കുന്നു!

■

ദുർഗാഷ്ടകം

ദുർഗാമ്മ അതിശയിച്ചുപോയി, ഈ തണുത്ത വെളുപ്പാൻകാലത്ത് കടൽ തിരകൾക്കെങ്ങനെ ഇളംചൂടുണ്ടായി? കൈക്കുടന്നയിൽ ഉണ്ണി മുഖം പൊത്തുമ്പോഴുള്ള അതേ സ്പർശാനുഭവം! അവൻ എപ്പോഴും അങ്ങനെയായിരുന്നു. കുഞ്ഞായിരിക്കുമ്പോഴും ബാല്യത്തിലും കൗമാരത്തിലും എന്തിന് മുതിർന്നിട്ടുപോലും അമ്മയുടെ കൈക്കുടന്നയിൽ മുഖംപൊത്തിയാണ് അവൻ സ്നേഹം പ്രകടിപ്പിച്ചിരുന്നത്.... അതോ അഭയം കണ്ടെത്തിയിരുന്നതോ...?

ദേഹശുദ്ധിക്കു കുടയാനായി, ഇരുകൈകളും കൂട്ടിപ്പിടിച്ച് കോരിയെടുത്ത കടൽജലം മൂർദ്ധാവിലേക്കു തളിക്കുമ്പോൾ ഉണ്ണിയുടെ കുസൃതിക്കൈകൾ തലയിലും മുഖത്തും ഉരസുന്നതുപോലെ....

ദുർഗാമ്മയ്ക്ക് കരച്ചിലടക്കാൻ കഴിഞ്ഞില്ല. എന്റെ കുഞ്ഞ്.... അവന് ഈ ഗതി വന്നല്ലോ.... സമപ്രായക്കാർക്കുള്ളതുപോലെ അവനൊരു കുഞ്ഞോ കൂടപ്പിറപ്പോ ഉണ്ടായിരുന്നെങ്കിൽ വിലക്കപ്പെട്ട ഈ കർമ്മം ചെയ്യേണ്ടിവരില്ലായിരുന്നു.

"അമ്മേ എന്റെ ആത്മാവിന് മോക്ഷം കിട്ടണ്ടേ? എനിക്കുവേണ്ടി ബലിയിടണ്ടേ?" മരണത്തിനുശേഷമുള്ള എല്ലാ സ്വപ്നങ്ങളിലും പ്രത്യക്ഷപ്പെട്ട് അവനിങ്ങനെ ചോദിച്ചുകൊണ്ടിരുന്നു. ഉണ്ണിക്ക് ആരുണ്ട്? അവനുവേണ്ടി അമ്മയല്ലാതെ മറ്റാരാണ് ബലിതർപ്പണം നടത്തുക? സ്വപ്നദർശനത്തിന്റെ ഒരുഘട്ടത്തിൽ അവനുമായി ഈ ആശങ്ക പങ്കുവച്ചു. അതിനുള്ള മറുപടി പെട്ടെന്നായിരുന്നു: "അമ്മ മതി. അമ്മ ബലിയിടുന്നതാണ് എനിക്കിഷ്ടം." അങ്ങനെയാണ് പരികർമ്മിയെ കണ്ടത്. ആവശ്യം അറിഞ്ഞപാടേ അദ്ദേഹമതു നിഷേധിക്കുകയായിരുന്നു: "മക്കൾക്കുവേണ്ടി അമ്മമാർ ബലിയിടാറില്ല, ദുർമരണമല്ലേ, വേണമങ്കിൽ ഉച്ചാടനമാകാം....."

പരികർമ്മിയുടെ വിധി മകനെ അറിയിച്ചപ്പോൾ അവൻ ചിരിച്ചു: "അമ്മേ, നമുക്കിടയിലെന്തിനാണൊരു മൂന്നാമൻ? അമ്മ എനിക്കുവേണ്ടി തർപ്പണം ചെയ്യുന്നത് തൃപ്തിയോടെ ഞാൻ സ്വീകരിക്കും." ഒന്നുനിർത്തി അവൻ ചോദിച്ചു: "എനിക്കു മാത്രമല്ലല്ലോ, മറ്റ് നാലുപേർക്കുകൂടി ബലിയിടണമെന്ന് അമ്മയ്ക്കു തോന്നുന്നില്ലേ? അതാരു ചെയ്യും?"

ആ ചോദ്യം കേട്ടപ്പോൾ ശരിക്കും ഞെട്ടിപ്പോയി! ജീവിച്ചിരിക്കുന്നവരുടെ മനസ്സറിയാൻ മരിച്ചവർക്ക് കഴിയുമോ? ഉണ്ണി പറഞ്ഞത് ശരിയാണ് മകനെ കൂടാതെ മറ്റ് നാല് ആത്മാക്കൾക്കുകൂടി ശാന്തികർമ്മം ചെയ്യണമെന്ന് നിനച്ചിരിക്കുകയായിരുന്നു. ഒരർത്ഥത്തിൽ അത് അവന്റേയുംകൂടി ആഗ്രഹമായിരുന്നു. ലോക്കപ്പിൽ അവൻ ജീവൻ വെടിയുന്ന നേരത്ത് അമ്മേ എന്നു വിളിച്ചിരുന്നു. വാടകവീടിന്റെ വരാന്തയിൽ വഴിക്കണ്ണുമായിരുന്ന് ഒന്നുമയങ്ങിപ്പോയതാണ്. ആ വിളികേട്ട് ഞെട്ടിയുണർന്നപ്പോൾ വരാന്തച്ചുവരിലെ പത്തു കൈകളുള്ള ദുർഗ്ഗാദേവിയുടെ ചിത്രത്തിനു ചുവട്ടിൽനിന്ന് അവൻ പറയുന്നു: "അമ്മേ അവർ എന്നെ കൊന്നു... അമ്മ കരയരുത്..... അമ്മ ദുർഗ്ഗാമ്മയല്ലേ- ദുർഗ കരയുമോ? കർമ്മത്തിന് അർഹമായ ഫലം നല്കാനല്ലേ ദുർഗാഷ്ടകത്തിൽ പറയുന്നത്. അത് ചെയ്യണം. ഒപ്പം അവരുടെ ആത്മാക്കൾക്ക് മോക്ഷമാർഗ്ഗവും കാട്ടണം."

ജീവിച്ചിരിക്കുമ്പോൾ കേവലം മന്ദബുദ്ധിയെപ്പോലെ പെരുമാറിയിരുന്ന അവൻ, മരണപ്പെട്ടശേഷം എത്ര വിവേകത്തോടെയാണ് സംസാരിക്കുന്നത്. അവന്റെ വാദം സമർത്ഥവും വാക്കുകൾ യുക്തിസഹവുമായിരുന്നു.

അങ്ങനെയാണ് പുലരുംമുൻപേ കടപ്പുറത്തെത്തിയത്. തർപ്പണത്തിനുള്ള അനുസാരികൾ തലേദിവസമേ കരുതിയിരുന്നു. തറവാട്ടിൽ വല്ല്യപ്പൂപ്പനുവേണ്ടി മാസബലിയിട്ടിരുന്നത് അച്ഛനായിരുന്നു. അന്നൊക്കെ കാഴ്ചക്കാരി മാത്രമല്ലായിരുന്നു; പരികർമ്മിയെപ്പോലെ എല്ലാം അടുത്തു നിന്ന് അടുപ്പിച്ചുകൊടുക്കുമായിരുന്നു. ആ പരിചയം ദുർഗ്ഗാമ്മയ്ക്ക് വല്ലാത്തൊരാത്മധൈര്യം പകർന്നു.

കടപ്പുറം വിജനമായിരുന്നോ, അതോ ഇരുൾമറവിൽ ആരേയും കാണാതിരുന്നതാണോ? ഏതെന്ന് ദുർഗ്ഗാമ്മ ശ്രദ്ധിച്ചില്ല. എന്തായാലും ബലിക്കടവിൽ ആരുമില്ലായിരുന്നു.

അഞ്ച് തുമ്പിലകൾ അവർ കടൽക്കരയിൽ നിരത്തിവച്ചു. കാറ്റേറ്റ് പറക്കാനാഞ്ഞ ഇലകൾക്കുമേൽ ബലിതർപ്പണത്തിനുള്ള അനുസാരികൾ ഒന്നൊന്നായി നിരത്തി- അരി, എള്ള്, കറുക, പൂവ്.... പിന്നെ ബലിച്ചോറുരുട്ടി പിണ്ഡമായിവച്ചു. എന്നിട്ട് തറ്റുടുത്ത് കടലിലിറങ്ങി ഒന്നുമുങ്ങി, ഈറനോടെ വന്ന് ഒരുമുട്ടുകുത്തി, മറുമുട്ടുയർത്തി ഇലകളുടെ മുന്നിൽ നമ്രശിരസ്കയായി. പിന്നീട് കൈവിരലിൽ തീർത്ഥമോതിരമണിഞ്ഞു. ഇനി, ഏഴ് ദർഭപ്പുല്ലെടുത്ത് ഒന്നായി പിണച്ച് തർപ്പണം സ്വീകരിക്കുന്ന ആത്മാവിനെ സങ്കല്പിച്ച് ഇലയിൽ ബലിപ്പിണ്ഡത്തിനുമീതെ തെക്കുവടക്കായി കിടത്തണം.

മകൻ ഉൾപ്പെടെ അഞ്ചുപേർക്കാണ് കർമ്മം ചെയ്യേണ്ടത്. ആർക്കുവേണം ആദ്യം? ദുർഗ്ഗാമ്മ ഒരു നിമിഷം ആലോചിക്കാൻ തുടങ്ങി... അപ്പോഴേക്കും ഉണ്ണിയുടെ വാക്കുകൾ ഒരാജ്ഞപോലെ അവരുടെ കാതിൽ മുഴങ്ങി: "എനിക്ക് അവസാനം മതി; അതല്ലേ അതിന്റെ ശരി?" ദുർഗ്ഗാമ്മ അതുൾക്കൊണ്ടു. അങ്ങനെയെങ്കിൽ മറ്റു നാലുപേരിൽ ആർക്കുവേണം ആദ്യം?

അങ്ങനെ ചിന്തിച്ചപ്പോഴേക്കും മുഴങ്ങുന്ന ഒരു നിലവിളിയാണ് ദുർഗ്ഗാമ്മയുടെ കാതുകളിൽ പതിച്ചത്. അഗാധമായ കിണറിന്റെ ആഴങ്ങളിൽ നിന്ന് ഒരു പത്തുവയസ്സുകാരൻ നിസ്സഹായനായി നിലവിളിക്കുന്നു.... ഈ നിലവിളിക്കുമുൻപ് അവന്റെ ശബ്ദം പരിഹാസത്തിൽ പൊതിഞ്ഞതായിരുന്നു. സ്കൂൾ കോമ്പൗണ്ടിന്റെ അതിരിൽ തെറിച്ചുവീണ പന്തെടുക്കാൻ വന്ന അവൻ, അതു തിരയുന്നതിനിടയിൽ ചോദിക്കുകയായിരുന്നു:

“അമ്മച്ചീ, എന്താ സ്കൂളിൽ പഠിക്കാൻ വന്നതാണോ? അതോ....”

അഞ്ചാം ക്ലാസ്സുകാരന്റെ കുസൃതി നിറഞ്ഞ ആ ചോദ്യം മുഴുമിപ്പിക്കും മുൻപ് കൗശലപൂർവം അവനെ കിണറ്റിലേക്കു തള്ളിയിടുകയായിരുന്നു.

പിറ്റേന്ന് പത്രം വായിച്ച് അയൽക്കാരനായ വാസു പറഞ്ഞു:

“ദുർഗ്ഗാമ്മേ, ദൈവം വലിയവനാ. നിങ്ങളുടെ മകനെ കൊന്ന പോലീസുകാരിലൊരാളുടെ മകൻ ഇന്നലെ സ്കൂൾ കോമ്പൗണ്ടിലെ കിണറ്റിൽ വീണു മരിച്ചു.

അതുകേട്ടിട്ട് അല്പം പോലും കുറ്റബോധം തോന്നിയില്ല. മൂന്നുദിവസം പിന്നാലെ നടന്നാണ് ഗോപിനാഥൻ എന്ന പോലീസുകാരന്റെ മകനെ തിരിച്ചറിഞ്ഞതും അവൻ പഠിക്കുന്ന സ്കൂൾ കണ്ടെത്തിയതും. രണ്ടുദിവസങ്ങളിലായി നാലുമണിക്കൂറിലേറെ കാത്തിരുന്നിട്ടാണ് ആ കുട്ടിയെ വിജനമായ കിണറ്റിൻകരയിൽ ഒത്തുകിട്ടിയത്. അവന്റെ പേര് ചോദിക്കാൻ വിട്ടുപോയി.

പേരറിയാത്ത ആ കുട്ടിക്കുവേണ്ടി ബലിച്ചോറിനുമീതെ, ദുർഗാമ്മ ആദ്യത്തെ ദർഭവിരിച്ച് നീരു നല്കി. തർപ്പണവാക്യത്തിനുശേഷം ഇലത്തുമ്പുകീറാനാഞ്ഞപ്പോൾ ദുർഗാമ്മയെ്പ ഞെട്ടിച്ചുകൊണ്ട് സ്വന്തം ശരീരത്തിൽനിന്ന് പുതുതായി രണ്ടു കൈകൾ മുളച്ചുവന്നു! അവരെപ്പോലും അതിശയിപ്പിച്ചുകൊണ്ട് ഇലത്തുമ്പു കീറിയത് ആ കൈകളാണ്. അപ്പോൾ ദുർഗാമ്മയുടെ നാവു മന്ത്രിക്കുകയായിരുന്നു:

“ഞാനറിയാത്ത കുഞ്ഞേ.... നിന്റെ അച്ഛന്റെ പാപത്തിന് നീ ഇരയായിരുന്നു... ഞാനൊന്നും മനഃപൂർവ്വം ചെയ്തതല്ല, എന്നെക്കൊണ്ട് ഇതു ചെയ്യിച്ചതാണ്... എങ്കിലും നിന്റെ ആത്മാവ്, എന്റെ മകന്റെ ആത്മാവിനൊപ്പം മോക്ഷം പ്രാപിക്കട്ടെ....”

ഒരു പ്രാർത്ഥനാഗീതംപോലെ ആ മന്ത്രം അങ്ങനെ ആവർത്തിച്ചുകൊണ്ടിരിക്കെ അടുത്ത ഇലയ്ക്കുമുന്നിലേക്ക് നീങ്ങി അവർ മുട്ടുകുത്തി. ഈ ഇല ആർക്കുവേണ്ടിയാണെന്ന് ഓർക്കേണ്ടിവന്നില്ല. അതിനുമുൻപേ അഗ്നിനാമ്പുകളണിഞ്ഞ ഒരു ബാലിക, കരിഞ്ഞുവീഴുന്നതാണ് ദുർഗാമ്മയുടെ മനസ്സിൽതെളിഞ്ഞത്. ഒപ്പം ഒരു നിർദ്ദേശവും കേട്ടു:

“മോളേ ചിത്രേ, ടിവി അണച്ചുവച്ചിട്ട് അടക്കളേലോട്ടൊന്നുപോ. സ്റ്റൗവിൽ ചോറിന് അരിയിട്ടിട്ടുണ്ട്. തിളച്ചാൽ തിരി താഴ്ത്തണം. അച്ഛനുമമ്മേം മാർക്കറ്റിൽ പോയിട്ട് ഉടനെ വരാം.”

അടുക്കളയുടെ പിന്നാമ്പുറത്ത് പതുങ്ങിനിന്നപ്പോൾ ഇങ്ങനെയൊരു സന്ദർഭം ഒത്തുകിട്ടുമെന്ന് കരുതിയില്ല. സ്റ്റൗവിനരികിലിരുന്ന മണ്ണെണ്ണ കന്നാസ് ആ കുട്ടിയുടെ തലയിലേക്ക് കമഴ്ത്തുകയായിരുന്നു. എന്താണ് സംഭവിക്കുന്നതെന്ന് തിരിച്ചറിയും മുൻപേ അവളൊരു അഗ്നിജ്വാലയായി ആളിക്കത്താൻ തുടങ്ങിയിരുന്നു. വേഗം പുറത്തിറങ്ങി. ഒരു പൊട്ടിത്തെറി കേട്ട് തിരിഞ്ഞുനോക്കുമ്പോൾ അടുക്കളയിൽ ആ അഗ്നിജ്വാല എരിഞ്ഞടങ്ങുന്നു.....

അടുത്ത ദിവസം രാവിലെ പാൽക്കാരൻ മണിയപ്പൻ ഭയം കലർന്ന അമ്പരപ്പോടെയാണ് സംഭവം വിവരിച്ചത്:

"എന്റെ ദുർഗാമ്മേ പണ്ടൊക്കെ പിന്നെപ്പിന്നെയായിരുന്നു. ഇപ്പോൾ അപ്പപ്പോൾ തന്നെയാ.... ദൈവം നിങ്ങളെ കൂടെയാ. ദുർഗാമ്മേടെ മോനെ കൊന്ന ആ ഇൻസ്പെക്ടറുണ്ടല്ലോ- ലാത്തിവേലപ്പൻ. അയാളുടെ ഒറ്റമോള് ഇന്നലെ സന്ധ്യയ്ക്ക് മണ്ണെണ്ണസ്റ്റൗ പൊട്ടിത്തെറിച്ചു മരിച്ചു, ആത്മഹത്യയാണെന്നും പറേന്നൊണ്ട്...."

ചിത്ര എന്നാണ് ആ കുട്ടിയുടെ പേര്. ആ പേര് സങ്കല്പിച്ച് ബലിപിണ്ഡത്തിനുമീതെ ദർഭ വിരിച്ച് നീരു നല്കി. പിന്നെ ഇലത്തുമ്പു കീറാനാഞ്ഞപ്പോൾ ആദ്യ തർപ്പണനേരത്തുണ്ടായതുപോലെ, ശരീരത്തിന്റെ ഇരുവശത്തുമായി നേരത്തെ മുളച്ച രണ്ടു കൈകൾക്കുമീതെ പുതുതായി രണ്ടുകൈകൾ കൂടി വളർന്നിറങ്ങി..... അജ്ഞാതമായ ഒരാജ്ഞാശക്തിയാൽ പുതിയ കൈകൾ ഇലത്തുമ്പു കീറുമ്പോൾ ദുർഗാമ്മ മൂന്നാമത്തെ ഇലയ്ക്കു മുന്നിലേക്ക് നീങ്ങി മുട്ടുകുത്തിക്കഴിഞ്ഞിരുന്നു. അപ്പോൾ അപ്രതീക്ഷിതമായി വീശിയ കാറ്റിൽ മൂന്നാമത്തെ ഇലയുടെ അവകാശിയുമുണ്ടായിരുന്നു. ഒരു ചെവി മടങ്ങിയ ഇരുനിറമുള്ള കൗമാരക്കാരൻ.

പൊലീസ്ക്വാർട്ടേഴ്സിന്റെ ടെറസിലെ കൈവരിയിലിരുന്ന് പോക്കുവെയിലേറ്റ് വായിക്കുകയായിരുന്നു അവൻ. ഉണങ്ങാനിട്ട തുണി പെറുക്കാൻ ചെന്ന വൃദ്ധയെ അവനൊന്നു പാളിനോക്കി, എന്തോ സംശയം തോന്നി വീണ്ടും തുറിച്ചു നോക്കാനാഞ്ഞ അവനെ താഴേക്കു തള്ളിയിടാൻ ഒട്ടും പ്രയത്നിക്കേണ്ടി വന്നില്ല.

മൂന്നാംനിലയിൽനിന്ന് ഈ കാറ്റാണ് അവനെ താഴേക്കു കൊണ്ടു പോയത്. ആ കുട്ടിയുടെ പേര് പറഞ്ഞത്, ടിവിയിൽ വാർത്തകളവതരിപ്പിക്കുന്ന യുവതിയാണ്. അന്നുരാത്രിതന്നെ അവൾ വീട്ടിൽ വന്നിരുന്നു. കൂടെ ക്യാമറക്കാരുമുണ്ടായിരുന്നു. വല്ലാത്തൊരുത്സാഹത്തോടെയാണ് അവൾ ചോദിച്ചത്:

"അമ്മച്ചി അറിഞ്ഞോ, അമ്മച്ചിയുടെ മകനെ കൊലപ്പെടുത്തിയെന്ന് സംശയിക്കുന്ന പൊലീസ് സംഘത്തിലെ മോഹൻദാസ് എന്ന കോൺസ്റ്റബിളിന്റെ ഏകമകൻ ഇന്ന് സന്ധ്യയ്ക്ക് പൊലീസ് ക്വാർട്ടേഴ്സിലെ ടെറസിൽ നിന്ന് കാൽവഴുതി താഴെ വീണുമരിച്ചു.... രാജു മോഹൻദാസ് എന്ന ആ കുട്ടി എഞ്ചിനീയറിംഗ് എൻട്രൻസ് പരീക്ഷയിൽ ഒന്നാം റാങ്കുകാരനായിരുന്നു..."

ഒന്നും മറുപടി പറഞ്ഞില്ല.

"എനിക്ക് ലാസ്റ്റ് ബുള്ളറ്റിനിൽ ഒരു സ്റ്റോറി കൊടുക്കാനാ.... മനുഷ്യന്റെ നിയമം തോറ്റിടത്ത് പ്രകൃതിയുടെ നീതി ജയിക്കുന്നു.... അമ്മച്ചിയുടെ മകനെ കൊന്നവരുടെ മക്കളെയെല്ലാം പ്രകൃതി മടക്കിവിളിക്കുന്നു. എന്താ തോന്നുന്നത്?"

അവൾ വീണ്ടും വീണ്ടും ചോദിച്ചുകൊണ്ടേയിരുന്നു. മനഃപൂർവം മിണ്ടിയില്ല. തല ഉയർത്തി നോക്കുകപോലും ചെയ്തില്ല. ലൈറ്റ് തെളിച്ച് ക്യാമറയിൽ എന്തൊക്കെയോ പകർത്തി അവൾ പോയപ്പോഴും ഇതുപോലൊരു കാറ്റുവീശി.

ഈ കാറ്റ് ആ കുട്ടിയുടെ, രാജുമോഹൻദാസ് എന്ന കൊച്ചുമിടുക്കന്റെ, ആത്മാവാണ്. അതിനു മോക്ഷം കിട്ടണം. സമർപ്പിതമനസ്സോടെ ദുർഗാമ്മ തർപ്പണം ചെയ്തു. അതുകഴിഞ്ഞ് ഇലത്തുമ്പിൽ തൊടാനാഞ്ഞപ്പോൾ നേരത്തെ സംഭവിച്ചതുപോലെ അവരുടെ ശരീരത്തിൽനിന്ന് വീണ്ടും രണ്ടു കൈകൾകൂടി കിളിർത്തുവരികയും അവ ആരുടെയും അനുവാദത്തിന് കാത്തുനിൽക്കാതെ ഇലത്തുമ്പ് കീറുകയും ചെയ്തു.

ഇനി നാലാമത്തെ ഇലയാണ്. അതിൽനിന്ന് വല്ലാത്തൊരു രൂക്ഷഗന്ധം പ്രവഹിക്കുന്നത് ദുർഗാമ്മയെ അസ്വസ്ഥയാക്കി. വിഷം കഴിച്ച് ആത്മഹത്യയ്ക്ക് ശ്രമിക്കുന്നവരുടെ ഗന്ധമാണിത്. പണ്ട് തൊടിയിലെ ജാനമ്മ എന്ന കൂട്ടുകാരി വിവാഹത്തിനുമുൻപ് ഗർഭം ധരിച്ചതിന്റെ പേരിൽ വിഷം കഴിച്ച് മരിച്ചപ്പോൾ അവളുടെ മൃതദേഹത്തിൽനിന്ന് പ്രവഹിച്ചത് ഈ ഗന്ധമായിരുന്നെന്ന് അൻപതുവർഷങ്ങൾക്കുശേഷം ഇപ്പോഴും ഓർക്കാൻ കഴിയുന്നു. അതേ ഗന്ധമാണ്, മൂന്നുമാസംമുൻപ് മരിച്ച ശിവനിൽനിന്നും, മരണത്തിന് തൊട്ടുമുൻപ് അനുഭവപ്പെട്ടത്. അന്ന് സന്ധ്യയ്ക്ക്, മദ്യപിച്ചു ലക്കുകെട്ട നിലയിൽ അപ്രതീക്ഷിതമായി അവൻ വീട്ടിലേക്ക് കയറി വരികയായിരുന്നു. കയ്യിൽ ഒരു പൊതിക്കെട്ടുമുണ്ടായിരുന്നു. ഉണ്ണിയെ കൂട്ടിക്കൊണ്ടുപോയി മരണത്തിലേക്കെറിഞ്ഞുകൊടുത്ത ശിവനോട് കടുത്ത പകയായിരുന്നു. അതറിയാവുന്നതുകൊണ്ടാവാം അവൻ ഇതുവരെയും വരാതിരുന്നത്.

എല്ലാം കഴിഞ്ഞപ്പോഴുള്ള ഈ വരവിന്റെ ഉദ്ദേശ്യമെന്താണ്? വിദ്വേഷം ഉള്ളിലടക്കി വല്ലാത്ത ജാഗ്രതയോടെയാണ് അവനെ ശ്രദ്ധിച്ചത്.

മദ്യലഹരിയിലായിരുന്നെങ്കിലും ആദ്യമൊക്കെ വാക്കുകൾക്കുവേണ്ടി അവൻ പരതുന്നതുകണ്ടു. പിന്നെ എങ്ങനെയോ അവൻ ധൈര്യം സംഭരിച്ചു.

"അമ്മേ" എന്നു വിളിച്ചുകൊണ്ടാണ് അവൻ സംസാരിച്ചു തുടങ്ങിയത്. "അമ്മേടെ മോൻ പോയി....." മദ്യലഹരി അവന്റെ വിവേചനബോധം തീരെ കെടുത്തിയിരുന്നു. അതാവാം യാതൊരു മറയുമില്ലാതെ അവൻ പറഞ്ഞുകൊണ്ടിരുന്നത്: "എന്റെ ഉണ്ണി.... അവനെ ആ പൊലീസുകാര് കൊന്നതാ..... ഞാൻ ഈ കണ്ണുകൊണ്ട് അതു കണ്ടു... പക്ഷേ, കോടതിയിൽ ഞാൻ കള്ളം പറഞ്ഞത് ജീവഭയംകൊണ്ടാ... പിന്നെ അവരെനിക്കു കാശും തന്നു..." ഒന്നു നിർത്തി അവൻ തുടർന്നു: "ഞാനങ്ങനെ കള്ളം പറഞ്ഞില്ലെങ്കിൽ

ഒരുപാട് കേസിൽ കുടുക്കി അവരെന്നെ ജീവിതകാലം മുഴുവൻ ജയിലിലടയ്ക്കുമെന്നു പറഞ്ഞു...." പെട്ടെന്ന് അവൻ സംസാരം നിർത്തി. പിന്നെ വേച്ചുവേച്ച് നിലത്തിരുന്നുകൊണ്ട് നെഞ്ചത്തടിച്ച് ഒരു പ്രത്യേക താളത്തിൽ തുടർന്നു: "അമ്മേ, എന്റെ അമ്മയ്ക്ക് ഞാനുണ്ട്.... ഉണ്ണിക്കു പകരം ഞാനുണ്ട്.... ഇപ്പോൾ കുട്ടപ്പന്റെ ഷാപ്പിലിരുന്ന് അല്പം കഴിച്ചപ്പോൾ എനിക്ക് അമ്മേ ഓർമ്മവന്നു. ആഹാരം കഴിക്കാതെ അതും പൊതിഞ്ഞു കെട്ടി ഞാനിങ്ങുപോന്നു.... ഇന്ന് നമ്മൾ ഒന്നിച്ചിരുന്ന് കഴിക്കും."

അവൻ പണിപ്പെട്ട് ഭക്ഷണപ്പൊതി തുറന്നുകൊണ്ട് ആരോടെന്നില്ലാതെ പറഞ്ഞു: "ഇവിടുന്ന് ഞാനെത്ര കഴിച്ചതാ..... ഈ കൈകൊണ്ട് എനിക്കെത്ര വിളമ്പിത്തന്നതാ.... അതൊന്നും ഈ ശിവൻ മറക്കില്ല. പക്ഷേ, ഇന്ന് ശിവൻ വിളമ്പും അമ്മ കഴിക്കും...."

ശിവന്റെ മനസ്സിൽ ഒന്നും ഒളിക്കാനാവാത്ത അവസ്ഥയായിരുന്നു അതെന്ന് വേഗം മനസ്സിലായി. പണ്ടും അവൻ അങ്ങനെയാണ്. ഉണ്ണിയുടെ ഏക സുഹൃത്തായിരുന്നു അവൻ. ഒരു മന്ദബുദ്ധിയെപ്പോലെ നടന്ന ഉണ്ണിയെ അവൻ മുതലെടുക്കുകയാണെന്ന് പലരും പറഞ്ഞിരുന്നു. എന്നിട്ടും വിലക്കിയില്ല. കാരണം, ഉണ്ണിക്ക് ഒരു കൂട്ടുണ്ടായിക്കോട്ടെ എന്നു കരുതി. ഉണ്ണിയെ തിരക്കി അവൻ മിക്കവാറും വീട്ടിൽവരും. ചിലപ്പോഴൊക്കെ മദ്യപിച്ചായിരിക്കും വരവ്. അല്പം മദ്യം അകത്തുചെന്നാൽ ഉള്ളിലുള്ളതെല്ലാം ആരോടെങ്കിലും പറയാതെ ശിവനുറക്കം വരില്ലായിരുന്നു. ആ സ്വഭാവത്തിന് ഇപ്പോഴും മാറ്റമില്ലെന്ന് മനസ്സിലായി. ഉണ്ണിയുടെ മരണത്തെപ്പറ്റി എല്ലാം അറിയാൻ വീണുകിട്ടിയ ആ സന്ദർഭം കൗശലത്തോടെ വിനിയോഗിച്ചു. അതിന്റെ ഫലമോ-അവൻ പൂർണ്ണമായും മനസ്സ് തുറന്നു.

അവന്റെ ശബ്ദത്തിലാകെ ഉണ്ണിയുടെ മനസ്സും വാക്കുകളുമായിരുന്നു.

...... ഉണ്ണിയുടെ ഏറ്റവും വലിയ ഒരാഗ്രഹം, അവൻ, സുഹൃത്തായ ശിവനോട് തുറന്നുപറഞ്ഞത്രേ: അമ്മയ്ക്ക് ഇത്തവണ ഒരു ഓണസമ്മാനം കൊടുക്കണം.... ഓർമ്മവച്ചനാൾ മുതൽ അമ്മയിൽ നിന്നും കേൾക്കുന്നതാണത്- മൂന്നുവരിക്കസവുള്ള പാവുപുടവ. അമ്മയുടെ വിവാഹം കഴിഞ്ഞ ആദ്യഓണത്തിന് അച്ഛൻ അങ്ങനെയൊരു പുടവ അമ്മയ്ക്കായി ബാലരാമപുരത്തുനിന്നും നെയ്യിച്ചു കൊണ്ടുവന്നിരുന്നു. വീട്ടിലെത്തി പുടവ കണ്ടപ്പോൾ അച്ഛന്റെ അമ്മയ്ക്ക് ഒരേ വാശി, അത് വിവാഹിതയായി വീട്ടിൽ നിൽക്കുന്ന അച്ഛന്റെ സഹോദരിക്കു കൊടുക്കണമെന്ന്. അമ്മൂമ്മയുടെ വാക്കിനപ്പുറം അച്ഛന് മറ്റൊന്നില്ല. അമ്മയ്ക്കായി ആഗ്രഹിച്ചുകൊണ്ടുവന്ന ആ പുടവ, അമ്മ അതിയായി മോഹിച്ച ആ ഓണസമ്മാനം, അമ്മൂമ്മ ബലമായെടുത്ത് അച്ഛന്റെ സഹോദരിക്ക് കൊടുത്തത്രെ! സാരമില്ല, അടുത്ത ഓണത്തിനാകട്ടെ എന്ന് അച്ഛൻ, അമ്മയെ സമാധാനിപ്പിച്ചെങ്കിലും അടുത്ത ഓണംവരെ അദ്ദേഹം ജീവിച്ചിരുന്നില്ല. പാലച്ചിറയിൽ വയൽപ്പണി നടക്കുമ്പോൾ പാമ്പുകടിയേറ്റാണ് അച്ഛൻ മരിച്ചത്. അധികം താമസിയാതെ അമ്മൂമ്മ, അമ്മയെ പടിയിറക്കി. അച്ഛന്റെ കുടുംബത്തിലെ ഓഹരിയൊന്നും

അമ്മയ്ക്ക് കൊടുത്തില്ല. അമ്മയുടെ തറവാട് ക്ഷയിച്ചുപോയിരുന്നു. അങ്ങനെ ക്ഷയിച്ച തറവാട്ടിൽനിന്ന് വന്നു കയറിയ മരുമകളെ പരമാവധി പീഡിപ്പിക്കുന്നതിൽ അമ്മായിയമ്മയ്ക്ക് വലിയ സംതൃപ്തിയായിരുന്നു. ഭർതൃഗൃഹത്തിൽ ജീവിച്ച ഒരു വർഷത്തിനുള്ളിൽ ഒരു ജന്മത്തെ ദുഃഖം മുഴുവൻ അനുഭവിച്ചിട്ടുണ്ടെന്നാണ് അമ്മ പറഞ്ഞത്. പരാശ്രയമില്ലാതെ ഇറങ്ങിപ്പോരേണ്ടിവന്ന അമ്മ ഒരകന്ന ബന്ധുവിന്റെ വീട്ടിൽ വേലക്കാരിയെപ്പോലെ കഴിഞ്ഞു. അവിടുത്തെ ജീവിതം ദുസ്സഹമായപ്പോൾ കൈക്കുഞ്ഞിനേയുംകൊണ്ട് മറ്റുവീടുകളുടെ അടുക്കളയിലായി അമ്മയുടെ ലോകം. അമ്മ ശരിക്കും ഒരു വീട്ടുവേലക്കാരിയായി മാറുകയായിരുന്നു. ഇതിനിടയിലെപ്പോഴോ തുച്ഛമായ തുകയ്ക്ക് ഒരു വാടകവീട് സംഘടിപ്പിച്ചിരുന്നു.

.....ഉണ്ണിയെ സ്കൂളിലയച്ചെങ്കിലും അവന് പഠിക്കാൻ കഴിയില്ലായിരുന്നു. മുതിർന്നപ്പോൾ ചിട്ടയായി പണി എടുക്കാനോ കുടുംബം പുലർത്തുവാനോ ഉള്ള പ്രാപ്തിയും അവനില്ലാതെ പോയി. എല്ലാറ്റിനും ആഗ്രഹമുണ്ടെങ്കിലും ഒന്നിലും താത്പര്യമില്ലാത്ത ഒരു പ്രത്യേക മാനസികാവസ്ഥയായിരുന്നു അവന്. അമ്മ അടുക്കളപ്പണിചെയ്യുന്ന വീടുകളിൽനിന്ന് കൊണ്ടുവരുന്ന ആഹാരംകൊണ്ട് കഴിഞ്ഞുപോന്ന അവന് കഴിഞ്ഞ അഞ്ചാറുമാസമായി വല്ലാത്തൊരു മാറ്റമുണ്ടായി. പനി ബാധിച്ച് പണിക്കുപോകാതെ അമ്മ കിടപ്പിലായതിനാലായിരുന്നു ഈ മാറ്റം. സ്വന്തമായി അദ്ധ്വാനിച്ച് അമ്മയ്ക്ക് എന്തെങ്കിലും കൊടുക്കണം എന്നൊരാഗ്രഹം അവനിലുണ്ടായി. ദുർഗാദേവിയുടെ മുന്നിലിരുന്ന് ഒരിക്കലും മുടങ്ങാതെ അമ്മ പ്രാർത്ഥിച്ചതുകൊണ്ടാണ് ഇങ്ങനെയൊരു മാറ്റമെന്നായിരുന്നു അവന്റെ സ്വയം വിലയിരുത്തൽ. അവൻ അതിനുള്ള ശ്രമങ്ങൾ തുടങ്ങി. ശിവനോടൊപ്പം കുറെനാൾ വർക്ക്ഷോപ്പിൽ പോയി. പിന്നെ ലോറിപ്പേട്ടയിൽ വണ്ടി കഴുകലായി. അങ്ങനെ പണിയെടുത്ത് ആറുമാസംകൊണ്ട് രണ്ടായിരത്തി അഞ്ഞൂറുരൂപ മിച്ചം വച്ചിരിക്കുന്നതായി ഒരു ദിവസം ഉണ്ണി, ശിവനോട് പറഞ്ഞത്രെ! ഈ ഓണത്തിന് അത് കൊടുക്കണം. സമ്മാനം വാങ്ങി അമ്മയുടെ കൈയിൽ കൊടുക്കുംവരെ അത് രഹസ്യമായി വയ്ക്കണമെന്നും ഉണ്ണി, ശിവനോട് പറഞ്ഞിരുന്നു.

...... അങ്ങനെയാണ് ഓണത്തിന്റെ തലേന്നാൾ പുടവ വാങ്ങാനായി ശിവനേയും കൂട്ടി ഉണ്ണി നഗരത്തിലേക്കു പോയത്. പല കടകളിലും പോയിനോക്കി; അമ്മ വർണ്ണിച്ച രീതിയിലുള്ള വസ്ത്രം കണ്ടെത്താൻ കഴിഞ്ഞില്ല. പണം വച്ചിരിക്കുന്ന പോക്കറ്റിൽ കൈയമർത്തി ശിവനേയും കൂട്ടി വീണ്ടും കടകൾ കയറിയിറങ്ങി. ഉണ്ണിക്ക് ഭയമായിരുന്നു, പണം പോക്കറ്റടിച്ചു പോകുമോ എന്ന്. അതുകൊണ്ട് ചിലപ്പോഴെല്ലാം അത് പുറത്തെടുത്തുനോക്കുകകൂടി ചെയ്യുമായിരുന്നു. അവസാനം നഗരാതിർത്തിയിലുള്ള ഒരു കടയുടമ പറഞ്ഞു, വൈകുന്നേരം ബാലരാമപുരത്തുനിന്നും പുതിയ സ്റ്റോക്കെത്തുന്നുണ്ട്; അതിൽ ഇതുണ്ടാവും.

.....അതുവരെ സമയം ചെലവഴിക്കാനായി വഴിയാലോചിച്ചപ്പോൾ സിനിമയ്ക്കു കയറിയാലോ എന്നായി ശിവൻ. പണമിരുന്ന പോക്കറ്റിൽ കയ്യമർത്തി

അതുവേണ്ടെന്ന് ഉണ്ണി പറഞ്ഞു. പുടവ വാങ്ങുന്നതുവരെ മറ്റു ചെലവൊന്നും വേണ്ടാ എന്നായിരുന്നു അവന്റെ മനോഭാവം. എന്നാൽ, കടയ്ക്കടുത്തുള്ള പാർക്കിൽ പോയിരിക്കാമെന്ന് ശിവൻ നിർദ്ദേശിച്ചപ്പോൾ ഉണ്ണിക്ക് സന്തോഷമായി.

പാർക്കിലെ ബഞ്ചിൽ ഓരോ കാര്യങ്ങൾ പറഞ്ഞിരിക്കുമ്പോഴും ഉണ്ണി ഇടയ്ക്കിടെ പോക്കറ്റിൽനിന്ന് പണമെടുത്തു നോക്കി തിരികെ വയ്ക്കുമായിരുന്നു. അങ്ങനെ ഒരു വേള പണം പുറത്തെടുത്തപ്പോൾ ആരോ പിന്നിൽ നിൽക്കുന്നതായി തോന്നി. ഞെട്ടിത്തിരിഞ്ഞു നോക്കി.

ഒരു പൊലീസുകാരൻ!

“ആരെടാ നിങ്ങൾ? എന്തടാ ഇവിടെ?”

അയാൾ ശബ്ദിച്ചപ്പോൾ മദ്യത്തിന്റെ ഗന്ധം പരക്കുന്നുണ്ടായിരുന്നു.

ഉണ്ണി ഭയന്നുപോയി. ശിവനാണ് കാര്യങ്ങൾ വിശദീകരിച്ചത്.

അടുത്ത ചോദ്യം അപ്രതീക്ഷിതമായിട്ടായിരുന്നു:

“ഇത് എവിടുന്നു മോഷ്ടിച്ചതാടാ?”

പണം മോഷ്ടിച്ചതല്ലെന്നും, ആറുമാസമായി പണി ചെയ്ത് മിച്ചംപിടിച്ചതാണെന്നും ഉണ്ണി പറഞ്ഞുനോക്കി.

“നടക്കെടാ സ്റ്റേഷനിലേക്ക്.”

അതായിരുന്നു പൊലീസുകാരന്റെ നിർദ്ദേശം.

സ്റ്റേഷനിൽ കടന്ന ഉടനെ രണ്ടുപേരെയും വിവസ്ത്രരാക്കി ലോക്കപ്പിലടച്ചു. അപ്പോഴും ആ പണം ഉണ്ണി വലതുകൈയിലൊതുക്കിപ്പിടിച്ചിരുന്നു.

“തൊണ്ടി എടുക്കെടാ” എന്ന് ആക്രോശിച്ചുകൊണ്ട് ക്രൂരഭാവമുള്ള ഒരു ഹെഡ് കോൺസ്റ്റബിളാണ് ലോക്കപ്പിലേക്ക് ആദ്യം കയറിവന്നത്.

ഒന്ന് പകച്ചുപോയ ഉണ്ണി പെട്ടെന്നു പറഞ്ഞു:

“ഇത് എന്റെ അമ്മയ്ക്ക് പുടവ വാങ്ങാനുള്ള രൂപയാണ്.”

പിന്നെ കേട്ടത് വെടിപൊട്ടുന്നതുപോലെ ഒരടിയുടെ ശബ്ദമാണ്. ഉണ്ണി തറയിൽ വീണു പുളഞ്ഞു. അപ്പോഴും അവന്റെ ഉള്ളംകൈയിൽ ആ പണം മുറുകെ പിടിച്ചിരുന്നു. ഇതിനിടെ ആ പൊലീസുകാരൻ കൂടി ലോക്കപ്പിലേക്ക് കയറിവന്നു. വീണുകിടക്കുന്ന ഉണ്ണിയുടെ കൈകളിൽ അയാൾ അമർത്തിച്ചവിട്ടുകയും ഹെഡ് കോൺസ്റ്റബിൾ ബലമായി വലതുകൈ വിടർത്തി പണമെടുക്കുകയും ചെയ്തു. കൈ ചതഞ്ഞ വേദനകൊണ്ട് പുളയുമ്പോഴും ഉണ്ണി നിലവിളിച്ചു: “എന്റെ അമ്മയ്ക്ക് പുടവ വാങ്ങാനുള്ള പണമാണത്...... ഞാൻ പണി എടുത്ത പണമാണ്.....”

പിന്നെ, തെറിയും ചവിട്ടുമായിരുന്നു. ഉണ്ണി തളർന്നുപോയി.

ലോക്കപ്പിൽനിന്ന് പുറത്തിറങ്ങിക്കൊണ്ട് ഹെഡ്കോൺസ്റ്റബിൾ പൊലീസുകാരനോട് ചോദിച്ചു:

"എഴുതിവെപ്പിച്ചിട്ട് ഇവന്മാരെ വിടുന്നോ. അതോ കോടതിയിൽ ഹാജരാക്കണോ?"

പൊലീസുകാരൻ അതിനു മറുപടി പറയാതെ ഉണ്ണിയുടെ കാതിലേക്കലറി:

"പതിനേഴ് മോഷണക്കേസാ നിന്റെ പേരിലുള്ളത്.... തൽക്കാലം വിട്ടേയ്ക്കാം.... പൊയ്ക്കോ....."

ഇത്രയൊക്കെയായിട്ടും, എങ്ങനെയാണെന്നറിയില്ല, വല്ലാത്തൊരു ധൈര്യത്തോടെ ഉണ്ണി ഉറപ്പിച്ചു പറഞ്ഞു:

"എന്റെ അമ്മയ്ക്ക് പുടവ വാങ്ങിക്കാൻ ഞാൻ പണിയെടുത്തുണ്ടാക്കിയ പണമാ..... അതിങ്ങു തന്നാൽ പോകാം...."

അതുകേട്ട പൊലീസുകാരനും ഹെഡ്കോൺസ്റ്റബിളും ചേർന്ന് ഉണ്ണിയെ പൊക്കിയെടുത്ത് ചുവരോട് ചേർത്തു നിർത്തി. ലോക്കപ്പിലെ ബഹളംകേട്ടാണ് എ.എസ്.ഐ. അങ്ങോട്ടുവന്നത്. ഹെഡ്കോൺസ്റ്റബിളിന്റെ കയ്യിലിരുന്ന പണം എ.എസ്.ഐയെ ഏല്പിച്ച് എന്തോ സ്വകാര്യമായി സംസാരിച്ചു:

"നീ തൊണ്ടിമുതലും കൊണ്ടേ പോകൂ?" എന്നൊരു ചോദ്യമേ എ.എസ്.ഐ.യിൽനിന്നു കേട്ടുള്ളൂ. പിന്നെ കാണുന്നത് ഉണ്ണി അവരുടെ കാൽകീഴിൽ കിടന്നു ഞെരിഞ്ഞു നിലവിളിക്കുന്നതാണ്. ആറുകാലുകൾക്കടിയിൽ ഉണ്ണി! ഇതിനിടയിലെപ്പോഴോ ഉണ്ണിയുടെ കയ്യിൽ വിലങ്ങുവയ്ക്കുകയും കാലുകൾ കൂട്ടിക്കെട്ടുകയും വായിൽ തുണി തിരുകുകയും ചെയ്തിരുന്നു.

ഏറെ നേരത്തെ പീഡനത്തിനുശേഷം മടങ്ങുമ്പോൾ അവർ പറഞ്ഞു:

"നിങ്ങളെ നാളെ കോടതിയിൽ ഹാജരാക്കി കസ്റ്റഡിയിൽ വാങ്ങാം. എന്നിട്ട് ബാക്കി തരാം."

അതൊന്നും ഉണ്ണി കേട്ടില്ല. അവൻ ഞരങ്ങുകയും മൂളുകയും ചെയ്തു കൊണ്ടിരുന്നു. പിന്നെ പതിഞ്ഞ ശബ്ദത്തിൽ വെള്ളത്തിനുവേണ്ടി കരഞ്ഞു.

ലോക്കപ്പിൽ വെള്ളമില്ലായിരുന്നു. ഒഴിഞ്ഞ കൂജയിൽ ആരോ മൂത്രമൊഴിച്ചതിന്റെ ഗന്ധം.

രാത്രിയായപ്പോൾ മൂവർസംഘം വീണ്ടും ലോക്കപ്പിൽ കയറിവന്നു. അപ്പോൾ അവരിൽനിന്ന് മദ്യത്തിന്റെ രൂക്ഷഗന്ധം ഉയരുന്നുണ്ടായിരുന്നു. അറച്ചറച്ചാണെങ്കിലും ഉണ്ണി വെള്ളം ചോദിച്ചു. മദ്യലഹരിയിലായിരുന്ന പൊലീസുകാരൻ പെട്ടെന്ന് പാന്റിന്റെ സിബ്ബഴിക്കുന്നതു കണ്ടു. പിന്നെ ടാപ്പു തുറക്കുന്നതുപോലുള്ള ശബ്ദം കേട്ടു. ഉണ്ണി തുപ്പിക്കൊണ്ട് അറപ്പോടെ ഒന്നു പിടഞ്ഞു.

"എഴുതിവച്ചിട്ട് രണ്ടുപേരും പൊയ്ക്കോ. വിളിപ്പിക്കുമ്പോൾ വരണം."

എ.എസ്.ഐ. ഔദാര്യംപോലെ പറഞ്ഞു. അതുവരെ അനങ്ങാതെ കിടന്ന ഉണ്ണി അപ്പോൾ, തളർന്ന ശബ്ദത്തിൽ കെഞ്ചി: "എന്റെ അമ്മയ്ക്ക് പുടവ വാങ്ങാനുള്ള കാശിങ്ങുതാ. ഞങ്ങൾ പൊയ്ക്കൊള്ളാം."

"നീ കാശും കൊണ്ടേ പോകൂ" എന്നലറിക്കൊണ്ട് മൂവർസംഘം ഉണ്ണിയെ നിലത്തിട്ട് വീണ്ടും ചവിട്ടാൻ തുടങ്ങി.

കുറെനേരം അവന്റെ ദീനമായ നിലവിളി കേട്ടു. പിന്നെ വയലിൽ കട്ട തല്ലുന്നതും ചെളി ചവിട്ടിക്കുഴക്കുന്നതുമായ ശബ്ദമാണ് മാറിമാറി മുഴങ്ങിയത്. ഇതിനിടയിൽ "അമ്മേ-" എന്ന് ഉണ്ണി തേങ്ങുന്നത് വ്യക്തമായും കേട്ടു. ഒടുവിൽ ആ പൊലീസുകാരൻ ആരോടെന്നില്ലാതെ പറഞ്ഞു.

"തീർന്നെന്നു തോന്നുന്നു, വേഗം ആശുപത്രിയിലാക്കാം."

പിന്നെല്ലാം പെട്ടെന്നായിരുന്നു.

ഉണ്ണിയെ തൂക്കിയെടുത്ത് പുറത്തേക്കു കൊണ്ടുപോകുന്നതുകണ്ടു. ജീപ്പ് സ്റ്റാർട്ടാക്കി അകന്നുപോകുന്ന ശബ്ദവും കേട്ടു.

അടുത്തദിവസം അതിരാവിലെ മൂവർസംഘം ലോക്കപ്പിലെത്തി എന്നോടു പറഞ്ഞു: "നീയും കൂട്ടുകാരനും സെക്കന്റ് ഷോ കണ്ടിറങ്ങുമ്പോൾ അവൻ ആൾത്തിരക്കിനിടയിൽ ആരുടെയോ പോക്കറ്റടിക്കാൻ ശ്രമിച്ചു. കണ്ടുനിന്നവർ നിങ്ങളെ ആക്രമിച്ചു. വിവരമറിഞ്ഞ് ഞങ്ങൾവന്ന് പരിക്കേറ്റ അവനെ ആശുപത്രിയിലാക്കി. നിന്നെ ഇവിടേയ്ക്കും കൊണ്ടുവന്നു."

എനിക്കൊന്നും മനസ്സിലായില്ല.

ഞാൻ മിഴിച്ചിരിക്കുമ്പോൾ അവർ വീണ്ടും പറഞ്ഞു:

"എടാ അവൻ ചത്തു. നാട്ടുകാരെല്ലാംകൂടി കൈകാര്യം ചെയ്താൽ ഒരുത്തൻ ജീവനോടിരിക്കുമോ? ചാവാതെ കിടന്ന നിന്നെ ഞങ്ങൾ ഇവിടെ കൊണ്ടുവന്നു- എന്താ മനസ്സിലായോ?

ഇതുതന്നെ അവർ പറഞ്ഞുകൊണ്ടിരുന്നു. ഏതൊക്കെയോ കടലാസ്സിൽ എന്നെക്കൊണ്ട് ഒപ്പിടുവിച്ചു. എന്നിട്ട് എന്നെ ഒരു മദ്യശാലയുടെ ഗോഡൗണിലാക്കി. പിന്നീടാണ് കേസും മറ്റുമുണ്ടാകുന്നത്. കോടതിയിൽ അവർ പറഞ്ഞ പ്രകാരം മൊഴികൊടുത്തിട്ടേ എന്നെ വിട്ടുള്ളൂ.

മദ്യലഹരിയുടെ പാരമ്യത്തിൽ അവ്യക്തമായി അവൻ പറഞ്ഞതിന്റെ സാരം ഗ്രഹിക്കാൻ ബുദ്ധിമുട്ടുണ്ടായില്ല. നെഞ്ചിൽ പുകയുന്ന നെരിപ്പോടുമായാണ് ശിവന്റെ വാക്കുകൾ കേട്ടിരുന്നത്.

എല്ലാം പറഞ്ഞുകഴിഞ്ഞ് അവൻ കുറെനേരം മിണ്ടാതിരുന്നു. പിന്നെ ഇടുപ്പിൽ തിരുകിയിരുന്ന പുതിയൊരു കുപ്പി തുറന്ന് നേരെ വായിലേക്കു കമിഴ്ത്തി. എന്നിട്ട് ആരോടെന്നില്ലാതെ പറഞ്ഞു:

"പോയവനോ പോയി..... നമുക്ക് ജീവിക്കണ്ടേ? രണ്ടായിരത്തി അഞ്ഞൂറു രൂപയ്ക്കുവേണ്ടി അവനെ കൊന്നവർ എനിക്ക് തന്നത് രണ്ടരലക്ഷമാ..... ആ പൊലീസുകാരൻ ഗോപിനാഥൻ സാർ, ഹെഡ്കോൺസ്റ്റബിൾ മോഹൻ ദാസ് സാർ, അസിസ്റ്റന്റ് സബ് ഇൻസ്പെക്ടർ വേലപ്പൻസാർ...... സത്യം പറയണമല്ലോ അവരെല്ലാം തങ്കപ്പെട്ട മനുഷ്യരാ.... വെള്ളപ്പുറത്ത് ഒരു കയ്യബദ്ധം പറ്റിപ്പോയി. എന്നാൽ, എനിക്കതുപകാരമായി...."

ഒന്നുനിർത്തി വീണ്ടും നിർവികാരതയോടെ അവൻ പറയുകയായിരുന്നു: "ഉണ്ണിയെ എന്തിനുകൊള്ളാം, അവനൊരു മണ്ടനായിരുന്നു...."

അതുകേട്ടപ്പോൾ സഹിച്ചില്ല.

“മണ്ടനായിരുന്നെങ്കിലും അവൻ പോക്കറ്റടിക്കാരനോ കള്ളനോ ആയിരുന്നില്ല. നീ അവനെ മാലോകരുടെ മുന്നിലൊരു കള്ളനാക്കി. നീ സത്യം പറഞ്ഞിരുന്നെങ്കിൽ, എന്റെ കുഞ്ഞിന് പേരുദോഷം വരില്ലായിരുന്നു...”

പെട്ടെന്ന് അവന്റെ മട്ടുമാറി:

“ദേ, തള്ളേ....”

തുടർന്ന് അവൻ സംസാരിച്ചത് ഭീഷണിയുടെ സ്വരത്തിലായിരുന്നു.

“മിണ്ടാതിരുന്നില്ലെങ്കിൽ അവന്റെ ഗതിയാകും നിങ്ങൾക്കും.”

പെട്ടെന്ന് നിർത്തി എന്തോ ഓർത്തിട്ടെന്നപോലെ അവൻ സ്വയം പറഞ്ഞു:

“ഞാനതു മറന്നുപോയി....”

അവൻ പെട്ടെന്ന് അടിപോക്കറ്റിൽ നിന്ന് ചെറിയൊരു കുപ്പി എടുത്തു മുന്നിൽവച്ച് ഭീഷണിപ്പെടുത്താൻ തുടങ്ങി:

“ഇതിൽ വിഷമാ... നല്ലവരായ ആ പൊലീസുകാരെ കേസിൽ കുടുക്കി വിഷമിപ്പിക്കുന്ന നിങ്ങളെ ഇല്ലാതാക്കാൻ ഇതുമതി.... അവർക്കെതിരെ കൊടുത്ത കേസങ്ങ് പിൻവലിക്ക്.... വിഷം കഴിക്കുന്നതിനേക്കാൾ നല്ലത് അതല്ലേ? എനിക്ക് പേടിക്കാനൊന്നുമില്ല... മകൻ ചത്ത വിഷമത്തിന് തള്ള വിഷമടിച്ചതാണെന്ന് നാട്ടുകാർ പറഞ്ഞോളും. അല്ലെങ്കിൽ അതങ്ങനെ ആക്കിക്കൊള്ളാമെന്ന് ആ സാറുമ്മാര് പറഞ്ഞിട്ടുണ്ട്....”

ശിവന്റെ വരവിന്റെ ഉദ്ദേശ്യം വെളിവായപ്പോൾ ഒന്നു നടുങ്ങി; എങ്കിലും പെട്ടെന്ന് ആ തീരുമാനമെടുക്കാൻ കഴിഞ്ഞു. അവനെ വശപ്പെടുത്തണം. അതുകൊണ്ട് നിസ്സങ്കോചം പറഞ്ഞു, ഇനി ഉണ്ണിയുടെ സ്ഥാനം ശിവനാണ്. ശിവൻ എന്തുപറഞ്ഞാലും അനുസരിക്കും.

ഒരു വിജയിയെപ്പോലെ അവൻ കണ്ണടച്ചുചിരിച്ചു, അതോ മദ്യലഹരിയിൽ അവന്റെ കണ്ണ് ചിമ്മിയതാണോ? ഏതായാലും തുറന്നുവച്ച ഭക്ഷണപ്പൊതിയിലേക്ക് ആ കുപ്പിയിലെ ദ്രാവകം കലർത്താനും അത് ശിവനെക്കൊണ്ട് കഴിപ്പിക്കാനും സാധിച്ചത്, അവൻ മദ്യലഹരിയിൽ മയങ്ങിയിരുന്നതുകൊണ്ടു മാത്രമായിരുന്നു.

അടുത്ത പുലർച്ചെ റോഡുവക്കിൽ ദുർഗന്ധം വമിക്കുന്ന ഛർദ്ദിക്കുമീതെ ശിവൻ മരിച്ചുകിടക്കുന്ന കാര്യം അയൽക്കാർ പറഞ്ഞപ്പോൾ ക്രൂരമായ ഒരാനന്ദത്തോടെയാണ് പോയി നോക്കിയത്.

നാലാമത്തെ ഈ തുമ്പിലയിൽ നിന്നുയരുന്ന ഗന്ധമാണ് അന്നവിടെ വമിച്ചിരുന്നത്. അതുശമിക്കണമെങ്കിൽ ഈ തർപ്പണം നടക്കണം.

ദുർഗാമ്മ ശിവന്റെ പേരും രൂപവും മനസ്സിൽ സങ്കല്പിച്ച് ബലിച്ചോറിനുമീതെ ദർഭവിരിച്ച് നീരു പകർന്നു. എന്നിട്ട് തുമ്പില കീറാനാഞ്ഞപ്പോൾ വീണ്ടും രണ്ടുകൈകൾ കൂടി ശരീരത്തിന്റെ ഇരുവശത്തുനിന്നുമായി വളർന്നിറങ്ങി. നിമിഷാർദ്ധംകൊണ്ട് ആ കൈകൾ ഇലത്തുമ്പ് മുറിച്ചു.

ബലികർമ്മം കഴിഞ്ഞിട്ടും ശിവനോട് ഒരു കടപ്പാട് ദുർഗ്ഗാമ്മയുടെ ഉള്ളിൽ ഉറഞ്ഞുകിടന്നു- അവൻ പറഞ്ഞില്ലായിരുന്നെങ്കിൽ ഉണ്ണിയുടെ യഥാർത്ഥ ഘാതകരെക്കുറിച്ചും അന്ത്യനിമിഷങ്ങളെപ്പറ്റിയും ഇത്ര കൃത്യമായി അറിയാൻ കഴിയില്ലായിരുന്നു.....

ദുർഗാമ്മ പെട്ടെന്ന് അഞ്ചാമത്തെ ബലിത്തറയിലേക്ക് നീങ്ങി മുട്ടുകുത്തി. ഇത് എന്റെ മകൻ ഉണ്ണിക്കാണ്. അവർ സ്വയം പറഞ്ഞു. അച്ഛന്റെ സംരക്ഷണയില്ലാതെ, അനാഥയായ അമ്മ വളർത്തിയ മകൻ.

അന്യരുടെ അടുക്കളവേലചെയ്ത് കിട്ടിയ ഉച്ചിഷ്ടംതിന്ന് നിന്ദ്യനായി ത്തീർന്ന മകൻ. അവസാനം അമ്മയുടെ ആശ നിറവേറ്റാനിറങ്ങിയ പ്രിയ മകൻ. അവൻ കൊലചെയ്യപ്പെടുമ്പോൾ അമ്മേ എന്നു വിളിച്ചിരുന്നു. മകനേ, ആ അമ്മ നിനക്കുവേണ്ടി, വിലക്കപ്പെട്ടതെങ്കിലും നിനക്ക് പ്രിയതരമായി ത്തീർന്ന, ഈ ബലി അർപ്പിക്കുന്നു.

ഉണ്ണിയെ മനസ്സിൽ സങ്കല്പിച്ച് ബലിച്ചോറിനുമീതെ തെക്കുവടക്കായി ദർഭവച്ചപ്പോൾ ദുർഗാമ്മ ഇരുപത്തിയൊൻപതുവർഷം പിന്നിലേക്കുപോയി- കർക്കിടകത്തിലെ കോരിച്ചൊരിയുന്ന മഴയുള്ള ആ രാത്രിയിൽ പേറ്റു പുരയിലെ അരണ്ടവെളിച്ചത്തിൽ, അപ്പോൾ പ്രസവിച്ച ഉണ്ണിക്കുഞ്ഞിനെ വയറ്റാട്ടി കയ്യിലേക്കെടുത്ത് വയ്ക്കുന്നു.... ദർഭപ്പുല്ലിനുമീതെ നീരു പകർന്ന പ്പോൾ അത് ഉണ്ണിക്കുഞ്ഞിന്റെ ചുണ്ടിലേക്ക് തേനും വയമ്പും ഇറ്റിക്ക ലായി....

ബലികഴിഞ്ഞ് ഇലത്തുമ്പു മുറിക്കാൻ കൈകൾ നീട്ടിയപ്പോൾ പുതു തായി മുളച്ചുവന്ന മറ്റ് എട്ടുകൈകളും ആദരപൂർവ്വം പിന്നാക്കം ഒതുങ്ങി നിന്നു. ഇലത്തുമ്പുമുറിച്ച് ഉണ്ണിയുടെ ഇഹലോകബന്ധം വേർപ്പെടുത്തിയ പ്പോൾ ദുർഗാമ്മയ്ക്ക് എന്തെന്നില്ലാത്ത ആശ്വാസം-എന്റെ കുഞ്ഞിന്റെ ആത്മാവിന് മോക്ഷമായല്ലോ.... ഇനി സ്വന്തം കാര്യമാണ്.

സ്വന്തം കർമ്മങ്ങൾക്ക് സ്വയം ഫലം വിധിക്കണമെന്നാണ് ദുർഗാഷ്ടകം ഉപദേശിക്കുന്നത്- മൂന്നുകുട്ടികൾ, ശിവൻ:കിണറിന്റെ ആഴം, അഗ്നിയുടെ ചൂട്, വീഴ്ചയുടെ ആഘാതം, വിഷത്തിന്റെ വീര്യം- ഏതാണ് സ്വീകരി ക്കേണ്ടത്?

അധികം ആലോചിക്കേണ്ടിവന്നില്ല, അപ്പോഴേക്കും ദുർഗാമ്മയുടെ മുന്നിൽ വഴിതുറന്നു. അവർ വേഗം ബലിശിഷ്ടത്തിന്റെ എല്ലാ തുമ്പിലകളും ഒന്നിച്ചെടുത്ത് നിമജ്ജനം ചെയ്യാനായി കടലിലേക്കിറങ്ങി.

അപ്പോഴാണ് ദുർഗാമ്മ ആദ്യമായി സ്വയമറിഞ്ഞത്, തനിക്ക് പത്തു കൈകളുണ്ടെന്ന്! എന്നിട്ടും ദുർഗാമ്മ അതിശയിച്ചില്ല, ഈ തണുത്ത വെളുപ്പാൻകാലത്ത് കടൽത്തിരകൾക്ക് ഇളംചൂടുണ്ടായതെങ്ങനെയെന്ന് മനസ്സിലാക്കാനും അവർക്കൊട്ടും ക്ലേശിക്കേണ്ടിവന്നില്ല.

കാരണം, പത്തുകൈകൾകൊണ്ട് തിരകളെ വകഞ്ഞുമാറ്റി കടലി ലേയ്ക്കിറങ്ങുമ്പോൾ, കൈക്കുടന്നയിൽ മാത്രമല്ല, ദേഹമാകെ ഉണ്ണി മുഖമുരസുന്ന ചൂട് അവരെ പൊതിഞ്ഞുകഴിഞ്ഞിരുന്നു. ■

തലമുറകൾ

ഗേറ്റ് തുറക്കുമ്പോൾ കണ്ണുകൾ നിറഞ്ഞുപോയി. -കുഞ്ഞാലിക്കുട്ടി! എത്ര നാൾക്കുശേഷമാണ് കാണുന്നത്.

ശേഖരൻനായർ വിളിച്ചു. "വാ..... കേറിവാ..... കുഞ്ഞാലിക്കുട്ടീ"

തൂക്കുസഞ്ചി കൈയിലൊതുക്കി പടികയറുമ്പോൾ കുഞ്ഞാലിക്കുട്ടി ശേഖരൻനായരെ അടക്കംപിടിച്ചു.

ഒന്നുമൊന്നും മിണ്ടാതെ... നിമിഷങ്ങളോളം.

എല്ലാം ആ സ്പർശത്തിലുണ്ടായിരുന്നു.

"കുഞ്ഞാലിക്കുട്ടീ.... എന്തെല്ലാമുണ്ട് വിശേഷങ്ങൾ.... പറയൂ.... ഏഴെട്ടു വർഷങ്ങൾക്കു ശേഷമല്ലേ കാണുന്നത്."

കുഞ്ഞാലിക്കുട്ടി ഒന്നു നോക്കി.-

"ഏഴെട്ടു വർഷമോ? ഒൻപതു വർഷം കഴിഞ്ഞു നിങ്ങൾ പോന്നിട്ട്..."

കുഞ്ഞാലിക്കുട്ടിക്ക് ഗദ്ഗദം വന്നുമൂടുന്നു... എല്ലാം അടക്കിക്കൊണ്ട് അയാൾ വരാന്തയിലേക്കു കയറി.

സഞ്ചി കസേരക്കൈയിൽ തൂക്കിയിട്ടു. ചുറ്റുപാടുമൊന്നു നോക്കി. എന്നിട്ട് ആകാംക്ഷയോടെ ചോദിച്ചു:

"ശേഖരൻനായരേ... ഇവിടാരുമില്ലേ? എവിടെ നിങ്ങളെ മോനും മരുമോളും?"

"അവരൊക്കെ ഓഫീസിൽ പോയി."

"കൊച്ചു മക്കളോ."

"സ്കൂളിൽ."

"അപ്പം നിങ്ങളൊറ്റയ്ക്കാ."

"അവരു വരുന്നതുവരെ."

കുഞ്ഞാലിക്കുട്ടി പിന്നെ കുറേ നേരത്തേക്ക് മൗനിയായിരുന്നു; പിന്നെ പെട്ടെന്ന് പറഞ്ഞു:-

"എനിക്ക് ഉണ്ണണം..... അതിന്നുമുമ്പൊന്നു കുളിക്കണം...."

"ഒക്കെ ആവാം..... ഞാനില്ലേ ഇവിടെ?..."

ശേഖരൻനായർ എഴുന്നേറ്റപ്പോൾ കുഞ്ഞാലിക്കുട്ടി കരുതിവച്ചിരുന്നതു പോലെ ആ ചോദ്യത്തിന്റെ ചെപ്പു തുറന്നു.

"നിങ്ങൾക്ക് സുഖമാണോ ശേഖരന്നായരേ? .... ഇവിടെ വിഷമമൊന്നു മില്ലല്ലോ?....."

ഒരുനിമിഷം നിന്നു. പിന്നെ പെട്ടെന്നു പറഞ്ഞു: "ഇല്ല, ഒരു വിഷമോ മില്ല..."

എന്തോ പിന്നവിടെ നില്ക്കാൻ ശേഖരൻനായർക്ക് തോന്നിയില്ല. വേഗം വടക്കുപുറത്തേക്കു പോന്നു.

കുഞ്ഞാലിക്ക് കുളിക്കാൻ ഒരുക്കുമ്പോഴും ഊണ് വിളമ്പുമ്പോഴുമെല്ലാം ശേഖരൻനായർ, അയാൾക്ക് അന്നുവരെ അപരിചിതമായ ഒരാത്മാന്വേഷണ ത്തിലായിരുന്നു. ഒരുതരം ചിന്തകൾ..... ജനിച്ചുവളർന്ന നാട്.... കുട്ടിക്കാലം.... എല്ലാറ്റിനും കൂട്ടുനിന്ന കുഞ്ഞാലിക്കുട്ടി എന്ന കൂട്ടുകാരൻ.... വിവാഹം കഴിച്ചിട്ടും കുട്ടികളായിട്ടും വീട്ടിലെ പ്രാരബ്ധങ്ങളായിട്ടും കുഞ്ഞാലിക്കുട്ടി യോടുള്ള കൂട്ടിന്റെ ഊഷ്മളത കുറഞ്ഞേയില്ല.... കുഞ്ഞാലിയും കെട്ടി.... ഉമ്മുക്കുലുസു. നല്ല പെണ്ണ്. അവർക്കുമുണ്ടായി കുട്ടികൾ മൂന്ന്.... വളരെ ചെറുപ്പത്തിലേ എല്ലാവരേയും വിവാഹം കഴിപ്പിച്ചു..... ഉമ്മുക്കുലുസു ഈ അടുത്തകാലത്തെപ്പോഴോ ആണ് മരിച്ചത്.... ഒന്നു പോകാൻകൂടി പറ്റി യില്ല......

"ശേഖരൻനായരെ....." ഊണു കഴിഞ്ഞു വിശ്രമിക്കുന്നതിനിടയിൽ കുഞ്ഞാലിക്കുട്ടി വിളിച്ചു: "നിങ്ങടെ മോനെങ്ങ്നാ?.... അവന്റമ്മേടെ അസുഖം വല്ലതുമുണ്ടോ?"

"ഒന്നുമില്ല....." ശേഖരൻനായർ പറഞ്ഞു.

ഭയപ്പെടുത്തുന്ന രീതിയിൽ ശ്വാസം വലിക്കുന്ന ലക്ഷ്മി..... ആസ്ത്മ യാണ്.... കടുത്ത ആസ്ത്മ.... ഒരു കർക്കിടരാത്രിയിൽ ആസ്ത്മയുടെ കടുത്ത ആക്രമണത്തിൽനിന്ന് അവൾ..... പിന്നെ ഉണർന്നേയില്ല..... അമ്മ യുടെ മരണാനന്തരകർമ്മങ്ങൾക്കു വന്ന മക്കൾ ഓരോരുത്തരും നിർബ ന്ധിച്ചു..... അച്ഛൻ ഞങ്ങടെ കൂടെ വരണം.... അച്ഛൻ ഞങ്ങടെകൂടെ വരണം. ഒടുവിൽ കുഞ്ഞാലിക്കുട്ടിയും നിർബന്ധിച്ചു... ചെല്ല്..... കുട്ടികളുടെ ആഗ്രഹ മല്ലേ?....

മൂത്ത മകന്റെ കൂടെ തിരുവനന്തപുരത്തേക്ക്.... ആദ്യം വാടകകെട്ടിടത്തി ലായിരുന്നു താമസം. രണ്ടുമൂന്നു പ്രാവശ്യം വീടുമാറുന്ന ബദ്ധപ്പാടുകൾ കണ്ടപ്പോൾ നാട്ടിലെ വീടുംപറമ്പും സ്വത്തുക്കളും വിറ്റ് കുട്ടികൾക്ക് വീതിച്ചു... കൂടുതൽ മൂത്ത മകനു കൊടുത്തു...... അവനതുകൊണ്ട് ഇവിടെ സ്വന്തമായി ഒരു വീടും പറമ്പും വാങ്ങി..... ഇനി നാടുമായിട്ടെന്താണ് ബന്ധം?

ഒന്നിലും കുഞ്ഞാലിക്കുട്ടിക്ക് പരിഭവമില്ലെന്നു തോന്നി.

നാട്ടുവിശേഷങ്ങളും വീട്ടുകാര്യങ്ങളും ഒന്നൊന്നായി പറയാൻതുടങ്ങി. കുട്ടികളെല്ലാം നല്ല നിലയിലായി. വീട്ടിൽ ഒറ്റയ്ക്കാണ്. കുറച്ചുകാലമായി

കടുത്ത നെഞ്ചുവേദന. നാട്ടിലെ ഡോക്ടർ വിശദമായി പരിശോധിച്ചിട്ട് പറഞ്ഞു: "തിരുവനന്തപുരത്തു പോകണം. ഒരുപക്ഷേ, ഒരോപ്പറേഷൻ വേണ്ടിവന്നേക്കും." ഡോക്ടറും കൂടെ വന്നു. ഇവിടെയും വിശദമായി പരിശോധിച്ചു. ഒരു ചെറിയ ഓപ്പറേഷൻ മതി. അത് പതിനഞ്ചു ദിവസം കഴിഞ്ഞ് നടത്താൻ നിശ്ചയിച്ചിരിക്കുകയാണ്. അതുവരെ പരിപൂർണ്ണവിശ്രമമെടുത്ത് ഇവിടെത്തന്നെ കൂടണം......

"കുറച്ചുദിവസമെങ്കിലും ഒന്നിച്ചു കഴിയാമല്ലോ....." ശേഖരൻനായർ ആശ്വാസം കൊണ്ടു.

"അതുതന്നെ ഞാനും കരുതി."

കുഞ്ഞാലിക്കുട്ടിയുടെ മുഖത്ത് ആശ്വാസത്തിന്റെ തിളക്കം.

സംസാരിച്ചിരുന്ന് നേരം പോയതറിഞ്ഞില്ല. മകനും ഭാര്യയും കുട്ടികളും കൂടി സ്കൂട്ടറിൽ വന്നിറങ്ങിയപ്പോഴാണ് മണി അഞ്ചു കഴിഞ്ഞെന്ന് ശേഖരൻ നായർക്കു മനസ്സിലായത്.

"ഇതും ഒരപ്പൂപ്പനാ-" ശേഖരൻനായർ കുട്ടികളെ അടുത്തുവിളിച്ച് അതിഥിയെ പരിചയപ്പെടുത്തി.

മരുമകളേയും വിളിച്ചുപറഞ്ഞു. "ഇതാണ് ഞാൻ എപ്പോഴും പറയാറുള്ള കുഞ്ഞാലിക്കുട്ടി."

മകനും മരുമകളും കുഞ്ഞാലിക്കുട്ടിയോട് ചിരിക്കുകയും ക്ഷേമം തിരക്കുകയും ചെയ്തു.

എല്ലാറ്റിനും മറുപടിയായി കുഞ്ഞാലിക്കുട്ടി പറഞ്ഞു:

"കുട്ടികളെ, ഞാനും ഇവിടെ കൂടീരിക്യാ..... ചോറൊക്കെയുണ്ടു.... കുളീം കഴിഞ്ഞു.... കുറച്ചു ദിവസം ഇവിടെ കാണും....."

കുട്ടികൾ കുറേ നേരംകൂടി അടുത്തു നില്ക്കുകയും അതിഥിയെ കൗതുകത്തോടെ നോക്കുകയും സംസാരിക്കാൻ ശ്രമിക്കുകയും ചെയ്തു. പിന്നെ "മേൽ കഴുകി പഠിക്കൂ..." എന്നു പറഞ്ഞ് അവരുടെ അമ്മ വന്ന് കൂട്ടിക്കൊണ്ടുപോയി.

സന്ധ്യയായി.

കുഞ്ഞാലിക്കുട്ടിയേയും കൂട്ടി ശേഖരൻനായർ ഒന്നു വെറുതെ നടക്കാനിറങ്ങി. മൈതാനം ചുറ്റി- തിരക്കൊഴിഞ്ഞ റോഡിലൂടെ തിരിച്ചെത്തുമ്പോഴേക്കും എട്ടുമണി കഴിഞ്ഞിരുന്നു. മകൻ കുട്ടികളെ പഠിപ്പിക്കുന്ന തിരക്കിലാണ്. മരുമകൾ അടുക്കളയിലാണ്. ഊണാവുന്നതുവരെ കുഞ്ഞാലിക്കുട്ടിയോട് ഓരോരോ കാര്യങ്ങൾ പറഞ്ഞിരുന്നു. ഇതിനിടയിൽ എപ്പോഴോ മകൻ പുറത്തേക്കു പോയി. അതുകണ്ട് കുഞ്ഞാലിക്കുട്ടി ചോദിച്ചു:

"ആ കുട്ടിയോടൊന്നു സംസാരിച്ചില്ലല്ലോ? വല്ലാത്ത തിരക്കായിരിക്കും- അല്ലേ?"

"അതെ. അവനെപ്പൊഴും തെരക്കാ" എന്തോ ആലോചിച്ചിട്ട് ശേഖരൻ നായർ പറഞ്ഞു.

"ഊണുകഴിഞ്ഞിട്ടാവാം, നമുക്ക് പുലരുവോളം ഇരുന്ന് സംസാരിക്കാം."

ഇതിനിടയിൽ മകൻ വന്നു.

ഊണായി.

മരുമകൾതന്നെ വിളമ്പി.

ഊണുകഴിക്കുമ്പോഴും മകൻ സംസാരത്തിൽ വല്ലാത്ത മിതത്വം പാലിക്കുന്നതു കണ്ടു.

കുഞ്ഞാലിയുടെ ചില ചോദ്യങ്ങൾക്ക് തികഞ്ഞ മൗനമായിരുന്നു അവന്റെ മറുപടി.

തെക്കേ മുറിയിലാണ് കുഞ്ഞാലിക്ക് കിടക്ക വിരിച്ചത്. അതിനിടയിൽ മകൻ വിളിച്ചു. "അച്ഛാ ഒന്നുവരൂ...."

ധൃതിയിൽ പുറത്തേക്കിറങ്ങിച്ചെന്നു. "എന്താ......മോനേ?....

"പിന്നെ...."

അവനെന്തോ പറയാൻ ഭാവിക്കയാണ്. പക്ഷേ, വല്ലാത്ത വൈഷമ്യം.

"എന്താ മോനെ–എന്താകാര്യം?"

"പിന്നെ....." അവൻ വീണ്ടും വാക്കുകൾക്കുവേണ്ടി പരതി. ഒടുവിൽ ഒന്നു രണ്ടു നിമിഷത്തെ നിശ്ശബ്ദതയ്ക്കുശേഷം അവൻ ചോദിച്ചു:

"അച്ഛനിതെന്താ ഭാവം?....."

"ഏത്....."

"അല്ല, ഇയാൾ എത്രനാളാ ഇവിടെ താമസിക്കാൻ പോണത്?...."

മകന്റെ ശബ്ദത്തിന് വല്ലാത്ത ഒരനിശ്ചിതത്വം.

ശേഖരൻനായർക്ക് പെട്ടെന്ന് ഒന്നും പറയാൻ കഴിഞ്ഞില്ല.

അച്ഛന്റെ മൗനം കണ്ടാവാം മകൻ വീണ്ടും പറഞ്ഞു:

"അച്ഛന് ബുദ്ധിമുട്ടൊന്നുമില്ലല്ലോ?.... എനിക്ക് ഒരാളെക്കൂടി സംരക്ഷിക്കാൻ വയ്യ...."

ശേഖരൻനായർ അറിയാതെ അയാളുടെ വാക്കുകൾ ഇറുന്നുവീണു.

"അതിന് കുഞ്ഞാലിക്കുട്ടി.... ഇവിടെത്രനാൾ താമസിക്കുമെന്നാ നിന്റെ വിചാരം?...."

മകന്റെ ശബ്ദത്തിന് കനം വയ്ക്കുകയായിരുന്നു.

"ഇന്ന് കുഞ്ഞാലിക്കുട്ടി..... നാളെ വേറെ ചിലർ...... എനിക്കു വയ്യ. ഞാൻ കഷ്ടപ്പെടുന്നത് എന്റെ കുട്ടികൾക്കു കഴിക്കാനാ....."

അപ്രതീക്ഷിതമായ ആഘാതത്തിൽ ആകെ തളർന്നുപോയ ശേഖരൻ നായർ പെട്ടെന്ന് ജ്വലിച്ചു:

"എടാ.... കുഞ്ഞാലിക്കുട്ടി എന്റെ അതിഥിയാ...."

മകനും ജ്വലിക്കുകയായിരുന്നു.

“എനിക്ക് അച്ഛന്റെ കാര്യം അന്വേഷിക്കണമെന്നേയുള്ളൂ.... അല്ലാതെ...”

ശേഖരൻനായർ തളർന്നുപോയി.

സ്വയം ഉൾവലിയുന്നതാണ് നല്ലതെന്ന് അയാൾക്കുതോന്നി. ശബ്ദം ഉറക്കെയായാൽ കുഞ്ഞാലിക്കുട്ടി കേൾക്കും. അതുവേണ്ട.... അതുവേണ്ട....

ശേഖരൻനായർ മകന്റെ മുഖത്തേക്കു സൂക്ഷിച്ചുനോക്കി.

“ഒരു കള്ളനെപ്പോലെ അവൻ മുഖം കുനിക്കുന്നു.....

ആ കുനിഞ്ഞ മുഖം പിടിച്ചുയർത്തി ശേഖരൻനായർ പറഞ്ഞു:

“മതി മോനേ.... മതി....”

ഹൃദയത്തിനു വല്ലാത്ത ഭാരം തോന്നുന്നു. നടക്കാനും സംസാരിക്കാനും തീരെ വയ്യ.... എങ്ങനെ കുഞ്ഞാലിക്കുട്ടിയെ നേരിടും.... മകനുമായി സംസാരിക്കാൻ അയാൾ കാത്തുനില്ക്കുകയാണ്.

ശേഖരൻനായർ വരാന്തയിൽത്തന്നെ കുറേനേരം നിന്നു......

എന്തു മഹാപാപമാണ് മകൻ പറഞ്ഞിരിക്കുന്നത്.

.......ഈ മകനെ പ്രസവിക്കാൻനേരം..... ലക്ഷ്മി കിടന്നുപുളഞ്ഞ ആ രാത്രി..... നാട്ടുവൈദ്യന്മാരെല്ലാം കൈവിട്ടു..... ആ നടുപാതിരാത്രിക്ക് പന്ത്രണ്ടു മൈൽ ഓടിച്ചെന്ന് ഡോക്ടറെ വിളിച്ചുകൊണ്ടുവരാൻ ഈ കുഞ്ഞാലിക്കുട്ടിയേ ഉണ്ടായിരുന്നുള്ളൂ.... അതു മാത്രമല്ല, എത്രയെത്ര സന്ദർഭങ്ങളിൽ...... പാട്ടക്കാരുമായുള്ള വഴക്കിൽ..... കള്ളക്കേസിൽ..... എല്ലായിടത്തും രക്ഷിക്കാൻ കുഞ്ഞാലിക്കുട്ടിയായിരുന്നു.... ജപ്തിക്കുള്ള കടലാസ്സ് വന്നപ്പോഴും ഇവനെ കോളേജിലയക്കാൻ വിഷമിച്ചപ്പോഴും കുഞ്ഞാലിക്കുട്ടിയേ ഉണ്ടായിരുന്നുള്ളൂ....

അതെല്ലാം മറക്കാൻ കഴിയുമോ.....

ശേഖരൻനായർക്ക് സഹിച്ചില്ല. അയാൾ തെക്കേ മുറിയിലേക്കു ചെന്നു. കുഞ്ഞാലി എവിടെ?

ഉറങ്ങിയോ?

ഉറങ്ങിയിരിക്കുന്നു.

ഒരുവശം ചരിഞ്ഞ് എല്ലാം മറന്നുറങ്ങുകയാണ്.

ഉറങ്ങിക്കോട്ടെ.

മകൻ പറഞ്ഞതൊന്നും കുഞ്ഞാലിക്കുട്ടി കേട്ടിരിക്കാൻ ഇടയില്ല.

എങ്ങനെയോ കിടക്കയിൽ ചെന്നു വീണു.

അന്നുരാത്രി ശേഖരൻനായർ ഉറങ്ങിയില്ല.

മകന്റെ മനസ്സ് എങ്ങനെ മാറിയിരിക്കുന്നു? അവൻ കുഞ്ഞാലിക്കുട്ടിയെ മറന്നിരിക്കുന്നു. അച്ഛന്റെ സുഹൃത്താണെന്ന പരിഗണനപോലും അവനില്ലാതായിരിക്കുന്നു.....

നാട്ടിലെ വീടും പറമ്പും വിറ്റതിൽ അന്നാദ്യമായി ശേഖരൻനായർക്ക് ദുഃഖം തോന്നി.

വേണ്ടാ. ഒന്നും വേണ്ട. കുഞ്ഞാലിക്കുട്ടിയോട് എല്ലാം തുറന്നുപറയാം. എന്നിട്ട് ഒന്നിച്ച് നാട്ടിലേക്കു മടങ്ങാം.

പുലർന്നിട്ടും ശേഖരൻനായർ ചിന്തകളിൽനിന്നുണർന്നില്ല. കുട്ടികളെ സ്കൂളിലയയ്ക്കുന്ന തിരക്കും മകന്റെയും മരുമകളുടെയും ഒരുക്കങ്ങളും ശ്രദ്ധിച്ചു കിടക്കയിൽത്തന്നെ കിടന്നു. ഇടയ്ക്കെപ്പോഴോ കുഞ്ഞാലിക്കുട്ടി ഉണർന്നിരിക്കുന്ന കുട്ടികളോട് ഉച്ചത്തിൽ സംസാരിക്കുന്നതും മകനേയും മരുമകളേയും വിളിച്ച് എന്തൊക്കെയോ പറയുന്നതും കട്ടിലിൽ കിടന്നുതന്നെ കേൾക്കാം.

എപ്പോഴോ അയാൾ ഉറക്കെ വിളിച്ചു. "ശേഖരൻനായരെ.... നിങ്ങൾ ഉണർന്നില്ലേ?"

ഒന്നും മിണ്ടിയില്ല.

അയാൾ വീണ്ടും അകത്തോട്ടു നോക്കി വിളിച്ചു: "ശേഖരൻനായരെ...."

എഴുന്നേറ്റു ചെല്ലണം. ഇല്ലെങ്കിൽ ഇനിയും അയാൾ വിളിക്കും.

ഉറങ്ങിയുണർന്നതുപോലെ എഴുന്നേറ്റു വരാന്തയിലേക്കു ചെന്നു.

കുഞ്ഞാലിക്കുട്ടിയുടെ മുഖത്തേക്കു നോക്കാൻ ഒരു മടി. വെറുതെ കണ്ണും തിരുമ്മി നിന്നപ്പോൾ മരുമകൾ ചോദിച്ചു:

"അച്ഛന് കാപ്പി തരട്ടേ...."

"വേണ്ടാ. ഞങ്ങൾ കുളിയൊക്കെ കഴിഞ്ഞ് സാവധാനം കഴിച്ചോളാം..."

"എന്നാൽ...." മരുമകൾ പറഞ്ഞു: "ഓഫീസിൽ പോകാൻ നേരമായി."

"ശരി. ആവട്ടെ...."

മകനും യാത്രചോദിച്ചു. അപ്പോൾ കുഞ്ഞാലിക്കുട്ടി അവനെ അരികിൽ വിളിച്ചണച്ച് എന്തോ സ്വകാര്യം പറഞ്ഞു. പെട്ടെന്ന് മകന്റെ മുഖം ഒന്നു മങ്ങി. ധൃതിയിൽ പിടിവിട്ടു മാറുമ്പോൾ കുഞ്ഞാലിക്കുട്ടി അവനോട് തെല്ല് ഉറക്കെപ്പറഞ്ഞു: "അപ്പോൾ പറഞ്ഞതുപോലെ...."

മകനും മരുമകളും കുട്ടികളും ഇറങ്ങാത്ത താമസം കുഞ്ഞാലിക്കുട്ടി വേഗം സഞ്ചി കൈയിലെടുത്തു എന്നിട്ടു പറഞ്ഞു:

"ശേഖരന്നായരെ...... ഞാൻ പോക്വാ.... എനിക്കു പോകണം....."

"കുഞ്ഞാലിക്കുട്ടീ..."

അത് ശേഖരൻനായരുടെ വിലാപമായിരുന്നു.

"നിനക്കെന്താ എന്തുപറ്റി?"

"ഒന്നുമില്ല. എനിക്കു പോകണം. വീട്ടിൽ ചെന്നാലേ ശരിക്കു വിശ്രമിക്കാൻ പറ്റൂ."

കുഞ്ഞാലിക്കുട്ടി മുഖത്തുനോക്കാതെ പറഞ്ഞു.

ശേഖരൻനായർക്ക് എല്ലാം മനസ്സിലായി. രാത്രിയിലെ സംഭാഷണം മുഴുവൻ കുഞ്ഞാലിക്കുട്ടി കേട്ടിരിക്കുന്നു.

ശേഖരൻനായർ തളരുകയായിരുന്നു. ആ തളർച്ചയിൽ അയാളുടെ ശബ്ദം ഒരു യാചനയായി.

"എല്ലാം നീ കേട്ടു അല്ലേ? എന്റെ മകൻ പറഞ്ഞതെല്ലാം കുഞ്ഞാലിക്കുട്ടീ നീ കേട്ടു... അല്ലേ?"

കുഞ്ഞാലിക്കുട്ടി ആശ്വസിപ്പിക്കുംപോലെ പറഞ്ഞു:

"നമ്മുടെ മക്കൾ കുട്ടികളല്ലേ? അവരങ്ങനെ പലതും പറയും. പക്ഷേ, എനിക്കു ശേഖരൻനായരുടെ കാര്യമോർത്തിട്ടാ വിഷമം....."

ശേഖരൻനായർ പെട്ടെന്ന് ചോദിച്ചു:

"ഞാൻകൂടി വരട്ടെ."

"വേണ്ടാ."

അതൊരാജ്ഞയായിരുന്നു.

ആ കനത്ത ശബ്ദം നേർത്തുവന്നു.

"ഒരു പരീക്ഷണം നടത്താനുള്ള കെല്പ് എനിക്കില്ല... എന്റെ കുട്ടികളും ഇങ്ങനെ തന്നെ പറഞ്ഞാലോ?... പെരുമാറിയാലോ?"

ശേഖരൻനായർക്കു ശബ്ദിക്കാൻ കഴിഞ്ഞില്ല.

കുഞ്ഞാലിക്കുട്ടി സഞ്ചിയുമെടുത്ത് വേഗം പടിയിറങ്ങി.

ഗേറ്റ് തുറക്കുമ്പോൾ കണ്ണുകൾ നിറഞ്ഞുപോയി.

കുഞ്ഞാലിക്കുട്ടി ഒന്നു തിരിഞ്ഞുനോക്കിയോ?.......

■

അവസാനിക്കാത്ത യാത്ര

ബല്ലടിച്ചു; ബസ്സ് നീങ്ങി,

ഭാഗ്യത്തിന് വാതിൽക്കമ്പിയിൽ പിടികിട്ടി. അകത്തേയ്ക്കു കയറാനൊക്കില്ല.

നാല്പത്തിയഞ്ചുപേർക്ക് കയറാവുന്ന ബസ്സിൽ എഴുപതോളം പേരുണ്ടാകും.

കാലുകുത്താൻ ഇടമില്ല; കൈപിടിക്കാനും തരമില്ല.

എന്നാലും ഈ ബസ്സിൽ പോകാതെ പറ്റില്ലല്ലോ;

നാട്ടിലേക്കുള്ള അവസാനത്തെ വണ്ടിയാണ്.

ഈ ബസ്സ് വരുന്നതും കാത്ത് അവൾ ഉറങ്ങാതിരിപ്പുണ്ടാകും;

ഇതിലെങ്കിലും കണ്ടില്ലെങ്കിൽ.........

അത് ഓർക്കാൻ പോലുമാവുന്നില്ല.

രണ്ടാഴ്ചയ്ക്കുള്ളിൽ ഇത് നാലാമത്തെ കത്താണ്.

വീട്ടിൽ നിന്നും പോന്നതിന്റെ മൂന്നാം ദിവസം കിട്ടി കണ്ണീരിന്റെ നനവുള്ള ആദ്യാക്ഷരങ്ങൾ:

"വിനയേട്ടന്റെ സ്വഭാവം ശരിക്കറിയാവുന്നത് കൊണ്ട് ഓർമ്മിപ്പിക്കുകയാണ്. ആരോടെങ്കിലും പറഞ്ഞ് ക്വാർട്ടേഴ്സ് കിട്ടുമോയെന്ന് നോക്കണം. കിട്ടിയില്ലെങ്കിൽ കുറഞ്ഞ വാടകയ്ക്കൊരു വീടായാലും മതി. കൂടുതൽ സൗകര്യമൊന്നും വേണ്ട. ഉള്ളതുകൊണ്ട് ഞാനും കുഞ്ഞും ഒതുങ്ങിക്കഴിഞ്ഞോളാം."

ഓഫീസിൽ ബോർഡുമെമ്പറുടെ വിദേശയാത്ര സംബന്ധിച്ച ബില്ലുകളുടെ ക്ലാരിഫിക്കേഷൻ തയ്യാറാക്കുമ്പോഴാണ് കത്തുകിട്ടിയത്. പിന്നെ മനസ്സ് നേരെ നിന്നില്ല. പെട്ടെന്ന്, കടലാസുകളെല്ലാം ഒതുക്കി വച്ച് കളക്ടറേറ്റിലേക്ക് പായുകയായിരുന്നു.

ക്വാർട്ടേഴ്സുകളുടെ അലോട്ടുമെന്റുകാര്യങ്ങൾ നോക്കുന്ന സൂപ്രണ്ടിന് അവജ്ഞയായിരുന്നു:

“എത്ര പ്രാവശ്യം പറഞ്ഞു നിങ്ങളുടെ പ്രയോറിടി 837 ആണെന്ന്. ഈ മാസം നാലു ക്വാർട്ടേഴ്സ് ഒഴിയും. ഇതിപ്പോൾ 1985 ജൂലായ്.... ഈ രീതിയിൽ നോക്കിയാൽ അടുത്ത പത്തു കൊല്ലത്തേക്ക് നിങ്ങൾക്ക് കിട്ടാനിടയില്ല.”

വിഷണ്ണനായി നിൽക്കുന്നതു കണ്ട് സൂപ്രണ്ടു ചോദിച്ചു:

“നാട്ടിലേക്കൊരു മാറ്റത്തിനു ശ്രമിച്ചു കൂടേ?” പിന്നെ പെട്ടെന്ന് എന്തോ ഓർത്തിട്ടെന്നപോലെ അയാളതു തിരുത്തി. “ക്ഷേമനിധി ബോർഡിന് തലസ്ഥാനത്തു മാത്രമല്ലേ ഓഫീസുള്ളൂ; നിങ്ങളൊരു വീടു വാടകയ്ക്കെടുക്കാൻ നോക്ക്.”

അയാൾ പിന്നെയും എന്തൊക്കെയോ പറഞ്ഞുകൊണ്ടിരുന്നു. അതിനിടയിൽ പുറത്തു കടന്നു. ഏതായാലും ഒരു വീടു നോക്കണം.

വൈകുന്നേരം പറ്റുകടയിലെ മുനിയപ്പനോടു കാര്യം പറഞ്ഞു. അയാൾ മണിയനെ ഏർപ്പാടാക്കി. ബ്രോക്കറാണ്. നഗരത്തിലും പ്രാന്തത്തിലും ഒഴിയുന്ന വീടുകളെപ്പറ്റി നല്ല തിട്ടമാണ്. ഒരു മാസത്തെ വാടക ബ്രോക്കറേജ് കൊടുക്കണമെന്ന് മാത്രം.

അടുത്ത ദിവസം രാവിലെ തന്നെ മണിയൻ ലോഡ്ജ് മുറിയിൽ വന്നു.

മുഖവുരയില്ലാതെ കാര്യത്തിലേക്കു കടന്നു;

“സാറിന്റെ കണ്ടീഷൻ എന്തൊക്കെയാണ്; എത്ര വാടകയാവാം; എന്തൊക്കെ സൗകര്യങ്ങൾ വേണം; ഏരിയായുടെ കാര്യത്തിൽ പ്രത്യേക താല്പര്യം വല്ലതുമുണ്ടോ?”

ചോദ്യം ചെയ്യൽ ഇങ്ങനെ നീണ്ടപ്പോൾ മണിയനോട് ഉള്ള കാര്യം തുറന്നു പറഞ്ഞു:

“ഏത് ഏര്യയായാലും മതി. അല്പം വൃത്തി വേണം ഒരു മുറീം അടുക്കളേം ആയാലും മതി. വാടക കുറഞ്ഞിരിക്കണം. വണ്ടിക്കൂലി അധികം കൊടുക്കാതെ ഓഫീസിലെത്താവുന്ന ഒരിടം.”

“സിറ്റിയിലെങ്ങും ആയിരത്തഞ്ഞൂറിൽ കുറഞ്ഞ് വീട് കിട്ടില്ല. ഒരു വർഷത്തേക്കുള്ള വാടക അഡ്വാൻസും കൊടുക്കണം.”

“അയ്യോ അതുവേണ്ട.”

“എന്നാൽ അല്പം നീങ്ങി നോക്കാം.”

മണിയൻ ഡയറി തുറന്നു കുറേ പരിശോധിച്ചു. പിന്നെ പറഞ്ഞു:

“ശരി പോകാം.”

ബസ്സിലും കാൽനടയുമായി നഗരാതിർത്തിയിലെത്തി. പിന്നെയും ഒരിടവഴിയിലൂടെ കുറേ നടന്നു. ഒടുവിൽ വഴി അവസാനിക്കുന്നിടത്ത് ഇടതുവശത്ത് പൊക്കത്തിലായി ഒരു ചെറിയ വീട്.

അടുത്ത വീട്ടിൽ നിന്ന് താക്കോൽ വാങ്ങിക്കൊണ്ടു വന്ന് മണിയൻ വീടു തുറന്നു:

“സാറിന്റെ കണ്ടീഷനൊക്കുന്ന വീടാ.”

വീട് വിശദമായി പരിശോധിച്ചു. ഒരു ചെറിയ കുടുംബത്തിന് കഷ്ടിച്ചു താമസിക്കാം. പൈപ്പുവെള്ളമുണ്ട്: വെളിച്ചമുണ്ട്. നടന്ന് ഓഫീസിലെത്താൻ കഴിയില്ലെന്നൊരു കുഴപ്പമേയുള്ളൂ. രണ്ടു വഴിക്കും കൂടി മൂന്നു രൂപയെങ്കിലും ബസ്സിനു കൊടുക്കണം.

വീട് ഇഷ്ടപ്പെട്ടെന്നു തോന്നിയപ്പോൾ മണിയൻ പതുക്കെ കാര്യത്തിലേക്കു കടന്നു: "ആയിരത്തഞ്ഞൂറാ വാടക ചോദിക്കുന്നത്. അതു ഞാൻ ആയിരമാക്കി കുറച്ചു തരാം. ഒരു കൊല്ലത്തെ അഡ്വാൻസ് എന്നുള്ളത് ആറുമാസത്തേക്കുമാക്കാം."

"അയ്യോ"

അതു കേട്ടപ്പോൾ നിലവിളിക്കാൻ തോന്നി.

ഈ വീടിന് ഇത്രയും വാടകയോ?

"മണിയാ ഇതിൽ കുറയില്ലേ?"

"ഇതിൽ കുറഞ്ഞ് ഒറ്റ വീടായി കിട്ടില്ല സാറേ?"

മണിയൻ തീർത്തു പറഞ്ഞു; എന്നിട്ടൊരു സൗജന്യവും:

"വേണമെങ്കിൽ ഏതെങ്കിലും വീടിന്റെ പകുതി ഭാഗം കിട്ടുമോ എന്നു നോക്കാം."

ഇനി ഇന്നു വേറെ വീടുനോക്കാൻ പോകണോ?

ഇപ്പോൾ തന്നെ ഓഫീസിൽ പോകാനുള്ള സമയം കഴിഞ്ഞിരിക്കുന്നു.

കാത്തു നിന്ന മണിയനോടു പറഞ്ഞു:

'ഇനി വൈകുന്നേരമാവാം, ഓഫീസിൽ പോകാനുള്ള സമയം കഴിഞ്ഞു."

തിരിച്ചുപോകുമ്പോൾ സ്വയമൊരു കണക്കെടുപ്പു നടത്തി. എത്ര രൂപയ്ക്കുവരെയുള്ള വീടാകാം? വീട്ടു ചെലവ് എന്തുവരും? തറവാട്ടിലേക്ക് വല്ലതും കൊടുക്കണ്ടേ.....

വല്ലതുമോ?

തറവാടിന്റെ ഏക ആശ്രയമാണ്. കാര്യമായ വരുമാനമൊന്നുമില്ലാത്ത അച്ഛൻ, കെട്ടു പ്രായം കഴിഞ്ഞു നിൽക്കുന്ന രണ്ടു സഹോദരിമാർ, മാസന്തോറുമെത്തിക്കുന്ന ആയിരം രൂപയാണ് തറവാടിനെ താങ്ങി നിർത്തുന്നത്. അതു കുറയ്ക്കാൻ കഴിയുമോ?

ഓഫീസിലെത്തിയിട്ടും മനസ്സു നേരെയായില്ല.

ബോർഡു മെമ്പറുടെ യാത്രാബില്ല് എടുത്തില്ല. സ്വന്തം കണക്കു പുസ്തകം തുറന്നു:

പിടുത്തമെല്ലാം കഴിഞ്ഞ് ശമ്പളമായി കൈയിൽ കിട്ടുന്നത് രണ്ടായിരത്തി ഒരുന്നൂറു രൂപയാണ്. അതിൽ ആയിരം രൂപകൊണ്ട് താമസവും ഭക്ഷണവും ഉൾപ്പെടെയുള്ള പ്രതിമാസചെലവുകൾ നടത്തുന്നു. അതൊരഭ്യാസം തന്നെയാണ്. രാവിലെ ഒരു ചായ, ഒരു സിഗററ്റ്. രണ്ടിനും കൂടി രണ്ടു രൂപ. പ്രഭാത

ഭക്ഷണമായി മൂന്നു ദോശ, ഒരു ചായ. അതിന് അഞ്ചു രൂപ. അങ്ങനെ മൊത്തം ഏഴു രൂപകൊണ്ട് ഉച്ച വരെയുള്ള കാര്യങ്ങൾ കഴിയും. ഉച്ചയ്ക്ക് ഊണിനും ഒരു സിഗററ്റിനും കൂടി ഒൻപതു രൂപ എഴുപത്തിയഞ്ചുപൈസ. വൈകുന്നേരം ചായയില്ല. രാത്രിയിൽ ഒരു പ്ലേറ്റു കപ്പക്കറി. ഒരു പഴം, ഒരു ചായ അതിനുമാത്രം എട്ടേകാൽ രൂപ. അങ്ങനെ ഒരു ദിവസത്തെ ആകെ ചെലവ് ഇരുപത്തഞ്ചുരൂപ. മുറി വാടക പ്രതിമാസം ഇരുന്നൂറുരൂപ. മുടിവെട്ട്, സോപ്പ്, എണ്ണ ഇവയ്ക്കെല്ലാംകൂടി ഒരു മാസത്തേക്ക് അൻപതുരൂപ. ഇതു കൃത്യമാണ്. ഈ കൃത്യതയ്ക്ക് പുറത്ത് ഒരുപൈസപോലും ചെലവാക്കില്ല. ആഹാരം കഴിക്കാൻ പോകുമ്പോൾ യാദൃച്ഛികമായി ഒരു പരിചയക്കാരൻ കൂടെവന്നാൽ ആ ഒരു നേരം പട്ടിണിയിരിക്കാനും മടിയില്ല. ഒരിക്കലും തെറ്റാത്ത ഈ കൃത്യതയുള്ളതു കൊണ്ടാണ് മാസംതോറും ആയിരത്തി ഇരുന്നൂറുരൂപയോളം മിച്ചം വരുന്നത്. അതിൽ ആയിരം രൂപാ കൃത്യമായി തറവാട്ടിൽ കൊടുക്കുന്നുണ്ട്.

ഇനി ഭാര്യയെയും കുഞ്ഞിനെയും നഗരത്തിലേക്കു കൊണ്ടുവന്നു വാടക വീടെടുത്തു താമസമാക്കിയാൽ എന്തു ചെലവുവരും? അതും വിശദമായിത്തന്നെനോക്കി. വീട്ടുവാടക ആയിരം രൂപ; കറണ്ട്, വെള്ളം എന്നിവയ്ക്കുള്ള ചെലവ് നൂറു രൂപ. അങ്ങനെ വീട്ടു ചെലവ് ആകെ അയിരത്തഞ്ഞൂറുരൂപ; തറവാട്ടിലേക്കുള്ള വിഹിതം ആയിരം രൂപ. മൊത്തം മൂവായിരത്തി അറുന്നൂറുരൂപ:

വരുമാനമാകട്ടെ രണ്ടായിരത്തി ഒരുന്നൂറുരൂപാ മാത്രവും.

അധികം വേണ്ടിവരുന്നത് ആയിരത്തിയഞ്ഞൂറുരൂപാ? അതിന് എവിടെ പോകും?

ഈ കണക്കിൽ, കുറയ്ക്കാൻ കഴിയുന്ന ഇനങ്ങളുണ്ടോ? ഒന്നുകൂടി പരിശോധിച്ചു:

കുറേക്കൂടി വാടക കുറഞ്ഞവീടിന് ശ്രമിച്ചുകൂടെ?

വീട്ടു ചെലവ് ഇനിയും കുറച്ചു കൂടെ?

ഭാര്യയും കുഞ്ഞും ഇങ്ങുപോരുന്നതുകൊണ്ട് തറവാട്ടിലേക്കുള്ള വിഹിതവും കുറയ്ക്കാമല്ലോ.

ഓരോ ഇനവും വീണ്ടും പരിശോധിച്ചു. വാടകവീട് അറുന്നൂറിനു മതി. സാധനങ്ങളുടെ വിലനിലവാരം വച്ചു പരമാവധി നോക്കി- രണ്ടു മുതിർന്നവരും ഒരു കുട്ടിയും; വീട്ടുസാധനങ്ങൾ എത്ര കുറച്ചാലും കുഞ്ഞിന്റെ കാര്യത്തിൽ എന്തു ചെയ്യാനൊക്കും? പരമാവധി നോക്കിയിട്ടും ആയിരത്തിമുന്നൂറു രൂപയാകുന്നു. തറവാട്ടിലേക്ക് അഞ്ഞൂറു രൂപ മതി. അങ്ങനെ ആകെ നോക്കുമ്പോൾ രണ്ടായിരത്തി നാനൂറുരൂപാ. എന്നിട്ടും മുന്നൂറു രൂപയുടെ കുറവ്:

ഇനിയും പരിശോധിച്ചാലോ?

വീണ്ടും കൂട്ടിയും കിഴിച്ചും നോക്കി.

ശരിയാകുന്നില്ല.

പിന്നെയും നോക്കി....

എന്നിട്ടും ശരിയാകുന്നില്ല.

ഒടുവിൽ ഓഫീസ് അടയ്ക്കുന്നതു കണ്ടപ്പോഴാണ് അഞ്ചുമണി കഴിഞ്ഞെന്നറിഞ്ഞത്.

മണിയൻ പുറത്തു കാത്തുനില്പുണ്ടായിരുന്നു.

അയാളുടെ കൂടെ കറങ്ങി.

എങ്ങനെയും ഒരു വീടു കണ്ടുപിടിക്കണം.

രാത്രി പത്തുമണിക്കു മുമ്പ് ഏഴു വീടുകളും മൂന്നു വീടുകളുടെ ഭാഗങ്ങളും കാണിച്ചു തന്നു. അതിലൊരു വീടുപോലും എണ്ണൂറുരൂപയ്ക്കു താഴെയില്ല. ഒരു വീടിന്റെ പകുതി ഭാഗം അറുന്നൂറു രൂപയ്ക്ക് തരപ്പെടുമെന്ന് തോന്നി. അതും തീർച്ചയില്ല. നാളെ അറിയിക്കാമെന്നാണ് വീട്ടുടമ പറയുന്നത്.

മണിയനും തളർന്നെന്ന് തോന്നി.

ഇന്നത്തേക്ക് മതിയാക്കാമെന്ന് അയാൾ പറഞ്ഞു.

ഒടുവിൽ ലോഡ്ജ്മുറിയിൽ വന്നു കിടക്കുമ്പോൾ ഒന്നു മാത്രമായിരുന്നു പ്രാർത്ഥന: ആ വീടിന്റെ ഭാഗം അറുന്നൂറു രൂപയ്ക്കു തരാൻ വീട്ടുടമയ്ക്കു തോന്നണേ!

ഉറങ്ങിയോ എന്നറിഞ്ഞുകൂടാ.

രാവിലെ ഉണർന്നപ്പോൾ തലയ്ക്കു വല്ലാത്ത ഭാരം. ഓഫീസിൽ ചെന്നിട്ടും അതു മാറിയില്ല. അതിനിടയിലാണ് ബോർഡുമെമ്പറുടെ വിദേശയാത്രാ ബില്ല് ഇന്നുതന്നെ കൊടുക്കണമെന്നുള്ള സെക്രട്ടറിയുടെ കല്പന. സെക്രട്ടറിയുടെ മുറിയിൽ രാവിലെ മുതൽ മെമ്പർ കാത്തിരിക്കുകയാണത്രേ: എട്ടു ലക്ഷം രൂപയുടെ ബില്ലിൽ ഒരൊറ്റ ക്ലാരിഫിക്കേഷനേ സെക്രട്ടറി ചോദിച്ചുള്ളൂ. അത് ന്യൂയോർക്കിലെ മുറിവാടകയുടെ കാര്യത്തിലാണ്. മൂന്നു ദിവസം ന്യൂയോർക്കിൽ തങ്ങിയ മെമ്പർ മുറിവാടകയായി എഴുതിയിരിക്കുന്നത് 2100 ഡോളറാണ്. അത് ഇവിടെ രൂപയായി കൊടുക്കുമ്പോൾ ഇന്നത്തെ നിരക്കു വേണോ, അന്നത്തെ നിരക്കു വേണോ കണക്കാക്കേണ്ടത്. നിലവിലുള്ള ചട്ടമെന്താണ്? ഇന്നത്തെ നിരക്കാകുമ്പോൾ അറുപത്തിഒൻപതിനായിരം രൂപാ വരും: തൊഴിലാളി ക്ഷേമമാർഗ്ഗങ്ങൾ ആരായാൻ പോയ മെമ്പറുടെ മൂന്നു ദിവസത്തെ താമസവാടക സംബന്ധിച്ച ക്ലാരിഫിക്കേഷൻ എഴുതുമ്പോൾ ആരോടെന്നില്ലാതെ അരിശം തോന്നി. അത് അക്ഷരങ്ങളായി ഫയലിലേക്കു കോറി വീഴുമ്പോൾ സ്വന്തം താമസത്തിനിടം തേടി നടന്ന ഓരോ വീടുകളുടെയും ചിത്രങ്ങളായിരുന്നു മനസ്സിൽ; അവയുടെ വാടകനിരക്കുകളും.

ഫയലിൽ നോട്ട് എഴുതി സബ്മിറ്റു ചെയ്തപ്പോഴാണ് മുന്നിൽ തപാൽ കൊണ്ടുവച്ചത്. ഏറ്റവും മുകളിലിരിക്കുന്നത് അവളുടെ കത്താണ്. വേഗം പൊട്ടിച്ചു:

“വിനയേട്ടാ, ക്വാർട്ടേഴ്സാണോ വീടാണോ എടുത്തത്. ഇവിടുത്തെ ദുരിതവും പോരും കാണുമ്പോൾ ഒരാഴ്ചകൂടി സഹിച്ചാൽ മതിയല്ലോ എന്നോർത്ത് സമാധാനിക്കുന്നു....”

ബാക്കി വായിച്ചില്ല.

എങ്ങനെയോ അഞ്ചു മണിയായി, ഓഫീസ് വിട്ടിറങ്ങുമ്പോൾ പുറത്തു മണിയനുണ്ട്. കണ്ടപാടേ അയാൾ പറഞ്ഞു:

“എഴുന്നൂറ്റമ്പതിനാണെങ്കിൽ അവർ തരും”

“അതു വേണ്ടാ മണിയാ”

“ശരി എങ്കിൽ ബാ-നമുക്ക് വേറെ നോക്കാം.”

മണിയൻ ക്ഷണിച്ചു.

ക്ഷീണം വകവയ്ക്കാതെ മണിയന്റെ കൂടെ നഗരപ്രാന്തങ്ങളിൽ അലഞ്ഞു.

ആറു വീടു നോക്കി, രണ്ടു വീടിന്റെ ഭാഗങ്ങളും, ഒന്നുപോലും എഴുന്നൂറ്റമ്പതിൽ കുറയില്ല. അവസാനം ഒരു വീട്ടുടമ, നീണ്ട തർക്കത്തിനു ശേഷം വീടിന്റെ പകുതിഭാഗം എഴുന്നൂറിനു സമ്മതിച്ചു.

ലോഡ്ജ്മുറിയിൽ വന്നിരുന്ന് ഒന്നുകൂടി കണക്കുപുസ്തകം തുറന്നു: വീട്ടു വാടക എഴുന്നൂറ്, വീട്ടുചെലവ് വീണ്ടും കുറച്ച് ആയിരത്തി ഇരുന്നൂറാക്കി, തറവാട്ടിലേക്ക് അഞ്ഞൂറ്, ആകെ- രണ്ടായിരത്തിനാന്നൂറ്. അപ്പോഴും മുന്നൂറു രൂപയുടെ കുറവ്. തറവാട്ടിലേക്കുള്ളത് ഇനിയും കുറച്ചാലോ?

പെട്ടെന്ന് ഓർമ്മ വന്നത് ഉമ്മറത്തെ ചാരുകസേരയിൽ ആഹാരത്തിന്റെ നേരം നോക്കിയിരിക്കുന്ന അച്ഛന്റെയും അടുക്കളയിൽ പുകയൂതുന്ന പെങ്ങന്മാരുടെയും മുഷിഞ്ഞ മുഖങ്ങളാണ്.

തറവാട്ടിലെ സ്ഥിതി ആകെ കഷ്ടത്തിലാണ്.

ഒന്നരയേക്കർ പറമ്പിനു നടുവിൽ ഒരു പ്രേതംപോലെ നില്ക്കുന്ന ആ പഴയ വീടിന് ഒരിക്കലും ഒരു തറവാടിന്റെ പ്രൗഢിയുണ്ടായിരുന്നില്ല. ആ പറമ്പിൽ നിന്ന് നൂറു തേങ്ങ കിട്ടിയാലായി. ഒരു തൊടി നിലമുള്ളതിൽ നിന്ന് കൂലിച്ചെലവിനുള്ളതു പോലും കിട്ടില്ല. തറവാടിന്റെ ഏക പ്രതീക്ഷ മാസം തോറും കിട്ടുന്ന ആയിരം രൂപയാണ്. അത് അവകാശപ്പെട്ടതാണെന്നാണ് അവരുടെ ഭാവം. അതൊരു കണക്കിന് ശരിയാണുതാനും. കായ്ഫലമുള്ള തെങ്ങും പറമ്പും വിറ്റിട്ടാണ് ഏക മകനെ നഗരത്തിലെ കോളേജിലയച്ചു പഠിപ്പിച്ചത്. ഉദ്യോഗമായപ്പോൾ തറവാടു നോക്കേണ്ടത് അവന്റെ ചുമതലയല്ലേ?

അങ്ങനെയാണെങ്കിൽ അവരെക്കൂടി ഇങ്ങ് കൊണ്ടുവന്നാലോ?

ഇല്ല. ദാരിദ്ര്യമാണെങ്കിലും അമ്മയുടെ അസ്ഥിത്തറവിട്ട് അച്ഛൻ പോരില്ല. മാത്രമല്ല കുടുംബത്തെ മൊത്തത്തിൽ കൊണ്ടുവന്നാൽ ഇപ്പോൾ എടുക്കാനുദ്ദേശിക്കുന്ന വീടിന്റെ ഭാഗം പോരാതെ വരും. വീട്ടു ചെലവും ഇരട്ടിയാകും. നാട്ടിലാകുമ്പോൾ ഉള്ളതുകൊണ്ട് കഴിയാം.

മണിയൻ വന്നു വിളിച്ചപ്പോഴാണ് നേരം പുലർന്ന കാര്യമറിഞ്ഞത്.

“എന്തു പറയുന്നു സാറേ, അതു വേണോ? സാറിനു വേണ്ടെങ്കിൽ വേറൊരു പാർട്ടിക്കു കൊടുക്കണം.”

മണിയനോട് എന്തു പറയണമെന്നറിഞ്ഞുകൂടാ. അതുകൊണ്ട് തന്നെ ഒന്നും പറഞ്ഞില്ല.

കുറേ നേരം നിന്നിട്ട് പോയെന്നുതോന്നി.

അന്നത്തെ ദിവസം ഒന്നിരുണ്ടുകിട്ടാൻ ഒരുപാടു സമയമെടുത്തു. ഒരു ജോലിയും ചെയ്തില്ല.

രാത്രിയിൽ വെറുതെ മുറിയിൽ വന്നു കിടക്കുമ്പോൾ തോന്നി, എന്തിനി ങ്ങനെ ജീവിക്കുന്നു? ഒരു നിമിഷം ഓർത്തു ഈ മുഷിഞ്ഞ കൈലിത്തുമ്പിൽ ഈ വിഷമമെല്ലാം മുറുക്കിക്കളഞ്ഞാലോ? അടുത്ത നിമിഷം തന്നെ മനസ്സു വിലക്കി, വേണ്ടാ. വീട്ടിൽ വഴിക്കണ്ണുമായി അവൾ കാത്തിരിക്കുന്നുണ്ട്. ആകെയുണ്ടായിരുന്ന ആഭരണങ്ങൾ കൊടുത്തിട്ടും തികയാഞ്ഞ് ഒടുവിൽ സ്വന്തം വീട്ടിൽ വഴക്കുണ്ടാക്കി വീതവും വാങ്ങി ഭർത്താവിന്റെ മൂത്ത സഹോദരിയുടെ വിവാഹത്തിന് ചെലവഴിച്ചപ്പോഴേ അവളുടെ അച്ഛൻ അവളെ എഴുതിത്തള്ളിയതാണ്. ഈ ജീവിതം അവസാനിപ്പിച്ചാൽ അവൾ ക്കിനി ആരുണ്ട്? നിവൃത്തികേടുകൊണ്ടാവാം, മരുമകളുടെ ആഭരണവും സ്വത്തുംകൊണ്ട് അച്ഛൻ മൂത്തമകളെ കെട്ടിച്ചയച്ചത്. ഇനി രണ്ടെണ്ണത്തിന്റെ കാര്യമുണ്ടായിട്ടും ചാരുകസേരയിൽ ആഹാരത്തിന്റെ നേരം കാത്തിരിക്കുന്ന അച്ഛൻ... എന്തോ പ്രതീക്ഷയിൽ പുകയൂതുന്ന പെങ്ങന്മാർ.... ഒന്നുമറിയാത്ത കുഞ്ഞ്...

വേണ്ടാ വേണ്ട.... മുഷിഞ്ഞ കൈലി വെറുപ്പോടെ തട്ടി മാറ്റി.

എത്രനേരം അങ്ങനെയിരുന്നെന്ന് അറിഞ്ഞുകൂടാ: നേരം വെളുത്തിട്ടും ഓഫീസിൽ പോകാൻ സമയമായിട്ടും വെറുതെ അങ്ങനെയിരുന്നു. ഒടുവിൽ ഉച്ചയായപ്പോൾ യാന്ത്രികമായി എഴുന്നേറ്റു. ഡ്രസ്സ്ചെയ്ത് നടന്നു.

ഓഫീസിലെ മേശപ്പുറത്ത് ആദ്യം കണ്ടത് അവളുടെ കത്താണ്:

“വിനയേട്ടാ വീടായോ, ഇവിടാകെ കഷ്ടപ്പാടാണ്. രണ്ടു ദിവസമായി കുഞ്ഞിനു പാലുപോലും വാങ്ങുന്നില്ല. ദാരിദ്ര്യമൊക്കെ സഹിക്കാം. പക്ഷേ, പെങ്ങന്മാരുടെ കുത്തുവാക്ക് എനിക്കു താങ്ങാൻ പറ്റുന്നില്ല. എന്റെ എല്ലാം കൊടുത്ത് ഒരെണ്ണത്തിനെ അയച്ചില്ലേ? ഇനി ഞാൻ എന്തു ചെയ്യും. എനിക്കും എന്റെ കുഞ്ഞിനും ജീവിക്കണ്ടേ.....”

അവളുടെ എഴുത്തു നീണ്ടു പോകുകയാണ്. പിന്നെ വായിച്ചില്ല. എല്ലാത്തിനും ന്യായീകരണം ഉണ്ടാക്കാനുള്ള ഒരു താത്പര്യം മനസ്സിലേക്കു കടന്നുവന്നു.

കുഞ്ഞിനു പാലുകൊടുത്തില്ലെങ്കിലുമൊന്നുമില്ല; അത് കഞ്ഞിവെള്ളം കുടിച്ചു വളരും. ദാരിദ്ര്യമൊക്കെ സർവ്വസാധാരണമാണ്. കെട്ടുപ്രായം കഴിഞ്ഞതിലെ നൈരാശ്യംകൊണ്ടുള്ള വിഷമമാണ് പെങ്ങന്മാർക്ക്, അതും സഹിക്കാവുന്നതേയുള്ളൂ.

ഒരു തരം മരവിപ്പ്.

അന്നുമാത്രമല്ല അടുത്ത രണ്ടു മൂന്നു ദിവസങ്ങളിലും ആ മരവിപ്പ് അകമാകെ പടർന്നുകയറി.

സത്യത്തിൽ ഇന്നലെ വന്ന കത്താണ് പെട്ടെന്നുള്ള ഈ യാത്രയ്ക്ക് കാരണം. പഴയ പല്ലവിയാകുമെന്നുകരുതി കത്തു വായിച്ചില്ല. ഉച്ചയ്ക്ക് ഭക്ഷണം കഴിക്കാൻ ഇറങ്ങിയപ്പോൾ കത്തു മടക്കി പോക്കറ്റിലിട്ടു. ഊണു കഴിഞ്ഞ് വന്നിരുന്നപ്പോൾ കറണ്ടില്ല. വെറുതെ കസേരയിലിരുന്ന് ഒന്നു മയങ്ങി. വല്ലാതെ വിയർത്തെന്നു തോന്നി. നെഞ്ചിൽ എന്തോ ഒട്ടിപ്പിടിക്കുന്നതുപോലെ, പെട്ടെന്നാണ് കുഞ്ഞിനെപ്പറ്റി ഓർമ്മ വന്നത്. അതു കൈയിലെടുത്തപ്പോൾ വായിക്കാൻ തോന്നി:

"വരും വരുമെന്നുകരുതി വിനയേട്ടനെ കാത്തിരുന്നിട്ടു കാര്യമില്ല: ഇന്നും കൂടി കണ്ടില്ലെങ്കിൽ നാളെ കഴിഞ്ഞ് ഞാനും കുഞ്ഞും അങ്ങ് വരും."

കഴിച്ച ഭക്ഷണം ദഹിച്ചു പോയി.

ബാക്കി വായിക്കും മുമ്പേ വാച്ചിൽ നോക്കി.

നാട്ടിലേക്കുള്ള അവസാനത്തെ ബസ്സും പോകാൻ നേരമായിരിക്കുന്നു.

പിന്നെ ബസ്സ്സ്റ്റേഷനിലേക്ക് ഒരോട്ടമായിരുന്നു.

ബസ്സ് നീങ്ങിത്തുടങ്ങിയിരുന്നു. ഭാഗ്യത്തിന് വാതിൽപ്പടിയിൽ പിടികിട്ടി. അകത്തേക്കു കയറാൻ ഇടമില്ല. എന്നാലും വാതിലിൽ തൂങ്ങി നിന്നു.

"അകത്തോട്ടു കയറണം മിസ്റ്റർ. എത്ര നേരമായി ഇങ്ങനെ തൂങ്ങിക്കിടക്കുന്നു."

കണ്ടക്ടറുടെ പരുഷമായ വാക്കുകേട്ട് ഞെട്ടിപ്പോയി. ബസ്സ് നിർത്തിയിട്ടിരിക്കുകയാണ്.

എത്രനേരമായോ?

ബസ്സിന് കേടുപറ്റിയോ?

വീണ്ടും കണ്ടക്ടറുടെ ശബ്ദം:

"എല്ലാവരും ടിക്കറ്റെടുത്തേ വണ്ടി വിടൂ."

കണ്ടക്ടർ, ബസ്സിന്റെ മുന്നിൽ നിന്നേ ടിക്കറ്റ് കൊടുത്തു വരികയാണ്.

ഞെരുങ്ങിയാണെങ്കിലും അകത്തേക്കു കയറി, ഒതുങ്ങി നിന്നു.

ബസ്സ് നിറയെ ആൾക്കാരാണ്.

ഏതോ ഒരന്തഃപ്രേരണകൊണ്ട് ഓരോ മുഖങ്ങളിലേക്കും കൗതുകത്തോടെ നോക്കി:

വിഭിന്ന മുഖങ്ങളുള്ള വ്യത്യസ്ത മനുഷ്യർ.

ഇവരെല്ലാം എങ്ങോട്ട് പോകുന്നു?

ഇവരിൽ മരണമന്വേഷിച്ചു പോകുന്നവരുണ്ടാവാം; പിന്നെ പെട്ടെന്ന് ഓർത്തു- മരിക്കാൻ പോകുന്നവരും കാണും:

വിവാഹം കഴിക്കാൻ പോകുന്നവരുണ്ടാവാം, വിവാഹമോചനത്തിനു പോകുന്നവരും കണ്ടേക്കാം.

കൊല്ലാൻ പോകുന്നവരും കൊല്ലപ്പെടാൻ പോകുന്നവരും ഇവരിലുണ്ടാവാം.

ചുറ്റും നില്ക്കുന്നവരെ ശ്രദ്ധിക്കാനുള്ള കൗതുകം ഏറി വന്നു; അപ്പോൾ മറ്റെല്ലാം മറക്കാൻ കഴിയുന്നു.

ഓരോ മുഖങ്ങളും എത്ര വ്യത്യസ്തം; പക്ഷേ എല്ലാ മുഖങ്ങളിലും ഒരേ ഭാവം:

"എവിടെ, എവിടെയാണിറങ്ങേണ്ടത്?"

കണ്ടക്ടറുടെ ഉച്ചത്തിലുള്ള ചോദ്യമാണ് ശ്രദ്ധ തിരിച്ചത്.

"ചൂളത്തെരുവ്"

പോക്കറ്റിൽ നിന്നും രൂപയെടുത്തു കൊടുത്തപ്പോഴേക്കും കണ്ടക്ടർ ബെല്ലടിച്ചു. ബസ്സ് നീങ്ങി. ചുറ്റുമുള്ള മുഖങ്ങളിലേക്കുനോക്കാൻ വീണ്ടുമൊരു പ്രേരണ. എല്ലാ മുഖങ്ങളിലേയും ശാശ്വതമായ ഭാവം ഉത്കണ്ഠ തന്നെ. ചിരി വിരിയുന്ന ചുണ്ടുകളൊന്നും ഒരു മുഖത്തുമില്ല.

ഇടയ്ക്ക് എവിടൊക്കെയോ ബസ്സ് നിന്നു.

വീണ്ടും ഓടി, പിന്നെയും നിന്നു.

ഇടയ്ക്കൊക്കെ യാത്രക്കാർ ഇറങ്ങുകയും കയറുകയും ചെയ്തെങ്കിലും ഇപ്പോൾ ബസ്സിൽ തിരക്കു തീരെ കുറവാണ്. എല്ലാവർക്കും ഇരിക്കാൻ സീറ്റു കിട്ടിയിട്ടുണ്ട്. കണ്ടക്ടർ പോലും ഇരുന്നു കഴിഞ്ഞു. എന്നിട്ടും സീറ്റുകൾ മിച്ചം കിടക്കുന്നു. അതിലൊരു സീറ്റിലിരുന്നപ്പോൾ ഒരാശ്വാസം. തണുത്ത കാറ്റേറ്റ് അറിയാതെ കണ്ണടഞ്ഞു.

"മുതുകുളം; ആരോ ഇവിടേക്കു ടിക്കറ്റു വാങ്ങിയിട്ടുണ്ടല്ലോ. വേഗം ഇറങ്ങണം."

കണ്ടക്ടറുടെ ഉച്ചത്തിലുള്ള ശബ്ദം കേട്ട് ഞെട്ടിയുണർന്നു.

ബസ്സ് നിർത്തിയിട്ടിരിക്കുകയാണ്.

ചുറ്റും നോക്കി:

വെളിച്ചമില്ല.

പവർകട്ടാണ്.

എങ്കിലും പുറത്തെ കടകളിൽ റാന്തൽ കത്തുന്നുണ്ട്.

ആ അരണ്ട വെളിച്ചത്തിൽ കാണാം, ചായക്കടക്കാരൻ വാസു, നിരപ്പലകയിടുന്നു. സൈക്കിൾ ഷോപ്പിലെ ഉണ്ണി ബസ്സിലേക്ക് എത്തി നോക്കുന്നു.

നാടെത്തിയിരിക്കുന്നു.

ഇത്രവേഗം ഇങ്ങെത്തിയോ?

ബസ്സിനുള്ളിലേക്കു നോക്കി

യാത്രക്കാർ മിക്കവരും ഇറങ്ങിക്കഴിഞ്ഞിരിക്കുന്നു.

ഇനി കുറച്ചു പേർ മാത്രം.

പിന്നിലത്തെ സീറ്റിൽ ഉറക്കത്തിലായിരുന്ന ഒരു വൃദ്ധൻ ചാടിപ്പിടഞ്ഞെഴുന്നേറ്റ് പുറത്തേക്കിറങ്ങാനുള്ള ശ്രമത്തിലാണ്. പടികളിറങ്ങാൻ തുടങ്ങിയ അയാൾ എന്തോ ഓർത്തിട്ടെന്നപോലെ വീണ്ടും അകത്തേക്കു കയറി വന്ന് ഒരു പൊതിയുമായി മടങ്ങുന്നു.

കണ്ടക്ടർ ശപിച്ചുകൊണ്ട് ബല്ലടിച്ചു. എന്നിട്ട് ഉറക്കെ വിളിച്ചു പറഞ്ഞു:

"അടുത്ത സ്റ്റോപ്പ് ചൂളത്തെരുവാണ്. ആരോ ഇറങ്ങാനുണ്ടല്ലോ. ഇങ്ങ് പുറകോട്ടു പോരണം."

അതെ. അടുത്ത സ്റ്റോപ്പ്; അവിടിപ്പോഴെത്തും. അതോർത്തപ്പോഴേക്കും ഉള്ളിൽ ഒരു തീയാളി.

അത് കത്തിപ്പടരുന്നു. അനുനിമിഷം ആളിപ്പടരുന്ന അഗ്നിജ്വാലകളുടെ പുക അകമാകെ വ്യാപിക്കാൻ തുടങ്ങിയപ്പോൾ കണ്ണുകൾ അടഞ്ഞുപോയി. അതു ഭാഗ്യമായി.

കാണണ്ടല്ലോ, ബസ്സ്സ്റ്റോപ്പിനടുത്ത്, ഒഴിഞ്ഞ പറമ്പിനപ്പുറം റാന്തൽ വിളക്കു കത്തുന്ന ആ പഴയ വീട്, ആ പൊളിഞ്ഞ തറവാട്, അതു കാണണ്ടല്ലോ:

ബസ്സിന്റെ ശബ്ദം കേട്ട് ഉമ്മറത്തെ ചാരുകസേരയിൽ നിന്നെഴുന്നേറ്റ് ബസ്സ്സ്റ്റോപ്പിലേക്ക് എത്തി നോക്കുന്ന ആ വൃദ്ധൻ, അദ്ദേഹത്തേയും കാണണ്ടല്ലോ:

തൊട്ടടുത്തായി ഉറങ്ങിയ കുഞ്ഞിനേയും ഒക്കത്തിട്ട്, ഉള്ളിലൊരു കുടിമാറ്റത്തിന്റെ നിഗൂഢ ലഹരിയിൽ നിൽക്കുന്ന യുവതി, അവളെയും കാണാതിരിക്കാം;

അവർക്കു പിന്നിലായി പതുങ്ങുന്ന രണ്ടു യൗവ്വനങ്ങളുണ്ടല്ലോ, അവരേയും കാണണ്ടാ:

കണ്ണുകൾ വീണ്ടും ഇറുക്കിയടച്ചു ശ്രദ്ധിച്ചു, ബസ്സ് നിൽക്കുന്നുണ്ടോ?

ഇല്ല.

ബസ്സ് നിൽക്കുന്നേയില്ല.

എങ്ങും നിർത്താതെ ബസ്സ് ഓടിക്കൊണ്ടിരിക്കുകയാണ്.........

രണ്ടു സ്റ്റോപ്പുകൾക്കുമിടയിലുള്ള ദൂരം അനന്തമായി നീളുകയാണോ?

■

വഴി തുറക്കുമ്പോൾ

"ഞാനൊരു വഴി കണ്ടിട്ടുണ്ട്."

നരച്ച കാലൻ കുട കക്ഷത്തിലിറുക്കി പെട്ടെന്ന് നടവഴിയിലേക്കിറങ്ങിക്കൊണ്ട് നമ്പീശൻ പിറുപിറുത്തു.

ഞാനും ഭാര്യയും റോഡുവരെ ചെന്നെങ്കിലും നമ്പീശൻ തിരിഞ്ഞു നോക്കിയില്ല.

കത്തിക്കാളുന്ന വെയിലിനു കീഴെ, ഉരുകിയൊലിക്കുന്ന ടാറിനുമീതെ, അയാളുടെ നഗ്നപാദങ്ങൾ അലഞ്ഞു നീങ്ങുന്നു.

"പാവം, കുടനിവർത്താൻപോലും മറന്നു!"

എന്റെ ഭാര്യ സഹതപിച്ചു

അതുകേട്ട് ഞാൻ ഉറക്കെ വിളിച്ചു പറഞ്ഞു:

"നമ്പീശാ, ആ കുട നിവർത്തിക്കോളൂ."

നമ്പീശനതു കേട്ടില്ലെന്നു തോന്നുന്നു; കുട കക്ഷത്തിൽ വച്ചുകൊണ്ടു തന്നെ അയാൾ വെയിലേറ്റ് നടന്നു.

"എന്തു പറയാനാ- അല്ലലറിയാതെ വളർന്ന അമ്പലവാസിയാ"

പിന്നാലെ ഇറങ്ങിവന്ന അമ്മയുടെ വാക്കുകളിൽ നമ്പീശന്റെ നഷ്ട സ്വർഗ്ഗങ്ങളുടെ നിശ്വാസം: നോക്കെത്താ ദൂരത്തോളം പരന്നു കിടക്കുന്ന നെൽവയലുകളും, ഇടീലൊഴിയാത്ത തെങ്ങിൻതോപ്പുകളും: എല്ലാം നമ്പീശന്മാരുടെ വകയായിരുന്നു. അളവു നെല്ലുമായി പാട്ടക്കാരും ഇടീൽതേങ്ങയുമായി കുടിയാന്മാരും വന്നു പൊയ്ക്കൊണ്ടേയിരുന്നു. അമ്പലച്ചൊവ്വിലെ നമ്പീശൻ വീട്ടിൽ ഐശ്വര്യലക്ഷ്മിയുടെ വിളയാട്ടം അധികകാലം നീണ്ടില്ല. എന്നോ ഒരു നാൾ നെൽവയലെല്ലാം പാട്ടക്കാരുടേതായി, തെങ്ങിൻതോപ്പുകൾ കുടികിടപ്പുകാർ വിട്ടുകൊടുത്തില്ല. അതിനെതിരെയുള്ള കേസും കൂട്ടവുമായി നമ്പീശന്മാരുടെ കൈയിലിരുപ്പും കരുതിവെപ്പും തീർന്നു. അവസാനം തറവാട് ആളോഹരി വീതം വച്ചപ്പോൾ ഈ ഇളയ നമ്പീശന് കിട്ടിയത് മൂന്നര സെന്റ്! മുപ്പത്തഞ്ചു രൂപയ്ക്ക് അതു വിറ്റിട്ടാണ് നമ്പീശൻ നാടുവിട്ടത്. പിന്നത്തെ ചരിത്രം അമ്മയ്ക്കറിയില്ല. അമ്മയെന്നല്ല ആരും

തന്നെ അതറിയരുതെന്നായിരുന്നു നമ്പീശന്റെ ആഗ്രഹം. നമ്പീശനെ പരിചയപ്പെട്ട അന്നുതന്നെ ഞാനതു മനസ്സിലാക്കിയിരുന്നു.

ഇങ്ങോട്ടു മാറ്റം കിട്ടി ചാർജ്ജെടുക്കാൻ ചെന്നപ്പോൾ സെക്രട്ടറിയാണു നമ്പീശനെപ്പറ്റി ആദ്യമായി എന്നോടു സൂചിപ്പിച്ചത്:

"ആ നമ്പീശനെ വിശ്വസിക്കാം; അയാൾ നിങ്ങൾക്കൊരു സഹായമായിരിക്കും."

നമ്പീശനെ വിളിച്ച് സെക്രട്ടറി എനിക്കു പരിചയപ്പെടുത്തി: മദ്ധ്യവയസ്സിലും വാർദ്ധ്യരൂപം പൂണ്ട ഉടൽ; കുണ്ടിൽ താണതെങ്കിലും തിളങ്ങുന്ന കണ്ണുകളും ഉയർന്ന ശിരസ്സും!

ലോഹ്യം കൂടാൻ വേണ്ടി ഞാൻ വെറുതേ ചോദിച്ചു:

"നമ്പീശന്റെ വീടെവിടാ?"

"അങ്ങനെ ചോദിച്ചാൽ എന്തു പറയണമെന്നെനിക്കറിയില്ല; ഇപ്പോൾ താമസം തിരുവല്ലത്താ-" സ്വന്തം നാടോ?

"ജനിച്ചു വളർന്നതൊക്കെ വടക്കാ- അവിടാരുന്നു വീട്. ഇപ്പോഴൊന്നുമില്ല. പത്തുമുപ്പത്തഞ്ചു കൊല്ലമായി ഇവിടിങ്ങനെ വാടക വീടുകളിൽ കഴിയുന്നു."

"വടക്കെന്നു പറഞ്ഞാൽ എവിടാ?"

"അങ്ങു മുതുകുളത്താ-"

"അവിടെവിടെ?"

"അവിടൊക്കെ സാറ് അറിയുമോ?- അമ്പലച്ചൊവ്വിലാ"

"അമ്പലച്ചൊവ്വിലെ നമ്പീശൻവീടോ?"

"അതെ, അതുതന്നെ- സാറെങ്ങനെയറിയും?"

"ഞാനും ആ നാട്ടുകാരനാണ്."

അതു പറഞ്ഞു ഞാൻ നമ്പീശനെത്തന്നെ നോക്കിയിരുന്നു. ഭൂപരിഷ്കരണത്തെത്തുടർന്നു നമ്പീശൻവീട്ടുകാർ ദരിദ്രരായി കിടപ്പാടം വീതിച്ചു വിറ്റ് പല വഴിക്ക് ചിതറിപ്പോയ കഥകളൊക്കെ മുതിർന്നവർ പറഞ്ഞ് കേട്ടിട്ടുള്ളതു ഞാനോർത്തു. ഞങ്ങൾ പണ്ട് ഓണക്കളിക്കു പോകുമായിരുന്ന നമ്പീശൻപറമ്പിൽ ഇന്നു കുടികിടപ്പുകാരുടെ കോളനി സ്ഥാപിച്ചിരിക്കുന്നു. പണ്ട് വീടിന്റെ അസ്ഥിവാരമിരുന്ന സ്ഥാനത്ത് ഇപ്പോഴുള്ളതെന്താണെന്ന് ഈ നമ്പീശനറിയാമായിരിക്കുമോ? ഞാൻ വെറുതെ മനസ്സിലോർത്തു. പെട്ടെന്നായിരുന്നു ആ വാക്കുകൾ:

"ഇന്നവിടെ ഞങ്ങൾക്ക് വീടൊന്നുമില്ല; അവിടിപ്പോൾ കോളനിയും യൂണിയനോഫീസുമാ"

എന്റെ മനസ്സറിഞ്ഞു പറയുന്നതുപോലെ! എവിടെ നിന്നോ ഒഴുകി വരുന്ന നമ്പീശന്റെ ശബ്ദം എന്നെ വിസ്മയപ്പെടുത്തി. പിന്നീടയാൾ ഓരോ വാക്കു പറയുമ്പോഴും ഞാൻ അയാളോടു കൂടുതൽ അടുക്കത്തക്ക

രീതിയിലുള്ള എന്തെങ്കിലുമൊന്ന് അതിലൊക്കെയുമുണ്ടായിരുന്നു. ഞാനറിയാതെ തന്നെ ഞാനയാളോട് കൂടുതൽ അടുത്തുകൊണ്ടിരുന്നു. ദിവസങ്ങൾ കഴിഞ്ഞപ്പോൾ അയാളെക്കുറിച്ച് എനിക്കേറെ മനസ്സിലായി- എല്ലാം നഷ്ടപ്പെട്ട് എന്തിനോടൊക്കെയോ ഉള്ള പകയുമായി എങ്ങോട്ടെന്നില്ലാതെ നാടുവിട്ട ചെറുപ്പക്കാരൻ, എവിടെന്നില്ലാതെ അലഞ്ഞു നടന്ന തൊഴിലന്വേഷകൻ, തന്നെക്കാൾ യോഗ്യത കുറഞ്ഞവർക്കൊക്കെ മതത്തിന്റെയും ജാതിയുടെയും സ്വാധീനത്തിന്റെയും പേരിൽ തൊഴിൽ കിട്ടുന്നതു കണ്ട് രോഷം പൂണ്ട വിപ്ലവകാരി; ഒടുവിൽ യാദൃച്ഛികമായി തൊഴിൽ കിട്ടിയപ്പോൾ സംതൃപ്ത ജീവിതം തുടങ്ങാനാഗ്രഹിച്ച മാതൃകാമനുഷ്യൻ; ജീവിതത്തിന്റെ തുടക്കത്തിൽ തന്നെ രോഗിയായ ഭാര്യയെ താങ്ങേണ്ടി വന്ന ഭർത്താവ്; പിന്നെ നാലു കുഞ്ഞുങ്ങൾ എന്ന ചങ്ങലയിൽ കുടുങ്ങിപ്പോയ അച്ഛൻ; ഈ ജീവിതയാത്ര നമ്പീശനെ സംബന്ധിച്ചിടത്തോളം ദുരിതപൂർണ്ണമായിരുന്നു എന്ന് എനിക്കു മനസ്സിലായി.

മിക്ക ദിവസങ്ങളിലും ഞാനും നമ്പീശനും തമ്മിൽ കാണുമായിരുന്നു. പ്രായത്തിലെ വ്യത്യാസം മറന്ന് ഓഫീസിലെ സൗഹൃദത്തിനപ്പുറമുള്ള ഒരാത്മബന്ധം ക്രമേണ ഞങ്ങൾ തമ്മിലുണ്ടായി. മിക്ക ദിവസങ്ങളിലും അയാൾ എന്റെ കൂടെ വീട്ടിൽ വരും. എന്റെ അമ്മയ്ക്കും ഭാര്യയ്ക്കും അയാളോട് അനുകമ്പയായിരുന്നു. അതിന്റെ പേരിലാകാം, നാട്ടിൽ നിന്നു കൊണ്ടുവരുന്ന ഒരു വാഴക്കുലയോ, കാച്ചിലോ അമ്മ ചിലപ്പോൾ അയാൾക്ക് സമ്മാനിക്കാൻ ശ്രമിച്ചെന്നിരിക്കും; ഒരിക്കൽപ്പോലും നമ്പീശൻ അത് സ്വീകരിക്കുന്നത് ഞാൻ കണ്ടിട്ടില്ല. കുട്ടികൾക്ക് കൊണ്ടുക്കൊടുക്കൂ എന്നു പറഞ്ഞാൽപോലും അയാൾ വാങ്ങില്ല. എത്രയോ പ്രാവശ്യം അമ്മ അയാളോട് പറഞ്ഞിരിക്കുന്നു, കുട്ടികളെ ഒന്ന് കൂട്ടിക്കൊണ്ട് വരാൻ. ഞാൻ പോലും അതുവരെ നമ്പീശന്റെ ഭാര്യയേയും കുട്ടികളേയും കണ്ടിട്ടില്ലായിരുന്നു.

ഒരിക്കൽ ഒരാഴ്ച അടുപ്പിച്ച് നമ്പീശനെ ഓഫീസിൽ കാണാതിരുന്നപ്പോഴാണ് ഞാൻ, ആദ്യമായി അയാളുടെ വീട്ടിൽ പോകുന്നതിനെപ്പറ്റി ചിന്തിച്ചത്. അന്വേഷിച്ചപ്പോൾ അയാളുടെ താമസസ്ഥലം എവിടെയെന്നു കൃത്യമായി ആർക്കും അറിയില്ലത്രെ! വളരെ ശ്രമിച്ചതിനു ശേഷമാണ് ഒടുവിൽ അവിടെ ചെന്നെത്തിയത്. ചെന്നുകഴിഞ്ഞപ്പോൾ തോന്നി, ചെല്ലേണ്ടായിരുന്നുവെന്ന്. അത്ര ദയനീയമായിരുന്നു അവിടത്തെ സ്ഥിതി. ഒരു പഴയ വീടിന്റെ പകുതിയിലാണ് നമ്പീശന്റെ താമസം. രണ്ടു മുറികളേയുള്ളൂ. ഒരു മുറിയിൽ നമ്പീശൻ പനിച്ചു കിടക്കുന്നു. അടുത്തമുറിയിൽ രോഗിയായ ഭാര്യ നിർത്താതെ പുലമ്പുന്നു. പ്രായമായ മൂന്നു പെൺകുട്ടികൾ; കൗമാരം കടന്ന മകൻ: ദാരിദ്ര്യത്തിന്റെയും അസ്വസ്ഥതയുടെയും വിളയാട്ടം. നമ്പീശനോട് ഒന്നും ചോദിക്കേണ്ടി വന്നില്ല; ചോദിക്കാതെ തന്നെ എല്ലാം മനസ്സിലായി. ഇറങ്ങാൻ നേരത്ത് കുറേ രൂപ ഒരു കവറിലാക്കി കിടക്കയിൽ വച്ചപ്പോൾ നമ്പീശന്റെ കർക്കശ സ്വരം:

"നമ്പീശൻ കൊടുത്തേ ശീലിച്ചിട്ടുള്ളൂ." പിന്നൊരു ചിരിയായിരുന്നു: "വാങ്ങി പരിചയമില്ല." ഒടുവിൽ ഒരപേക്ഷയും: "എന്നെ അപമാനിക്കരുതേ-"

പണം നല്കാൻ ശ്രമിച്ചതേ അബദ്ധമായെന്നു തോന്നി. പിന്നവിടെ നില്ക്കാൻ കഴിഞ്ഞില്ല. വേഗം ഇറങ്ങിപ്പോന്നു.

ആ സംഭവം എനിക്കു വിഷമമുണ്ടാക്കിയിട്ടുണ്ടോ എന്നു നമ്പീശനു സംശയമുണ്ടായിരുന്നു. അതുകൊണ്ടാവാം അസുഖം മാറി, ആദ്യമായി ഓഫീസിൽ വന്ന ദിവസം വൈകുന്നേരം അയാൾ എന്റെ കൂടെ വീട്ടിലേക്കു വന്നു. പരസഹായത്തിനു വേണ്ടി കൈനീട്ടാൻ ആത്മാഭിമാനം അനുവദിക്കാത്തതുകൊണ്ടാണ് എന്റെ സഹായം നിരസിച്ചതെന്ന് അയാൾ തുറന്നു പറഞ്ഞു. പിന്നെ പതിവില്ലാതെ ആത്മാഭിമാനത്തിന്റെ മഹത്ത്വത്തെപ്പറ്റിയായി അയാളുടെ സംസാരം; അതു വഴുതിച്ചെന്നു നിന്നതോ ആത്മദുഃഖങ്ങളിലും! അതേറെയും കുട്ടികളുടെ കാര്യത്തിലായിരുന്നു. ഒരു ഘട്ടത്തിൽ നമ്പീശൻ പൊട്ടിത്തെറിച്ചു:

“സാറിനറിയാമോ, എന്റെ മൂത്ത മകൾക്ക് ഇരുപത്തൊൻപത് വയസ്സായി. എം.എ. പാസ്സായിട്ട് വർഷങ്ങളായി. ഇതുവരെ ഒരു ജോലിയുമായില്ല. കെട്ടിച്ചയക്കാൻ എന്റെ കൈയിൽ കാശില്ല. രണ്ടാമത്തെ കുട്ടിയും എം.എ കഴിഞ്ഞിട്ട് വർഷങ്ങളായി. മൂന്നാമത്തെ മകൾ ബി.എ. കഴിഞ്ഞപ്പോൾ ഇനി പഠിക്കണ്ടാന്നു ഞാൻ പറഞ്ഞു.”

നമ്പീശൻ കരഞ്ഞു പോകുമെന്നു ഞാൻ ഭയന്നു. അതുകൊണ്ടുതന്നെ അയാളുടെ മുഖത്ത് നോക്കാതെ ഞാൻ വെറുതെ ചോദിച്ചു:

“ജോലിക്കൊന്നും അപേക്ഷിക്കുന്നില്ലേ?”

എന്റെ ചോദ്യത്തിനു മറുപടി പറയാതെ കൈയിലിരുന്ന ഡയറി തുറന്നു നമ്പീശൻ ഒരു പേജ് എന്റെ നേരെ നീട്ടി. ആ അക്ഷരങ്ങൾ അഗ്നി പോലെ എന്റെ മനസ്സു നീറ്റി:

“സാവിത്രിക്ക് വേണ്ടിയുള്ള അറുപത്തി ഏഴാമത്തെ അപേക്ഷ ഇന്നയച്ചു.”

“അറുപത്തിയേഴ് അപേക്ഷകളോ?”

“അതെ, ലക്ചറർ മുതൽ ആയവരെയുള്ള തസ്തികകൾക്ക്.”

ഞാൻ പിന്നൊന്നും പറഞ്ഞില്ല. അന്നു രാത്രി എന്റെ ഭാര്യ പറഞ്ഞു:

“ആ നമ്പീശൻ പറഞ്ഞതൊക്കെ ഞാൻ കേട്ടു. കഷ്ടം തന്നെ. ആ കുട്ടിക്ക് എവിടെയെങ്കിലും ഒരു ജോലികിട്ടാൻ നമുക്കു ശ്രമിച്ചുകൂടേ?”

“എവിടെ ശ്രമിക്കാനാ-സർക്കാർ നിയമനങ്ങളൊക്കെ പി.എസ്.സിയും എംപ്ലോയ്മെന്റ് എക്സ്ചേഞ്ചും വഴിയല്ലേ?”

എന്റെ മറുപടി കേട്ട് ഭാര്യ മറ്റൊരു ബുദ്ധി ഉപദേശിച്ചു:

“ഏതെങ്കിലും പ്രൈവറ്റ് സ്കൂളിലോ കോളേജിലോ നോക്കിക്കൂടേ?”

ആ വഴിക്കുള്ള ശ്രമത്തിനിടയിലാണു നമ്പീശനെ ആകെ തകർന്ന നിലയിൽ ഞാനാദ്യമായി കാണുന്നത് വളരെ പണിപ്പെട്ടതിനു ശേഷം ഒരു സ്വകാര്യ കോളേജ് മാനേജ്മെന്റ് സമ്മതിച്ചു, മറ്റാർക്കോ വേണ്ടി മാറ്റി

വച്ചിരുന്ന ഒരു പോസ്റ്റ് നമ്പീശന്റെ മകൾക്ക് കൊടുക്കാമെന്ന്– മാനേജു മെന്റിന് ഒന്നരലക്ഷം രൂപാ ഡൊണേഷൻ കൊടുക്കണം. ഈ കേസായതു കൊണ്ട് അത് ഒരു ലക്ഷമാക്കി കുറയ്ക്കാം. അത്രയുമില്ലാതെ പറ്റില്ല. അക്കാര്യം പറഞ്ഞപ്പോൾ നമ്പീശൻ ചിരിച്ചുകൊണ്ടു കൈമലർത്തി. ഞാൻ കൂടി സഹായിക്കാമെന്നറിയിച്ചപ്പോൾ അയാൾ നിർവികാരനായി ഡയറി തുറന്നു. ഒരു പേജ് കാണിച്ചുകൊണ്ടു പറഞ്ഞു:

"എന്റെ സമ്പാദ്യത്തിന്റെ കണക്ക് ഇതിലുണ്ട്."

ഞാൻ ആകാംക്ഷയോടെ നോക്കി; അതിൽ ഇങ്ങനെ എഴുതിയിരുന്നു:

<u>വരവ്</u>	
ശമ്പളം (പിടുത്തം കഴിഞ്ഞ്)	4060
<u>ചെലവ്</u>	
വാടക	1200
കറണ്ട്–വെള്ളം	160
പലചരക്ക് കട	2400
അപേക്ഷ അയച്ച ചെലവ്	310

പിന്നെയുമുണ്ട് ചെലവ് കോളത്തിൽ കുറുകിയ സംഖ്യകൾ.

ഞാൻ ഡയറിയിൽ കണ്ണുനട്ടു നിൽക്കേ നമ്പീശൻ പറഞ്ഞു:

"ഇതാണ് സാറേ എന്റെ അവസ്ഥ. രണ്ടറ്റവും കൂട്ടി മുട്ടുന്നില്ല. കിട്ടാവുന്ന ലോണെല്ലാമെടുത്താ ഞാനീ പിള്ളാരെ പഠിപ്പിച്ചത്."

സ്വകാര്യ മാനേജ്മെന്റുകളിൽ ജോലിക്കുള്ള ശ്രമം അതോടെ അവസാനിച്ചു.

അങ്ങനെയിരിക്കെ ഒരു ദിവസം ഭാര്യയെന്നെ ഓഫീസിലേക്ക് ഫോണിൽ വിളിച്ചു:

"നമ്പീശന്റെ മകളുടെ കാര്യം ഞാൻ മേഴ്സിയോടു പറഞ്ഞിരുന്നു; അവളുടെ കസിന്റെ വീഡിയോ ഷോപ്പിൽ ഒരു പണി കൊടുക്കാമെന്ന് ഇപ്പോൾ ഇങ്ങോട്ടു വിളിച്ചുപറഞ്ഞു. ഇന്നു തന്നെ പോകാൻ പറയണം."

എനിക്കു സന്തോഷമായി– അത്രയെങ്കിലുമായല്ലോ. ഉടനെതന്നെ ഞാൻ നമ്പീശനെ പറഞ്ഞയച്ചു. വൈകുന്നേരത്തോടെ അയാൾ തിരിച്ചു വന്നു പറഞ്ഞു:

"രക്ഷയായി; മാസം ആയിരത്തിയിരുന്നൂറു രൂപാ ശമ്പളത്തിൽ അവളെ എടുത്തു." ഒട്ടൊന്നാശ്വസിച്ചിട്ട് അയാൾ കൂട്ടിച്ചേർത്തു: "വാടക കൊടുക്കാനായല്ലോ–"

എന്റെ ഭാര്യക്ക് അന്നു നല്ല ഉത്സാഹമായിരുന്നു; എന്തോ നല്ല കാര്യം ചെയ്ത സംതൃപ്തി.

ആഴ്ചകൾ കഴിഞ്ഞിരിക്കണം, ഒരു നാൾ ഭാര്യ എന്നെ അടിയന്തിരമായി ഓഫീസിലേക്കു ഫോണിൽ വിളിച്ചു:

"അറിഞ്ഞായിരുന്നോ- നമ്പീശന്റെ മകൾ ഇപ്പോൾ ആ വീഡിയോ ഷോപ്പിൽ പോകുന്നില്ലത്രേ!"

"ഇല്ല, ഞാനറിഞ്ഞില്ല, എന്താ കാര്യം?"

"മേഴ്സിയുടെ കസിൻ മോശമായിട്ടു പെരുമാറിയെന്നാ കേൾക്കുന്നത്."

അതു ശരിയായിരുന്നു. ഞാൻ നമ്പീശനെ വിളിച്ചു ചോദിച്ചു, അയാൾ നിർവികാരനായി പറഞ്ഞു:

"എന്റെ മകൾക്ക് ഒന്നും പറ്റില്ല സാറേ. ഒന്നേ എനിക്കുറപ്പുള്ളൂ- അവൾക്ക് വഴിതെറ്റില്ല. അങ്ങനെയായിരുന്നെങ്കിൽ അതിനുള്ള സന്ദർഭങ്ങൾ ഏറെയുണ്ടായിരുന്നു. സാറിനറിയാമോ എന്റെ മൂന്നു പെൺമക്കൾക്കും കൂടി രണ്ടു സാരിയാണുള്ളത്!"

നമ്പീശൻ പിന്നെ നിന്നില്ല; അയാൾ വേഗം പുറത്തേക്കിറങ്ങിപ്പോയി.

നമ്പീശന്റെ വൈഷമ്യങ്ങൾ ഞങ്ങളുടേയും സ്വകാര്യ ദുഃഖങ്ങളിലൊന്നായി മാറുകയായിരുന്നു.

മാസങ്ങൾ കഴിഞ്ഞു. ഒരു നാൾ ഒരു രഹസ്യം പോലെ നമ്പീശൻ എന്നോട് പറഞ്ഞു:

"ഞാൻ റിട്ടയർ ചെയ്യാൻ ഇനി നാലുമാസമേയുള്ളൂ."

എനിക്കതറിയാമായിരുന്നു, അതുകൊണ്ടുതന്നെ ഞാൻ ചോദിച്ചു:

"ഇപ്പോഴെന്താ ഒരു വെളിപാടുപോലെ ഇതു പറയാൻ കാരണം."

അയാളതു വിശദീകരിച്ചു: റിട്ടയർമെന്റിന്റെ കാര്യം മനസ്സിലാക്കിയിട്ടാവാം വീടൊഴിഞ്ഞു കൊടുക്കാൻ വീട്ടുടമ ആവശ്യപ്പെട്ടിരിക്കുന്നു. പെൻഷനായിക്കഴിഞ്ഞാൽ പിന്നെ വാടക കൊടുക്കാതെ ആ വീട്ടിൽ കുടികിടപ്പാകുമെന്നായിരിക്കും വീട്ടുടമയുടെ ഭയം.

തുടർന്നുള്ള ദിവസങ്ങളിൽ നമ്പീശന്റെ കൂടെ വീട് തിരയലായിരുന്നു എന്റെ മുഖ്യ ജോലി. അറുന്നൂറു രൂപയ്ക്കടുപ്പിച്ചുള്ള വീട്; വീടിന്റെ ഭാഗമായാലും മതി. അങ്ങനെയൊരെണ്ണം കണ്ടുപിടിക്കാൻ നന്നേ പണിപ്പെടേണ്ടി വന്നു. ഒടുവിൽ ഒരെണ്ണം കണ്ടെത്തിയപ്പോൾ വീട്ടുടമയുടെ ചോദ്യം:

"ആർക്കാ വീട്?"

"എനിക്കു തന്നെ."

നമ്പീശൻ മുന്നോട്ടു നീങ്ങി നിന്നു.

"കണ്ടിട്ടു പെൻഷനായെന്നു തോന്നുന്നല്ലോ."

വീട്ടുടമയുടെ സംശയം. അതിനു മറുപടി പറയും മുമ്പ് അയാൾ തുടർന്നറിയിച്ചു:

"സ്ഥലംമാറ്റമുള്ള സർക്കാർ ഉദ്യോഗസ്ഥന്മാർക്കേ ഞങ്ങൾ വീടു കൊടുക്കൂ."

ഞാനും നമ്പീശനും ആവുന്നത്ര വിശദീകരിച്ചു: ഇതുവരെ പെൻഷനായില്ല. ഇനിയും സർവ്വീസുണ്ട്. വാടക കൃത്യമായി തരും. എന്നിട്ടും വീട്ടുടമയ്ക്ക് തൃപ്തിയായില്ല. അയാൾ തീർത്തു പറഞ്ഞു.

നമ്പീശൻ ആകെ നിരാശനായി. പലതും പറഞ്ഞു ഞാൻ അയാളെ സമാധാനിപ്പിച്ചു.

പിന്നെയും വീടന്വേഷണം തുടർന്നു. എല്ലായിടത്തുനിന്നുമുള്ള മറുപടി ഏതാണ്ട് ഇതേപോലെയായിരുന്നു. പെൻഷനാവാൻ പോകുന്നയാൾക്കു വീട് കൊടുക്കില്ലാപോലും!

നമ്പീശൻ ആകെ പരിക്ഷീണനായി. ഒരു നാൾ അയാൾ അതു തുറന്നു പ്രകടിപ്പിക്കുകയും ചെയ്തു:

“ഞാനെന്തു ചെയ്യും സാറേ? വയ്യാത്ത അവളേം നാലു പിള്ളേരേം കൊണ്ട് ഞാൻ എങ്ങോട്ടു പോകും. എന്റെ മോൾക്ക് ഒരു ജോലിയായിരുന്നെങ്കിൽ അതു പറഞ്ഞെങ്കിലും ഒരു വീടെടുക്കാമായിരുന്നു.”

“എല്ലാറ്റിനും ഒരു വഴി കാണും നമ്പീശാ”

അങ്ങനെ സമാധാനിപ്പിക്കാനേ എനിക്കപ്പോൾ ആവുമായിരുന്നുള്ളൂ.

പക്ഷേ എന്റെ ആശ്വാസവചനങ്ങൾ പ്രാർത്ഥനകളായിരുന്നിരിക്കണം- അതു കേൾക്കപ്പെട്ടു. അടുത്ത ദിവസം ഊണു കഴിക്കാനിറങ്ങുമ്പോൾ നമ്പീശൻ ഓടി വന്നു പറഞ്ഞു:

“സാറേ, ആ റാങ്കു ലിസ്റ്റു വന്നു; സാവിത്രിക്കു രണ്ടാം റാങ്ക്!”

നമ്പീശന്റെ അപ്പോഴത്തെ മുഖം എനിക്കൊരിക്കലും മറക്കാനാവുന്നില്ല- ഒരു മനുഷ്യന്റെ മുഖം എത്രവേഗം ഇങ്ങനെ മാറുമോ?

“വേക്കൻസിയുണ്ട്; നമുക്കൊന്നു പോയി പോസ്റ്റിംഗ് ഓർഡർ വാങ്ങാമോ?”

നമ്പീശന്റെ തിരക്കുകണ്ട് എനിക്ക് ചിരിപൊട്ടി:

“ഞാൻ ഊണു കഴിച്ച് വന്നിട്ടാകട്ടെ”

വിവരം പറഞ്ഞപ്പോൾ എന്റെ വീട്ടിൽ അമ്മയ്ക്കും ഭാര്യക്കും ഏറെ സന്തോഷം. ഞങ്ങളുടെ കുടുംബത്തിൽ ആർക്കോ ജോലി കിട്ടിയാലെന്ന പോലെ ഒരാശ്വാസം.

അന്നു വൈകുന്നേരം വകുപ്പു മേധാവിയെ കണ്ടു കാര്യം പറഞ്ഞു. നമ്പീശനെ സഹായിക്കണമെന്ന് ആഗ്രഹമുള്ളയാളാണ്. അദ്ദേഹം കാര്യങ്ങൾ തുറന്നു പറഞ്ഞു.

“പി.എസ്.സിയിൽ നിന്നുള്ള അഡ്വൈസ് വന്നിട്ടല്ലേ കാര്യം നടക്കൂ- കമ്മ്യൂണൽ റൊട്ടേഷൻ കഴിഞ്ഞു വരുമ്പോൾ രണ്ടാം റാങ്കുകാരി എത്രാമതു വരുമെന്ന് എങ്ങനെയറിയാം. ഇവിടിപ്പോൾ രണ്ടു വേക്കൻസിയേയുള്ളൂ.”

എന്തു പറയണമെന്ന് നമ്പീശന് അറിയില്ലായിരുന്നു. അയാളാകെ നിശ്ചലനായി നിന്നു പോയി. ഒരു വിധത്തിൽ ഞാൻ സമാധാനിപ്പിച്ചു:

“നമുക്ക് പി.എസ്.സി.യിൽ തിരക്കാം.”

അവിടെ അന്വേഷിച്ചപ്പോൾ വ്യക്തമായി- വകുപ്പു മേധാവി പറഞ്ഞത് വസ്തുതയാണ്. കമ്മ്യൂണൽ റൊട്ടേഷൻ വരുമ്പോൾ സാവിത്രിക്ക് നാലാമത്തെ റാങ്കാവും. പക്ഷേ ആശ്വാസത്തിനു വകയുണ്ട്, അവിടെ നാലു ഒഴിവുകളുണ്ടെന്നാണു പി.എസ്.സിയെ അറിയിച്ചിരിക്കുന്നത്. പക്ഷേ വകുപ്പു മേധാവി പറഞ്ഞതു രണ്ടെന്നല്ലേ? ഈ സംശയം ഉന്നയിച്ചപ്പോൾ പി.എസ്.സി ഉദ്യോഗസ്ഥനു ദയ തോന്നിയിരിക്കാം; അദ്ദേഹം പറഞ്ഞു:

"വകുപ്പു മേധാവി, ഒഴിവുകളുടെ എണ്ണം കൃത്യമായി അറിഞ്ഞിരിക്കണമെന്നില്ലല്ലോ, അവിടുത്തെ അഡ്മിനിസ്ട്രേഷൻ വിഭാഗത്തിൽ തിരക്കി നോക്കൂ- കൃത്യമായി അറിയാം."

"അതു ശരിയാണ്"

ആശ്വാസത്തിന്റെ നാമ്പു നീട്ടാനേ എനിക്കാവുന്നുള്ളൂ.

ഈ കാര്യത്തിനുവേണ്ടി ഞാൻ കുറേ അലഞ്ഞെന്നു തോന്നിയിട്ടാവാം, നമ്പീശൻ പറഞ്ഞു:

"സാറിനി വീട്ടിൽ പൊയ്ക്കോ- ഞാൻ വിവരം തിരക്കിയിട്ട് അങ്ങു വന്നു പറയാം."

വീട്ടിലെത്തി കാത്തിരുന്നിട്ടു നമ്പീശനെ കണ്ടില്ല. സന്ധ്യയായി, രാത്രിയായി, നമ്പീശനെപ്പറ്റി ഒരു വിവരവുമില്ല. എന്റെ വീട്ടുകാർക്കും ആകെ ആകാംക്ഷയായിരുന്നു.

അടുത്ത ദിവസം അവധിയായിരുന്നു. ഒഴിവുദിനത്തിന്റെ ആലസ്യത്തിൽ ഞാനങ്ങനെയിരിക്കെ ഉച്ചയായപ്പോൾ നമ്പീശൻ വന്നു.

അക്ഷോഭ്യമായ മുഖം. ഒന്നുമൊന്നും വേർതിരിച്ചറിയാനാവാത്ത ഭാവങ്ങൾ. ഞാൻ ആകാംക്ഷയോടെ തിരക്കി:

"എന്തായി നമ്പീശാ?- ഇന്നലെയെന്താ വരാഞ്ഞത്?"

കക്ഷത്തിലിറുക്കി വച്ചിരുന്ന കുട നമ്പീശൻ താഴെ വച്ചു. എന്നിട്ട് ആരൊടെന്നില്ലാതെ പറഞ്ഞു:

"ഇന്നലെ ഞാൻ കുറേ നടന്നു. നടന്ന് നടന്ന് എനിക്കു വഴി തെറ്റിപ്പോയി."

എനിക്കൊന്നും മനസ്സിലായില്ല. ഈ നമ്പീശനെന്താ പറയുന്നത്? ഇയാൾക്ക് സമനില തെറ്റിയോ? ഞാൻ ഭയപ്പാടോടെ ചോദിച്ചു:

"നമ്പീശനെന്തു പറ്റി?"

ഞെട്ടിയുണർന്നതുപോലെ അയാൾ പറഞ്ഞു:

"ഏയ് ഒന്നുമില്ല. പോയകാര്യം അറിയണ്ടേ?"

"പറയൂ"

"അവിടെ നാലു വേക്കൻസിയുണ്ടായിരുന്നു എന്നതു സത്യമാണ്. രണ്ടെണ്ണം ഡയിംഗ് ഹാർനസ് കേസുകൾക്കു കൊടുത്തുപോയി. ബാക്കി രണ്ടിലെ നിയമനം നടക്കൂ. സാവിത്രിക്കു കിട്ടില്ല."

നിർവികാരമായ ആ മറുപടി കേട്ടുകൊണ്ടാണ് എന്റെ ഭാര്യയും അമ്മയും വരാന്തയിലേക്കു വന്നത്.

"അയ്യോ. അപ്പോൾ ഇനി എന്താ ഒരു വഴി?"

ഭാര്യയാണോ അമ്മയാണോ അത് ചോദിച്ചതെന്നു വേർതിരിച്ചറിയും മുമ്പ് കുട കയ്യിലെടുത്ത് നമ്പീശൻ എഴുന്നേറ്റു കഴിഞ്ഞു. ഉറച്ച മുഖഭാവത്തോടെ, നിശ്ചയദാർഢ്യം സ്ഫുരിക്കുന്ന സ്വരത്തിൽ ആരോടെന്നില്ലാതെ അയാൾ പിറുപിറുക്കുകയായിരുന്നു:

"ഞാനൊരു വഴി കണ്ടിട്ടുണ്ട്."

ഏതാവും അയാളുടെ വഴി? എനിക്കാകെ അസ്വാസ്ഥ്യം തോന്നി. നരച്ച കാലൻകുട കക്ഷത്തിലിറുക്കി, കത്തിക്കാളുന്ന വെയിലിനു കീഴെ, ഉരുകിയൊലിക്കുന്ന ടാറിനു മീതെ അലഞ്ഞു നീങ്ങിയ ആ നഗ്നപാദങ്ങളുടെ ലക്ഷ്യം ഏതാവും?

എന്റെ അസ്വാസ്ഥ്യം കണ്ടാവാം ഭാര്യ എന്നെ സമാധാനിപ്പിച്ചു:

"നമ്പീശൻ ഏതോമാർഗം കണ്ടുകാണും. ആ വഴിക്ക് അയാൾക്ക് സഹായം കിട്ടാതിരിക്കില്ല."

ഒഴിവു ദിനത്തിന്റെ പതിവു രസങ്ങളൊന്നും എനിക്കു തോന്നിയില്ല. അകാരണമായൊരസ്വ്യാസ്ഥ്യം എന്നെ വന്നു മൂടിക്കൊണ്ടിരുന്നു. സന്ധ്യയായിട്ടും രാത്രിയായിട്ടും അതു വിട്ടുമാറിയില്ല.

എങ്ങനെയോ നേരം വെളുപ്പിച്ചു. വല്ലാത്ത ഉറക്കക്ഷീണവും അസ്വാസ്ഥ്യവും. പ്രഭാത കർമ്മങ്ങളെല്ലാം മന്ദഗതിയിലായിരുന്നു. അന്നാദ്യമായി ഓഫീസിലെത്താൻ ഞാനല്പം താമസിച്ചു.

എന്റെ മുറി ചാരിയിരുന്നതേയുള്ളൂ. വാതിൽപ്പാളി തുറന്ന് നോക്കുമ്പോൾ മറ്റാരുടേയോ സാമീപ്യം എനിക്കനുഭവപ്പെട്ടു. എന്തിനെന്നറിയാതെ വല്ലാത്തൊരു ഭീതി എന്റെ മനസ്സിൽ വന്നു നിറഞ്ഞു. ഞാൻ ചുറ്റും നോക്കി. ആരുമില്ല. എങ്കിലും ആരോ അവിടുള്ളതുപോലെ എനിക്കൊരു തോന്നൽ.

ഞാൻ വേഗം കസേരയിൽ ചെന്നിരുന്നു. മറ്റാരുടേയോ സാമീപ്യം എനിക്കു വ്യക്തമായും അനുഭവപ്പെടുന്നു. ഞാൻ മേശയ്ക്കടിയിലേക്ക് പാളി നോക്കി- ഒന്നുമില്ല. പെട്ടെന്നാണ് എന്റെ കണ്ണ് മേശമേൽ പതിഞ്ഞത്- ഒരു കവർ. അതിൽ എന്റെ വിലാസം എഴുതിയിരിക്കുന്നു. കഴിഞ്ഞ ദിവസം ഞാൻ പോയപ്പോൾ ഈ കവർ മേശപ്പുറത്തില്ലായിരുന്നു. ഇതെങ്ങനെ ഇവിടെ വന്നു?

ഞാൻ പെട്ടെന്നു കവർ പൊളിച്ചു. അതിനുള്ളിൽ ഒരു കത്ത്:

"സാറെ, അനുവാദമില്ലാതെ ഇന്നലെ രാത്രി ഞാനീ മുറി തുറന്നു, ഈ കത്ത് ഇവിടെ എഴുതി വയ്ക്കാൻ വേണ്ടി. ക്ഷമിക്കണം. ഇതൊരു സ്വകാര്യ കത്താണ്. വായിച്ചു കഴിഞ്ഞാലുടനെ നശിപ്പിക്കണം. മറ്റാരും അറിയരുത്. ഇന്നലെ പറഞ്ഞിരുന്നല്ലോ- ഞാനൊരു വഴി കണ്ടിട്ടുണ്ടെന്ന്. സാറിതു വായിക്കുമ്പോഴേക്കും ഞാൻ ആ വഴി തേടിക്കഴിഞ്ഞിരിക്കും. അവസാനമായി

ഞാൻ സാറിനോട് ഒരു കാര്യം ആവശ്യപ്പെടുകയാണ്- എനിക്കൊരുപകാരം ചെയ്യണം. സർവ്വീസിലിരിക്കെ മരണപ്പെടുന്ന ജീവനക്കാരുടെ ആശ്രിതർക്ക് ജോലി നല്കുന്ന പദ്ധതിയനുസരിച്ച് എന്റെ മകൾ സാവിത്രിയുടെ പോസ്റ്റിംഗ് എത്രയും വേഗം ശരിയാക്കിക്കൊടുക്കണം. -നമ്പീശൻ"

അക്ഷരങ്ങളിലൂടെ അഗ്നി പടരവെ വാതിൽപ്പാളിയിൽ ആരോ തട്ടുന്ന ശബ്ദം. നോക്കിയപ്പോൾ കറുത്ത ബാഡ്ജ് നീട്ടി ഓഫീസേഴ്സ് യൂണിയൻ സെക്രട്ടറി.

"സാററിഞ്ഞോ നമ്മുടെ നമ്പീശൻ......"

അയാളുടെ വാക്കുകൾ തുടർന്നു ഞാൻ കേട്ടില്ല; അത് അപ്പോഴേക്കും മറ്റൊരു ശബ്ദത്തിൽ അലിഞ്ഞുപോയി. ഒറ്റപ്പെട്ടു മുഴങ്ങിയ ആ ശബ്ദം നിമിഷങ്ങൾക്കകം നാലുപാടുനിന്നുമുള്ള ശബ്ദഘോഷമായി;

"ഞാനൊരു വഴി കണ്ടിട്ടുണ്ട്......."

■

നിലാവിന്റെ നിറം

ആകാശത്തിന്റെ അതിരിൽനിന്ന് രാത്രി, ഒരു കള്ളക്കഴുകനെപ്പോലെ ഇരുണ്ട ചിറകുകൾ വീശി പറന്നുവരുന്നതും നിമിഷങ്ങൾക്കകം ഗ്രാമമദ്ധ്യത്തിലെ ദീപസ്തംഭത്തിനുമേൽ ചുവടുറപ്പിക്കുന്നതും, പിന്നെ പെട്ടെന്ന് ഇരുൾച്ചിറകുകൾ ഇരുവശത്തേക്കും വിടർത്തിയിട്ട് ഗ്രാമത്തെ മുഴുവൻ മൂടുന്നതും തെല്ലൊരു ജാള്യതയോടെ ക്യാപ്റ്റൻ പ്രകാശ് മേനോൻ നോക്കിനിന്നു.

അപ്പോഴും അയാളുടെ ഇടതുകൈ സ്വന്തം മുഖത്തു പരതിക്കൊണ്ടിരുന്നു: ഉണങ്ങാത്ത തുപ്പൽപ്പാടുകൾ ഇനിയും ഈ മുഖത്ത് അവശേഷിക്കുന്നുണ്ടോ?

താൽക്കാലികമായി കെട്ടിയുയർത്തിയ ടെന്റിനു മുന്നിൽ റം നിറച്ച ഗ്ലാസ്സും പുകയുന്ന സിഗററ്റുമായി, ഇരുണ്ടിരുളുന്ന രാത്രിയെ നോക്കി നില്ക്കേ, ഗ്രാമം, തൊട്ടു മുന്നിൽ ഒരടിമയെപ്പോലെ ആജ്ഞ കാത്തു കിടക്കുകയാണെന്നു പെട്ടെന്നു ക്യാപ്റ്റനു തോന്നി. അപ്പോൾ, ഉണങ്ങാത്ത തുപ്പൽപ്പാടുകൾക്ക് ഇനി എന്തു പ്രസക്തി!

അത്രയ്ക്കും വിജയലഹരിയിലായിരുന്നു ക്യാപ്റ്റൻ.

ദൗത്യം പൂർണ്ണമായും പൂർത്തിയാക്കിയിരിക്കുന്നു. ഇനി തിരിച്ചുപോകാനുള്ള ഉത്തരവു വന്നാൽ മതി. ഏതു നിമിഷവും അതുണ്ടാവാം.

അതുകഴിഞ്ഞ്.... ക്യാപ്റ്റനു വല്ലാത്തൊരാശ്വാസം തോന്നി. അതു കഴിഞ്ഞു വാർഷിക അവധിയാണ്. ഈ ചുറ്റുപാടിൽ നിന്ന് അല്പമൊന്നു വിട്ടുനില്ക്കാമല്ലോ. നാട്ടിലേക്കു പോകണം. അമ്മയെ കാണണം. വിശേഷങ്ങളറിഞ്ഞിട്ടുതന്നെ ആഴ്ചകളായി.

ഒന്നര മാസം മുമ്പ് 'ഓപ്പറേഷൻ സ്റ്റോമിന്' തിരിക്കുമ്പോഴാണ് അവസാനത്തെ കത്തു കിട്ടുന്നത്. പതിവുപോലെ നാട്ടുവിശേഷങ്ങളുടെ കൂട്ടത്തിൽ ഇന്ദു എഴുതിയിരുന്നു. ഏട്ടാ അമ്മയ്ക്കിപ്പോൾ ഇടയ്ക്കു നെഞ്ചുവേദന വരാറുണ്ട്. ഡോക്ടറെ കാണണമെന്നു നിർബന്ധിക്കുമ്പോൾ എന്റെ പ്രകാശൻ വരട്ടെ എന്നാണ് ഏട്ടന്റെ അമ്മുക്കുട്ടിയമ്മ പറയുന്നത്.

പാവം അനുജത്തി. വളർന്നെങ്കിലും കുട്ടിത്തം മാറാത്ത കുട്ടിയാണവൾ. അമ്മയുടെ കാര്യത്തിൽ അവൾക്ക് ഒറ്റയ്ക്ക് എന്തുചെയ്യാൻ കഴിയും?

യൂണിറ്റിൽ തിരിച്ചെത്തിയാലുടൻ അവധിയിൽ പോകണം. ഒരു ദിവസം പോലും വൈകരുത്.

പക്ഷേ അതു സാധിക്കുമോ? ഈ വിജയം ഘോഷിക്കാതെ അവർ വിടുമോ? ഇപ്പോൾത്തന്നെ അവിടെ ആഘോഷം തുടങ്ങിയിരിക്കും. നല്ല വാക്കുകൾക്ക് എപ്പോഴും പിശുക്കു കാണിക്കുന്ന കമാൻഡർ ദിനേശ് റാണ തന്നെ മുൻകൈയെടുത്തിരിക്കും.

കുട്ടികളെ ഇതു ഭാഗ്യദിനമാണ്; നമുക്കിന്ന് ആഘോഷിക്കാം.

ശരിയാണ്.

ഇത് ആഘോഷിക്കേണ്ട വിജയം തന്നെയാണ്. അതിൽ സംശയമില്ല. കമാൻഡർ പ്രവചിച്ചതുപോലെ ഭാഗ്യം കൊണ്ടാണ് എല്ലാം സാധിച്ചത്. നിനക്കു ധൈര്യം മാത്രമല്ല ഭാഗ്യവുമുണ്ട്; അതുകൊണ്ടു നീതന്നെ പോവുക. പെട്ടെന്നായിരുന്നു തീരുമാനം. മിലിട്ടറി ഇന്റലിജൻസിന്റെ സന്ദേശം പരമ രഹസ്യമായിരുന്നു.

ശത്രുരാജ്യത്തുനിന്നു പരിശീലനം നേടിയ ആറു ഭീകരന്മാരുമായി ഗുർമിത്സിങ്ങ് അതിർത്തി കടന്നിരിക്കുന്നു. ജന്മഗ്രാമമായ സത്പാൽഗഞ്ചിലേക്കു പോയിരിക്കാനാണു സാധ്യത.

ഓപ്പറേഷൻ സ്റ്റോമിന്റെ താവളത്തിൽനിന്ന് എൺപതു കിലോമീറ്റർ അകലെ അതിർത്തിക്കടുത്താണു സത്പാൽഗഞ്ച്.

നിമിഷങ്ങൾക്കുള്ളിൽ ഗ്രാമത്തിന്റെ സമ്പൂർണ്ണ വിവരം കിട്ടി: ഒരു കിലോമീറ്റർ ചുറ്റളവിലുള്ള ഗ്രാമത്തിൽ നൂറ്റിമുപ്പത്തിരണ്ടു വീടുകളുണ്ട്. ജനസംഖ്യ ആയിരത്തോളം. പുരുഷന്മാർ നാനൂറ്റി ഏഴ്. സ്ത്രീകൾ നാനൂറ്റി ഇരുപത്. കുട്ടികൾ നൂറ്റി എഴുപത്തിഒന്ന്. ഭീകരന്മാർ താല്ക്കാലിക താവളമാക്കാറുണ്ടെങ്കിലും ഗ്രാമീണർ പൊതുവേ സാധുക്കളാണ്. യാതൊരുവിധ പ്രതിരോധ സജ്ജീകരണങ്ങളും അവിടില്ല. അതിനാൽ തെരച്ചിൽ സുഗമമാവും. ചെറുത്തുനില്പു വേണ്ടിവന്നാലും അതു നേരിടാൻ ഫോഴ്സിന്റെ അംഗബലം നൂറിൽ താഴെ മതി.

നിനക്കിഷ്ടമുള്ള തന്ത്രം സ്വീകരിക്കാം.

കമാൻഡർ പരിപൂർണ്ണ സ്വാതന്ത്ര്യം തന്നു.

പിന്നെല്ലാം വേഗത്തിലായിരുന്നു. യാത്രയാക്കുമ്പോൾ ഒരു താക്കീതെന്നപോലെ അദ്ദേഹം ഓർമ്മിപ്പിച്ചു:

ഗുർമിത് കൊടുംഭീകരനാണ്. അവന്റെ തലയ്ക്കു പത്തു ലക്ഷമാണ് ഇനാം.

ഒട്ടും കൂസൽ തോന്നിയില്ല.

ഗ്രാമത്തോടടുത്തപ്പോഴാണ് ആക്ഷൻ പ്ലാനിന് അന്തിമരൂപം നല്കിയത്. ആദ്യം ഗ്രാമാതിർത്തിയിൽ ടെന്റ് സ്ഥാപിച്ചു. പിന്നീടു തെരച്ചിൽ തന്ത്രങ്ങൾ ഒന്നൊന്നായി നടപ്പിലാക്കി.

ഗ്രാമത്തെ പുറംലോകവുമായി ബന്ധിപ്പിക്കുന്ന മൂന്നു പാതകളും പെട്ടെന്നു പ്രതിരോധിച്ചു തടഞ്ഞു. ഗ്രാമം ശരിക്കും സീൽ ചെയ്തു.

വീടുവീടാന്തരമുള്ള തെരച്ചിൽ രണ്ടു ഭാഗത്തുനിന്നും ആരംഭിക്കേണ്ട തിനു പകരം ആർ.എസ്.ടാക്റ്റിക്സ് പ്രയോഗിച്ച് ഒരേ ഭാഗത്തുനിന്നും മൂന്നും നാലും മണിക്കൂർ ഇടവിട്ടുള്ള നിരന്തര അരിച്ചുപെറുക്കലാ യിരുന്നു. സ്വന്തം വീടുവിട്ടു യാതൊരു കാരണവശാലും പുറത്തിറങ്ങരുതെന്ന കർശന താക്കീതുകൂടി നല്കിയിരുന്നതിനാൽ ഗ്രാമീണർ ശരിക്കും വശംകെട്ടു.

യുദ്ധത്തിൽ ശത്രുവിനെ നിഗ്രഹിക്കുന്നതിനേക്കാൾ അഭികാമ്യം, ജീവ നോടെ പിടിക്കുകയാണെന്ന കേണൽ ഹാമിൽടന്റെ ഉപദേശമായിരുന്നു മനസ്സിലാകെ. അതുകൊണ്ട് ആക്രമണോത്സുകത തീരെ കുറച്ചു. സൗമ്യ മായ തെരച്ചിൽ.

സ്റ്റാൻഫോഡ് ക്ലാസ്സിലെ യുദ്ധതന്ത്രങ്ങൾ ഗുരുവാക്യമായി മസ്തിഷ്ക ത്തിൽ മുന്നിട്ടുനിന്നു: എതിരിടേണ്ട വേദികളെ ജീവന്മരണയുദ്ധമെന്നു സങ്കല്പിക്കുക; എതിരാളിയെ കീഴടക്കേണ്ട വ്യക്തിയെന്നും, അതിനാൽ പരമാവധി ജാഗ്രത പാലിച്ചു.

അതുകൊണ്ടുതന്നെ തെരച്ചിലിന്റെ തവണയും ദൈർഘ്യവും കൂടിയിട്ടും മടുപ്പു തോന്നിയില്ല.

മൂന്നാമത്തെ റൗണ്ടിലാണ് ഒരാളെ കിട്ടിയത്. കാര്യമായ ചെറുത്തു നില്പുണ്ടായില്ല. നാലുപാടുനിന്നും ചൂണ്ടിയ തോക്കുകൾക്കു മുന്നിൽ സമ്പൂർണ്ണമായ കീഴടങ്ങൽ. നാലും അഞ്ചും റൗണ്ടുകളിൽ രണ്ടുപേരെക്കൂടി കിട്ടി. അപ്പോഴും നാലുപേർ അവശേഷിച്ചു. തെരച്ചിൽ തുടർന്നു. ഏഴാം റൗണ്ടിലാണു മൂന്നുപേർ കൂടി പിടിയിലായത്. മൊത്തം ആറുപേർ. എന്നിട്ടും ഒരാൾ അവശേഷിച്ചു. അതു സാക്ഷാൽ ഗുർമിത്സിങ്ങായിരുന്നു.

തെരച്ചിൽ തുടർന്നുകൊണ്ടിരിക്കേ പിടിയിലായവരെ പലവിധത്തിൽ ചോദ്യം ചെയ്തുനോക്കി. ഗുർമിത് ഗ്രാമത്തിലേക്കു കടന്നിട്ടേയില്ലെന്നാണ് അവരുടെ നിലപാട്.

പിന്നെ ഏഴാമൻ ആരാണ്? അയാൾ എവിടെപ്പോയി?

അങ്ങനൊരാളേയില്ല. ആറു പേർ മാത്രമേ അതിർത്തി കടന്നിട്ടുള്ളൂ എന്നായിരുന്നു പിടിയിലായവരുടെ വിശദീകരണം.

യൂണിറ്റിലേക്ക് സന്ദേശം പോയി.

മറുപടി ഉടനെ വന്നു: ഉറപ്പാണെങ്കിൽ തെരച്ചിൽ അവസാനിപ്പിക്കാം; പക്ഷേ, ഏഴാമൻ ഗുർമിത്സിങ്ങ് ആണെന്നാണു റിപ്പോർട്ട്. അയാളെ കിട്ടിയാൽ അത് വൻ നേട്ടമാണ്.

അതൊരു പ്രേരണയായി.

പിടിയിലായവരെ ശരിക്കും ഭേദ്യം ചെയ്തു.

അഞ്ചുപേരും പിടിച്ചുനിന്നു. ആറാമനിൽനിന്നാണു സൂചനയുണ്ടായത്.

ഗുർമിതിന്റെ വീടിനടിയിൽ ധാന്യം സൂക്ഷിക്കുന്ന നിലവറയുണ്ട്.... ഗ്രാമത്തിലെ ഏറ്റവും വലിയ വീടായിരുന്നു അത്. നിമിഷങ്ങൾക്കകം സർവസന്നാഹങ്ങളും അവിടെ കേന്ദ്രീകരിച്ചു.

അതു കണ്ടു ഗുർമിതിന്റെ വൃദ്ധമാതാവ് അസഹ്യതയോടെ പരിഭവപ്പെട്ടു.

ഇത് എത്രാമത്തെ പ്രാവശ്യമാണ് ഈ തെരച്ചിൽ. ഇവിടെ ഞാനും പ്രായപൂർത്തിയായ മകളും മാത്രമേയുള്ളൂ.

അതവഗണിച്ചു വീടാകെ അരിച്ചുപെറുക്കിവന്നപ്പോൾ ഒരു മുറി മാത്രം അടഞ്ഞുകിടക്കുന്നു. അതു തുറക്കാനാഞ്ഞപ്പോൾ വൃദ്ധ പറഞ്ഞു:

എന്റെ മകൾ വസ്ത്രം മാറുകയാണ്....

കാത്തുനിൽക്കാൻ തോന്നിയില്ല.

തോക്കിന്റെ പാത്തികൊണ്ടു വാതിൽ ഇടിച്ചുതുറന്നു. ഒരു നിമിഷം സ്തംഭിച്ചുപോയി. കടഞ്ഞെടുത്ത ശിൽപം പോലെ ഒരു സുന്ദരി. മുക്കാലും നഗ്നയായ അവൾക്കു ഗോതമ്പിന്റെ നിറമാണെന്ന് ആ തിടുക്കത്തിലും തിരിച്ചറിഞ്ഞു.

അവൾ പെട്ടെന്നു ഞെട്ടിത്തിരിഞ്ഞു.

അഴിഞ്ഞുലഞ്ഞ മുടികൾക്കിടയിലൂടെ നിറഞ്ഞുതുളുമ്പുന്ന നിതംബം!

ഒരു നിമിഷം എല്ലാം മറന്നെന്നു തോന്നി.

കതകടച്ചു മാറിനിൽക്കൂ- ഞാൻ വസ്ത്രം മാറുകയാണ്....

അവളുടെ അലർച്ചയാണു പരിസരബോധമുണ്ടാക്കിയത്.

പക്ഷേ, ഒരു നിമിഷംകൂടി അങ്ങനെ നോക്കിനിന്നെന്നു തോന്നി; അതോ ആ മുറിയിലേക്കു കാലെടുത്തുവച്ചോ- ഏതെന്നു വേർതിരിച്ചറിയുംമുമ്പു നിലവറയുടെ മേൽപ്പലക മെല്ലെ നീങ്ങി.

പിന്നെല്ലാം പെട്ടെന്നായിരുന്നു.

എത്ര നിറയൊഴിച്ചെന്നറിഞ്ഞുകൂടാ.

ചിന്നിച്ചിതറി രക്തം വാർന്ന ഗുർമിതിന്റെ മൃതദേഹം നിവറയ്ക്കുള്ളിൽ നിന്നു പുറത്തേക്കു പൊക്കിക്കൊണ്ടുവരുമ്പോൾ വൃദ്ധ ബോധംകെട്ടു വീണു. യുവതി മുക്കാലും നഗ്നയാണെന്ന കാര്യംപോലും മറന്നു. ഭ്രാന്തിയെപ്പോലെ അലറി. സൈനികരുടെ ബലിഷ്ഠമായ കൈകളിലമർന്നില്ലായിരുന്നെങ്കിൽ അവൾ അതിസാഹസം വല്ലതും കാട്ടുമായിരുന്നു. എന്നിട്ടും അവൾ ഒന്നുചെയ്തു-മുഖമടച്ച് ഒരു തുപ്പ്!

ക്യാപ്റ്റൻ പ്രകാശ് മേനോന്റെ കൈകൾ അയാളറിയാതെ പെട്ടെന്നു സ്വന്തം മുഖത്തു പരതാൻ തുടങ്ങി. ഉണങ്ങാത്ത തുപ്പൽപ്പാടുകൾ ഇനിയും ഈ മുഖത്ത് അവശേഷിക്കുന്നുണ്ടോ?

പണ്ടു ബോക്സിംഗ് റിംഗിൽ മുഖത്ത് ഇടിയേറ്റിട്ടുണ്ട്. സൈനികപരിശീലനത്തിനിടയിൽ ഒരിക്കൽ മുഖമാകെ മുറിഞ്ഞതാണ്. യുദ്ധത്തിൽ

മുഖത്തു മുറിവേറ്റിട്ടുമുണ്ട്. പക്ഷേ, മുഖമടച്ച് ഒരാൾ തുപ്പുന്നത് ഇതാദ്യ മാണ്; അതും ഒരു യുവതി.

ഇരുളിൽ ഇരുൾച്ചിറകുകൾക്കിടയിൽ ഏകനായി നിന്നിട്ടും നിന്ദ്യ മായൊരു അപമാനചിന്ത ക്യാപ്റ്റനെ പൊതിയാൻ തുടങ്ങി.

അധികം പിടിച്ചുനിൽക്കാനായില്ല. ആ അപമാനത്തിൽനിന്നു രക്ഷപ്പെടാ നായി ഗ്ലാസ്സിലെ റം ഒറ്റവലിക്ക് അകത്താക്കി.

തൊണ്ടയിലൂടെ ഊർന്നിറങ്ങുന്ന ലഹരി അകമാകെ വ്യാപിച്ചപ്പോൾ അതു വല്ലാത്തൊരസ്വസ്ഥത പടർത്തുകയാണെന്നു ക്യാപ്റ്റൻ തിരിച്ചറിഞ്ഞു.

പുകഞ്ഞുകൊണ്ടിരുന്ന സിഗററ്റ് അയാൾ ദൂരേയ്ക്കെറിഞ്ഞു; കുനിഞ്ഞു തറയിൽനിന്നു കുപ്പി കയ്യിലെടുത്തു ഗ്ലാസ്സിലേക്കു കമഴ്ത്തി.

വെള്ളം ചേർക്കാതെ ഒരിറക്ക്:

ഒന്നുകൂടി

പിന്നെയും.....

എന്നിട്ടും അപമാനബാധയുടെ അസ്വാസ്ഥ്യം ക്യാപ്റ്റനെ വിട്ടുമാറിയില്ല. സ്വന്തം സൈനികരുടെ മുന്നിൽവച്ചാണ് അവൾ മുഖമടച്ചു കാറിത്തുപ്പിയത്.

പുരുഷനാണെന്നുപോലും നോക്കാതെയുള്ള ഒരു പെണ്ണിന്റെ ധാർഷ്ട്യം:

അവളെ അങ്ങനെ വിട്ടുകൂടാ...

ക്യാപ്റ്റൻ പ്രകാശ് മേനോൻ പുരുഷനാണെന്ന് അവൾ അറിയണം....

അയാൾ പുതിയ കുപ്പി തുറന്നു. പുതിയ സിഗററ്റിനു തീകൊളുത്തി. ക്യാപ്റ്റന്റെ ഗ്ലാസ് പലവട്ടം നിയറുകയും ഒഴിയുകയും ചെയ്തപ്പോൾ മനസ്സിൽ അസ്വാസ്ഥ്യങ്ങളുടെ പുകമറയ്ക്കുള്ളിൽ ആ ദൃശ്യം തെളിയാൻ തുടങ്ങി.

ഗോതമ്പിന്റെ നിറമുള്ള ശരീരത്തിലെ നിമ്നോന്നതങ്ങൾ.... അഴിഞ്ഞു ലഞ്ഞ മുടി.... അതിനുതാഴെ നിറഞ്ഞുതുളുമ്പുന്ന നിതംബം.....

പിന്നെ കാറിത്തുപ്പുന്ന ധാർഷ്ട്യം.

അതോർത്തപ്പോൾ ക്യാപ്റ്റനു സഹിച്ചില്ല. അയാൾ മനസ്സിലേക്കു മറ്റു പലതും കൊണ്ടുവരാൻ ശ്രമിച്ചു. പക്ഷേ, എല്ലാറ്റിനേയും മൂടുന്ന പുക മറയ്ക്കുള്ളിൽ ആ ദൃശ്യം: അതു മാത്രം.

പിന്നെന്താണു സംഭവിച്ചതെന്നു ക്യാപ്റ്റനു നിശ്ചയമില്ലായിരുന്നു.

ജീപ്പ് സ്റ്റാർട്ട് ചെയ്തതും, ഗ്രാമത്തിലെ ഇരുണ്ട വിജനവീഥിയിലൂടെ അതിവേഗം അതു പാഞ്ഞുപോയതും ക്യാപ്റ്റൻ അറിഞ്ഞില്ല.

ഗുർമിതിന്റെ വീടിനുമുന്നിൽ ജീപ്പ് നിൽക്കുമ്പോൾ മാത്രം ക്യാപ്റ്റൻ ഒന്നു പകച്ചു.

ആരുമില്ലെന്നറിഞ്ഞിട്ടും ജാഗ്രതയോടെ ചുറ്റുപാടും നോക്കി.

ഇല്ല. എങ്ങും ഒരനക്കവുമില്ല.

ഗ്രാമം ഇരുൾചിറകുകൾക്കിടയിൽ അമർന്നുകഴിഞ്ഞു.

ക്യാപ്റ്റൻ ജീപ്പിൽനിന്നു ചാടിയിറങ്ങി വീടിനുനേരെ നടന്നു. പുറം വാതിലിനടുത്തെത്തിയപ്പോൾ ഒന്നു നിന്നു. അകത്ത് അരണ്ട വെളിച്ചമുണ്ടോ? നിശ്ശബ്ദമായൊരു തേങ്ങലിന്റെ അലകൾ അവിടെനിന്നുയരുന്നുണ്ടോ?

ശ്രദ്ധിച്ചുനിൽക്കാൻ തോന്നിയില്ല. പെട്ടെന്നു വാതിൽ ചവിട്ടിപ്പൊളിച്ച് അകത്തു കടന്ന ക്യാപ്റ്റൻ ആ ദൃശ്യം കണ്ടു സ്തംഭിച്ചുപോയി.

മുനിഞ്ഞുകത്തുന്ന എണ്ണവിളക്കിനു മുന്നിൽ തറയിൽ വെള്ള പുതച്ചു നിശ്ചലമായി കിടക്കുന്ന മനുഷ്യരൂപം... അതിലേയ്ക്കു തലചായ്ച്ചു വിങ്ങി വിതുമ്പുന്ന യുവതി....

ബഹളംകേട്ടു ഞെട്ടിത്തിരിഞ്ഞ യുവതി ക്യാപ്റ്റനെ കണ്ടു. ഒരു നിമിഷം; അവൾ ഒന്നു പകച്ചു. പിന്നെ പൊടുന്നനെ ആ ചുണ്ടുകൾ, കാറി ത്തുപ്പിയ ധാർഷ്ട്യത്തിന്റെ ചുണ്ടുകൾ, നിസ്സഹായതയോടെ വിതുമ്പി;

"അമ്മ.... എന്റെ അമ്മ....."

അതു കേട്ടപ്പോൾ എങ്ങനെയെന്നറിയാതെ ക്യാപ്റ്റൻ പ്രകാശ് മേനോ നിൽനിന്നു ലഹരിയുടെ പുക പെട്ടെന്ന് ഊർന്നുപോയി.

ഒരഭയം കണ്ടതുപോലെ യുവതി വേഗം എഴുന്നേറ്റ് ഒരു കൈകൊണ്ടു പ്രകാശ് മേനോനെ പിടിക്കുകയും മറുകൈ തറയിലെ രൂപത്തിലേക്കു ചൂണ്ടുകയും ചെയ്തു വീണ്ടും വിതുമ്പി:

"അമ്മ..... എന്റെ അമ്മ...."

ക്യാപ്റ്റൻ പ്രകാശ് മേനോനിൽനിന്നു ലഹരിയുടെ അവസാന പുക നാളവും അകന്നുപോയി.

അയാൾ പെട്ടെന്നു പ്രകാശനായി:

വടക്കേപ്പാട്ടെ നടുത്തളത്തിൽ കോടി പുതച്ചുകിടക്കുന്ന അമ്മുക്കുട്ടി യമ്മ.... അതു ചൂണ്ടി ഇന്ദു വിതുമ്പുന്നു: അമ്മ.... ഏട്ടാ... അമ്മ.....

ക്യാപ്റ്റന്റെ കൈകൾ അയാളറിയാതെ നീണ്ടു. അവളെ ചേർത്തുപിടിച്ചു. എത്ര നിയന്ത്രിച്ചിട്ടും ക്യാപ്റ്റന്റെ ഉള്ളിന്റെ ഉള്ളിൽനിന്നും അതു പൊട്ടി വീണു:

"മോളേ ഇന്ദൂ..."

അറിയാത്ത ഭാഷയിലുള്ള വിളികേട്ടു വിതുമ്പലിനിടയിലും യുവതി തലയുയർത്തി.

അപ്പോൾ പുറത്തു ഗ്രാമത്തിലെ ദീപസ്തംഭത്തിനുമേൽ, രാത്രി, ഒരു കള്ളക്കഴുകനെപ്പോലെ ഇരുൾച്ചിറകുകളൊതുക്കി പറന്നകലാൻ വെമ്പി. ദൂരെ ആകാശത്തിന്റെ അതിരിൽ നിലാവിന്റെ നിറം പരന്നുതുടങ്ങിയിരുന്നു. ■

മന്മഥയാനം

പണ്ടുപണ്ടെന്നു പറഞ്ഞാൽ, പണ്ടു പണ്ട്, മുതുമലനായ്ക്കൻ എന്നൊരു രാജാവുണ്ടായിരുന്നു. മഹാപ്രതാപിയായ രാജാവിന് ഒരേയൊരു ദൗർബ്ബല്യമേയുണ്ടായിരുന്നുള്ളൂ-സൗന്ദര്യമുള്ള സ്ത്രീകൾ! സുന്ദരികളെ എവിടെ കണ്ടാലും രാജാവിനു വേണം; അത് അദ്ദേഹത്തിന്റെ അവകാശമാണത്രേ!

ഒരുദിവസം കാട്ടിൽ വേട്ടയ്ക്കുപോയ രാജാവ് യാദൃച്ഛികമായി അനുചരന്മാരിൽനിന്ന് ഒറ്റപ്പെട്ടുപോയി. അങ്ങനെ കൂട്ടരെത്തേടി കാട്ടിൽ ഏകനായി നടക്കുന്നതിനിടയിൽ അദ്ദേഹം ഒരു നീർച്ചോലയ്ക്കടുത്തെത്തി. മലമുകളിൽ നിന്നു താഴ്‌വാരത്തിലേക്കു പതിക്കുന്ന ചോലയിൽ അത്ഭുതകരമായ ഒരു ദൃശ്യം കണ്ട് രാജാവ് അന്തിച്ചുപോയി-ഒരു സുന്ദരി വിവസ്ത്രയായി നിന്നു നീരാടുന്നു!

അതു കണ്ടപ്പോൾ, കാട്ടിൽ വഴിതെറ്റി, കൂട്ടരെത്തേടി അലയുകയാണെന്നകാര്യംപോലും മറന്ന് അദ്ദേഹം ചോലക്കരയിലേക്ക് ഓടിച്ചെന്നു. അടുത്തെത്തിയ രാജാവിനു മനസ്സിലായി- സുന്ദരി തന്നെ കണ്ടിരിക്കുന്നു. അവൾ സാകൂതം നോക്കുകയാണ്; അദ്ദേഹവും അവളെത്തന്നെ ഉറ്റുനോക്കി:

അഴിഞ്ഞുലഞ്ഞ കരിമേഘങ്ങൾപോലെ പിന്നിലേക്കു പടരുന്ന മുടി. അർദ്ധചന്ദ്രാകൃതിയിലുള്ള നെറ്റി. ഒത്ത പുരികങ്ങൾക്കു താഴെ താമരയിതളുകൾ കമഴ്ത്തിവെച്ചതുപോലെ കണ്ണുകൾ. പ്രകാശം പരത്തുന്ന കണ്ണുകൾക്കു നടുവിലൂടെ ഒരല്പം വളഞ്ഞ മൂക്ക്. അതിന്റെ തുമ്പിൽ തിളക്കമുണ്ടോ? നനുത്ത രോമരാജികൾ നിരന്ന മേൽച്ചുണ്ടിനും വിടർന്ന കീഴ്ച്ചുണ്ടിനുമിടയിൽ വിരിയാതെ വിരിയുന്ന മന്ദഹാസം. തുടുത്ത കവിളുകൾ, അവയ്ക്കു കാവൽ നില്ക്കുന്ന ജാഗരൂകമായ ചെവികൾ. അതിനുതാഴെ ഒതുങ്ങിയ കഴുത്തിന്റെ ആരംഭം. അതിനും താഴെ..... രാജാവിനു വിശ്വസിക്കാൻ കഴിഞ്ഞില്ല, മാറത്ത് ഒത്ത നടുവിലായി ഒരു മുല മാത്രം. ഒരേയൊരു മുല! അസംഖ്യം സ്ത്രീകളെ അറിയുകയും അനുഭവിക്കുകയും ചെയ്ത മുതുമലനായ്ക്കനെ സംബന്ധിച്ചിടത്തോളം അത് അന്നോളം മറ്റാർക്കുമില്ലാത്ത പ്രത്യേകതയായിരുന്നു.

രണ്ടു കൈപ്പത്തികൾകൊണ്ട് ഇരുവശത്തുനിന്നു ചേർത്തുപിടിച്ചാലും ഒതുങ്ങാതെ പുറത്തേക്കു തുളുമ്പുന്ന താമരമൊട്ടുപോലെയുള്ള ആ

മുലത്തുമ്പിൽ രാജാവിന്റെ കണ്ണുകൾ തറഞ്ഞുപോയി. എത്ര ശ്രമിച്ചിട്ടും കണ്ണുകൾ അതിനു താഴേക്കിഴയുന്നില്ല.

രാജാവിന് ആകാംക്ഷയായി. അദ്ദേഹം സംസാരിച്ചു തുടങ്ങി:

"സുന്ദരീ നാം മുതുമലനായ്ക്കനാണ്. ഈ രാജ്യത്തിന്റെ രാജാവ്. നീ ആരാണ്? നിന്നെപ്പറ്റി എല്ലാം അറിയാൻ നാം ആഗ്രഹിക്കുന്നു."

അവളുടെ ചുണ്ടുകൾ വിതുമ്പി, മുത്തുപൊഴിഞ്ഞു: "ഞാൻ സുമജ. ഒരു അപ്സരസ്സാണ്. ദേവശാപത്താൽ ഭൂമിയിൽ അലയുന്നു."

"നിന്നെ ആരു ശപിച്ചു? എന്തിനു ശപിച്ചു? ശാപമോചനത്തിനു മാർഗ്ഗമില്ലേ?"

"എന്റെ ശാപരഹസ്യം പറഞ്ഞുകൂടാ; എന്നാൽ ശാപമോചനത്തിനു മാർഗ്ഗമുണ്ട്- ബ്രഹ്മചാരിയായ ഒരു പുരുഷനെ പ്രാപിച്ചാൽ എനിക്കു ശാപമോചനമായി."

അന്നോളം രമിച്ച സ്ത്രീകളെയെല്ലാം ആ ഒരു നിമിഷത്തിൽ വെറുത്ത രാജാവ്, സ്ത്രീസ്പർശമില്ലാതെ ആ നിമിഷംവരെ ജീവിക്കാൻ കഴിഞ്ഞിരുന്നെങ്കിൽ എന്നാശിച്ചുപോയി.

ജള്ളത പുറത്തുകാട്ടാതെ അദ്ദേഹം ചോദിച്ചു:

"സുന്ദരീ, നിനക്കെന്തിനാണ് ശാപമോചനം? ഇവിടെ ഈ മുതുമലനായ്ക്കന്റെ കൊട്ടാരത്തിൽ പട്ടമഹിഷിയായി നിനക്കു കഴിഞ്ഞുകൂടേ?"

"അതു പാടില്ല. എനിക്കു ശാപമോചനം കിട്ടിയേ തീരൂ. അതുവരെ ഇങ്ങനെ അലയാനാണ് എന്റെ നിയോഗം."

"വേണ്ടാ." രാജാവ് തീർത്തു പറഞ്ഞു: "നിന്നെ നാം മോഹിച്ചുപോയി. രാജാവ് ആഗ്രഹിക്കുന്നതെല്ലാം അദ്ദേഹത്തിനു ലഭിക്കണം. നിന്നെ കൊട്ടാരത്തിലേക്കു കൊണ്ടുപോകാനാണ് നമ്മുടെ തീരുമാനം."

"അസാദ്ധ്യമായ കാര്യമാണത്."

"അസാദ്ധ്യമെന്നൊരു വാക്ക് രാജാവിനില്ല."

അദ്ദേഹം നീർച്ചോലയിലേക്കിറങ്ങി.

അരുതേ എന്നു സുമജ വിലക്കിയെങ്കിലും രാജാവ് അവളുടെ അടുത്തേക്കുതന്നെ നീങ്ങിച്ചെന്നു.

ഭയന്നു പിന്നോക്കം നീങ്ങിയ സുമജ ഒരു താക്കീതിന്റെ സ്വരത്തിൽ വീണ്ടും വിലക്കി:

"അങ്ങ് ബ്രഹ്മചാരിയല്ലെങ്കിൽ എന്നെ സ്പർശിക്കരുത്...."

"രാജാവിന് അസ്പൃശ്യതയില്ല."

അദ്ദേഹം സുമജയുടെ വലതുകൈത്തണ്ടയിൽ പിടിക്കാനാഞ്ഞു.

സുമജ വീണ്ടും വിലക്കി:

"അരുത് അങ്ങയുടെ സ്പർശം അശുദ്ധമാണെങ്കിൽ ഞാനൊരു ശിലാവിഗ്രഹമായി മാറും....

"രാജാവിന് അശുദ്ധിയില്ല."

അതുംപറഞ്ഞ് അദ്ദേഹം സുമജയുടെ കൈത്തണ്ടയിൽ സ്പർശിച്ചതും അവളൊരു ശിലാവിഗ്രഹമായി മാറിയതും ഒപ്പമായിരുന്നു. ഇളകിയൊഴുകുന്ന നീർച്ചോലയിൽ, താനേ പൊന്തിവന്ന ഒരു വെണ്ണക്കൽ ശില്പം!

മുതുമലനായ്ക്കൻ തകർന്നുപോയി.

പശ്ചാത്താപ വിവശനായ അദ്ദേഹം പിന്നീടൊരിക്കലും അവിടംവിട്ടു പോയില്ലത്രേ! ശിലാവിഗ്രഹത്തിനു ചുറ്റും മനോഹരമായ കന്മണ്ഡപം തീർത്ത്, ശേഷം കാലം മുഴുവൻ സുന്ദരിയായ സുമജയേയും ധ്യാനിച്ച് മുതുമലനായ്ക്കൻ അവിടെത്തന്നെ കഴിഞ്ഞുകൂടി!

കഥ അവസാനിപ്പിച്ച് മിസിസ് വർമ്മ പറഞ്ഞു: "ആ മുതുമലനായ്ക്കന്റെ പിന്മുറക്കാരാണത്രേ ഇവിടുത്തെ മുതുവന്മാർ." ഒന്നു നിർത്തി ഒരു സ്വകാര്യംപോലെ അവർ വീണ്ടും പറഞ്ഞു: "ഇവർക്കിടയിലൊരു വിശ്വാസമുണ്ട്. നിത്യബ്രഹ്മചാരിയായ ഒരു പുരുഷൻ ആ ശിലാവിഗ്രഹത്തിന്റെ വലതു കൈത്തുമ്പിൽ സ്പർശിച്ചുകൊണ്ട് "ഞാൻ ഇന്നുവരെ മനസ്സുകൊണ്ടോ ശരീരംകൊണ്ടോ കാമമോഹത്തോടെ ഒരു സ്ത്രീയേയും സ്പർശിച്ചിട്ടുള്ളവനല്ല; നിന്നിൽ ഞാൻ അനുരക്തനായിരിക്കുന്നു; ഇന്നു രാത്രി എന്റെ അരികിൽ വരുമോ" എന്നു ചോദിച്ചാൽ, സംഗതി സത്യമാണെങ്കിൽ, സുമജ എത്തുമത്രേ! അവൾക്കു ശാപമോചനവുമാകും."

മിസിസ് വർമ്മയുടെ ശബ്ദത്തിലെ ഗൗരവം തിരിച്ചറിഞ്ഞപ്പോൾ, വനത്തിന്റെ വന്യതയിൽ, കഥയുടെ മായികലഹരിയിൽ മതിമറന്നിരുന്ന കൃഷ്ണദാസ് പൊട്ടിച്ചിരിച്ചു.

"എന്താ ദാസേ ചിരിക്കുന്നത്?"

മിസിസ് വർമ്മ ചോദിച്ചു.

"മുതുവാന്മാരുടെ സങ്കല്പമല്ല, മിസിസ് വർമ്മയുടെ ശബ്ദത്തിലെ ഗൗരവമാണ് എന്നെ ചിരിപ്പിക്കുന്നത്. മിസിസ് വർമ്മ ഇതൊക്കെ സത്യമാണെന്നു വിശ്വസിക്കുന്നതുപോലെ തോന്നുന്നു....."

ഉടനെ വന്നു മറുപടി;

"എല്ലാ സത്യങ്ങളും അതിന്റെ ആദിരൂപങ്ങളിൽ വെറും വിശ്വാസങ്ങളോ, സങ്കല്പങ്ങളോ ആയിരുന്നു. അല്ലേ?..."

കൃഷ്ണദാസിന്റെ ചിരി മാഞ്ഞു. അതു ശ്രദ്ധിച്ച അവർ പെട്ടെന്നു വിഷയം മാറ്റി:

"ദാസിന് ഈ സ്ഥലം ഇഷ്ടമായോ?"

"വളരെ."

"ആദ്യം കണ്ടപ്പോൾത്തന്നെ എനിക്കും ഈ സ്ഥലം വളരെ ഇഷ്ടമായി. അതുകൊണ്ടാണ് കാട്ടിനുള്ളിലായിരുന്നിട്ടും ഞങ്ങളീ എസ്റ്റേറ്റ് വാങ്ങിയത്."

പിന്നെ പെട്ടെന്നു തിരക്കു നടിച്ച് അവർ ഓർമ്മിപ്പിച്ചു:

"നമ്മൾ വന്നിട്ട് ഏറെ നേരമായി; ഇനി പോകരുതോ?"

കൃഷ്ണദാസിനു പോകാൻ മനസ്സു വന്നില്ല:

"ഇല്ല. മിസിസ് വർമ്മ പൊയ്ക്കൊള്ളൂ, ഞാൻ കുറേനേരംകൂടി ഇവിടിരിക്കും."

കൃഷ്ണദാസ്, ശിലാവിഗ്രഹത്തിന് അഭിമുഖമായി, നനവില്ലാത്ത പാറമേൽ മലർന്നുകിടന്നു. എന്നിട്ട് മനസ്സിൽ എഡിറ്ററോടു നന്ദി പറഞ്ഞു. നന്നായി. ഇവിടേക്കു വരാൻ വഴിയൊരുക്കിയ അദ്ദേഹത്തോട് ആദ്യം തോന്നിയത് വെറുപ്പായിരുന്നു. ഒരു മുന്നറിയിപ്പുമില്ലാതെയായിരുന്നു നിർദ്ദേശം:

"ദാസേ, തനിക്കൊരു സ്പെഷ്യൽ അസൈൻമെന്റുണ്ട്."

ഒന്നു പകച്ചപ്പോൾ അദ്ദേഹം വിശദമായി പറഞ്ഞു:

"നമ്മുടെ ചീഫിന്റെ ഒരടുത്ത സുഹൃത്താണ് കോയിക്കൽ പാലസിലെ രവീന്ദ്രവർമ്മ. അദ്ദേഹത്തിന്റെ ശ്രീമതി വരച്ച കുറേ ചിത്രങ്ങളുടെ പ്രദർശനം അടുത്തയാഴ്ച ഇവിടെ അക്കാദമി ഹാളിൽ സംഘടിപ്പിക്കുന്നു. പ്രദർശനം തുടങ്ങുംമുമ്പേ താനതൊന്ന് പോയിക്കണ്ട് നന്നായൊന്നു കവർ ചെയ്യണം. കാറ് ഏർപ്പാടാക്കിയിട്ടുണ്ട്. ചിത്രങ്ങളിരിക്കുന്നത് മുതുമലയിലെ അവരുടെ എസ്റ്റേറ്റ് ബംഗ്ലാവിലാണ്. രാത്രി തിരിച്ചാൽ പുലർച്ചെ അവിടെത്താം."

കാര്യമറിഞ്ഞപ്പോൾ ആത്മനിന്ദയായിരുന്നു ആദ്യപ്രതികരണം. കൊച്ചമ്മമാരുടെ ഓരോ കമ്പം! മുതലാളി പണമുണ്ടാക്കാനായി പാഞ്ഞു നടക്കും. നേരം കളയാനറിയാത്ത കൊച്ചമ്മയുടെ വിനോദം കലയെ ഉദ്ധരിക്കലാവും! അതിനെ പ്രശംസിക്കാൻ തന്നെപ്പോലെ കുറേ പേനയുന്തുകാരും!

പിന്നെ സ്വയം ആശ്വസിപ്പിച്ചു. എന്നാലും ഒരു ചേഞ്ചല്ലേ, ഈ കോൺക്രീറ്റുവനത്തിലെ പകർത്തിയെഴുത്തിൽനിന്നു രണ്ടുദിവസത്തേക്കൊരു മോചനം!

നല്ല വണ്ടിയായിരുന്നു: സമർത്ഥനായ ഡ്രൈവറും. സന്ധ്യയ്ക്കു തിരിച്ചിട്ടും പുലർന്നുകഴിഞ്ഞു മുതുമലയെത്താൻ. പ്രധാന പാതയിൽനിന്നു കാട്ടുവഴിയിലൂടെ പിന്നെയും ഒരുമണിക്കൂർ വണ്ടിയോടിച്ചാണ് എസ്റ്റേറ്റിലെത്തിയത്.

കാടിനു നടുവിൽ ആയിരം ഏക്കറോളം വരുന്ന സ്വകാര്യഭൂമിയാണ് എസ്റ്റേറ്റ്. ഏലമാണ് പ്രധാന കൃഷി. നിയന്ത്രണങ്ങളുള്ളതുകൊണ്ടാവാം വൃക്ഷങ്ങളധികം വെട്ടിയിട്ടില്ല. കാടിനുള്ളിൽ ഒരു കാടുപോലെ എസ്റ്റേറ്റാകെ മരങ്ങളും വള്ളികളും പിണഞ്ഞുനില്ക്കുന്നു. അതിനു നടുവിൽ ഒരു പുരാവസ്തുപോലെ ബംഗ്ലാവ്.

കാറിൽനിന്നിറങ്ങിയപ്പോൾ ആദ്യം കണ്ടത് ആ മനുഷ്യനെയാണ്. വൃദ്ധനെന്നോ, മദ്ധ്യവയസ്കനെന്നോ തോന്നിക്കാത്ത മുനിയപ്പനെ.

"വന്നാട്ടെ", മുനിയപ്പൻ ക്ഷണിച്ചു. "മുതലാളി പറഞ്ഞിരുന്നു. യാത്രയൊക്കെ സുഖമായോ?"

മറുപടി കേൾക്കാൻ നില്ക്കാതെ അയാൾ വീണ്ടും പറഞ്ഞു:

"മുകളിലാണ് മുറി. ചിത്രങ്ങളിരിക്കുന്നതും അവിടെത്തന്നെ."

കോണികയറിക്കൊണ്ട് അയാൾ സ്വന്തം ചരിത്രം വിവരിച്ചപ്പോൾ അസഹ്യത തോന്നി:

"ഞാൻ സ്റ്റേറ്റ് സർവീസിലായിരുന്നു. ആർട്ട് മ്യൂസിയത്തിൽ ക്യൂറേറ്റർ.... റിട്ടയർ ചെയ്തപ്പോൾ ഇവിടെക്കൂടി. കുഞ്ഞുകുട്ടി പരാധീനക്കാരനാ. പെൻഷൻകൊണ്ട് ഒന്നുമാകില്ല. അതുകൊണ്ട് ഇവിടെ ക്യൂറേറ്ററുടെ ജോലി ചെയ്യുന്നു...."

അയാളൊന്നു നോക്കി; പ്രതികരണമില്ലെന്നു കണ്ടാവാം വിഷയം മാറ്റി:

"ആദ്യം കുളി, പിന്നെ കാപ്പികുടി. അതുകഴിഞ്ഞ് അല്പവിശ്രമം; പിന്നെ മതി ചിത്രം കാണൽ."

ദിനചര്യകളൊക്കെ അയാൾ നിശ്ചയിക്കുകയായിരുന്നെങ്കിലും അതു തെറ്റി. കോണികയറി മുകളിലെത്തിയപ്പോൾ വിശാലമായ ഹാളിലെ വർണ്ണ പ്രപഞ്ചത്തിൽ അറിയാതെ നിന്നുപോയി.

"സാറേ, ഞാൻ പറഞ്ഞില്ലേ, അതു പിന്നെ കാണാം. സാറിനെ കാപ്പീം തന്ന് ഈ ചിത്രം കാണാൻ വിട്ടിട്ട് എനിക്കു ടൗണിലൊന്നു പോകണം. വേഗം റെഡിയാവ്."

മുനിയപ്പൻ നിർബന്ധിച്ചില്ലായിരുന്നെങ്കിൽ ആ ചിത്രങ്ങൾ നോക്കി അങ്ങനെ നിന്നുപോയേനേ.

മുറി, ഒരു രാജാവിന്റെ കിടപ്പറപോലെ തോന്നിച്ചു. അതിന്റെ സൗന്ദര്യം ആസ്വദിക്കാനല്ല, ചിത്രങ്ങൾ കാണാനുള്ള വെമ്പലായിരുന്നു മനസ്സിൽ.

വേഗം തയ്യാറായി. അപ്പോഴേക്കും ഭക്ഷണം വന്നു. സമൃദ്ധം. രാജകീയം തന്നെ!

കാപ്പികുടി കഴിഞ്ഞപ്പോൾ ഹാളിലേക്കു നയിച്ചുകൊണ്ടു മുനിയപ്പൻ ചോദിച്ചു:

"സാറു ചിത്രങ്ങൾ കാണുകയല്ലേ?"

ഒന്നു നിറുത്തി അയാൾ വിശദീകരിച്ചു:

"ഞാൻ ടൗണിലൊന്നു പോകുവാ. കുറേ പണിയുണ്ട്. തിരിച്ചുവരാൻ അല്പം താമസിക്കും. താഴെ പണിക്കാരുണ്ട്. എന്തെങ്കിലും ആവശ്യമുണ്ടെങ്കിൽ ഒന്നു വിളിച്ചാൽ മതി; അവരിങ്ങുവരും." എന്തോ മറന്നതു ഭാവിച്ച് അയാൾ കൂട്ടിച്ചേർത്തു: "ചിത്രങ്ങളുടെ സ്പേസിംഗ് എങ്ങനെയുണ്ടെന്നു ശ്രദ്ധിക്കണം. അതെന്റെ സൃഷ്ടിയാ."

മുനിയപ്പൻ ഒന്നു പോയിക്കിട്ടിയാൽ മതിയെന്നായിരുന്നു. ആ ചിത്രങ്ങളുടെ വിളി അത്ര ശക്തമായിരുന്നു.

ദീർഘചതുരാകൃതിയിലുള്ള മുറിയിൽ മുപ്പതു ചിത്രങ്ങൾ. എല്ലാം ക്യാൻവാസാണ്. ഒറ്റനോട്ടത്തിൽ മനസ്സിലായി, ഒന്നിൽപ്പോലും ബ്രഷ് തൊട്ടിട്ടില്ല; പൂർണ്ണമായും നൈഫാണ്. ഫിഗറുകൾക്ക് ഇത്രയും വ്യക്തത നല്കാൻ നൈഫിനു കഴിയുമോ? നിറങ്ങളുടെ ഈ സങ്കലനം എങ്ങനെയുണ്ടാകുന്നു? വർണ്ണങ്ങൾക്ക് ഇങ്ങനെയും വൈവിധ്യമുണ്ടോ?

ചിത്രങ്ങളോരോന്നും സൂക്ഷ്മമായി നിരീക്ഷിച്ചു. ഓരോ കോണിൽനിന്നു കാണുമ്പോഴും രൂപത്തിലും ഭാവത്തിലും പ്രകടമാവുന്ന വൈജാത്യം അത്ഭുതപ്പെടുത്തുന്നതാണ്. പ്രത്യേകിച്ചും ഏഴാമതു വച്ചിരിക്കുന്ന ചിത്രം. മന്മഥയാനം എന്നു പേരിട്ടിരിക്കുന്ന ആ ചിത്രം നോക്കിനിന്നപ്പോൾ, അതിലെ നിറങ്ങളുടെ പ്രളയത്തിൽനിന്ന് ഒരു രൂപം തെളിഞ്ഞുവരുന്നു. ശിലാവിഗ്രഹം പോലൊരു സ്ത്രീരൂപം!

കുറേക്കൂടി അടുത്തുനിന്നു നോക്കി:

അഴിഞ്ഞുലഞ്ഞു കാർമേഘങ്ങൾപോലെ പിന്നിലേക്കു പടരുന്ന മുടി. അർദ്ധചന്ദ്രാകൃതിയിലുള്ള നെറ്റി. ഒത്ത പുരികങ്ങൾക്കു താഴെ താമരയിതളുകൾ കമഴ്ത്തിവച്ചതുപോലെ കണ്ണുകൾ. പ്രകാശം പരത്തുന്ന കണ്ണുകൾക്കു നടുവിലൂടെ ഒരല്പം വളഞ്ഞ മൂക്ക്. അതിന്റെ തുമ്പിൽ തിളക്കമുണ്ടോ? നനുത്ത രോമരാജികൾ നിരന്ന മേൽച്ചുണ്ടിനും വിടർന്ന കീഴ്ച്ചുണ്ടിനുമിടയിൽ വിരിയാതെ വിരിയുന്ന മന്ദഹാസം. തുടുത്ത കവിളുകൾ. അവയ്ക്കു കാവൽ നില്ക്കുന്നതുപോലെ ജാഗരൂകമായ ചെവികൾ. അതിനുതാഴെ ഒതുങ്ങിയ കഴുത്തിന്റെ ആരംഭം. അതിനു താഴെ മാറത്ത്..... മാറത്ത്, ഒത്ത നടുവിൽ ഒരു മുല മാത്രം! ഒരേയൊരു മുല!

കണ്ണുകൾ അവിടെ തറഞ്ഞു. രണ്ടു കൈപ്പത്തികൾകൊണ്ട് ഇരുവശത്തുനിന്നു ചേർത്തുപിടിച്ചാലും ഒതുങ്ങാതെ, പിന്നെയും പുറത്തേക്കു തുളുമ്പുന്ന മുലത്തുമ്പ്.

കുറേക്കൂടി അടുത്തേക്കു നീങ്ങിനിന്നു നോക്കി. ആ മുലത്തുമ്പ് കിനിയുന്നുണ്ടോ?

തൊട്ടുനോക്കാനായി വിരൽ നീണ്ടു.

"അരുത്."

അതൊരാജ്ഞയായിരുന്നു. ഞെട്ടിത്തിരിഞ്ഞു നോക്കിയപ്പോൾ ഒരു സ്ത്രീ! ചിത്രത്തിൽ തെളിഞ്ഞതുപോലെ ഒരു സ്ത്രീരൂപം!

പെട്ടെന്ന് പരിസരബോധം വീണ്ടെടുത്ത് ജളത മറയ്ക്കാൻ ശ്രമിച്ചു:

"മിസിസ് വർമ്മയാണല്ലേ? ചിത്രകാരി ഇവിടുണ്ടെന്നു ഞാൻ കരുതിയതേയില്ല. എന്നെ അറിയുമോ? ഞാൻ...."

അതു മുഴുമിപ്പിക്കാൻ കഴിയുംമുമ്പേ അവരുടെ ശബ്ദം ഉയർന്നുപൊങ്ങി:

"മനസ്സിലായി."

പിന്നെന്തു പറയണമെന്നറിയാതെ ഒരുനിമിഷം നിന്നു. അപ്പോൾ അവർതന്നെ ചോദിച്ചു:

"ചിത്രങ്ങളെല്ലാം കണ്ടില്ലേ?"

"കണ്ടു, ഞാൻ പ്രതീക്ഷിച്ചതുപോലല്ല. ഉദാത്തം എന്നു പറഞ്ഞാൽ അധികമാവില്ല. പക്ഷേ....."

"എന്തു പക്ഷേ?"

"ചില ദുരൂഹതകൾ....."

അർദ്ധോക്തിയിൽ നിറുത്തിയപ്പോൾ അവർ ചോദ്യഭാവത്തിൽ നോക്കി.

പിന്നെ മടിച്ചില്ല; തുറന്നു പറഞ്ഞു:

"ഉദാഹരണത്തിന് ഈ ചിത്രം നോക്കൂ. ഇതിൽ തെളിയുന്ന ഒരു ഇമേജുണ്ടല്ലോ, ഒരു സ്ത്രീരൂപം, അതിന്റെ ഫിഗറിലെ ദുരൂഹത...."

"മനസ്സിലായി..... അതൊരു കോപ്പിയാണ്."

"കോപ്പിയോ? ഏതിന്റെ?"

അപ്പോൾ മാത്രം അവർ ചിരിച്ചു:

"കോപ്പിയുമല്ല, കോപ്പിയുടെ കോപ്പി. അപ്പോഴാണല്ലോ ഒറിജിനലാവുക...."

ആ ചിത്രംപോലെ ദുരൂഹമായി അവരുടെ വാക്കുകളും.

വീണ്ടും നിർബന്ധിച്ചപ്പോൾ അവർ വിശദമായി പറഞ്ഞു:

"എസ്റ്റേറ്റിൽ ഒരു നീർച്ചോലയുണ്ട്. അതിന്റെ പതനഭാഗത്ത് ഒരു ശിലാവിഗ്രഹം. അതിന്റെ പകർപ്പാണിത്."

കേട്ടപ്പോൾ കൗതുകം തോന്നി:

"അതൊന്നു കാണാൻ പറ്റുമോ?"

"ഉവ്വ്, ഇപ്പോൾത്തന്നെ കാണാമല്ലോ, കുറേ നടക്കണം."

"ഞാൻ റെഡി."

മിസിസ് വർമ്മയുടെകൂടെ ശിലാവിഗ്രഹം കാണാൻ ചോലയിലേക്കു നടക്കുമ്പോൾ ആ മുലത്തുമ്പു മാത്രമായിരുന്നു മനസ്സിൽ. എന്നാൽ മുതുമലയുടെ താഴ്വരയിൽ, വിജനമായ വനമദ്ധ്യത്തിൽ ഇളകിയൊഴുകുന്ന ചോലച്ചുവട്ടിൽ ഏകാന്ത തപസ്വിനിയെപ്പോലെ നില്ക്കുന്ന ഒറ്റമുലയുള്ള ശിലാവിഗ്രഹം നോക്കി, മിസിസ് വർമ്മ കഥ പറഞ്ഞപ്പോൾ, മനസ്സ് ബാല്യത്തിലേക്കു പോയി. മുത്തശ്ശിയുടെ മടയിൽക്കിടന്നു കഥകേട്ടുറങ്ങിയ ബാല്യത്തിന്റെ വിദൂരതീരങ്ങളിലേക്ക്.... കഥകളിലെല്ലാം കാമ്പുണ്ടെന്നു കരുതിയ കാലത്തിന്റെ ബാല്യതീരങ്ങളിലേക്ക്.....

അങ്ങനെ സുഖദമായൊരു മാനസികാവസ്ഥയിലേക്ക് ഇപ്പോഴും വഴുതിവീഴുകയാണെന്നറിഞ്ഞ കൃഷ്ണദാസ് കണ്ണുകൾ മെല്ലെ ഇറുക്കിയടച്ചു പ്രാർത്ഥിച്ചു: കാലമേ നീ എന്നെ പിന്നിലേക്കു മാത്രം ഊഞ്ഞാലാട്ടൂ....

പക്ഷേ, കാലത്തിന്റെ ഊഞ്ഞാലാടിയില്ല. മനസ്സിലേക്കു തെളിഞ്ഞുവരുന്നത്, മുന്നിലെ ശിലാവിഗ്രഹമാണ്. ഇളകിത്തുള്ളുന്ന നീരൊഴുക്കിനു നടുവിൽ, പണ്ടെങ്ങോ കെട്ടിയ കൽമണ്ഡപത്തിനു ചുവട്ടിൽ, നിസ്സഹായയായി, നിശ്ചലമായി നില്ക്കുന്ന സുമജയുടെ ശിലാവിഗ്രഹം!

കൃഷ്ണദാസിന്, പിന്നെ കണ്ണടച്ചു കിടക്കാൻ കഴിഞ്ഞില്ല. എഴുന്നേറ്റിരുന്നു. ചുറ്റും വനഭംഗിയിലേക്കു വഴിമാറ്റാൻ നോക്കിയ കണ്ണുകൾപോലും ശിലാവിഗ്രഹത്തിനു മുന്നിലേക്കു മടങ്ങിവരുന്നത് അത്ഭുതത്തോടെ അയാളറിഞ്ഞു. എന്നാലതാവട്ടെ.....

അങ്ങനെ നോക്കിയിരുന്നപ്പോൾ കൃഷ്ണദാസിന്റെ മനസ്സിലെവിടെയോ ആർദ്രതയുടെ ഒരു നാമ്പുപൊട്ടി:

മിസിസ് വർമ്മ പറഞ്ഞ കഥയിൽ സത്യത്തിന്റെ അംശങ്ങളുണ്ടെങ്കിൽ സുമജയുടെ കാര്യം എത്ര കഷ്ടമാണ്!

മുതുമലനായ്ക്കൻ ഇവിടെത്തന്നെയാവുമോ ശിഷ്ടകാലം കഴിച്ചുകൂട്ടിയത്?

അയാളുടെ മനോനില എത്ര പരിതാപകരമായിരുന്നിരിക്കും!

ഏതെങ്കിലും ഒരു ബ്രഹ്മചാരി ഈ ശിലാവിഗ്രഹത്തിനു മുന്നിൽ വന്ന് പ്രേമാഭ്യർത്ഥന നടത്തി സുമജയെ പ്രാപിച്ചാൽ അവൾക്കു ശാപമോക്ഷം കിട്ടുമോ?

അയുക്തികമായ ചിന്തകൾ തന്നെ പൊതിയുകയാണെന്ന യാഥാർത്ഥ്യം കൃഷ്ണദാസ് പൊടുന്നനെ തിരിച്ചറിഞ്ഞു. ഈ കാട്ടിൽ ഇനിയും കാടു കയറാനുള്ള മനസ്സിന്റെ ത്വരയും അയാൾ മനസ്സിലാക്കി. ബംഗ്ലാവിലേക്കു മടങ്ങുന്നതാണു നന്നെന്ന് അയാൾ തീരുമാനിച്ചു.

പക്ഷേ, കൃഷ്ണദാസ് അവിടെത്തന്നെയിരുന്നതേയുള്ളൂ. ഈ യാത്ര ഒരു നിയോഗമായിരിക്കാം. അയാളോർത്തു. മിസിസ് വർമ്മയെ കാണാനും സുമജയുടെ കഥ കേൾക്കാനും അവൾക്കു ശാപമോക്ഷം നൽകാനുമുള്ള നിയോഗം. പെട്ടെന്നാണ് കൃഷ്ണദാസിന് തോന്നിയത്: ഈ പ്രായത്തിൽ ഇതുവരെ മനസ്സുകൊണ്ടോ, ശരീരംകൊണ്ടോ ഒരു സ്ത്രീയേയും കാമിച്ചിട്ടുള്ളവനല്ലല്ലോ താൻ; അപ്പോൾ തന്റെ വരവും ഒരു നിയോഗമാണോ?

പിന്നെ കൃഷ്ണദാസിനെ നയിച്ചത് അജ്ഞാതമായ ഒരന്തഃപ്രേരണയായിരുന്നു.

അയാൾ എഴുന്നേറ്റ് നീർച്ചോലയിലേക്കിറങ്ങി. കന്മണ്ഡപത്തിൽ ശിലാവിഗ്രഹത്തിനു മുന്നിൽ മുട്ടുമടക്കി. ശില്പത്തിന്റെ വലതു കൈത്തുമ്പിൽ സ്പർശിച്ചപ്പോഴേക്കും ഹൃദയമന്ത്രത്തിന് ഒഴുക്കായി:

“ഞാൻ കൃഷ്ണദാസ്, ഒരു സാധാരണ പത്രപ്രവർത്തകൻ. ഇന്നുവരെ ഒരു സ്ത്രീയേയും മനസ്സുകൊണ്ടോ, ശരീരംകൊണ്ടോ കാമിച്ചിട്ടില്ല. ആ അർത്ഥത്തിൽ ഞാൻ ബ്രഹ്മചാരിയാണ്. ഇപ്പോൾ, നിന്റെ കഥ കേട്ടപ്പോൾ നിന്നിൽ ഞാൻ അനുരക്തനായിരിക്കുന്നു. ഇന്നു രാത്രി എന്റെ അരികിൽ വരുമോ?”

മനസ്സും ശരീരവും ശിലാവിഗ്രഹത്തിനു മുന്നിൽ സമർപ്പിച്ച കൃഷ്ണദാസ് അങ്ങനെ പ്രാർത്ഥിച്ചുകൊണ്ടേയിരുന്നു.

ഒടുവിൽ ശില്പത്തിന്റെ വിരൽത്തുമ്പ് ചലിച്ചതുപോലെ കൃഷ്ണദാസിന് തോന്നി. ഒരു ഞെട്ടലോടെ അയാൾ കൈ പിൻവലിച്ചു. ധൃതിപ്പെട്ട് എഴുന്നേറ്റ് വിഗ്രഹത്തെ നോക്കി. അതിന് ആകെയൊരു ഭാവമാറ്റം. ശിലാവിഗ്രഹത്തിന്റെ കണ്ണുകളിൽ പ്രകാശം പരക്കുന്നുണ്ടോ? വിരിയാതെ വിരിയുന്ന മന്ദഹാസത്തിൽ നിലാവ് പൊഴിയുന്നുണ്ടോ?

ശരിയാണ്; ശരിക്കും നിലാവ് പരന്നുതുടങ്ങിയിരിക്കുന്നു. കൃഷ്ണദാസിനു പെട്ടെന്നു പരിസരബോധമുണ്ടായി.

ചുറ്റും വിജനമായ വനം. ഭയം അയാളെ ബാധിച്ചു. മിസിസ് വർമ്മയെ പോകാൻ അനുവദിച്ചതിൽ സ്വയം ശപിച്ചു.

എങ്ങനെയാണ് ബംഗ്ലാവിലേക്കുള്ള വഴി കണ്ടുപിടിക്കുക?

വിളിച്ചുകൂവണോ? അങ്ങനെയായാൽത്തന്നെ ആ ശബ്ദം അവിടെവരെ കേൾക്കുമോ?

എന്തായാലും ഇവിടെ നില്ക്കുന്നതു പന്തിയല്ല. അയാൾ പെട്ടെന്നു പിന്തിരിഞ്ഞ് ചോല കടന്നു. ബംഗ്ലാവിലേക്കുള്ള വഴിതേടി അല്പം നടന്നപ്പോൾ മുന്നിൽ പന്തവുമായി ആൾക്കൂട്ടം.

ആൾബഹളത്തിനിടയിലും മുനിയപ്പന്റെ ശബ്ദം തിരിച്ചറിഞ്ഞു:

"എന്റെ സാറേ, എവിടെയെല്ലാം തേടി."

ഒന്നും മറുപടി പറഞ്ഞില്ല. പറയാൻ കഴിയുന്ന മാനസികാവസ്ഥയിലല്ല.

ഭയം വല്ലാതെ തളർത്തിയിരുന്നു. എങ്കിലും കൂടെ വന്ന പണിക്കാരാരോ കളിയാക്കുന്നത് വ്യക്തമായും കേട്ടു:

"എഴുത്തുകാരൊക്കെ കഞ്ചാവാ. ചോലച്ചുവട്ടിലിരുന്ന് കഞ്ചാവടിച്ചപ്പം രാത്രിയായത് അറിഞ്ഞുകാണില്ല."

ബംഗ്ലാവിലെത്തിയപ്പോൾ മുനിയപ്പൻ പറഞ്ഞു:

"ഭക്ഷണം മുറിയിൽ വച്ചിട്ടുണ്ട്: ഞങ്ങൾ താഴെ കാണും, എന്തെങ്കിലും ആവശ്യമുണ്ടെങ്കിൽ വിളിച്ചാൽ മതി."

ഒന്നും കഴിക്കാൻ തോന്നിയില്ല.

ഉറക്കത്തിനു മുൻപുള്ള കുളിപോലും വേണ്ടെന്നു വച്ചു. ഒന്നുറങ്ങിയാൽ മതി. ലൈറ്റണച്ചു കിടന്നു. കണ്ണടച്ചു.

അപ്പോൾ അടഞ്ഞ കണ്ണുകൾക്കു മുന്നിൽ ജീവൻ വയ്ക്കുന്ന ശിലാവിഗ്രഹം. അതിനിപ്പോൾ ഭീതിദമായൊരു ഭാവമാണ്. എത്ര ശ്രമിച്ചിട്ടും അകക്കണ്ണിൽനിന്ന് അതു മായുന്നില്ല.

എഴുന്നേറ്റു ലൈറ്റിട്ടു. വെളിച്ചം കിട്ടട്ടെ, അങ്ങനെ ഉറങ്ങാം. അപ്പോൾ ഭയം തോന്നില്ല.

കിടന്നപ്പോൾ ആശങ്കയായി. ഇങ്ങനെ വെളിച്ചം കിടക്കുന്നത് ആരെങ്കിലും ശ്രദ്ധിക്കുമോ? മിസിസ് വർമ്മ ഉറങ്ങിക്കാണുമോ? വെളിച്ചം കണ്ട് അവരെങ്ങാനും ഇങ്ങോട്ടു വന്നാലോ?

പെട്ടെന്നാണ്, വാതിലും ജനാലകളും തുറന്നു കിടക്കുന്ന കാര്യം ശ്രദ്ധിച്ചത്.

കൃഷ്ണദാസ് ഉടൻതന്നെ വാതിലടച്ച് തഴുതിട്ടു: ജനാലകളും അടച്ചു. പിന്നെ ലൈറ്റു കെടുത്തി.

ബംഗ്ലാവിൽ വിളക്കെല്ലാം അണഞ്ഞിരിക്കുന്നു. എല്ലാവരും, പണിക്കാരു പോലും ഉറങ്ങിയിരിക്കുമോ?

അയാൾക്കു ഭയം വർദ്ധിച്ചു.

എങ്ങനെയെങ്കിലും ഒന്നുറങ്ങിയാൽ മതി.

കൃഷ്ണദാസ് കിടക്കയിൽ വന്നു കിടന്നു. വീണ്ടും കണ്ണടച്ചു. അപ്പോൾ അടഞ്ഞ കൺപോളകൾക്കു മുന്നിൽ വീണ്ടും ആ ശിലാവിഗ്രഹം, നേർത്ത ചലനങ്ങളോടെ ജീവൻ വയ്ക്കുന്ന ആ ശിലാവിഗ്രഹം!

എത്ര ശ്രമിച്ചിട്ടും അതു മായുന്നില്ല. ഭയം വരുമ്പോൾ, ജപിക്കാനുള്ള അമ്മയുടെ മന്ത്രങ്ങൾ, ലജ്ജയോടെയാണെങ്കിലും കൃഷ്ണദാസ് ഉരുവിടാൻ തുടങ്ങി. അതു നൂറ്റിയൊന്ന് ആവർത്തിച്ചപ്പോഴേക്കും കൺപോളകൾക്കു കനം തോന്നി......

പെട്ടെന്നാണ് അതുണ്ടായത്. ഒരു സ്പർശം. അതേ, അന്നുവരെ അനുഭവിച്ചിട്ടില്ലാത്ത, അനുഭൂതിദായകമായൊരു സ്പർശം കൃഷ്ണദാസ് അറിഞ്ഞു.

ഭയമാണോ, ജിജ്ഞാസയാണോ അയാളുടെ കണ്ണുതുറപ്പിച്ചതെന്ന് അറിയില്ല. ഏതായാലും കണ്ണുകൾ മെല്ലെ തുറക്കുമ്പോൾ, മുറിയിൽ, ജനാലച്ചില്ലുകളിലൂടെ പ്രതിഫലിച്ചിറങ്ങുന്ന നേർത്ത നിലാവിൽ വശ്യചലനങ്ങളോടെ ആ ശിലാവിഗ്രഹം! അതിനു ജീവൻ വച്ചിരിക്കുന്നു.!

നിലവിളിക്കാനാഞ്ഞെങ്കിലും കൃഷ്ണദാസിന്റെ ശബ്ദങ്ങളെല്ലാം അയാളുടെ തൊണ്ടയിൽത്തന്നെ തടഞ്ഞുപോയി. അയാൾ ഭയന്നു മരവിച്ചു.

വിഗ്രഹത്തിന്റെ ചുണ്ടുകളനങ്ങി; മുത്തുപൊഴിഞ്ഞു:

“ഭയക്കണ്ടാ, ഞാൻ സുമജയാണ്. ശാപമോക്ഷത്തിനായി നിങ്ങൾ വരുന്നതും കാത്തിരിക്കുകയായിരുന്നു ഞാൻ.”

അവൾ സംസാരിച്ചപ്പോൾ സുഗന്ധം പരന്നു. അതു മുറിയാകെ നിറഞ്ഞു.

“വരൂ.....”

കൈനീട്ടിക്കൊണ്ട് അവർ കൃഷ്ണദാസിനെ ക്ഷണിച്ചു.

പിന്നെ പെട്ടെന്ന്, അഴിഞ്ഞുലഞ്ഞു കരിമേഘംപോലെ പിന്നിലേക്കു പടർന്നിരുന്ന മുടി, ഒരഭ്യാസിയെപ്പോലെ അവൾ മുന്നിലേക്കിട്ട് കൃഷ്ണദാസിനെ മൂടി.

സുഗന്ധവാഹിയായ മുടിപ്പൂക്കൾക്കു കീഴിൽ അയാളെപ്പോലും അതിശയിപ്പിച്ചുകൊണ്ട് കൃഷ്ണദാസ് ഭയം മറന്നു.

അർദ്ധചന്ദ്രാകൃതിയിലുള്ള അവളുടെ നെറ്റി മൂർദ്ധാവിലുരസിയപ്പോൾ അയാൾക്കു പുനർജ്ജനിയായി. ഒത്ത പുരികങ്ങൾക്കു താഴെയുള്ള താമരയിതളുകളിലെ പ്രകാശദീപ്തി കണ്ണുകളിലേക്കു ചൊരിഞ്ഞപ്പോൾ അയാൾക്ക് എല്ലാം കാണാമെന്നായി. അല്പം വളഞ്ഞ മൂക്കിന്റെ തുമ്പ് മുഖമാകെ പരതിക്കൊണ്ടിരുന്നപ്പോൾ അയാൾ ഉന്മത്തനായി. നനുത്ത രോമരാജികൾ നിരന്ന മേൽച്ചുണ്ടിനും വിടർന്ന കീഴ്ച്ചുണ്ടിനുമിടയിൽ വിരിയാതെ വിരിഞ്ഞ

മന്ദഹാസം അയാളെ വിസ്മൃതിയിലാക്കി. കവിളുകളുടെ തുടിപ്പും ചെവി കളുടെ ജാഗരൂകതയും അയാളെ ഉന്മത്തനാക്കി. ഒതുങ്ങിയ കഴുത്തിന്റെ ആരംഭത്തിലൂടെ ചുണ്ടുകളിഴഞ്ഞ് താഴെയെവിടെയോ തടഞ്ഞപ്പോൾ ആ ലഹരിയിലും അയാളതു കണ്ടു– മാറത്ത് ഒത്ത നടുവിലായി ഒറ്റ മുല! രണ്ടു കൈപ്പത്തികൾകൊണ്ട് ഇരുവശത്തുനിന്നു ചേർത്തുപിടിച്ചിട്ടും ഒതുങ്ങാതെ പുറത്തേക്കു തുളുമ്പുന്ന ആ മുലത്തുമ്പിന്മേൽ എന്തോ ഒരന്തഃപ്രേരണ യാൽ അയാൾ ചുണ്ടമർത്തി. അപ്പോഴയാൾക്കു മനസ്സിലായി, അതു കിനിയുന്നു! പിന്നൊന്നും കൃഷ്ണദാസ് അറിഞ്ഞില്ല. സ്വയം വിസ്മൃതിയുടെ വിലയത്തിൽ അവളൊരു തോണിയായി മാറുന്നത് അയാൾ വ്യക്തമായും കണ്ടു. നിലാവുള്ള രാത്രിയിൽ, പ്രശാന്തമായ തടാകത്തിലൂടെ, കുഞ്ഞോള ങ്ങളെ നോവാതെ മുറിച്ചു മെല്ലെ നീങ്ങുന്ന ചെല്ലത്തോണി. തോണിക്കാര നായി കൃഷ്ണദാസ് മാത്രം. അതങ്ങനെ മെല്ലെ നീങ്ങിക്കൊണ്ടേയിരുന്നു.

ഒടുവിൽ ദൂരം ഒട്ടേറെ താണ്ടിയപ്പോൾ, തടാകത്തിലെ തണുത്ത കാറ്റ് തോണിക്കാരന്റെ കണ്ണുകളെ വീശിയടച്ചു. സുഖദമായൊരാലസ്യം. അതില ങ്ങനെ മതിമറക്കുന്നതിനിടയിലെപ്പോഴോ കൃഷ്ണദാസ് ഞെട്ടി കണ്ണു തുറന്നു.

നേരം നന്നെ പുലർന്നിരിക്കുന്നു!

അടച്ചിട്ട ജനാലയ്ക്കു പുറത്തു സൂര്യൻ ചിരിക്കുന്നു; കിളികളും കാറ്റും കാടും ഏറ്റു ചിരിക്കുന്നു.

ഉറക്കത്തിലായിരുന്നോ? സ്വപ്നം കാണുകയായിരുന്നോ?

കൃഷ്ണദാസ് ഓർത്തുനോക്കി.

സ്വപ്നമല്ല. ആ സുഗന്ധം ഇപ്പോഴും ഈ മുറിയിലുണ്ട്. കിടക്കയിലുണ്ട്. സുഖദമായൊരാലസ്യം ശരീരത്തിലുമുണ്ട്.

എന്നിട്ട് അവളെവിടെ?

പെട്ടെന്നാണ് അതു ശ്രദ്ധിച്ചത്. വാതിൽ തുറന്നുകിടക്കുന്നു. രാത്രിയിൽ അകത്തുനിന്നു തഴുതിട്ട വാതിൽ ആരു തുറന്നു?

കൃഷ്ണദാസ് പരിഭ്രമത്തോടെ പിടഞ്ഞെഴുന്നേറ്റു.

ഉടുമുണ്ടില്ല!

നഗ്നനായി ഉറങ്ങിയോ?

ഉറക്കത്തിലൊരിക്കലും ഉടുമുണ്ടുരിഞ്ഞുപോകാറില്ലല്ലോ?

നോക്കി നോക്കി വന്നപ്പോൾ മുറിയുടെ മൂലയ്ക്കു വലിച്ചെറിഞ്ഞതു പോലെ മുണ്ടു കിടക്കുന്നു.

അതെടുത്തു വാരിച്ചുറ്റി മുറിയാകെ പരതി. ബാത്ത്റൂമിലും ഡ്രസ്സിംഗ് റൂമിലും നോക്കി.

അവളെവിടെ?

പുറത്തേക്കു പോയിരിക്കുമോ?

ധൃതിപ്പെട്ടു പുറത്തേക്കിറങ്ങുമ്പോൾ ആദ്യം കണ്ണിൽപ്പെട്ടത്, പുറത്തു വച്ചിരുന്ന ചിത്രങ്ങൾക്കിടയിലെ വലിയ വിടവാണ്. പരിഭ്രമത്തോടെ നോക്കിയപ്പോൾ മനസ്സിലായി, ഏഴാമതു വച്ചിരുന്ന ആ ചിത്രം അവിടില്ല.

ആരെങ്കിലും അതെടുത്തു മാറ്റിക്കാണുമോ?

"മുനിയപ്പാ." ഉറക്കെ വിളിച്ചു.

മുനിയപ്പൻ ഓടി മുകളിലേക്കു വന്നു.

ചിത്രങ്ങൾക്കിടയിലെ വിടവു ചൂണ്ടി ചോദിച്ചു:

"ഇവിടിരുന്ന ചിത്രമെവിടെ?"

മുനിയപ്പൻ ചിരിച്ചു:

"ഇവിടെ ചിത്രമില്ലായിരുന്നല്ലോ സാറേ, പടം ക്രമീകരിച്ചപ്പോൾത്തന്നെ ഇവിടെ സ്പേസിംഗിനുവേണ്ടി ഗ്യാപ്പിട്ടിരുന്നതാ...."

"അല്ലല്ലോ ഞാൻ കണ്ടതല്ലേ. ആ ശിലാവിഗ്രഹത്തിന്റെ രൂപമുള്ള ചിത്രം."

"അങ്ങനൊരു പടം ഇവിടില്ലായിരുന്നു സാറേ, ഞാനല്ലേ, ഇതെല്ലാം ഇവിടെ വച്ചത്."

"ഇല്ലെന്നോ, ഞാനിന്നലെ അതേക്കുറിച്ച് അവരോടു സംസാരിച്ചതാ, നിങ്ങൾ മിസിസ് വർമ്മയെ വിളിക്ക്."

"ആരെ, സുമജക്കൊച്ചമ്മയേയോ? അവരു മരിച്ചിട്ടു കാലമെത്രയായി!"

കൃഷ്ണദാസ് മരവിച്ചുപോയി. ആ മരവിപ്പിൽ അയാളുടെ ശബ്ദം വിലാപ മായി:

"അപ്പോൾ ഞാനിന്നലെ കണ്ട സ്ത്രീ?"

"ഏതു സ്ത്രീ! അങ്ങനൊരു സ്ത്രീയെന്നല്ല, ഈ കാട്ടുബംഗ്ലാവിൽ പെണ്ണുങ്ങളേയില്ലല്ലോ."

അപ്പോൾ ഇന്നലെ ഇവിടെ കണ്ടതും, നീർച്ചോലയിലേക്കു വന്നതും, കഥ പറഞ്ഞതുമൊക്കെ ആരായിരുന്നു?

കൃഷ്ണദാസിന്റെ മനസ്സിൽ ഒരു മിന്നൽപ്പിണർ വീണു. അയാൾ പെട്ടെന്ന് ബംഗ്ലാവിന്റെ പടികളിറങ്ങി. കാട്ടുവഴിയിലൂടെ നീർച്ചോലയിലേ ക്കോടി.

ചോലക്കരയിലെത്തുംമുമ്പേ കൃഷ്ണദാസ് അതു കണ്ടു. ഇളകിയൊഴു കുന്ന ചോലയുടെ നടുവിൽ ഒഴിഞ്ഞ കന്മണ്ഡപം!

ഒറ്റമുലയുള്ള ആ ശിലാവിഗ്രഹം അപ്രത്യക്ഷമായിരിക്കുന്നു!

കൃഷ്ണദാസ് ശരിക്കും മരവിച്ചുപോയി.

ആ മരവിപ്പിൽ സിരകളാകെ തകർന്ന് വിസ്മൃതിയുടെ വിലയത്തിലേക്കു വീഴുമ്പോൾ ഇളകിയൊഴുകുന്ന ചോലയുടെ മർമ്മരം അയാൾ വ്യക്തമായും കേട്ടു: പണ്ട്, പണ്ടെന്നു പറഞ്ഞാൽ, പണ്ടു പണ്ട്.......

■

തീർത്ഥാടനം

തിരക്കൊഴിഞ്ഞു.

തീർത്ഥാടകരെല്ലാം പോയെന്നു തോന്നുന്നു.

ഇനി ഇവിടെയിരുന്നിട്ടു കാര്യമില്ല.

ഇന്നോ നാളെയോ ഏർപ്പാടുകാരൻ വരും.

അതോർത്തപ്പോൾ പിച്ചാണ്ടിയുടെ ഉള്ളൊന്നു പിടഞ്ഞു.

അയാൾ പിന്നോക്കം തിരിഞ്ഞ് രാധയെ ഒന്നു നോക്കി.

"എന്തേ? എന്തു വേണം?"

അവളുടെ ആർദ്രമായ ശബ്ദം.

അയാൾ മിണ്ടിയില്ല. ഈ ആർദ്രമായ പദങ്ങൾ എനിക്ക് നഷ്ടപ്പെടുമോ? ഈ സ്പർശം എനിക്ക് അന്യമാകുമോ?

നാളെ ഈ വണ്ടി തള്ളുന്നതും എനിക്കു വേണ്ടി പാത്രം നീട്ടുന്നതും മറ്റൊരു കുട്ടിയായിരിക്കുമോ? ഇല്ല. ഇതു ഞാൻ നഷ്ടപ്പെടുത്തില്ല. ഇവളെ എങ്ങനേയും എനിക്കു സ്വന്തമാക്കണം. ഏർപ്പാടുകാരൻ മണിയണ്ണാച്ചിയോടു രണ്ടുമൂന്നു പ്രാവശ്യം അതു പറഞ്ഞതാണ്. അപ്പോഴൊക്കെയും അയാൾ കളിയാക്കി ചിരിക്കുകയായിരുന്നു.

"എടേ പിച്ചാണ്ടി- അവടമ്മയ്ക്കു രൂപാ രണ്ടായിരം കൊടുക്കണം. അതു നിന്റെ കൈയിലുണ്ടോ? നീ ഈ ജന്മം മുഴുവൻ തെണ്ടിയാൽ അതു കിട്ടുമോ?"

മണിയണ്ണാച്ചി പിന്നെയും ചിരിച്ചു. അപ്പോഴൊക്കെയും ആ കളിയാക്കലും ചിരിയും രാധ കേൾക്കരുതേ എന്നായിരുന്നു പ്രാർത്ഥന. ഭാഗ്യത്തിന് അവൾ വെള്ളമെടുക്കാനോ ആഹാരം വാങ്ങാനോ പോകുമ്പോഴായിരിക്കും ഈ സംഭാഷണം.

എന്തായാലും ഇവളില്ലാതിനി എങ്ങോട്ടും പോകില്ല. പോലീസിനെ വിളിക്കുന്നെങ്കിൽ വിളിക്കട്ടെ. അവർ പിടിച്ചു പഴയ ആശുപത്രിക്കുള്ളിലാക്കുമായിരിക്കും. ആ നരകം! മുരടിച്ചു ജീർണ്ണിച്ച ആ നരകം. അതിന്റെ അകത്തളങ്ങളിലെ അസഹ്യതയോർത്തപ്പോൾ പിച്ചാണ്ടി തളർന്നു പോയി.

"എന്തേ- എന്തു വേണം?"

രാധയുടെ ശബ്ദം വീണ്ടും.

പിച്ചാണ്ടി അപ്പോഴും മറുപടി പറഞ്ഞില്ല. പകരം തള്ളുവണ്ടിയിൽ പിടിച്ചിരിക്കുന്ന കൈകളിലേക്കു മുഖം ചേർത്തു വച്ചു. ഉള്ളിന്റെ ഉള്ളിൽ ഊറിവരുന്ന വിതുമ്പലിനുവേണ്ടി കാതോർത്തു. ഒരിക്കലും കരുതിയിരുന്നില്ല മനസ്സ് ഇത്രയേറെ ആർദ്രമാകുമെന്ന്- ഇങ്ങനെ വിതുമ്പുമെന്ന്. പോരുമ്പോൾ എവിടെക്കാണെന്നുപോലും അറിഞ്ഞിരുന്നില്ല. മുനിയാണ്ടി പറഞ്ഞു ഇനി മൂന്നു മാസം മണിയുടെകൂടെയാണ്. അവിടെ ചാരായം കിട്ടും. കണ്ടമാനം കുടിച്ചേക്കരുത്. വട്ടക്കാശെടുത്തുകൊണ്ട് ബാക്കിയങ്ങു കൊടുക്കണം. അത്രമാത്രം. മറുപടി പറഞ്ഞില്ല. തിരിച്ചൊന്നും പറയുന്നത് മുനിയാണ്ടിക്ക് ഇഷ്ടമല്ല. പറയുന്നതെല്ലാം അനുസരിച്ചോളണം. ആ കരാറിലാണു കുഷ്ഠ രോഗാശുപത്രിയിൽ നിന്നു കടത്തിക്കൊണ്ടു വന്നത്. എവിടെയെങ്കിലും എന്തെങ്കിലും പിഴവുപറ്റിയാൽ അടിയാണു ശിക്ഷ. അതുകൊണ്ടു തന്നെ ഒന്നും മിണ്ടിയില്ല. ട്രെയിനിന്റെ ഇടനാഴിയിൽ പേരില്ലാത്ത അനേകർക്കൊപ്പം ഒരു പകലും രാത്രിയും. അവസാനം വണ്ടി നിന്നപ്പോൾ ആരോ എടുത്തി റക്കി- മുനിയാണ്ടി കാത്തു നില്ക്കുകയായിരുന്നു. ആ ട്രെയിനിൽ തന്നെ പ്പോലെ നാല്പതോളം പേരെ മണിയണ്ണാച്ചിയാണു വരുത്തിയിരിക്കുന്നത്. മുനിയാണ്ടിയുമായി നേരിട്ടുള്ള ഏർപ്പാടാണ്. ഓരോരുത്തരേയും കണ്ടു നിർദ്ദേശങ്ങൾ കൊടുക്കുന്ന കൂട്ടത്തിൽ മണിയണ്ണാച്ചി ഒന്നു നിന്നു: "എടേ പിച്ചാണ്ടി, നിന്റെ കൈയെല്ലാം ഉണങ്ങി യില്ലേ? ഗ്രീസിടണം. പിന്നെ നിന്റെ തള്ളുവണ്ടിക്ക് ഒരു പയ്യനെ തന്നെ ഏർപ്പെടുത്തണമെന്നു മുനിയാണ്ടി പറഞ്ഞിരുന്നു. ആൺപിള്ളേരെയൊന്നും കിട്ടിയില്ല. ഒരു പെണ്ണിനെയാ കണ്ടു വച്ചിരിക്കുന്നത്. പത്തുപതിനൊന്നു വയസ്സുണ്ട്. ആൺപിള്ളേരു തന്നെ വേണമെന്നു പറഞ്ഞത് നിനക്കു കഞ്ചാവും ചാരായവും വാങ്ങിപ്പിക്കാനല്ലേ? അതൊക്കെ ഞാൻ എത്തിച്ചു തരും." അതു കേട്ടപ്പോൾ വല്ലാത്ത നിരാശ തോന്നി. ഏർപ്പാടുകാരൻ തരുന്ന ചാരായം റേഷൻപോലെയാണ്. തികയില്ല. ആൺപിള്ളേരാണെങ്കിൽ എങ്ങോട്ടെങ്കിലും വിട്ട് വാങ്ങാമായിരുന്നു. ഈ പെൺകുട്ടിയോടെങ്ങനെ യാണതു പറയുക?

ഒരു രാത്രി മുഴുവൻ റെയിൽവേ സ്റ്റേഷനടുത്തുള്ള ഓവർ ബ്രിഡ്ജിനടി യിലാണു കഴിഞ്ഞത്. പുലരാറായപ്പോൾ മണിയണ്ണാച്ചി വന്നു. കൂടെ ഒരു തള്ളയും കൊച്ചും. അരണ്ട വെളിച്ചത്തിൽ ഒന്നേ നോക്കിയുള്ളൂ. നോട്ടം ആ കുട്ടിയിൽ തന്നെ തറഞ്ഞു പോയി. പിഞ്ഞിത്തുടങ്ങിയ പെറ്റിക്കോട്ടി നുള്ളിൽ അവൾ, അവളാകെ!

"ഇവൻ പെശകനാണല്ലോ! എന്തോന്നാടാ ഇത്ര നോക്കാൻ...... കൊച്ചു കൊച്ചാ...... വേണ്ടാതീനം കാണിച്ചാലുണ്ടല്ലോ അരിയും ഞാൻ......"

തള്ളയുടെ ശകാരം കേട്ടാണ് ഞെട്ടിയുണർന്നത്. അവരെന്തോ തെറ്റി ദ്ധരിച്ചിരിക്കുന്നു.

മണിയണ്ണാച്ചി അവരെ ആശ്വസിപ്പിക്കുകയാണ്:

"ഒന്നുമില്ലക്കാ- അവനൊരു പാവം- കയ്യും കാലുമില്ല. അവനെന്തോന്നു ചെയ്യാൻ"

തള്ള അടങ്ങുന്നില്ല.

"അവന്റെയൊരു നോട്ടം കണ്ടില്ലേ?"

"അതു പിന്നെ അവൻ വെറുതെ നോക്കിയതാ-"

മണിയണ്ണാച്ചി അവരെ ഒരുവിധത്തിൽ സമാധാനിപ്പിച്ചു. എങ്കിലും കുട്ടിയെ വിട്ടിട്ടു പോകാൻനേരം അയാൾ ഓർമ്മിപ്പിച്ചു:

"വേണ്ടാതീനം കാണിച്ചാൽ നിന്റെ കണ്ണിൽ ആസിഡൊഴിക്കും.... നോക്കിക്കോ....."

അയാൾ തന്നെയാണു തള്ളുവണ്ടിയിലേക്കു കയറ്റിവച്ചത്. പിന്നെ അതു തള്ളി നീക്കാനുള്ള രീതി കുട്ടിക്കു പറഞ്ഞുകൊടുത്തു. എന്നിട്ടു വെട്ടു കാട്ടേക്കുള്ള വഴി വിവരിച്ചു. അവിടെ ചെന്നാൽ നില്ക്കാനുള്ള അടയാളവും പറഞ്ഞുകൊടുത്തു.

"എന്നാൽ തള്ളിക്കോ-"

ആജ്ഞ കേൾക്കാത്ത താമസം കുട്ടി വണ്ടി തള്ളി. അതു മെല്ലെ നീങ്ങിത്തുടങ്ങിയപ്പോൾ മണിയണ്ണാച്ചിയുടെ ഓർമ്മപ്പെടുത്തൽ വീണ്ടും:

"എന്റെ കൈയിൽ ആസിഡൊണ്ട് സൂക്ഷിച്ചോളണം....."

മറുപടി ഒന്നും പറഞ്ഞില്ല. വണ്ടി തള്ളുന്നതിനിടയിൽ ആ ശരീരം പുറത്തു സ്പർശിക്കുന്നു. അതേ സ്പർശന സുഖം. കാറ്റടിക്കുമ്പോൾ മുടിത്തുമ്പുകൾ മുഖത്തേക്കുയർന്നുവരുന്നു. അതേ മണം!

"എന്താ പേര്?"

പിച്ചാണ്ടി മൃദുവായി ചോദിച്ചു.

"കൊച്ചു രാധ?"

അവളുടെ ആർദ്രമായ ശബ്ദം.

ആ പേരു പോലും!

ഈശ്വരാ ഇതെങ്ങനെ ഒത്തുവന്നു.

അയാൾ തല തിരിച്ച് അവളുടെ മുഖത്തേക്ക് ഉറ്റു നോക്കി.

"എന്തേ ഇങ്ങനെ നോക്കുന്നു?"

വിധേയത്വം നിറഞ്ഞ നിഷ്കളങ്കമായ ചോദ്യം.

അതേ ചോദ്യം-മാർകഴിയിലെ മഞ്ഞുള്ള രാത്രിയിൽ ആൽത്തറയിലെ അമ്മൻകോവിലിൽ പെണ്ണാടിത്തിമിർക്കുമ്പോൾ അടുത്തിരുന്ന ആട്ടക്കാരി യുടെ അനുജത്തി, രാധ ചോദിക്കുന്നു:

"എന്തേ ഇങ്ങനെ നോക്കുന്നു?"

"നിന്നെ കാണാൻ........"

അവളുടെ നാണം.

"അയ്യോ! ഞാൻ അമ്മയോടു പറയും......."

ഞാൻ തന്നെ പറയാം- എനിക്ക് എന്നും കണ്ടോണ്ടിരിക്കാൻ നിന്നെ തരണമെന്ന്!"

അവൾ എഴുന്നേറ്റ് ഓടിക്കളഞ്ഞു. പിന്നെല്ലാം പെട്ടെന്നായിരുന്നു. ഇതെല്ലാം കണ്ടു നിന്ന മൂപ്പൻ അരികിൽ വന്നു സ്വകാര്യമായി ചോദിച്ചു:

"എന്താ നിനക്കു രാധയെ ഇഷ്ടമായോ? അവളെ കെട്ടണോ?"

സമ്മതം മൂളാത്ത താമസം പെണ്ണോട്ടത്തിന്റെ അവസാനം ഗ്രാമക്കാരുടെ മുന്നിൽ മൂപ്പൻ കല്യാണ വാർത്ത വിളംബരം ചെയ്തു.

ആരോടും ആലോചിക്കാനില്ലായിരുന്നു. അകാലത്തിൽ അച്ഛനമ്മമാർ മരിച്ചുപോയ, സഹോദരങ്ങളില്ലാത്ത, അനാഥനായ ചെറുപ്പക്കാരനെ മരുമകനായി സ്വീകരിക്കാൻ ആട്ടക്കാരിയാണെങ്കിലും രാധയുടെ അമ്മയ്ക്ക് സന്തോഷമായിരുന്നു. രാധയെ കാണുമ്പോൾ, അവളുടെ വിടർന്ന കണ്ണു കളിലേക്കു നോക്കുമ്പോൾ, ആ നിറഞ്ഞ മാറിടങ്ങളിൽ മുഖം അമർത്തു മ്പോൾ എന്തൊരു നിർവൃതിയായിരുന്നു. വിവാഹത്തിന്റെ ആദ്യനാളുകളിലെ ആഹ്ലാദം അധികകാലം നീണ്ടുനിന്നില്ല. പെട്ടെന്നാണ് ഒരു ദിവസം അതു കണ്ടത്. ഇടതു കൈയിലെ ചൂണ്ടു വിരലിന്റെ അറ്റം പഴുക്കുന്നു. മരുന്നു വച്ചിട്ടൊന്നും കുറഞ്ഞില്ല. വിരലുകൾക്കാകെ ഒരു മരവിപ്പ്. ക്രമേണ മറ്റു വിരലുകളും പഴുത്തു തുടങ്ങി.

ഗ്രാമത്തിലെ ഡോക്ടർ പറഞ്ഞു:- നഗരപ്രാന്തത്തിലുള്ള ആശുപത്രി യിലേക്കു പോകാൻ. രാധയും കൂടെ വന്നു. രോഗത്തിന്റെ ആരംഭമാണ്. കുറച്ചുനാൾ ആശുപത്രിയിൽ കിടന്നേ പറ്റൂ. ഗർഭിണിയായ രാധ കരഞ്ഞു വീർത്ത കണ്ണുകളുമായാണ് തിരിച്ചുപോയത്. ആശുപത്രിയുടെ അകത്തള ത്തിലിരുന്നു ദിനങ്ങളെണ്ണി. കൈവിരലുകളിലെ പഴുപ്പു കൂടിക്കൂടി വരിക യായിരുന്നു. ഒരു ദിവസം ഉണർന്നെഴുന്നേൽക്കുമ്പോൾ ഇടതുകൈയിലെ മോതിരവിരൽ കാണാനില്ല. നോക്കിയപ്പോൾ കിടക്കവിരിപ്പിൽ ആ വിരൽത്തുമ്പ് കിടക്കുന്നു. ആശുപത്രിക്കാരൊക്കെ നിർബന്ധിച്ചിട്ടും ഊരാതിരുന്ന കല്ലുള്ള മോതിരവും അതിൽ പറ്റിപ്പിടിച്ചിരിക്കുന്നു. ആ കാഴ്ച കണ്ടു മരവിച്ചുപോയി. ബോധം തെളിഞ്ഞപ്പോൾ ആദ്യം ചെയ്തത് ആ മോതിരം അരഞ്ഞാണച്ചരടിൽ കോർത്തിടുകയായിരുന്നു. അത് ഈ ശരീരത്തിൽ പറ്റിപ്പിടിച്ചു കിടക്കട്ടെ. ഈ ജീവിതത്തിന്റെ ആകെയുള്ള അർത്ഥമാണത്. അന്ന് വളരെയേറെ കരഞ്ഞു. ക്രമേണ കാലും പഴുത്തു തുടങ്ങി. ഇതിനിടെ രാധയുടെ വിവരങ്ങളറിയാത്ത വേദന മനസിനേയും നീറ്റി. അവൾ പ്രസവിച്ചോ? കുട്ടി എങ്ങനെയായിരിക്കും? ഡോക്ടറോടും നഴ്സിനോടും പലപ്പോഴും കരഞ്ഞു പറഞ്ഞു. ഒടുവിൽ സഹികെട്ടാവും ഒരു ദിവസം നഴ്സ് പറഞ്ഞു:

"പിച്ചാണ്ടി അവരെ മറന്നേയ്ക്കൂ........"

"അയ്യോ- അതെന്താ? എന്റെ രാധ ഗർഭിണിയായിരുന്നു........"

"രാധ പ്രസവിച്ചു. പെൺകുട്ടിയാണ്. ഒരു ദിവസം കുട്ടിയേയും കൂട്ടി

അവളിവിടെ വന്നിരുന്നു. നിങ്ങളുടെ വിരൽ മുറിഞ്ഞ ദിവസം. അബോധാവസ്ഥയിൽ കിടന്ന നിങ്ങളെ ഒന്നു നോക്കിയിട്ട് അവൾ മടങ്ങിപ്പോയി......"

"ഇവിടെവരെ വന്നിട്ട്...... എന്നോടൊന്നും പറയാതെ?"

"അതെ...... എന്നു മാത്രമല്ല, നിങ്ങളെ ഇനി അങ്ങോട്ട് അയയ്ക്കരുതെന്നും ഇവിടെത്തന്നെ പാർപ്പിക്കണമെന്നും അവൾ അപേക്ഷ തന്നിട്ടുണ്ട്."

"അയ്യോ..... എന്റെ കുഞ്ഞ്"

"നമുക്ക് നാം മാത്രമേയുള്ളൂ പിച്ചാണ്ടി..... നിങ്ങൾ പ്രാർത്ഥിക്കൂ......."

നഴ്സിന്റെ അകന്നു പോകുന്ന കാലൊച്ച കേട്ടു നിശ്ശബ്ദം കരഞ്ഞു. എന്റെ കുഞ്ഞ്.... എന്റെ കുഞ്ഞ് എങ്ങനെയിരിക്കും? അവൾക്കിട്ട പേരെന്തായിരിക്കും?

"ആൺകുട്ടിയാണെങ്കിൽ ഞാനവനു മുത്തു എന്നു പേരിടും. പിച്ചമുത്തു."

നിറഞ്ഞ വയറിനെ ഉമ്മവച്ചുറങ്ങുമ്പോൾ അവൾ ഒരിക്കൽ പറഞ്ഞിരുന്നു. അന്ന് ഉമ്മകൾകൊണ്ട് അവളെയാകെ മൂടി.

"പെൺകുട്ടിയാണെങ്കിൽ ഞാനവളെ രാധ എന്നു വിളിക്കും- കൊച്ചു രാധ!"

അതൊക്കെ വെറും സ്വപ്നങ്ങളായിരുന്നോ? എന്റെ കുഞ്ഞ്! അതിനെ ഒന്നു കണ്ടിരുന്നെങ്കിൽ! കുഞ്ഞിനെ കാണാനുള്ള അദമ്യമായ ആഗ്രഹമറിഞ്ഞ് ഒരിക്കൽ സൂപ്രണ്ട് ഓർമ്മിപ്പിച്ചു:

"പിച്ചാണ്ടി, രോഗികൾ ചില കാര്യങ്ങൾ ശ്രദ്ധിക്കണം. പൊതു സമ്പർക്കം പാടില്ലാത്ത രോഗമാണ് നിങ്ങൾക്ക്, മാത്രമല്ല വീട്ടുകാർക്കും നിങ്ങളെ വേണ്ടെന്ന് എഴുതിതന്നിരിക്കുന്നു. സ്വയം നിയന്ത്രിച്ച് ഇവിടെ കഴിഞ്ഞാൽ ഇത്രയും സ്വാതന്ത്ര്യമെങ്കിലും കിട്ടും. ഇല്ലെങ്കിൽ ഞാൻ പിടിച്ചു സെല്ലിനകത്താക്കും."

ശാരീരികരോഗം മനോവൈകല്യത്തിന്റെ മേഖലകളിലേക്കു കടക്കുമ്പോഴുള്ള അന്ത്യവിധിയാണ് ഈ സെല്ല്. അതിനകത്തായാൽ, ഈശ്വരാ! എങ്കിലും കുഞ്ഞിനെക്കാണാനുള്ള മോഹം അടക്കാൻ കഴിയുന്നില്ല. ഒരു പഴുതിനു വേണ്ടി കാത്തിരുന്നു.

ഒരുനാൾ ആശുപത്രിഡേ ആയിരുന്നു.

പതിവിൽ കൂടുതൽ സ്വാതന്ത്ര്യം അനുവദിച്ചു കിട്ടി.

എല്ലാവരുടെയും കണ്ണു വെട്ടിച്ചു പുറത്തുകടക്കാൻ എളുപ്പമായി. നടന്നും ബസ്സിലുമായി ഒരു വിധത്തിൽ ഗ്രാമത്തിലെത്തി. പിന്നെ വീട്ടിലേക്കൊരു പാച്ചിലായിരുന്നു.

വീട്ടുവാതിലിലേക്കു കാലെടുത്തു വയ്ക്കാൻ കഴിഞ്ഞില്ല.-

"അയ്യോ ഓടിവരണേ-"

അവളുടെ നിലവിളി.

"രാധേ ഇതു ഞാനാണ്."

"അയ്യോ ഓടി വരണേ-?"

അവളുടെ നിലവിളിക്ക് ശക്തികൂടി.

ആട്ടക്കാരികളുടെ ആണുങ്ങളെല്ലാം ഓടിക്കൂടി. എന്തോ കണ്ടതുപോലെ എല്ലാവരും അറച്ചുനിന്നു.

"ആശുപത്രിയിൽ നിന്ന് ചാടിപ്പോന്നതാ- വേഗം ഓടിച്ചു വിട്..... ഇവിടുള്ളോർക്കും അസുഖം വരും........"

അവൾ ആണുങ്ങളോട് കരഞ്ഞു പറഞ്ഞു.

"രാധേ, ഞാൻ കുഞ്ഞിനെ ഒന്നു കണ്ടിട്ടു പൊയ്ക്കൊള്ളാം"

"അയ്യോ വേണ്ടാ......... ഓടിച്ചു വിടിൻ........"

അവളുടെ ശബ്ദം ഉയർന്നുമുഴങ്ങി.

ചുറ്റും കൂടിനിന്നവർക്കിടയിൽ പെട്ടെന്ന് ഒരാരവം. കൈചൂണ്ടി, വിരൽ ചൂണ്ടി ഒരേ ശബ്ദത്തിൽ- ആ ആരവം ഉയർന്നുവരുന്നു. കടലിരമ്പുന്നതുപോലെ!

എന്തൊക്കെയോ പറയാൻ ശ്രമിച്ചു. ഒന്നും ശ്രദ്ധിക്കപ്പെടുന്നില്ല. ആരവത്തിനു ശക്തി കൂടി. ആർത്തുവരുന്ന കടൽ.... അതിന്റെ കയങ്ങളിലേക്ക് അറിയാതെ അമർന്നു പോവുകയായിരുന്നു.

ബോധം തെളിയുമ്പോൾ ആശുപത്രിയിലെ കനത്ത സെല്ലിനുള്ളിലായിരുന്നു. അടിയും കുത്തുമേറ്റ് എവിടൊക്കെയോ നീറുന്നു.

ആൾക്കൂട്ടത്തിന്റെ പിടിയിൽനിന്നു പോലീസാണു രക്ഷിച്ചു കൊണ്ടുവന്നത്. അതേപറ്റി പറഞ്ഞ ഗാർഡിനോട് ഒന്നേ ചോദിച്ചുള്ളൂ:

"എന്റെ മോളുടെ പേരെന്താ- കൊച്ചുരാധയെന്നാണോ?"

ഗാർഡിന്റെ മുഖം മങ്ങി. അയാൾ ധരിച്ചുകാണും ഭ്രാന്താണെന്ന്. പിന്നീട് അയാൾ അടുത്തുപോലും വരാതായി.

ശരിയാണ്. ശരിക്കും ഭ്രാന്തായിപ്പോയേനെ. ഈ മുനിയാണ്ടിയെ കാണാതിരുന്നെങ്കിൽ..... സാമൂഹ്യപ്രവർത്തകന്റെ കുപ്പായത്തിൽ ആശുപത്രിയിലെത്തിയ മുനിയാണ്ടിയുടെ കണ്ണ്, അറപ്പുതോന്നുന്ന, ദയതോന്നുന്ന രോഗികളിലായിരുന്നു. വാർഡിൽ ചുറ്റിയടിക്കുമ്പോൾ മുനിയാണ്ടി അടുത്തുവന്ന് കരുണയോടെ ചോദിച്ചു:

"ഇതിനുള്ളിലെ കിടപ്പ് മടുത്തുകാണും അല്ലേ?"

വെറുതെ നിന്നതേയുള്ളൂ.

"വേദനയുണ്ടോ?"

അപ്പോഴും നിർവികാരത തന്നെ.

പോക്കറ്റിൽ നിന്ന് ഒരുകെട്ടു ബീഡിയെടുത്തുനീട്ടി മെല്ലെ പറഞ്ഞു:

"വല്യ വേദന തോന്നുമ്പോൾ ഇതേലൊന്നു വലിച്ചോളൂ."

എന്നിട്ടും ഒന്നും പറയാതെ നിന്നപ്പോൾ അത് സെല്ലിനുള്ളിലേക്ക് എറിഞ്ഞുകൊണ്ട് അയാൾ പറഞ്ഞു:

"ഇതു തീരുമ്പോഴേക്കും ഞാൻ വീണ്ടും വരാം."

അയാൾ നടന്നു മറഞ്ഞു. സേവനത്തിന്റെ പുതപ്പ്. ഇങ്ങനെ വരുന്നവരോടെല്ലാം ഒരു തരം മടുപ്പായിരുന്നു. അന്നും ആ മടുപ്പിന്റെ പിടിയിൽ നിന്നു രക്ഷപ്പെടാനാണ് രഹസ്യമായി ഒരു ബീഡിക്കു തീ കൊളുത്തിയത്. പക്ഷേ- ആ ബീഡി. അത് വിസ്മയകരമായൊരു വിഭ്രാന്തിയിലേക്കുയർത്തുകയായിരുന്നു. എത്രനേരമെന്നറിഞ്ഞുകൂടാ..... എത്രയോ നേരം........ ആ പുകയുടെ മായാലോകത്തിലായിരുന്നു. അതെ. അതൊരനുഗ്രഹമായി. ബീഡി തീർന്നപ്പോൾ വല്ലാത്ത അസ്വാസ്ഥ്യം തോന്നി. പിന്നെ മുനിയാണ്ടിക്കു വേണ്ടിയുള്ള കാത്തിരിപ്പായി. രണ്ടാമത്തെ പ്രാവശ്യം വന്നപ്പോൾ മുനിയാണ്ടി അല്പം ഗൗരവത്തിൽ ചോദിച്ചു:

"നീ എന്തിനാ ഈ ജയിലിലിങ്ങനെ കഴിയുന്നേ?"

"പിന്നെ?"

"നിന്നെ ഞാൻ സ്വതന്ത്രനാക്കാം....... ആവശ്യത്തിനു ബീഡിതരാം...... ചാരായം തരാം........"

"എന്നെ ആരെങ്കിലും പിടിക്കില്ലേ?"

"അതൊക്കെ ഞാനേറ്റു. നീ ഞാൻ പറയുന്നത് അനുസരിച്ചാൽ മതി."

"ശരി."

"എങ്കിൽ ഇന്നു രാത്രി തന്നെ നിന്നെ ഇവിടുന്നു കടത്താം!"

വാക്ക് വാക്കുതന്നെയായിരുന്നു. ഗാർഡുതന്നെയാണ് വാതിൽ തുറന്നു തന്നത്. അതിനു മുമ്പ് ആശുപത്രിയിലെ വേഷം അഴിച്ചുമാറ്റുകയും പകരം കീറത്തുണിതരികയും ചെയ്തു. മറ്റൊരാൾ ആശുപത്രിക്കു പുറത്ത് റിക്ഷയിൽ കൊണ്ടുക്കയറ്റി. റിക്ഷയ്ക്കുള്ളിൽ വേറെയും മൂന്നു രോഗികളുണ്ടായിരുന്നു. ഇരുട്ടിൽ റിക്ഷ കുറേ ദൂരം ഓടി. ഒടുവിൽ ഏതോ ഇടിഞ്ഞ കെട്ടിടത്തിനിറമ്പിൽ അതു ചെന്നു നിന്നു. താമസിയാതെ മനസ്സിലായി- യാചകരുടെ സങ്കേതം. പിന്നെ ഒരാഴ്ചക്കാലത്തേക്കുകടുത്ത പരിശീലനമായിരുന്നു. അന്യരുടെ അനുകമ്പപിടിച്ചു പറ്റി അവരിൽ നിന്നു ഭിക്ഷ കിട്ടാനുള്ള വഴികൾ. അഴുകിമുറിഞ്ഞ കൈകാലുകളിൽ ഗ്രീസും വേപ്പെണ്ണയും തേച്ചു പിടിപ്പിക്കുന്ന രീതി. പ്രത്യേക രീതിയിൽ കരഞ്ഞു നിലവിളിക്കാനുള്ള ശീല്. എല്ലാം പഠിപ്പിച്ചു. ഒടുവിൽ ഇരിക്കാൻ ഒരു തള്ളു വണ്ടി കൊണ്ടുവന്നു. അതിൽ ചാരിയിരുന്നാൽ മറ്റൊരാൾ തള്ളും- അതു മിക്കപ്പോഴും കുട്ടികളായിരിക്കും. തെരുവിലും ഉത്സവസ്ഥലങ്ങളിലും അങ്ങനെ തള്ളുവണ്ടി ഉന്തിക്കൊണ്ടുപോകും. വെറുതെ അതിലിരുന്ന് കരഞ്ഞാൽ മതി. വണ്ടി തള്ളുന്ന കുട്ടി തന്നെ പാത്രം നീട്ടും. പിന്നെ നാണയത്തുട്ടുകളുടെ കിലുക്കമായിരിക്കും. ആദ്യമൊക്കെ വല്ലാതെ തോന്നിയിരുന്നു. ബീഡിയുടെ സുഖവും ചാരായത്തിന്റെ സുരക്ഷിതത്വവുമോർക്കുമ്പോൾ ഈ വേഷം അനിവാര്യമാണെന്നു വരുന്നു. പോരെങ്കിൽ മുനിയാണ്ടിയുടെ മർദ്ദനവും. തെരച്ചിവാലുകൊണ്ടാണ് അടിക്കുക. വ്രണങ്ങളിൽ മുളകുപൊടി വിതറും. കൈകാലുകൾ കെട്ടി അട്ടയെ പിടിച്ചു

മുറിപ്പാടുകളിൽ ഇഴയിക്കും. പലരേയും അങ്ങനെ പീഡിപ്പിക്കുന്നത് കണ്ടു. മൂന്നോറോളം യാചകരുണ്ട് മുനിയാണ്ടിക്ക്. ഓരോ സ്ഥലത്തെയും സീസൺ അനുസരിച്ചു വിടും. അതിന് ഏർപ്പാടുകൾ പ്രത്യേകമുണ്ട്. മൊത്തം പിരിയുന്നതിന്റെ പകുതി ഏർപ്പാടുകാർക്കാണ്. അവരതു പലകണക്കിലാണു വാങ്ങുന്നത്. ഇരിക്കുന്ന സ്ഥലത്തിനുള്ള കൂലിയായി സ്ഥലക്കാശ്!, സുരക്ഷിതത്വചെലവായി നോക്കുകാശ്, വണ്ടിതള്ളുന്ന കുട്ടികൾക്കു കൂലിയായി തള്ളുകാശ്. നൂറും ഇരുന്നൂറും കിട്ടുന്ന ദിവസങ്ങളുണ്ട്. അപ്പോഴൊക്കെയും ഏർപ്പാടുകാരന്റെ പിരിവ് കഴിഞ്ഞു വരുന്നതിൽ നിന്ന് അത്യാവശ്യ ചെലവിനുള്ള വട്ടക്കാശ് എടുത്തുകൊണ്ട് ബാക്കി മുനിയാണ്ടിക്കായി ഏൽപ്പിക്കണം. വട്ടക്കാശ് നിശ്ചിത സംഖ്യയാണ്. ഒരുപൈസ കൂടുതലെടുത്താൽ ഭീകരശിക്ഷയാണ്. കള്ളും കഞ്ചാവും ചാരായവും മറ്റു പലതും ഏർപ്പാടുകാരന്റെ വകയാണ്. അയാളോടൊത്തുനിന്നാൽ കൂടുതൽ കിട്ടും. അതിലൊന്നും ഇപ്പോൾ കമ്പം തോന്നുന്നില്ല. കഴിഞ്ഞ ഏഴു ദിവസമായി ഒരു ചിന്തയേയുള്ളൂ-എട്ടുനോമ്പു കഴിഞ്ഞാൽ ഇവിടുന്ന് എങ്ങോട്ടാണിനി യാത്ര! ഇവൾ കൂടെക്കാണുമോ? ഒടുവിൽ മുനിയാണ്ടി തീർത്തു പറഞ്ഞു:

"ആ പൂതിയങ്ങു കളഞ്ഞേക്ക്. അവൾക്ക് തള്ളുകാശ് അഞ്ചുരൂപയാണ്. ഈ സ്ഥലം വിട്ട് ആ തള്ള പെണ്ണിനെ വിടില്ല....."

അപ്പോൾ..... അപ്പോൾ ഞാൻ തനിച്ചുപോകണം.

വയ്യ...... അതെന്തായാലും വയ്യ....... ഈ സാമീപ്യം അത്രമേൽ ആശ്വാസം തരുന്നു........ ആരൊക്കെയോ ഉണ്ടെന്നുള്ള തോന്നൽ! അവൾക്കും അങ്ങനെ തോന്നുന്നുണ്ടാവുമോ? ഒന്നു ചോദിച്ചാലോ? വെറുതെ വിളിച്ചു.

"രാധേ-"

"എന്താ വയ്യായോ, വെള്ളം വേണോ?"

രാധ മുഖം പിടിച്ചുയർത്തി മുന്നോട്ടാഞ്ഞു ചോദിച്ചു.

"കുഞ്ഞെ" പിച്ചാണ്ടി മെല്ലെ വിളിച്ചു.

"എന്തെ-" അവൾ കാതു കൂർപ്പിച്ചു.

ചോദിക്കാൻ വന്നത് ചോദിച്ചില്ല. എങ്ങനെയോ ശബ്ദം ഇറുന്നുവീഴുകയായിരുന്നു.

"നമ്മൾ ഇവിടുന്ന് ഇന്നു പോകുമോ?"

"എനിക്കറിയില്ല...."

"നാളെ പോകുമോ?"

"അതും എനിക്കറിയില്ല."

അവൾ ഒന്നു നിർത്തി പറഞ്ഞു:

"അയാൾ വരട്ടെ മണിയണ്ണാച്ചി. അപ്പോൾ ചോദിക്കാം......."

പിച്ചാണ്ടി പിന്നെ പെട്ടെന്ന് ചോദിച്ചു:

"കൊച്ചുരാധേ, നിനക്ക് അച്ഛനുണ്ടോ?"

"അറിയില്ല." പെട്ടെന്നായിരുന്നു ഉത്തരം.

"അമ്മയുണ്ടോ?- ആ സ്ത്രീ നിന്റെ അമ്മയാണോ?"

"ആണെന്നു പറയുന്നു." അതുവരെയില്ലാത്ത സ്വരത്തിലായിരുന്നു അവളുടെ മറുപടി.

"നിനക്ക് എന്റെ കൂടെ പോരാമോ?" എങ്ങനെയോ പിച്ചാണ്ടി ചോദിച്ചു.

അവൾ ഭയന്നതുപോലെ തോന്നിച്ചു.

"അയ്യോ..... അവരെ വിട്ട് ഞാനെങ്ങും വരില്ല......"

"അവർ സമ്മതിച്ചാലോ?"

മറുപടിയില്ല. പിച്ചാണ്ടി ചോദ്യം ആവർത്തിച്ചു.

ഒടുവിൽ നിവൃത്തിയില്ലാതെ അവൾ പറഞ്ഞു:

"എനിക്കറിയില്ല......."

പിച്ചാണ്ടിയുടെ കണ്ണിൽ ഇരുട്ടു കയറുന്നതുപോലെ തോന്നി. ഈ കുട്ടിക്ക് എന്നോടൊരടുപ്പവുമില്ലേ?

"എന്തോന്നാ രണ്ടുപേരും കൂടെ- നീട്ടി വിളിക്കൂ പെണ്ണേ?"

ശബ്ദം കേട്ടു പിച്ചാണ്ടി ഞെട്ടിയുണർന്നു.

മുന്നിൽ മണിയണ്ണാച്ചി.

"ആളു തീരെ കൊറവ്. മറ്റന്നാൾ വലിയകാവിൽ ഉത്സവം തൊടങ്ങും. നാളെ തന്നെ ഷൊർണ്ണൂർക്കു പോകാം....."

"ഇവിടെ തീർന്നോ?"

"ഇവിടെ തീർന്നപോലായി..... കളക്ഷൻ തീരെ മോശം.... ഇനി ഇവിടിരിക്കണ്ടാ......"

മണിയണ്ണാച്ചി നിരാശയോടെ അതു പറയുമ്പോൾ രാധ ചോദിച്ചു:

"എന്നാൽ ഞാൻ പോട്ടെ."

"നില്ലു പെണ്ണേ, നാളത്തേക്കുള്ള കാശു വരെ ആ തള്ള അഡ്വാൻസ് വാങ്ങി....... നീ ഇയാളെ റെയിൽവേസ്റ്റേഷനിൽ കൊണ്ടുവാ......."

"ഇപ്പോഴുടനെയോ......"

"ങ്ഹാ. ഒടനെ പൊയ്ക്കോ........ അങ്ങു ചെന്നാൽ ഏതെങ്കിലും വണ്ടി കാണും. ഷൊർണൂർക്കുള്ള വണ്ടിയേൽ കേറ്റിയിരുത്ത്......"

അവൾ വണ്ടി തള്ളാൻ തുടങ്ങുമ്പോൾ പിച്ചാണ്ടി വേദനയോടെ പറഞ്ഞു:

"എനിക്കിച്ചിരി വെള്ളം വാങ്ങിക്കൂ......"

അവൾ പാത്രമെടുത്ത് കടയിലേക്കു പോയി. അവൾ പോയെന്ന് ഉറപ്പു വരുത്തിയശേഷം പിച്ചാണ്ടി മെല്ലെ മണിയണ്ണാച്ചിയോടു തിരക്കി-

"-അപ്പം ഇവളെ എനിക്കു തരില്ലേ?"

അയാൾക്കു ദേഷ്യം വന്നു.

“തനിക്കു പറയുന്നതു മനസ്സിലാവില്ലേ- ആ തള്ള അവളെ എങ്ങോട്ടും വിടില്ല. അതല്ല സ്ഥിരമായി വിട്ടേയ്ക്കാം. അവർക്കു രൂപ രണ്ടായിരം കൊടുക്കണം...... അതിനുള്ള പാങ്ങു തനിക്കുണ്ടോ?”

പിച്ചാണ്ടി മൗനമായിരുന്നതേയുള്ളൂ.

മണിയണ്ണാച്ചി വീണ്ടും ഒച്ച വച്ചു.

“തനിക്കെന്തിനാ ഈ നരന്ത് പെണ്ണ്?”

അതിനും പിച്ചാണ്ടി മറുപടി പറഞ്ഞില്ല. ശരീരത്തിനു പുറത്തെന്നപോലെ അകത്തും മുറിവുകൾ പൊട്ടിയിരിക്കുന്നു... അവയും വ്രണം വിടർത്തി ത്തുടങ്ങുന്നു എന്നു മാത്രം. പിച്ചാണ്ടി അറിഞ്ഞു.

“ദാണ്ടെ വെള്ളം.”

അവളെത്തിയോ? ചുണ്ടോടടുപ്പിക്കുന്ന പാത്രത്തിലേക്ക് ഒരു തുള്ളി കണ്ണീർ ഇറ്റു വീണു!

“ഞാൻ രാത്രിയിൽ വരും. അന്നേരം കണക്കു തീർക്കാം......”

മണിയണ്ണാച്ചി നടന്നു തുടങ്ങി.

“തള്ളട്ടേ......”

രാധ ചോദിച്ചു. അയാൾ മിണ്ടിയില്ല.

“തള്ളട്ടേ.........” വീണ്ടും അവളുടെ ചോദ്യം.

പിന്നെ മറുപടിക്കു കാക്കാതെ അവൾ പറഞ്ഞു: “ഞാൻ വിടുന്നു.....”

പിച്ചാണ്ടി ഒന്നും പറഞ്ഞില്ല. അവൾ ഓരം ചേർന്നു വണ്ടി തള്ളി. വഴിയേറെയായപ്പോൾ പിച്ചാണ്ടി വിളിച്ചു: “രാധേ!”

വണ്ടി നിർത്താതെ അവൾ വിളി കേട്ടു. “എന്തോ-”

കുറെ നേരത്തേയ്ക്ക് അയാൾ ഒന്നും പറഞ്ഞില്ല. എന്തെല്ലാമോ മനസ്സിലിരുന്നു വീർപ്പു മുട്ടുന്നു.

“എന്തേ വിളിച്ചത്” അവൾ വീണ്ടും ചോദിച്ചു.

അയാൾ ആരോടെന്നില്ലാതെ പറഞ്ഞു: “എനിക്കും ഒരു മകളുണ്ട്- കൊച്ചു രാധ! അവളുടെ അമ്മയുടെ പേരും രാധയെന്നാണ്.”

വണ്ടി ഒന്നു നിന്നോ? ഇല്ല അതു തന്റെ തോന്നലാണ്.

“അവളിപ്പോൾ നിന്നെപ്പോലെയായിക്കാണും.......”

ഇപ്പോൾ വണ്ടി നിന്നു. രാധ മുന്നിലേക്കു വന്നു. മുട്ടുകാലിലിരുന്ന് മുഖം പിടിച്ചുയർത്തി, മെല്ലെ ചോദിച്ചു:

“എന്തിനാണിങ്ങനെ വിഷമിക്കുന്നത്?”

പിച്ചാണ്ടിക്ക് കരച്ചിലടക്കാൻ കഴിഞ്ഞില്ല. അയാൾ നിസ്സഹായനെപ്പോലെ ഏങ്ങലടിച്ചു.

അവൾ നിന്നു പരുങ്ങി. പിന്നെ തെല്ല് ഈർഷ്യയോടെ ചോദിച്ചു:

“എന്നെക്കൂടി കരയിക്കാനാണോ?”

അതു പിച്ചാണ്ടിക്കു സഹിക്കാനായില്ല. നീ കരയരുത്. നിന്റെ കണ്ണീർ കാണാൻ എനിക്ക് കരുത്തില്ല. അയാൾ ഉറപ്പോടെ പറഞ്ഞു:

"വണ്ടി തള്ളിക്കോളൂ....... ഇനി ഞാൻ കരയില്ല."

അവൾ മെല്ലെ കൈപിടി ശരിയാക്കി വണ്ടി തള്ളിക്കൊണ്ടു പറഞ്ഞു:

"എത്രയോ പേരുടെ വണ്ടി ഞാൻ തള്ളിയിരിക്കുന്നു. അവർക്കെല്ലാം ഇതുപോലെ വിഷമങ്ങൾ ഉണ്ടായിരുന്നു. അതൊക്കെ ഞാൻ കേട്ടിരിക്കുന്നു. എനിക്കിതു കേൾക്കുന്നത് സങ്കടമാണ്...... അതുകൊണ്ട് പറയണ്ടാ......"

പിച്ചാണ്ടിക്കു വല്ലാത്ത അസ്വാസ്ഥ്യം തോന്നി. "നിന്നെ കരയിക്കാനോ നിന്റെ സഹതാപം നേടാനോ അല്ല ഞാനിതൊന്നും പറഞ്ഞത്. പിന്നെന്തിനാണെന്നു ചോദിച്ചാൽ അതെനിക്കറിയില്ല." പിച്ചാണ്ടി പിറുപിറുത്തുകൊണ്ടേയിരുന്നു.

എനിക്കു നിന്നെ പിരിയാൻ വയ്യ. നീ എന്നും ഇതുപോലെ എന്റെ കൂടെ വേണം. വന്യമായൊരാവേശത്തോടെ അയാൾ അതുതന്നെ ചിന്തിച്ചുകൊണ്ടിരുന്നു. പിന്നെ പെട്ടെന്നാണു പിച്ചാണ്ടിയുടെ മനസ്സിലേക്ക് ആ ബുദ്ധി ഉദിച്ചത്.- അയാൾ അരയിൽ തപ്പിനോക്കി. ദ്രവിച്ച അരഞ്ഞാണച്ചരടിൽ അതു തടഞ്ഞു. അറ്റു പോയ ബന്ധത്തിന്റെ സ്മാരകമായിരുന്നു ആ പവിത്ര മോതിരം. അയാൾ അതിൽ തിരുപ്പിടിച്ചു. ജീവിതത്തിന്റെ മുരടിപ്പിൽ ഏക ആശ്രയമായിരുന്ന സ്വർണ്ണത്തരി. രാധ അണിയിച്ച മോതിരം. ആശുപത്രിയിൽ വച്ചു വിരൽ മുറിഞ്ഞ ദിവസം അരയിലെ ചരടിൽ കോർത്തിട്ടതാണ്. ഒന്നൊന്നര പവൻ വരും. അത് ഊരിവിറ്റാൽ രണ്ടായിരത്തിനപ്പുറം കിട്ടും. തള്ളയ്ക്കു കാശുകൊടുക്കാം. പിച്ചാണ്ടിക്ക് എന്തെന്നില്ലാത്ത ആഹ്ലാദം തോന്നി.

"രാധേ-"

അയാൾ ഉത്സാഹത്തോടെ വിളിച്ചു.

"എന്തെ-"

"വണ്ടി നിർത്ത്."

വണ്ടി നിർത്തി അവൾ മുന്നിൽ വന്നു.

അയാൾ അരയിൽ തിരിപ്പിടിച്ചുകൊണ്ട് ഉത്സാഹത്തോടെ പറഞ്ഞു: "ഞാൻ ജയിച്ചെടീ......"

"എന്താ ഈ പറേന്നേ?"

പിച്ചാണ്ടി രഹസ്യത്തിന്റെ ചെപ്പു തുറന്നില്ല. "അതൊക്കെ പിന്നെ പറയാം..... ഇപ്പോഴതു രഹസ്യമാണ്...... നീ വണ്ടി വിട്ടോ......"

അവൾ എന്തോ തമാശ കണ്ടതുപോലെ ഹൃദ്യമായി ചിരിച്ചിട്ടു പിന്നോക്കം വന്നു വണ്ടി തള്ളി.

മുന്നോട്ടുള്ള വഴിയൊക്കെ വളരെ സുന്ദരമാണെന്ന് അന്നാദ്യമായി പിച്ചാണ്ടിക്കു തോന്നി.

റയിൽവേ സ്റ്റേഷന്റെ പിന്നിലെ താവളത്തിൽ മണിയണ്ണാച്ചി കണക്കു തീർക്കുന്ന തിരക്കിലായിരുന്നു. പിച്ചാണ്ടി ആകാംക്ഷയോടെ കാത്തിരുന്നു. ഒടുവിൽ മണിയണ്ണാച്ചി അടുത്തെത്തിയപ്പോൾ പറഞ്ഞു:

"ഇവളുടെ തള്ളേ വിളിക്കാൻ ആളെ വിടണം. എനിക്കൊരു രഹസ്യം പറയാനുണ്ട്......."

"എന്തോന്നാ?" മണിയണ്ണാച്ചി അസ്വാസ്ഥ്യം കാണിച്ചു.

"പറഞ്ഞത് കേൾക്ക്- തള്ളേ വിളിച്ചോണ്ടു വരാൻ പറ."

പിച്ചാണ്ടിയുടെ നിർബന്ധം കണ്ട് ഒടുവിൽ അയാൾ രാധയോടു പറഞ്ഞു:

"ചെല്ലു പെണ്ണേ, തള്ളേ വിളിച്ചോണ്ടു വാ- നീയും വാ........"

അവൾ പോയിക്കഴിഞ്ഞപ്പോൾ മണിയണ്ണാച്ചി തിരക്കി: "എന്താ? വേഗം പറ"

അതിനു മറുപടി പറയാതെ പിച്ചാണ്ടി അരയിലെ അരഞ്ഞാണച്ചരട് വിരലില്ലാത്ത കൈകൊണ്ടു പൊട്ടിച്ച് ആ മോതിരം എടുത്തു. പഴുത്തു തുടങ്ങിയ കൈപ്പത്തിയിലിരുന്ന് ജന്മബന്ധത്തിന്റെ സ്മാരകമായ ആ സ്വർണ്ണമോതിരം ചിരിച്ചു.

"ങ്ഹേ-ഇതെവിടുന്നാ?"

മണിയണ്ണാച്ചി അത്ഭുതപ്പെട്ടു ചോദിച്ചു.

"എന്റെ കല്യാണമോതിരമാ- ഒന്നൊന്നര പവൻ കാണും-വിരൽ മുറിഞ്ഞ കാലത്ത് അരയിലിട്ടതാ- ഇതെന്റെ ജീവനാ- ഇതു വിറ്റിട്ട് എനിക്കാ പെൺകുട്ടിയെ വാങ്ങിത്താ-"

പിച്ചാണ്ടി കരയുകയായിരുന്നു.

മണിയണ്ണാച്ചി മോതിരം വാങ്ങി, ഉള്ളം കയ്യിലിട്ടു പരിശോധിച്ചു.

"ഇതു സ്വർണ്ണം തന്നെ?"

"അതു സ്വർണ്ണമല്ലെങ്കിൽ മറ്റൊരു സ്വർണ്ണവും സ്വർണ്ണമല്ല. എന്റെ കല്യാണമോതിരമാ അത്."

പിച്ചാണ്ടിയുടെ ശബ്ദത്തിലെ ദൃഢത അയാളെപ്പോലും അത്ഭുതപ്പെടുത്തി.

"ശരി നോക്കട്ടെ-"

പിന്നെ ഒന്നും മിണ്ടാതെ മണിയണ്ണാച്ചി അകലേക്കു നടന്നു.

അയാൾ പോയി അല്പം കഴിഞ്ഞപ്പോൾ രാധയും അമ്മയും വന്നു. ആ തള്ളയ്ക്ക് അപ്പോഴും അരിശം തന്നെ.

"-എന്തിനാ വിളിപ്പിച്ചെ? വേഗം പറ!"

"മണിയണ്ണാച്ചിയാ വിളിച്ചത്. നിങ്ങൾക്ക് ഗുണമുള്ള കാര്യമാ. നിൽക്കൂ."

അധികം കാത്തു നില്ക്കേണ്ടി വന്നില്ല. മണിയണ്ണാച്ചി വന്നു. അയാൾ തള്ളയെ മാത്രം ദൂരേക്കു വിളിച്ചു മാറ്റിനിർത്തി എന്തോപറയുകയും ഏതോ

കൊടുക്കുകയും ചെയ്തു. പണമായിരിക്കാം. അവർ ആവശ്യപ്പെട്ട തുക മുഴുവൻ കിട്ടിക്കാണുമോ? അവർക്കു തൃപ്തിയായില്ലെന്നു തോന്നുന്നു. വിലപേശലാണ്. കയ്യിലിരുന്നതുകൂടി കൊടുത്തിട്ട് മണിയണ്ണാച്ചി ഒഴിഞ്ഞ കൈ നിവർത്തി കാണിക്കുന്നു. തള്ളയുടെ ചുണ്ടിൽ ചിരി. പിന്നെ അവരൊന്നിച്ചു നടന്ന് അടുത്തു വന്നു.

പിച്ചാണ്ടിയുടെ ചുണ്ടിൽ ഒരു ചിരി വിടർന്നു. അയാൾ മറന്നുപോയിരുന്ന ചിരി!

ആ. തള്ള ഒന്നും സംഭവിക്കാത്തതുപോലെ രാധയോടു പറഞ്ഞു:

"നീ ഇയാളുടെ കൂടെ ചെല്ല്. പോ. കൊണ്ടുപോയി റെയിലേ കേറ്റ്. പോ......"

എന്നിട്ടവർ തിരിഞ്ഞുനടന്നു.

മണിയണ്ണാച്ചി അവർ പോയവഴിനോക്കി ശപിച്ചു.

"കള്ളിത്തള്ള! ആകെ രണ്ടായിരത്തി ഒരുന്നൂറു കിട്ടി. അതു മുഴുവൻ അവർ വാങ്ങി."

രൂപ എത്ര പോയാലും പോട്ടെ. എനിക്കു രാധയെ കിട്ടിയല്ലോ. എന്റെ രാധ. എന്റെ കൊച്ചുരാധ.

പിച്ചാണ്ടി സ്വയം മറന്നു ചിരിക്കുകയായിരുന്നു. ഒന്നും മനസ്സിലാകാതെ നിന്നു പരുങ്ങുന്ന രാധയെ മണിയണ്ണാച്ചി ശകാരിച്ചു:

"ചെല്ലു പെണ്ണേ, ഇയാളെ റെയിലേ കൊണ്ടുകേറ്റ്."

അവൾ അനുസരണയോടെ വണ്ടിയുടെ കൈപിടിയിൽ പിടിച്ചു മുന്നോട്ടുരുട്ടി. പാളത്തിനു പുറത്തേക്കു തള്ളി നിന്ന കംപാർട്ടുമെന്റിലേക്കു വളരെ പണിപ്പെട്ടാണ് അയാളെ കയറ്റിയത്. പിന്നാലെ തള്ളുവണ്ടിയുമെടുത്തു വച്ചുകൊടുത്തപ്പോൾ പിച്ചാണ്ടി ചോദിച്ചു:

"രാധ കേറുന്നില്ലേ?"

"ഞാനോ? എങ്ങോട്ട്?"

അവളുടെ നിഷ്കളങ്കമായ ചോദ്യം.

"എങ്ങോട്ടെന്നോ? എന്റെ കൂടെ."

അവൾ ഒന്നും മനസ്സിലാകാതെ നിന്നപ്പോൾ അയാൾ വീണ്ടും പറഞ്ഞു.

"നീ ഇനി എന്റെ കൂടെയാണ്. ആ തള്ള ചോദിച്ച വില ഞാൻ കൊടുത്തു. നീ വാ."

"വിലയോ? എനിക്കൊന്നുമറിയില്ല......."

"അതൊന്നും നീ അറിയേണ്ട- നീ കേറു മോളേ..... നിന്നെ ഇനി ഞാൻ നോക്കിക്കോളാം......"

"അയ്യോ ഞാനില്ല........"

അവൾ പിന്നോക്കം മാറി.

"എന്റെ പൊന്നുമോളേ വാ........"

അയാൾ കൈ നീട്ടി.

"ഇല്ല. ഞാനില്ല........."

നീണ്ട വിസിൽ മുഴങ്ങി. പിച്ചാണ്ടി സകല നിയന്ത്രണവും വിട്ടു വിളിച്ചു.

"നീ കേറ് വണ്ടി വിടും....."

"ഇല്ല. ഞാനില്ല......."

അവൾ പിന്നേക്കം മാറി.

വണ്ടി നീങ്ങിത്തുടങ്ങി. അയാൾ വീണ്ടും വിളിച്ചു.

"വേഗം വാ- കേറ് മോളേ........."

വണ്ടിക്കു വേഗം കൂടി.

അവൾ കയറുന്നില്ലെന്നുകണ്ടപ്പോൾ വിരലില്ലാത്ത കൈപ്പത്തി നീട്ടി കമ്പിയിൽ പിടിച്ച് അയാൾ താഴേക്കിറങ്ങാൻ ശ്രമിച്ചു..... അതു കൂടി കണ്ടപ്പോൾ അവൾ ഭയന്നു കരഞ്ഞുകൊണ്ട് പിന്തിരിഞ്ഞോടി.

"അമ്മേ....... അമ്മേ.........."

വണ്ടിയുടെ ഒച്ചയിൽ ആ വിളി അമർന്നുപോയി.

■

www.ingramcontent.com/pod-product-compliance
Lightning Source LLC
LaVergne TN
LVHW090337051026
849518LV00005B/1987
9788184230888